'एक धक्कादायक प्रवेश.'

– ऑब्झर्व्हर

'पानं उलटायला लावणारी कादंबरी- हृदयाला पीळ पाडणारा शेवट.'

– टेलेग्राफ

'बंगाली स्युट फ्रान्स्वा'

– जॉनाथन फ्रीडलंड, न्यूजनाईट रिव्ह्यू

हृदयद्रावक सौंदर्य असलेल्या या कादंबरीमध्ये तहमिमा अनम आपल्याला एका कुटुंबाबद्दल सांगते आहे. हे कुटुंब युद्ध संपल्यानंतरच्या भयानक काळामधून मार्ग काढत आहे. स्वतःची ओळख शोधत असलेल्या एका तरुण राष्ट्राच्या अविस्मरणीय प्रवासामध्ये ती आपल्याला घेऊन जाते.

– कमिला शामसी

वसाहतराज्य संपल्यानंतर राष्ट्राची उभारणी करताना आलेल्या संकटांचं तहमिमा अनम धीटपणे परीक्षण करते. त्या परीक्षणामुळेच राष्ट्रीय आणि धार्मिक संघर्षाच्या पार्श्वभूमीवर वैयक्तिक आयुष्य स्पष्टपणे आपल्यासमोर मांडलं जातं. कोवळेपण, हृदयाला हात घालणारी आणि काव्यमय अशी ही कादंबरी फार ताकदीनं लिहिली गेली आहे.

– ताश ऑ

तहमिमा अनम यांची आम्ही प्रकाशित केलेली पुस्तके

तेच दिन सोनेरी...

आहे कट्टर तरी...

झुबेदा

'The Good Muslim' या इंग्रजी पुस्तकाचा अनुवाद

आहे कट्टर तरी...

तहमिमा अनम

अनुवाद
भारती पांडे

मेहता पब्लिशिंग हाऊस

Email : production@mehtapublishinghouse.com
Website : www.mehtapublishinghouse.com

Translated into Marathi Language by Bharti Pande

आहे कट्टर तरी... / अनुवादित कादंबरी

अनुवाद : भारती पांडे
Email : author@mehtapublishinghouse.com

प्रकाशक : सुनील अनिल मेहता, मेहता पब्लिशिंग हाऊस,
१९४१, सदाशिव पेठ, माडीवाले कॉलनी, पुणे - ४११०३०.

मुद्रक : ट्रिनिटी ॲकॅडमी फॉर कॉर्पोरेट ट्रेनिंग लिमिटेड,
नऱ्हे इंडस्ट्रिअल एरिया, नऱ्हे, पुणे - ४१.

मुखपृष्ठ : फाल्गुन ग्राफिक्स

प्रथमावृत्ती : डिसेंबर, २०१९

किंमत : ₹ ३९५

P Book ISBN 9789353173616

रोलँड लॅम्बकरिता...

उपोद्घात

१९७१
डिसेंबर

युद्ध संपल्याच्या आठव्या दिवशी, सोहेल हक मरू घातलेल्या एका मोहरीच्या शेतात उभा आहे. मोहरीच्या फुलांच्या पाकळ्या सुकून धूळ धूळ झाल्या आहेत. त्याच्या नाकाशी त्या धुळीने गुदगुल्या होतात आणि त्याला मांसाची आठवण होते. त्यानं कित्येक महिन्यांमध्ये मांस चाखलेलं नाही. पायाखाली गवत फुटून फुटून रडतंय आणि वर आकाशात हिवाळ्यातल्या सूर्याचा जड पापणीचा डोळा. कितीतरी दिवस तो चालतोच आहे. दक्षिणेकडे, शहराकडे जाणाऱ्या त्या राखाडी रस्त्यावर. ओळीनं उजाड झालेल्या खेड्यांपैकी एकामध्ये त्याला केळीची पानं खायला मिळाली आणि प्यायला डबक्यांमधलं पाणी- थेट त्यांच्या पृष्ठभागाशी ओठ भिडवून दातांनी वरचं शेवाळ दूर करत- तिसऱ्या दिवशी एका शेतकऱ्यानं त्याला युद्ध संपल्याचं सांगितलं होतं.

आता- घरच्या रस्त्यावर चालताना तो देशाचं नाव जिभेवर घोळवतो आहे- बांगलादेश.

दूर अंतरावर त्याला एक ठिपका दिसतो.

सैन्याच्या बराकी. तो त्या ठिपक्याला वळसा घालतो, हातातल्या बंदुकीच्या दस्त्यावर त्याचा ओलसर पंजा घट्ट आवळलेला. कसलाही आवाज नाही... कसलीही हालचाल नाही. तो जवळ जातो. वाकून चालत...सैनिकाच्या धर्तीने, झेप घ्यायला तयार असलेली पाठ, सगळीकडे फिरणारी नजर, बोट घोड्यावर वाकलेलं— तयार. पण ती इमारत मोकळी आहे.

परतणाऱ्या सैन्यानं आपल्या खुणा मागे ठेवल्या आहेत. फर्निचरवर तंबाखूचा वास येतो, कपडे वाळत घालण्याच्या दोरीवर वाळत असलेले गणवेश आहेत, एका कोपऱ्यात नीट रचून ठेवलेल्या त्यांच्या बशा, त्यांचे बूट- मक्केच्या विरुद्ध दिशेला तोंड करून ठेवलेले. त्यांच्या प्रार्थनेच्या सतरंज्याही त्याला दिसतात. त्यांना साबण, खडू आणि बूटपॉलिशचा वास येतो आहे.

स्वच्छतागृहाच्या भिंतीवर कुणीतरी लिहिलं आहे– पंजाब मेरी मां– पंजाब माझी माता. या सैनिकांना बंगालचा किती द्वेष वाटला असेल– त्याच्या मनात येतं. चिखलात रुतणारे त्यांचे पाय... एखाद्या गुन्हेगाराचा हात आवळला जावा तशी त्यांच्याभोवती कोंडणारी हवा, डास, सतत पडणारा पाऊस... आणि अन्न– त्यांना सतत संडासाकडे धाव घ्यायला लावणारं, अशक्त करणारं, शरीराला शुष्क करणारं अन्न.

आता सोहेलला वाटतं, या माणसांबद्दल आपल्या मनात थोडीतरी दया असायला हवी होती का? त्याला स्वतःच्याच आधीच्या एका व्यक्तित्वाची– अजून मऊ असलेल्या व्यक्तित्वाची ओढ जाणवते; भूगोलाचा एक अभ्यासक– गुरिला नव्हे. या कोवळ्या मनःस्थितीतच तो एका खाटेवर आडवं व्हायचं ठरवतो. त्या खाटेवर सिगारेटचं एक थोटूक पडलेलं आहे. हा कोवळेपणाच त्याला दारूगोळ्याच्या भांडारामागच्या खोलीकडे घेऊन जातो. त्या खोलीचं जडशीळ असं लोखंडी दार सरकवतो. विजेचं बटण शोधण्यासाठी भिंत चाचपतो.... आणि याच कोवळेपणासमोर असं एक दृश्य उभं ठाकतं, जे जन्मभर त्याचा श्वास रोखणार असतं.

भाग एक

स्वर्गामध्ये आणि पृथ्वीवर जे काही आहे, ते सर्व काही.

१९८४
फेब्रुवारी

सिल्व्ही मेली नसती तर घरी जाणं काही शक्य नव्हतं. या सत्यावर मायाचे विचार क्षणभर थबकले. तिसऱ्या वर्गाच्या डब्यातील लाकडी बाकावर बैठक जमवताना मायाच्या मनात आलं. तिनं मांडीवर एक सॅक धरून ठेवली होती, ज्यात तिच्या मालकीच्या सर्व वस्तू होत्या–दोन साड्या, एक कमीज, बुटांची एक जोडी, स्टेथोस्कोप असलेली एक डॉक्टरी बॅग आणि तिच्या आईसाठी आंब्याचं एक रोप. ते रोप गुंडाळायला फार कठीण गेलं होतं. दिसायला हलकं असलं तरी चांगलं जड होतं ते आणि मातीमध्ये घुसलेली मुळं चांगलीच फुगलेली होती. हे रोप ज्या शेतकऱ्यानं तिला विकलं होतं तो म्हणाला होता, 'जगणार नाही हे. राजशाही झाड आहे ते, राजशाहीतच जगेल.'

हातात जेवणाचा डबा घेतलेली एक म्हातारी स्त्री तिच्या शेजारच्या जागेवर बसली. एक क्षणभर मायाकडे रोखून बघून मग तिनं आपल्या दोन्ही गुडघ्यांमध्ये तो डबा दाबून धरला, कुठूनशी एक जपमाळ बाहेर काढली आणि पुटपुटत कलमा पढायला सुरुवात केली.

'ला इलाहा इल्लल्लाह, मुहम्मद उर रसुल अल्लाह.'

काही झालं तरी ते जगणार होतंच. बागेच्या पश्चिमेच्या कुंपणापाशी थोडी

मोकळी जागा होती. या झाडाला आंजारूनगोंजारून आंब्याची फळं यायला लावणारी एकुलती एक व्यक्ती म्हणजे अम्मूच तर होती. पण सात लांबलचक वर्षं उलटली होती- ती जागा अजून रिकामी असेल हेही तिला खात्रीनं सांगता आलं नसतं.

डब्यामध्ये तरुण मुलांचा एक घोळका शिरला आणि त्यांनी हसण्या-खिदळण्यास, सिगारेटी ओढण्यास सुरुवात केली. स्टार सिगारेटींचं पाकीट आणि काडेपेटी इकडून तिकडे जाऊ लागली. त्यांना दटावण्याची उबळ मायानं मोठ्या कष्टांनी परतवली आणि उघड्या खिडकीच्या आडव्या लोखंडी गजांशी चेहरा चिकटवून ती बाहेरच्या कचऱ्यानं भरलेल्या रुळांकडे बघू लागली. स्थानकाच्या फलाटावर शेंगदाणे आणि कोल्ड्रिंक्स विकणारी मुलं फिरत होती. त्यापलीकडे अधूनमधून आंब्याच्या बागांचे हिरवे तुकडे दिसत होते. तिचं दोन खोल्यांचं भाड्याचं घर आता रिकामं झालं होतं. त्याच्या सिमेंटच्या खरबरीत फरशा झाडूनपुसून साफ केलेल्या होत्या. तिला त्या घराची आठवण येणारच होती. आणि तो व्हरांडा- जिथे ती तिचे रोगी तपासायची- तोही झाडूनपुसून स्वच्छ केलेला होता. तिथलं तपासणीचं टेबल, तिची उपकरणं ठेवण्याचं लहानसं टेबल, दिवसअखेर ती ज्या लाकडी खुर्चीच्या पाठीवर आपला पांढरा कोट अडकवून ठेवायची ती खुर्ची- खट्कन कळ दाबून तिचं बॉलपेन त्या कोटाच्या खिशात सरकवलेलं असायचं. हे सगळं सामान आता हलवण्यात आलं होतं.

सुरुवात झाली होती ती थोड्या मातीच्या गोळ्यांनी. एखादा नारळ किंवा वाऱ्यानं उडवत आणलेलं एखादं फळकूट आपल्या घराच्या भिंतीवर आपटलं असेल अशी तिनं स्वतःची समजूत करून घेतली होती. तीन दिवस तिनं या आवाजाकडे दुर्लक्ष केलं होतं.

चौथ्या रात्री ते हसणं, तो हसण्याचा आवाज बाहेर निसटू नये म्हणून तोंडावर दाबून धरलेल्या हाताच्या तळव्यातून बाहेर फुटलेलं, सहज ओळखता येईल असा आवाज. एका तरुण माणसाचा आवाज- थोडा साशंक, थोडा बायकी.

धावतच बाहेर जाऊन तिनं अंधारात निरखून पाहिलं; पण तिला काहीच दिसलं नाही. राजशाहीमध्ये चंद्राशिवायच्या रात्रीइतकं अंधारं दुसरं काहीच नसतं.

अनेक महिन्यांनंतर सूर्याच्या चमचमाटानं ते संपलं होतं. तिला आत्ता ते सारं आठवलं. एखाद्या मांजरानं चाटावं तसा मऊ स्पर्श, ती उजेडाची रेषा आणि खोलीतून हलकेच बाहेर पडून नाहीशा होणाऱ्या त्या पुरुषाच्या घोट्यापर्यंतच पोहोचलेल्या पांढऱ्या शुभ्र पायघोळ 'अंगर'ची झलक. तिचा हात स्वतःच्या गळ्याशी गेला...अजूनही तो वण होताच तिथे. काळाभोर आणि झणझणणारा. पण त्यानं तिला जखम केली नव्हती... नुसता आपला सुरा गळ्यावर टेकवला होता. जणू काही तो म्हणत होता, अजून आपलं काम संपलेलं नाहीये, कोणत्याही क्षणी मी

परत येईन, ही कहाणी पूर्ण करायला.

होय, तिला ते सारं आठवत राहणार होतं. नाझिया आणि ते घर आणि ते आंबे आणि तळ्याभोवतीची ती वाट, पण सुऱ्याचा तो मांजरीच्या जिभेनं चाटल्यासारखा स्पर्श आणि गळ्यावरचा तो वण– ती बहुधा कधीच परत येणार नाही, हेच सांगत होते.

गाडी अगदी सुटण्याच्या थोडं आधी एक जोडपं दोन लहान मुलांना घेऊन डब्यात शिरलं आणि तिच्या समोरच्या बाकावर बसलं. आईनं एकाला आपल्या मांडीवर धरलं आणि मोठी आई-वडिलांच्या मधल्या जागेत गच्च बसली. आई किंचितसं हसली. मायाच्या लक्षात आलं, आगगाडीत बसण्याची तिची ही पहिलीच वेळ असावी. चमकती चमकी आणि हातांमध्ये दोन पातळशा सोन्याच्या बांगड्या- तिचं स्त्रीधन.

खरं तर तिच्या भावाची बायको मेली यात काहीच वाईट झालं नव्हतं. सिल्व्हीला सामोरं जावं लागण्याच्या कल्पनेनंच तर मायाला इतकी वर्षं घरापासून दूर ठेवलं होत. सिल्व्ही...दांभिक. लढाई संपल्यापासून गच्च आवळून घेतलेल्या बुरख्याशिवाय तिला कुणीच पाहिलं नव्हतं. अर्थात, तिचा भाऊही होताच- सोहेल आणि अम्मू– अम्मूनं तर स्वतःला संतापाच्या स्वाधीनच करून टाकलं होतं. संताप आणि जळत्या पुस्तकांचा भणाणता वास... गेली सात वर्षं एक क्षणही त्या वासानं तिची पाठ सोडली नव्हती. गाडीनं राजशाही सोडलं, मग नातोर. बाहेरचं दृश्य तसंच- सपाट आणि शुष्क, साळीचा वास, त्यातच पेरलेली चमकदार पिवळी मोहरी, जळत्या शेणखताचा वास.

शेजारच्या म्हातारीनं आपला जेवणाचा डबा उघडला. डाळ आणि तळलेल्या फुलकोबीचा वास सगळीकडे पसरला. मग समोर बसलेल्या कुटुंबानंही आपला डबा उघडला आणि आतली भाजी आणि पाव बाहेर काढला. मायाला भुकेची किंचितशी जाणीव झाली. प्रवासासाठी बरोबर काहीतरी घेण्याचं तिनं टाळलं होतं. समोरच्या आईनं हातातल्या पावाचे अगदी बारीक बारीक तुकडे करून ते काळजीपूर्वक मांडीवरच्या बाळाला भरवायला सुरुवात केली. बाकीचं अन्न तिनं नवऱ्याच्या नजरेला नजर न देता त्याच्याकडे दिलं.

मोठी मुलगी आईच्या हाताशी झटत खायला नको म्हणत होती. मायानं हातातल्या बॅगमध्ये चाचपून चिंचेच्या दोन गोड वड्या बाहेर काढल्या आणि एक त्या मुलीच्या पुढे केली. तिनं ती वडी घेतली आणि सरळ मायाच्या मांडीवर चढून बसली. आई नको नको म्हणत असताना. 'असू दे' असं म्हणत मायानं तिला थांबवलं. थोड्याच वेळात गुडघे जवळ घेऊन ती मुलगी गाढ झोपून गेली. मायालाही झोप लागली असणार; कारण तिनं डोळे उघडले तेव्हा ती मुलगी तिला

चांगलीच जड भासायला लागली होती. गाडी बहादुराबाद घाटाच्या अगदी जवळ पोहोचली होती. कुणीतरी तिच्या खांद्यावर हलकासा हात ठेवला. शेजारची म्हातारी स्वतःच्या डब्याकडे बोट दाखवत म्हणत होती 'खा हे.' डब्यात एक अर्धा पावाचा तुकडा आणि चमचाभर तांदळाची खीर शिल्लक होती. 'फारच लुकडी आहेस तू, कसं लग्न होणार तुझं?' मायाचा गालगुच्चा घेत म्हातारी उद्‌गारली.

बहादुराबादला माया फेरीवर चढली. आता दुपार झाली होती. नदीच्या विस्तीर्ण पात्रावर सूर्यप्रकाश चमचमत होता. फेरीवाल्यासमोर आपलं तिकीट फडकावून ती गर्दीतून रस्ता काढत वरच्या मजल्यावर गेली. दुपारच्या सूर्याच्या थेट प्रकाशात बसणारी ती एकटीच स्त्री होती. पद्मा नदी आपल्या प्रवाहाची ताकद दडवत फेरीबोटीवर बारीक बारीक लाटा सोडत होती. हातातल्या लहानशा पुड्यातली बिस्किटं खाता खाता ती आपण याच फेरीबोटीनं राजशाहीला आलो होतो का, हे आठवण्याचा प्रयत्न करू लागली. त्या बोटीचं नाव काहीतरी चमत्कारिक होतं - तिनं एका मुलाला हाक मारून विचारलं, 'या बोटीचं नाव काय आहे?'

'पद्मा.'

म्हणजे ती वेगळीच बोट असली पाहिजे. तो प्रवास– घरापासून दूर पळून जाण्याचा– घडला, त्याला एक जन्म उलटल्यागत वाटत होतं. ती तिच्या जुन्या मैत्रिणीकडे– सुलतानाकडे गेली होती. युद्ध सुरू असताना दोघींनी बरोबरच शरणार्थी शिबिरांमध्ये स्वयंसेवकाचं काम केलं होतं. सामानाचा ट्रक स्वतः चालवून सुलतानानं सर्वांना थक्क केलं होतं. स्वातंत्र्य मिळण्यापूर्वीच्या त्या लांबलचक उन्हाळ्यामध्ये सुलतानानं तिला जे सांगितलं होतं ते मायाच्या कायम लक्षात राहिलं होतं. लढाई संपली, की ती आपल्या गावी परतण्याची स्वप्नं बघत होती– गावाला– शहराकडे नाही. तिच्या वडिलांच्या खेड्याकडे जाण्याची स्वप्नं– 'माती माझी पावलं आपल्यात खेचून घेताना मला अनुभवायचं आहे,' ती म्हणाली होती. पुस्तकं जाळण्याच्या प्रकारानंतर मायानं ठरवलं की, आता इथे राहण्यासारखं काही उरलं नाही, तेव्हा तिनं सुलतानाला फोन करून विचारलं होतं की, काही दिवस मी तुझ्याकडे येऊन राहू का? सुलतानानं मायाला सांगितलं होतं की, लहानपणापासून ओळख असलेल्या एका मुलाशी तिनं नुकतंच लग्न केलं आहे– तो डॉक्टर आहे. ती दोघं एकत्रितपणे तंगाइलमध्ये एका दवाखान्यात काम करतात. ती आली तर त्यांना तिची मदतच होईल.

ती तीन महिने तिथे राहिली होती, पण तंगाइल ढाक्याच्या फारच जवळ होतं. दररोज ढाक्याकडे जाणाऱ्या-येणाऱ्या बसेसकडे माया बघत राहायची. 'चढ एका बसमध्ये आणि जा घरी' असं स्वतःलाच ती आव्हान देत राहायची. सुलताना आणि तिचा नवरा हे नवविवाहित जोडपं होतं. स्वयंपाकघरात एकमेकांचं चुंबन घेताना ती दोघं मायाला दिसली होती. त्यांची तोंडं उघडी होती आणि त्याचे हात तिच्या

केसांमध्ये होते.

ती तिथून निघाली. आगगाडी, फेरीबोटी, रिक्षा अशी देशभर फिरत राहिली. अखेरीस राजशाही शहरातील रुग्णालय असलेल्या वैद्यकीय महाविद्यालयात येऊन पोहोचली होती. पुन्हा स्वयंसेवक बनली होती आणि मग स्वतःची इंटर्नशिप पूर्ण करण्यासाठी तिनं अर्जही केला होता. त्या रुग्णालयामध्ये दोन वर्षं काम केल्यावर तिला स्वतःचा दवाखाना सुरू करण्याची परवानगी मिळाली होती. ही कल्पना तिला नाझियाच्या बिकट अवस्थेमुळे सुचली होती. नाझिया एका मोठ्या रिक्षाव्हॅनमध्ये बसून दूरच्या शहरातून आली होती- तिचं मूल पायाळू अशा अवघड अवस्थेत पोटात अडकलं होतं. किती अशक्य परिस्थितीत बायका केवळ मुलाला जन्म देण्यासाठी कसंबसं हॉस्पिटल गाठत होत्या. त्यापायी कित्येक मुलं दगावत होती.

यातच कधीतरी तिनं सर्जन व्हायच्या ऐवजी स्त्रियांची डॉक्टर व्हायचं ठरवून टाकलं होतं. तपासणीच्या खोलीत ती आली की तिथल्या बाईचा चेहरा किती सैलावतो, तपासणीच्या टेबलाला घट्ट धरून ठेवलेली तिची बोटं किती सुटी होतात हे मायानं बघितलं होतं. किती तरी वेळा तिनं स्वतःला सांगितलं होतं की, हा व्यावहारिक विचार आहे. सर्जन तर कुणीही होऊ शकेल; पण बायकांसाठी म्हणून एक डॉक्टर होणं... जी त्यांची मुलं जन्माला घालू शकेल, नंतर त्यांच्या जखमांना टाके घालू शकेल आणि त्यांना कुटुंबनियोजनाची माहितीही देऊ शकेल अशी डॉक्टर– हीच त्यांची गरज होती. ती फेडत असलेल्या कर्जाचा विचार तिच्या मनातही आला नाही– लढाईनंतर तिच्या हातून जेवढी बाळं मेली होती, त्यांच्या संख्येशी आता ती जन्माला येण्यास मदत करत असलेल्या बाळांची संख्या कधीतरी तोलली जाईल.

त्या खेड्यात आजवर दवाखाना नव्हताच. मायानं तिला आणि तिच्या बाळाला कसं वाचवलं होतं, त्या मोठ्या इस्पितळातल्या नर्सेसना ती कशी रुबाबात वागवायची, किती कौशल्यानं तिनं तिच्या दंडात सुई घातली, हे सगळं नाझियानेच इतर बायकांना सांगितलं होतं. त्या वर्षी, पावसाळा सुरू होण्याआधी मायानं गावातल्या सगळ्यांना तोंडानं देण्याचं मीठसाखरेचं औषध बनवायला शिकवलं होतं– थोडीशी साखर, चिमूटभर मीठ आणि पातेलंभर उकळलेलं पाणी. त्या वर्षीच्या पावसाळ्यात एकाही मुलाचा मृत्यू झाला नाही. पुढच्या वर्षीपर्यंत एक ट्यूबवेल बांधून देण्याच्या जिल्हाधिकाऱ्यांकडे केलेल्या तिच्या विनंतीलाही यश मिळाल्यावर तिला वाटू लागलं की, आता आपण यांची मनं जिंकली.

नाझिया आणि मसूदला दुसरं मूल झालं. त्यांनी तिचं नाव ठेवलं 'माया'.

जगन्नाथगंजच्या धक्क्यावर फेरी पोहोचेपर्यंत अंधार पडू लागला होता. शेवटची

गाडी पकडायला उशीर तर झाला नाही ना, हे बघण्यासाठी मायानं घड्याळात बघितलं. ते रोप आता तिच्या हातामध्ये जड झालं होतं. त्याच्या फांद्या तिच्या खांद्याला टोचत होत्या. इथे एखादं हॉटेल सापडणं कठीण जाईल आणि ते तिला अनेक प्रश्न विचारतील– ती एकटीच का प्रवास करते आहे, तिच्याबरोबर कुणी पुरुष–नवरा, वडील कुणी का नाहीये, त्यापेक्षा गाडी पकडण्याचा प्रयत्न करू– तिनं ठरवलं.

स्टेशनवर तिला आधीच्या गाडीतली ती म्हातारी स्त्री दिसली. तिचा जेवणाचा डबा उघडा होता. तिला बघून मायाला का कोण जाणे पण एकदम हायसं वाटलं. तिला हात करत ती तिच्याजवळ गेली. त्या स्त्रीनं तिला खुणेनं जवळ बोलावलं.

'खा खा.' ती म्हणाली.

'आजी', मायानं विचारलं, 'तुमचा डबा नेहमी भरलेला कसा असतो?'

ती हसली तेव्हा तिचे पानाच्या रंगानं रंगलेले लहानसे दात दिसले. तिनं पुढे केलेल्या कालवणात मायानं पावाचा एक तुकडा बुडवला. तिला एकदम खूप भूक लागली होती.

अनेक तासांनंतर, रात्रीच्या वितळत्या अंधारात, रात्रीची गाडी स्टेशनात शिरली. गाडीत चढायला मायानं त्या म्हाताऱ्या स्त्रीला मदत केली. ढाक्याला पोहोचायला पाच तास– ती स्वतःशीच पुटपुटली. वाटेत लागणाऱ्या स्टेशनांच्या नावांची तिनं मनातल्या मनात उजळणीही केली– सिराजगंज, मैमनसिंग, गफारगांव– आता फक्त पाच तास.

❄

ढाका दिसलं की, आपल्याला भरून येईल असं मायाला वाटलं होतं. आठवणीच्या लाटांवर लाटा आपल्यावर येऊन कोसळतील, गेली सात वर्षं दूर राहण्याची पुन्हा गरज तिला जाणवून देतील, असंही तिला वाटलं. फेब्रुवारीच्या मवाळ दुपारी बाहेर पडणं, वर आकाशात ढगांची दाटी आणि तिच्या जुन्या आयुष्यातल्या एकूण एक आठवणी– विद्यापीठातले ते दिवस– रमणा पार्कला, मोधुमिता सिनेमागृह आणि रेसकोर्सला जातानाचे रिक्षाचे प्रवास. गावाकडे घालवलेल्या त्या रुक्ष दिवसांबद्दल पश्चात्ताप. परंतु, कमलापूर स्टेशनच्या बाहेर पाऊल ठेवतानाच तिला दिसलं– सारं काही बदललं आहे. सगळं कसं बटबटीत आणि ओबडधोबड. जणू काही कुणीतरी हात लांबवून आवाज वाढवला असावा तसं. माणसं, काजळी आणि कचरा या साऱ्याचा वास कोंदला होता. सगळंच कसं उंच झालं होतं. काही इमारती तर पाच-सहा मजल्यांच्याही होत्या- मिरपूर रोडवर, मोटारींच्या गर्दीतून वाट काढायला तिच्या रिक्षावाल्याला किती कष्ट पडत होते. सगळ्या गाड्यांचे कर्णे उतावळेपणानं दणाणत होते, हुकूमशहाच्या खुणा तिला सगळीकडेच दिसत होत्या.

भिंतींवर खरडलेली वाक्यं 'आमचे आवडते जनरल' आणि 'बांगलादेशचा तारणहार'. त्याची दहा-दहा, वीस-वीस फुटी चित्रं– त्याचं उंच कपाळ आणि समाधान दर्शवणारी बारीक मिशी.

तासाभरानंतर माया हातात सॅक घट्ट पकडून तिच्या बालपणाच्या घरासमोर नंबर २५च्या आत काय सामोरं येईल, याचा विचार करत उभी होती.

घराच्या नव्या आकाराला तिची नजर थोडीशी सरावली. तिला वाटलं होतं त्यापेक्षा खूपच पडझड झाली होती. या इथे, जिथे घाण पाण्याचे पाइप गळले होते, तिथे राखाडी रंगाच्या भेगा पडल्या होत्या. तिथे घराचा पाया हळूहळू जमिनीत रुतू लागला होता, जणू काही घर आता भुईकडे परत केलं जात असावं; आणि वर- पहिल्या मजल्यावरच्या झोपड्या– तिच्या भावानं विटा-पत्रे आणि पोती गोळा करून बांधलेल्या झोपड्या–एखादं सबंध खेडंच आकाशातून घराच्या छपरावर उतरलं असावं, तसंच काहीसं.

एके काळी तिचं या घरावर खूप प्रेम होतं. वडिलांच्या आठवणी जाग्या करता येतील, असं हे एकच तर ठिकाण होतं. डायनिंग टेबलावर टेकलेली त्यांची कोपरं, व्हरांड्यात वाजणारी त्यांची पावलं, चपला काढून टाकत बिछान्यावर घेतलेले पाय. एखाद्या ओलसर दिवशी त्यांच्या ट्वीडच्या सुटाचा येणारा वास आणि या घराच्या ढाच्यामध्ये तर तिनं स्वतःच्या आयुष्याबद्दल केलेल्या अनेक बेफाट कल्पना, रंगवलेली अशक्य चित्रं, तिनं केलेली आणि जिंकलेली लढाई– ती आणि तिचा भाऊ– मोठे झाल्यावर कसे होतील याबद्दलच्या कल्पना... पण नंतर सगळं संपल्यावर– सगळं ठार मारणं आणि सीमा पुन्हा आखणं झाल्यावर तो एका दिशेनं गेला होता आणि ती दुसऱ्या. हे असं होईल असं तिच्या स्वप्नातही कधी आलं नव्हतं.

'ही काही घुटमळत राहायची वेळ नाहीये...' तिनं स्वतःलाच बजावलं, 'चल स्वतःला आवर आणि आत चल.'

सगळं कसं शांत आणि चमकदार होतं. सोफ्याचे लाकडी हात चमकत होते. छोटंसं तांब्याचं झुंबर चमकत होतं. नीट स्टार्च केलेले टेबलावरचे लांब जाळीदार पट्टे आपापल्या जागी नीट बसवलेलेही होते. छोट्या उशांचे कोपरे नीट बाहेर काढलेले होते. तिला सगळं आठवलं– कोणत्याही क्षणी एखादी पाहुणी येईल आणि खिडकीच्या कडेवरून बोट फिरवत धूळ आहे का ते तपासेल, अशा रीतीनं घर नेहमीच व्यवस्थित सजवलेलं असायचं.

घर लहानसंच होतं– जोडलेल्या, एका ओळीतल्या तीन खोल्या. दुसऱ्या टोकाशी स्वयंपाकघर आणि त्याचा वेगळा व्हरांडा. आता ती त्याच दिशेनं निघाली

होती. आई नक्कीच चुलीशी वाकून काहीतरी करत असेल किंवा मग न्याहरीच्या बशा तरी धूत असेल, याची तिला खात्री होती.

पण स्वयंपाकघर तर बायकांनी भरून गेलेलं तिला दिसलं. त्या सगळ्या बायकांनी पायघोळ काळे बुरखे घातले होते. जातं, मोरी, चूल या सर्व ठिकाणी त्यांचं काम सुरू होतं. माया क्षणभर दाराशी थबकली– आपण चुकीच्या घरात तर शिरलो नाही ना, असंही तिच्या मनात येऊन गेलं. हातातलं रोप एका भिंतीशी टेकवून ठेवत तिनं दुसऱ्या हातातली सॅक खाली ठेवली.

"हॅलो?"

एक बाई तिचं स्वागत करायला उठली. तिच्या चेहऱ्यावरच्या सैलशा काळ्या कापडामागचा तिचा चेहरा काही मायाला ओळखता आला नाही.

"अस-सलाम आलैकुम", ती म्हणाली.

"वालैकुम अस-सलाम."

हात पुढे करून त्या बाईनं मायाचा हात पकडला. 'आम्ही आमच्या बहिणीचा दुखवटा पाळतो आहोत,' असं म्हणून ती मागे वळून पुन्हा आपल्या कामाला लागली. ती समोर पाण्याचं भांडं घेऊन काकड्या सोलत होती. तिच्याकडे बघत उभी असताना खूप वेळ गेला असं मायाला भासलं. दुसरं कुणीही मायाशी बोललं नाही. आपलं सामान घेऊन माया तिथून निघाली. अम्मो आहे तरी कुठे? आता तिला भेटण्याची ऊर्मी फारच प्रबळ झाली. स्नानगृहातल्या सिंकवर वाकून मायानं पाण्याचे हबके चेहऱ्यावर मारले. केस पुन्हा नीट बांधले. आईला भेटण्याच्या पहिल्या क्षणाची ती जणू तयारीच करत होती. स्नानगृहाबाहेर आली तर तेथे कुणीतरी तिची वाटच बघत उभी होती, 'वेळ झाली' असं म्हणत तिनं मायाला दिवाणखान्याकडे नेलं.

त्या बुरख्यातल्या बायका खोलीमध्ये मांडामांड करत होत्या. त्यांनी सोफा भिंतीपाशी ढकलला होता, जेवणाचं टेबल उचलून तिरपं करून ठेवलं होतं. तिच्या वडिलांचं छायाचित्र पालथं टांगलं गेलं होतं. माया सात वर्षांची असताना सोहेलनं तिचं केलेलं तैलरंगातलं चित्र एका अभ्राखाली झाकण्यात आलं होतं, त्या चित्रात मायानं लाल आणि पिवळ्या रंगाच्या रिबिनी बांधल्या होत्या. मुअझ्झिननं प्रार्थनेची हाक द्यायला सुरुवात करताच त्या बायकांचे हातही झपाझप चालू लागले. त्यांनी गालिच्यावर पांढरी चादर पसरली. उदबत्त्या पेटवल्या आणि एका मोठ्या चांदीच्या सुरईमध्ये गुलाबपाणी भरून ठेवलं. शेवटी, त्यांनी खोलीच्या मध्यावर एक चादर टांगून खोलीचे दोन भाग केले.

कुणीतरी मायाला खोलीच्या एका भागामध्ये अगदी शेवटच्या टोकाकडे ढकललं. 'अंग झाकून घे, प्लीज', ती उद्गारली.

तिचं कोपर पकडत मायानं विचारलं, 'माझी आई कुठे आहे- तुला माहीत्येय?'

तिनं मान हलवली.

'रेहाना हक, या घराची मालकीण.'

त्या बाईनं मायाला जवळ ओढत घट्ट धरत म्हटलं, 'दुआ करो आपा.'

बाहेर जाऊन ती आईला शोधू शकली असती. कदाचित ती लेडिज क्लबमध्ये गेली असेल किंवा एखाद्या मैत्रिणीला भेटायला गेली असेल. कदाचित स्मशानभूमीतही असेल. अब्बूंच्या कबरीवर फुलं वाहत असेल. परंतु आता त्या खोलीत इतकी गर्दी झाली होती की मायाला तेथून बाहेर पडणं अशक्यच होतं. बायकांची संख्या आता दुप्पट झाल्यासारखी वाटत होती. गालिच्याचा एक इंचही मोकळा नव्हता. एकमेकींवर रेलून बसत त्यांनी एकमेकींचे हात धरले. माया भिंतीला घट्ट चिकटून उभी राहिली. पुरुषांच्या पावलांचा खसफसाट तिच्या कानांवर पडला. मधल्या चादरीवर पडलेल्या त्यांच्या सावल्या कठपुतळ्यांसारख्या दिसत होत्या. त्या छायानाट्यामध्ये त्यांच्या टोप्यांची गर्दी झाली होती. त्या घोळक्यामधून एक माणूस पुढे आला आणि खोलीच्या मध्यभागी उभा राहिला. घसा साफ करून त्याने उच्च अनुनासिक स्वरात सुरुवात केली, 'अलहमुदुल्लिला हि रब्बिल अल-अमीन. सर्व जगाचे पालन व रक्षण करणाऱ्या ईश्वराचा विजय असो.' तो हे वाक्य उच्चारत असतानाच हलकेच मधल्या पडद्यातून आत आलेली आपली आई मायाला दिसली. तिचा श्वासच थांबला. तिला आईला मोठ्यानं हाक मारावीशी वाटली. हात उंचावून हलवत ती थोड्या मोठ्या आवाजातच कुजबुजली, 'मा...' रेहानानं इकडेतिकडे पाहिलं. हुझूरनं आपला आवाज वाढवला. अम्मूनं मायावर नजर खिळवली आणि ती क्षणभर तशीच उभी राहिली. तिचे हात तिच्या चेहऱ्यावर गेले. आणखी सात वर्षं उलटली. मायाचे डोळे आणि घसा जळजळू लागला. मग, किंचितसं हसत अम्मू गर्दीतून तिच्याकडे येऊ लागली. तिचे हात पसरलेले होते आणि मायाला काही कळण्याच्या आतच ती अम्मूच्या सुगंधी कुशीत शिरली. तिच्या केसातलं खोबरेल तेल, तिच्या बोटांवरचा आल्याचा सुवास. 'तू कधी आलीस?' तिनं कुजबुजत विचारलं. तिच्या मधाळ स्वरात त्या दोघींमधली सारी वर्षं गुंतलेली होती.

"आत्ताच. हे काय चाललंय?"

"सिल्व्हीसाठी मिलाद."

अर्थात. सिल्व्ही मृत झाल्याबरोबर लगेच तिचं दहन केलं गेलं असणार. हे तिचं 'कुल-खानी' होतं– तिच्या मृत्यूचा तिसरा दिवस साजरा होत होता.

परागंदा झाल्यानंतर सात महिन्यांनी मायानं तिच्या आईला लिहिलं होतं, 'मी रागावले नाहीये.' तिनं सुरुवात केली होती, 'पण मी घरी नाही येऊ शकत.'

जवळ जवळ वर्षभर अम्मूनं काही उत्तर दिलं नव्हतं. ते दिवस संपता संपत नव्हते. कधीच संपणार नाहीत असं वाटत होतं. आई रागानं आपल्याला काय काय

बोलेल याची उजळणी तिनं अनेकदा मनातल्या मनात केली होती. हे मौन कायमचंच सुरू राहणार की काय, हा विचारही मनात होताच. आपलं पत्र तसंच परत मिळावं अशी इच्छा मनात येत होती. पण अम्मूचं पत्र आलं त्यामध्ये मात्र बातम्या खच्चून भरलेल्या होत्या. घराबद्दलची माहिती, शेजारी, बाग या सर्वांबद्दलच्या अगदी नव्या बातम्या. रागाचा एकही शब्द नाही, पण तिनं मायाला 'परत ये' असंही म्हटलं नव्हतंच. त्यांचा पत्रव्यवहार त्यानंतर असाच सुरू राहिला होता. खूप काही इकडचं तिकडचं, हवामानाबद्दलचे लांबलचक परिच्छेद, खूप काही सांगणारे तरीही काहीच न बोलणारे.

❄

हुझूरचं प्रवचन सुरूच होतं. आता त्याच्या शब्दांच्या लयीवर बायका पुढे-मागे झुलत होत्या. मायाला जाणवलं– तिचे वडील वारले तेव्हाही असंच घडलं असेल– पांढऱ्या टोप्या घातलेले पुरुष, हवेत गुलाबपाण्याचा वास. तिनं चोरून आईकडे बघितलं. पालथ्या हातानं अम्मू डोळे पुसत होती. ती अगदी पूर्वीसारखीच दिसत होती– अगदी तशीच.

हुझूरांनी सिल्व्हीबद्दल बोलायला सुरुवात केली. ती किती धार्मिक होती, किती चांगली होती. धर्मावर तिची किती भक्ती होती इ. दुखवटा पाळणाऱ्यांपैकी कुणीही रडत नव्हतं; कारण मुस्लिम असल्याने दुःखही सौम्यपणेच करायचं, असं त्यांना शिकवण्यात आलेलं होतं. दुःख करणाऱ्यांच्या त्या घोळक्यात बसलेल्या मायाच्या मनात आलं आपण इतकी वर्षं दूर कशा राहू शकलो– या घरापासून, या शहरापासून, या आईपासून आणि या भावापासून. तिनंच स्वतः हद्दपार व्हायचा निर्णय घेतला असला तरी आता त्यावर जणू एक जाड साय धरली होती. आता तिला तो निर्णय खूप रहस्यमय वाटत होता. या पडद्याच्या पलीकडच्या बाजूला तिचा भाऊ होता– नुकताच विधुर झालेला आणि त्याचा मुलगा झैद. त्याच्या भेटीचं चित्र तिच्या मनात उमटू लागलं. त्याच्या हनुवटीवरची दाढी आता चांगली दाट झाली असेल, आपलं त्याच्यावर किती प्रेम होतं, त्यानं आपल्यासारखं व्हावं असं तिला किती वेगानं वाटत होतं, तो देवाकडे झुकला तेव्हा हा स्वतःचा वैयक्तिक अपमान मानून ती त्याच्यापासून दूर गेली होती, जणू काही तिचा अपमान करण्यासाठीच त्यानं हे केलं असावं.

अम्मूनं डोळे मिटले आणि ती अखेरची प्रार्थना म्हणू लागली, तेव्हा मायानं तिच्याकडे अधिक निरखून पाहिलं. थोडी वयस्कर दिसतेय का ती? तिच्या डोळ्यांखालचे काळसर डाग, कपाळावरची एक आठी... पण सर्वांनी 'आमीन' म्हटल्यावर ती ओले गाल घेऊन जेव्हा वळली आणि हसली तेव्हा कुठे मायाला तिचा एक दात

पडला आहे हे दिसलं. मग मात्र मधल्या साऱ्या वर्षांनी उकलत जाऊन आकार घेतला– त्या पडलेल्या दाताचा आकार– टोकदार आणि गुळगुळीत, लहान-मोठा, एक फट.

मायानं नाझियाला त्या चिखलाबद्दल, त्या हसण्याबद्दल सांगितलं होतं. नाझिया वैतागली होती. वारा घेत म्हणाली होती, 'चोर कुठले....हे पोर जर मुलगा असेल ना तर मी त्याला कोंडूनच ठेवेन- फक्त शाळेत जाण्यासाठी बाहेर सोडेन.'

इतका कडक उन्हाळा यापूर्वी कधीच जाणवला नव्हता. दोरीवर वाळत घातलेली साडी इतक्या लवकर वाळलेली आजवर कुणीच बघितली नव्हती. शेतातल्या मिरच्या देठांवरच वाळून कोळ होत होत्या. तळं आकसू लागलं होतं, आंब्यांनाही धोका आहे असं बोललं जाऊ लागलं होतं. "मला माहीत आहे," माया म्हणाली, "चल, पोहायला जाऊ या. इतकं गरम आहे की कुणालाही वेड लागेल."

"खरंच? आपण असं करू शकतो?"

एक क्षण. गरोदर बायकांबद्दल काही नियम होते– त्यांनी कुठे स्नान करायचं, वगैरे. पण मायानं ते सर्व बाजूला सारलं– आजकाल कुणी अशा गोष्टींवर विश्वास ठेवत नाही. कितीतरी वर्षं ती यावरच तर भाषणं देत होती– विज्ञान आणि अंधश्रद्धा आणि बायकांचे हक्क. "का नाही?" ती नाझियाला म्हणाली. तिला नंतर आठवणार होता– हो म्हणण्याआधीचा तो क्षण– पण त्या दिवशी तिला फक्त ते पाणी नजरेसमोर दिसत होतं. ते पाणी– उन्हाळ्याचा जोर कमी करणारा त्याचा हिरवागार थंडावा.

तळ्याकडे जाणाऱ्या पायऱ्यांवर पावलं पाण्यात बुडवून त्या बसल्या. नाझियानं हलकेच खाली खाली सरकत डोकं पाण्यात बुडवून बाहेर काढलं. 'सुभान अल्लाह!' ती ओरडली. "या अशा गोष्टींबद्दल देवाचे अनेक आभार."

"माझ्या बायकोला जर पाण्यात पाय बुडवायचे असतील तर तिला कुणीही रोखू शकत नाही," मसूदनं जाहीर केलं.

गावातले पुरुष माना हलवत त्याच्या घरासमोर गोळा झाले होते. गरोदर बाई आणि तळ्यात? हे जरा जास्तच होत होतं.

त्या रात्री त्या दोघी चुलीपाशी पाय पोटाशी घेऊन बसल्या होत्या. माया आणि नाझिया चुलीतले निखारे फुलवत होत्या. ज्वाला आता पातेल्याला घेरू लागल्या होत्या.

"किती गं बाई गोंधळ." नाझिया म्हणाली. "मीटिंग घेणारेत म्हणे."

"लक्ष देऊ नकोस त्यांच्याकडे." माया उद्गारली. "मसूद हा एक चांगला माणूस आहे हे महत्त्वाचं आहे. हळूहळू आपले आपणच कंटाळतील ते." काल रात्री

पुन्हा तिच्या खिडकीशी ती पोरं आलेली तिनं ऐकलं होतं किंवा ती खिडक्या घट्ट बंद करून घेऊन झोपली होती—त्या गरम बंद हवेनं तिचा श्वासच थांबायला आला होता, हे काहीच तिनं नाझियाला सांगितलं नाही.

❄

मिलाद संपल्यावर बायकांनी खाण्याच्या बशा द्यायला सुरुवात केली. अम्मू आता सर्वांना खाण्याचा आग्रह करत यजमानीण बनली होती. कुणीतरी मायासमोरही एक बशी धरली, पण तिनं ती नाकारली. तिची जीभ जडशीळ झाली होती. तिला एकदम खूप थकल्यासारखं वाटू लागलं. सोहेलच्या जुन्या खोलीत जाऊन थोडा वेळ पाठ टेकवावी असं तिला वाटू लागलं. कुणाच्याही लक्षात आलं नसतं. तिनं डोळे मिटून घेतले. तिच्या आजूबाजूला लोक फिरत होते ते तिला ऐकू येत होतं. तिची मान लुडकत राहिली. तिनं डोळे उघडले तेव्हा खोली रिकामी होती.

तिला अम्मू स्वयंपाकघरात सापडली.

"मां.."

"अरे, उठलीस का? मी मुद्दामच उठवलं नाही तुला!"

तिच्या पापण्या जड झाल्या होत्या. तिनं काही पावलं पुढे टाकली आणि ती ठेचकाळलीच. अम्मूनं तिला आधार देत सोफ्यावर नेलं. तिला अम्मूशी बोलायचं होतं, तिला नाझियाबद्दल सांगायचं होतं आणि रात्री तिच्या खोलीच्या खिडकीवर झालेल्या चिखलफेकीबद्दलही आणि ते फटके– त्या फटक्यांबद्दलही सांगायचं होतं. पण अम्मूनं तिच्याकडे बघून हसणं, तिचं प्रेमानं स्वागत करणं हे एका बाजूला होतं आणि मधली सारी वर्षं दोघींनीही मागे टाकणं वेगळं होतं. डोळे उघडे ठेवण्याचा आटोकाट प्रयत्न करत ती सोफ्यावर कोसळलीच. 'मला तुला काहीतरी सांगायचंय.'

"तू कशी आलीस?"

"आगगाडी, मग फेरीबोट, परत आगगाडी."

"दमली असणार. मग झोप थोडा वेळ."

आपले डोळे मिटताहेत, असं तिला जाणवलं. "मी एक झाड आणलंय तुझ्यासाठी."

"मी उठवते तुला मग, आत्ता फक्त तीन वाजताहेत."

तिनं मोठ्या कष्टांनी डोळे उघडले. भिंतीजवळ एक तपकिरी पेटी होती. तिनं याआधी ती पाहिलेली नव्हती. वरच्या मजल्यावरच्या बायकांनी तिच्यावर एक टेबलक्लॉथ घालून तिला झाकून टाकलं होतं. "हे तुला कुठे मिळालं?" कसंबसं उठून पेटीकडे जात तिनं विचारलं.

अम्मूचा चेहरा खुलला. "मलाच एक भेट आणलीये मी."

"खरंच?"

"खूप काटकसर केली मी. दोन वर्षं लागली मला भाड्यातले उरलेले पैसे साठवायला. मोठ्या घरात आता एक जर्मन माणूस राहतो, अगदी वेळेवर भाडं देतो. तू "मॅग्नम पी. आय. बघितलायस?"

"राजशाहीमध्ये टेलिव्हिजन नाहीये."

अम्मूचे डोळे लटक्या भीतीने मोठे झाले. "किती गं वाईट!"

दोघी हसल्या. मांडीवर एक प्लेट घेऊन आठ वाजताच्या बीटीव्हीवरच्या बातम्यांची वाट पाहणारी अम्मू इतकी आनंदी वाटत होती की, सगळा उदास एकाकीपणा पुसूनच गेला.

थंड उशीवर मायानं डोकं टेकवलं. 'अगदी मिनिटभरच झोपते.' तिच्या मनात आलं, आणि मग अम्मूला ते झाड देते आणि सगळं नीट सांगते. तिला झोप लागली. खिडकीच्या पट्ट्यांमधून तिला पट्टेरी वाघासारखा सूर्यास्ताच्या वेळचा उजेड ओझरता दिसला. नंतर अम्मूनं आत येऊन तिच्या अंगावर एक पांघरूण घातलं. दिवस संपल्याची मुअझ्झिनची बांगही तिच्या कानावर पडली. "तुला काहीतरी खायला हवं आहे का?" कुणीतरी तिच्या कानात कुजबुजलं. आईच्या गुडघ्याभोवती तिनं हात गुंडाळला. "नको. नंतर." एक मांजर हळूच खोलीत येऊन तिच्या पायगती पसरलं. त्या लहानशा देहाचे हलकेसे हृदयाचे ठोके आणि त्यातून बाहेर पसरणारी ऊब तिला जाणवली.

तिला राजशाहीचं स्वप्न पडत होतं.

तिच्या स्वप्नात अगदी सगळ्याच्या शेवटी असलेलं अननसाचं शेत आहे. त्या दिवशी ती गळ्याभोवती स्टेथोस्कोप मोठ्या अभिमानानं गुंडाळून गावभर फिरते आहे. हिवाळ्यातल्या धुक्यासारखी. अभेद्य आणि तेवढीच उग्र. गळ्यात सोन्याची साखळी नाहीये, ती डॉक्टर आहे. त्या दिवशी पहाटेच तिनं एका आईला आणि तिच्या जुळ्या मुलांना वाचवलंय– स्वतःच सिझेरियनची शस्त्रक्रिया पार पाडून–ते कापणं आणि शिवणं अगदी तालासुरात पार पाडलंय. तिचे हात दुहेरी गर्भधारण केलेल्या त्या गर्भाशयाच्या आत खोलवर गेले आहेत. तिनं त्या कुटुंबाला बजावून सांगितलं आहे की या दोघी मुली असल्या तरी तुम्ही त्यांना तेवढ्याच प्रेमानं वाढवायला पाहिजे. तरी त्या बायकांच्या घट्ट मिठ्या, त्यांच्या मनातली सुटकेची भावना तिला सुखावून गेलेली असते. त्यांनी पुढे केलेला विडा ती तोंडात घालते. आता ती गावाच्या रस्त्यावरून शहराकडे जाणाऱ्या रस्त्याकडे जाते आहे. तिचे हात हेलकावताहेत. जानेवारीमधला वारा तिच्या चेहऱ्याला चावतो आहे. आता ती एका तळ्याजवळून जाते आहे. तेथे बसलेल्या एका मुलाकडे बघून ती हात हलवते.

त्याचा भाऊ गेल्या वर्षी साप चावल्यानं दगावला होता (त्या दिवशी फारच उशीर झाला होता). समोर आलेल्या दोन-तीन आंब्याच्या झाडांखालून ती वाकून पुढे जाते आणि अननसाच्या शेतातून जाणारा जवळचा रस्ता पकडायचं ठरवते. सूर्य आता चांगलाच वर आला आहे. तिला वाटलं होतं त्यापेक्षा ही शेतं जास्त मोठी आहेत, पण ती मागे फिरणाऱ्यांपैकी नाहीये. ती साडी थोडी वर उचलते आणि हलकी पावलं टाकत अननसाच्या झुडपांचे काटे चुकवत पुढे जाऊ लागते. एखाद्या फळावरची पानं मागे सारून एखादी जोलदुगी तयार झालीये का ते बघण्याचा तिला मोह होतो, पण हा मोसम नाही हे तिला ठाऊक असतं. हवेत मात्र एक गोडवा आहे आणि भरपूर मधमाश्याही आहेत. शेताच्या सीमेशी पोहोचल्यावर ती साडीचा ओचा खाली सोडून चालत राहते. आदल्या रात्री छोट्या मायानं तिला शिकवलेलं एक बालगीत ती गुणगुणते आहे. तेव्हा तिला ती मीटिंग दिसते. दहा-बारा माणसं गोल करून बसली आहेत. मसूद मध्यभागी उभा आहे. 'ही डॉक्टरची चूक आहे. तिच्यामुळेच हे सारं घडलं आहे.' तो म्हणतो.

माया जागी झाली ती अंधारातच. तिच्या अंगावर अम्मूचा एक जुना सलवार कमीज आहे. कोपरांशी विरलेला आणि साबणाचा उग्र वास असलेला. सवयीनं ती मानेवरच्या खपलीवर बोट फिरवते. पण ती आता घट्ट झालीये, बाजूबाजूनं खरवडली तरी निघत नाही. पांघरूण अंगाभोवती गुंडाळून घेत ती आईला शोधू लागते. अम्मू बिछान्यात पडून एक प्लॅस्टिकचा कंगवा केसांमधून फिरवते आहे.

''मला वाटलं, तू आता रात्रभर झोपणार.''

मच्छरदाणी उचलून आत शिरत माया आईजवळ आडवी होते.

''मी किती दमलेय ते जाणवलंच नव्हतं बघ मला.''

रेहाना केसांचे बरोबर मध्यभागी दोन भाग करते. मधला भांग अगदी सरळ असतो. ती एका बाजूच्या केसांची वेणी घालायला लागते. या रोजच्या कामाने मायाला आठवण होते ती तिच्या शाळेच्या दिवसांची. सोहेलच्या आधी दहा मिनिटं उठायचं म्हणजे मग तिच्या केसांना नीट तेल लावून वेण्या घालून रिबिनी नीट बांधल्या जायच्या. तिला आपल्या भावाची आठवण झाली. शाळेच्या दरवाजातून आत जाताना तो तिचा हात धरायचा.

'सोहेलबद्दल सांग मला.' त्या दोघींनी एकमेकींना इतकी पत्रं लिहिली होती, पण अम्मूनं सोहेलबद्दल फारशी माहिती कधीच तिला कळवली नव्हती. तो वरच्या मजल्यावर राहायला गेला आहे, त्याच्या बायकोला मुलगा झाला आहे, ती मंडळी मला फारशी भेटत नाहीत, कारण त्यांच्या धर्माच्या कामामध्ये ते सगळे खूपच गुंतलेले आहेत, एवढंच.

अम्मूनं पुन्हा कंगवा उचलला आणि सांगायला सुरुवात केली. आता ती मंडळी

स्वतःला तब्लिघी जमात म्हणवतात- इस्लाम परिषद. वरच्या मजल्यावर सिल्व्ही या संस्थेच्या बैठका घ्यायची. मुस्लिम असणं म्हणजे काय त्याबद्दल सगळं काही बायकांना शिकवायची. ईश्वर, पुरुष, नैतिकता. पडदा आणि सेक्स. प्रेषिताचे आयुष्य. त्याच्या तीन पत्नी, आयेशा, खदिजा आणि झैनाब. मुलांचं पालनपोषण. श्रद्धाळू कसं बनायचं. मशिदीमध्ये सोहेलच्या स्वतःच्या अनुयायांचा एक गट होता. त्याच्या मार्गदर्शनानं अनेक माणसं 'दीनच्या'– समर्पणाच्या– मार्गाला लागली होती. त्यांनी मग त्यांचे मित्र, त्यांचे वाकड्या वाटेला लागलेले मुलगे यांना सोहेलकडे आणलं. सोहेलनं त्यांना कशावर श्रद्धा ठेवायची आणि कसं जगायचं हे समजावून सांगितलं. आता त्याला संत मानलं जात होतं.

"त्यांच्याकडे वीस-तीस माणसं राहतात. दिवसभरात तर शंभरेक जणांचा राबता असतो. मी तर मोजणंच सोडून दिलंय." माया गेल्यानंतर थोड्याच दिवसांत ती दोघं वरच्या मजल्यावर राहायला लागली होती. समोरच्या विटांच्या खोलीपासून सुरुवात झाली. मग त्यांच्या जाण्यायेण्याचा तिला त्रास होऊ नये म्हणून त्यांनी बाहेरच्या बाजूनं एक जिना बांधला. मग त्या पत्र्याच्या खोल्या, स्नानगृह, स्वयंपाकघर सारं आलं.

"ती वारली कशी?"

"तिला कावीळ झाली होती. त्यांच्या लक्षात आलं तोवर फार उशीर झाला होता."

सिल्व्हीची पिवळी पडलेली त्वचा, अंड्यातल्या बलकासारखे पिवळे झालेले डोळे तिच्या नजरेसमोर आले. "आणि भैय्या?"

"त्याला फक्त मरणानंतरच्या आयुष्याचीच काळजी असते."

"आता बदलेल बघ सगळं," माया म्हणाली, "सिल्व्ही नाहीये ना."

"कदाचित." अम्मू उत्तरली. तिच्या आवाजात कसलीच खात्री नव्हती. "ये, तुझे केस विंचरू दे मला."

माया आपल्या आईच्या आणखी जवळ सरकली. पण तिच्या पुढ्यात बसण्याऐवजी तिनं तिच्या मांडीवर डोकं टेकवलं. अम्मूनं तिच्या कपाळावरून, डोक्यावरून हात फिरवला. "मला खरंच वाटत नाहीये."

मायाचे डोळे चुरचुरू लागले. शब्द तिच्या अगदी ओठांशी आले. अम्मू आता तिच्या केसांमधून हात फिरवत होती, डोकं हलके चोळत होती.

"हे काय झालंय?" मायाच्या मानेवरचे केस बाजूला करत खाली वाकून निरखून बघत तिनं विचारलं. "काही नाहीये गं! थोडंसं कापलंय."

"मानेवर?"

"मोठ्ठी गोष्ट आहे ती अम्मू." मानेवर केस ओढून घेत ती उठून बसली.

"सांग बघू मला."

शिक्षा होती शंभर आणि वर एक फटक्यांची. सभेवरून मसूद परत आला आणि आपल्या बायकोकडे बघत फुत्कारला. 'शंभर आणि एक.' तो म्हणाला, "तुझी तीच लायकी आहे."

नाझिया आणि तिचा नवरा यांच्यामध्ये उभं राहत मायानं विचारलं, "कसली शिक्षा?"

"त्या पोराबद्दल खोटं सांगितलं म्हणून....तो माझा पोरगा नाहीये."

तिनं त्यांना समजावून सांगितलं होतं- "हा काही कसला शाप नाहीये - याला डाऊन सिंड्रोम म्हणतात. हे मूल वेगळं असेल, त्याला अडचणी येतील, पण जगेल ते. त्याची कशी काळजी घ्यायची हे सांगते ना मी तुम्हाला."

"तो चिन्यासारखा दिसतो. मसूद म्हणाला होता, त्याचं चपटं नाक बघ ना. तू काय चिन्याबरोबर झोपली होतीस का? काय गं, असं केलंस का तू?"

तो सभेला गेला. त्यानं तिथल्या माणसांना सांगितलं. ते म्हणाले, "काहीतरी गडबड आहे हे आम्हाला माहीतच होतं, ती आणि डॉक्टरबाई तळ्यात पोहायला उतरल्या होत्या ना तेव्हापासूनच."

हे चिनी पोर माझं नाहीये. हलकट खोटारडी फसवणारी बाई.

शिक्षा होती शंभर आणि एक फटक्यांची.

एक-एक प्रश्नचिन्हासारखी खूण– जिथे चाबूक तिच्या पोटरीभोवती वेढला गेला होता.

साडी वर कर!

हलकट रांड!

शेवटी हे बघत उभी असलेली माया एकटीच होती. मोजताना चुका करत होती- झाले की शंभर आणि एक म्हणत आपल्या मैत्रिणीकडे धावली तेव्हा फक्त शंभरच झाले होते आणि वर उचलला जाणारा चाबकाचा फटका तिच्या मानेवर बसला होता. एखाद्या भुकेल्या कीटकाचा डंख असावा तसा– तिच्या ओठावरचा शब्द तसाच राहिला होता– 'शेष!' पुरे-झाले शंभर.' ती फार लवकर बोलली होती. शब्दाऐवजी तिच्यावर चाबकाची खूण करण्यात आली होती. जिथे चाबकानं स्पर्श केला होता तिथे तिचा हात गेला आणि रक्तानं भरून खाली आला होता. त्या माणसाच्या नजरेत हास्य होतं का? तो जो केवळ हुकूमाचं पालन करत होता– गावाचं, गावाच्या नावाचं रक्षण करत होता.

नाझिया तिला इस्पितळात सापडली. "जा तुम्ही- कृपा करून जा." नाझिया म्हणाली, "मी थकलेय फार." ती पालथी झोपली होती, तिच्या पायांवर कापड

गुंडाळलेलं होतं. तिच्या काळ्या पडलेल्या, कडक झालेल्या पावलाला मायानं स्पर्श केला तेव्हा ती कळवळली. "जा तुम्ही- मला एकटीला सोडा." नाझिया विनवणीच्या स्वरात म्हणाली.

तिला नाझियाच्या जखमा भरताना बघायच्या होत्या. त्या खुणा– बारीक बारीक वळवळत्या किड्यांसारख्या तिच्या पायांवर नाचत राहिलेल्या– त्या सगळ्या मिटत मिटत जाऊन अगदी नाहीशा होईपर्यंत तिला तिथेच राहायचं होतं. तिला ठामपणे उभं राहायचं होतं, विरोध करायचा होता, पोलिसांकडे जायचं होतं, सभा उधळून लावायच्या होत्या; पण नाझिया 'नको' म्हणाली, तिचं ते काळं पडलेलं पाऊल नको म्हणालं. मायाला कळून चुकलं, ही जखम तशीच उघडी ठेवून इथून जाण्याशिवाय दुसरा पर्याय नाहीये. तिच्या मनातला विरोध, राग तसाच उकळता ठेवून ते गाव सोडून जायलाच हवं आहे.

आता कुठे जावं याचा विचार करत असतानाच ती तार येऊन पोहोचली. हिल ट्रॅक्ट्स– कदाचित किंवा मग उत्तरेकडे. तिनं बांगलादेशच्या नकाशावरून बोट फिरवलं. निळ्या नद्या– जमुना, मेघना मधल्या शहरांची नावं मोठ्यानं वाचली- मैमनसिंग, पाब्ना, कुश्तिया. तिच्या घराच्या बाहेरच्या फणसाच्या झाडाखाली बसून ती आंबट जांभळं खात होती आणि तेवढ्यात पोस्टमन सायकलवरून उतरला. तिनं फळाची बशी त्याच्यासमोर केली, खाली बघत नकार देत तो म्हणाला, "डाकतर, तुमच्या घरातलं कुणीतरी वारलंय."

तिला या एकाच गोष्टीची भीती वाटायची. तिनं बशी दूर फेकत पोस्टमनचे खांदे धरले. त्या कृत्यातल्या जवळिकीनं, तिच्या हाताच्या जांभळ्या रंगाचे डाग आपल्या गणवेशावर पडतील या भीतीनं, त्यानं अंग आकसून घेतलेलं तिला जाणवलं.

"माझी आई का? चटकन सांगा." तिनं डोळे मिटून घेतले, जणू काही तो तिला फटकाच मारणार होता. "मला माहीत नाही, मला इंग्रजी वाचता येत नाही." तिनं ते पाकीट त्याच्या हातातून ओढून घेतलं आणि फाडूनच उघडलं. ...सिल्व्ही.

सिल्व्ही वारली होती.

त्या रात्री आईला पांढऱ्या कफनात गुंडाळलंय, नाकपुड्यांमध्ये कापूस भरला आहे, असं स्वप्न तिला पडलं. सकाळ होताच तिनं आपलं सामान आवरायला सुरुवात केली. सिल्व्हीनं मरून एक प्रकारचा तहच जाहीर केला होता. घरी परतायची वेळ आली होती.

तिचा निरोप घ्यायला कुणीही आलं नव्हतं.

❄

घर बदललं होतं पण टिकून राहिलं होतं आणि तिनं जमवलं होतं– दोन

आगगाड्या आणि एक फेरी एवढा प्रवास करून, देश ओलांडून ती घरी पोहोचली होती. आता आईच्या मांडीवर डोकं ठेवून पडली होती. करण्यासारखं फार काही उरलंच नव्हतं. ती आणि तिचा भाऊ किती वेळा या घरात परतले होते. सगळं काही जसंच्या तसंच दिसत होतं, तरी बदललंही होतं. त्या काळाच्या आठवणी काढणं एवढंच उरलं होतं, तेव्हाही त्यांची आई वाट बघत असायची.

१९७२
फेब्रुवारी

लढाई संपली आणि सगळ्या सुंदर आणि कुरूप गोष्टी आणखी सुंदर आणि आणखी कुरूप झाल्या. महान नेता मुजिब हद्दपारीमधून परतले आणि त्यांनी नव्या नोटा छापायला आणि सगळ्या जुन्या इमारतींची नावं बदलायला सुरुवात केली. शत्रूला पाठिंबा देणारे लपून बसू लागले. आपल्या बंदुका टाकून शरण येऊन लढाईवरून परतलेल्या, परंतु सुडाची भावना मनात जागी असलेल्या सैनिकांची त्यांना भीती वाटत होती. बायकांनी केसांत झेंडू माळले, त्यांना खोबरेल तेलाचा वास येऊ लागला. भारतामधून हळूहळू परत येऊ लागलेल्या शरणार्थींनी आपल्या गावामधल्या घरांच्या राखेवर मुक्काम ठोकला आणि रिकाम्या कबरींवर नावांचे फलकही लावले.

तो परतीचा हिवाळा होता. घरोघरी आया वाट बघत होत्या. लढाईच्या काळात मिळालेल्या रेशनच्या धान्यामधून उरलंसुरलं वापरून मेजवान्या बनवत होत्या. रस्त्याकडे डोळे लावून बसत होत्या. किंचितशा आवाजानंही दचकत होत्या. अर्थात, त्यांच्या कल्पनेतल्या चित्रासारखं ते घरी परतणं झालंच नाही. तसं ते होणारच नव्हतं. आपलं तरुण पोर सुगंधी घराकडे परतेल, जेवायला भात केलेला असेल, सगळे जण स्वच्छ स्नान केलेले आणि आनंदी असतील. नाही– ती जेव्हा बाजारात गेलेली असायची, थोडं मटण मिळतं का ते पाहत असायची किंवा कपडे अडकवायच्या खुंट्या गवतात शोधत असायची, तेव्हाच तो यायचा- केस विस्कटलेला, नजरेत वेगळीच खोली असलेला, नवी दुःखं चेहऱ्यावर कोरलेला... तिला जेव्हा तो दिसायचा, तेव्हा जणू काही ती त्याला पुन्हा एकदा जन्मच देत असायची. त्याला

सगळी बोटं आहेत ना, ते चाचपून बघणारी, या नव्या जगात तो टिकून राहील ना या शंकेनं बावरलेली. आणि तो पोरगेलासा सैनिक- मूक, साध्यासुध्या सुखांकडे विचार धावत असलेला, आईच्या जुन्या जीर्ण सुती साडीचा स्पर्श, त्याच्या कपाळावर टेकलेला तिचा हात आणि तिचा गंध– लिंबासारखा– इतर साऱ्या संवेदनांना छेद देणारा.

पण सोहेल परत आला नाही. डिसेंबर उलटला, मग जानेवारी. रेहाना आणि माया तो परतल्यावर घडणाऱ्या गोष्टी बोलत राहायच्या. ती सारी जणं मिळून करणार असलेल्या लहानसहान आणि मौजमजेच्या गोष्टी ठरवत राहायच्या. आईस्क्रीम आणि चिकन. कदाचित ते चहाचे मळे बघायला जातील किंवा मग कॉक्स बझारला जातील. बंगालच्या उपसागरात उठणाऱ्या तपकिरी लाटा बघण्याची त्याला खूप इच्छा होती.

तो क्षण आला त्या वेळी माया आणि अम्मू विमेन रिहॅबिलिटेशन सेंटरमध्ये गेलेल्या होत्या. तिथे त्या दोघींनी स्वयंसेवक म्हणून नोंदणी केलेली होती. त्या दिवशी त्या परतल्या तेव्हा तो घरी आलेला होता. दिवाणखान्यात सोफ्यावर आरामात बसून वर्तमानपत्र वाचत होता. जणू काही तो कधी इथून दुसरीकडे कुठे गेलाच नव्हता.

त्याच्या अंगावर लाल शर्ट आणि मळकी लुंगी होती. दाट राखाडी दाढीच्या खुंटांनी त्याचा चेहरा झाकला गेला होता. "आय ॲम सॉरी- दाढी करणारच होतो मी." दोघी एकमेकींकडे बघून हसल्या. मायानं त्याला मिठी मारली आणि खूप वेळ त्याला तसंच धरून ठेवलं. त्याच्या केसांना येणाऱ्या मातीच्या वासाचं तिला नवल वाटत होतं.

त्या रात्री एक दिवा घेऊन ती तिघं बागेत जाऊन बसली. रेहानानं सोहेलच्या खुर्चीखाली एक डासांसाठीची उदबत्ती सरकवली आणि ती तिघं फेब्रुवारीच्या थंडीला तोंड देत एकमेकांच्या अगदी जवळ बसली.

"तुला इतका वेळ का लागला?" तिनं विचारलं. "बाकीची मुलं तर केव्हाच परत आलीयेत."

सोहेलनं काही स्पष्टीकरण दिलं नाही. डासांसाठीच्या उदबत्तीचा झणझणीत धूर वर वर येत त्यांना कवटाळत होता. त्यानं डाव्या हातानं आपण थकलो असल्याची खूण केली. सबंध संध्याकाळ माया आणि अम्मू त्याच्याकडे टक लावून बघत होत्या. त्यामुळेही कदाचित तो थकून गेला असेल.

तिघंही गप्प होते. सगळे शब्द जणू लहान खुरटे वाटू लागले. रातकिड्यांनी आवाज वाढवला, बेडूक ओरडू लागले. ती तिघं अशीच बसत असत त्या वेळची

मायाला आठवण झाली. हिवाळ्यात कधी कधी आपापल्या बशा मांडीवर घेऊन धुकं हळूहळू मागे वळत जाताना न्याहरी करत ते सारे जण बसत असत. ही बाग तिच्या वडिलांची फार आवडती होती- ही बाग आणि तिच्यातच उतरणारं हे पोर्च. मृत्यूपूर्वी दोन महिने त्यांनी टोमॅटोची रोपं लावली होती. स्वतः वाकून चरामध्ये बीजं टाकून त्यांवर माती सारखी केली होती. त्यांना धुमारे फुटण्याआधीच ते गेले होते आणि वसंतात जेव्हा त्या रोपांनी आपल्या हिरव्या कळ्या मोकळ्या केल्या होत्या, तेव्हा त्यांना पाणी घालणारी, कावळ्यांना हाकलणारी अम्मू होती. अनेक वर्षांनंतर, मोठ्या बंगल्यासाठी जागा हवी म्हणून ही बाग लहान करण्यात आली तेव्हा तिनं टोमॅटोची दोन-चार रोपं वाचवून घरासमोरच्या लहानशा भाजीच्या वाफ्यामध्ये लावली होती. पण नाहीच जगली ती. त्यांचे देठ हळूहळू काळवंडत गेले आणि शेवटी माती झाले. एकदा ती सुकलेली रोपं अविश्वासाच्या नजरेनं बघताना मायानं अम्मूला बघितलं होतं.

"आता आपण करणार तरी काय आहोत? मला कळत नाहीये." सोहेल म्हणाला.

"तिनं सांगितलं नाही तुला?" अम्मूनं विचारलं. "माया डॉक्टर होणारेय. माझ्या म्हातारपणात माझी काळजी घेणारेय."

माया लाजली. डॉक्टरी पेशा निवडल्याबद्दल तिला मनातून अभिमानच वाटत होता. नव्या देशाची सेवा करण्याचा एक उदात्त मार्ग. "विद्यापीठ सुरू होईल ना लवकरच." ती म्हणाली.

"पुन्हा आपण आपले शाळेत." सोहेल नाराजीनंच म्हणाला. पुन्हा एकदा विद्यापीठात जाऊन हजेरीला 'येस सर, प्रेझेंट सर' अशी उत्तरं देणं त्याच्या जिवावर आलं होतं. "कसली डॉक्टर होणार आहेस तू?" स्वतःकडे बोट दाखवत त्यानं विचारलं. "हाता-पायांची? डोळे आणि नाक-कानाची? हृदयाची?" तो मोठ्यानं हसला, जणू काही कुणाचंही हृदय तिच्याकडे सोपवता येणं कठीणच असावं.

"सर्जरी." ती उत्तरली.

त्यानं टाळी वाजवली. "वा! परफेक्ट. ब्रिलियंट. डॉक्टर शेहेरझादे हक माया. जखमा शिवणारी, ट्युमर्स काढणारी."

"किती दिवस लागतात त्याला?" अम्मूनं विचारलं.

"नसा शिवणारी."

"सहा वर्षं."

"तोवर तुझं लग्नही होईल कदाचित."

माया उसळून म्हणाली, "मग? लग्न झालं तर मी डॉक्टर नाही होऊ शकणार?"

"खूप काही बदलून जाईल, एवढंच म्हणत होते मी..."

"तू कुठे असशील अम्मू," सोहेलनं विचारलं, "सहा वर्षांनी?"

चंद्र असता तर तो जिथे असता त्या दिशेला तिनं वर पाहिलं. अंधारात त्यांना तिच्या चेहऱ्यावरचे भाव दिसले नाहीत. "देवालाच माहिती! हा सगळा वेळ मी फक्त तू सुखरूप परत यावंसं एवढीच प्रार्थना करत होते, बस."

"भैय्या?" मायानं सोहेलला विचारलं.

"सहा वर्षांनी? शक्यच नाही. मला माहीत नाही."

"लग्न झालेलं असेल तुझं?"

"सांगता नाही येत. लग्न करणं म्हणजे जरा जास्तच आशावादी वाटतंय."

"तू नेहमीच आशावादी होतास."

खुर्चीत मागे रेलत त्यानं एक उसासा सोडला. 'मला आता कसलीच खात्री वाटत नाही.' तो काय विचार करतो आहे हे त्यांना माहीत होतं. आठवतंय तेव्हापासून त्यांना माहीत होतं की सोहेल रस्त्यापलीकडच्या घरात राहणाऱ्या मुलीच्या प्रेमात पडलेला होता. तिचं नाव होतं सिल्व्ही. लढाई सुरू झाली तेव्हा तिच्या आईनं तिचं लग्न सैन्यातल्या एका अधिकाऱ्याशी लावून टाकलं होतं. तो अधिकारी मारला गेला होता आणि सिल्व्ही आता विधवा होती. अजूनही समोरच्या घरातच राहत होती. बहुधा सोहेलच्या परतण्याची आणि तिच्या दरवाजावर थाप देण्याची वाट बघत होती.

बराच वेळ कुणीच काही बोललं नाही.

"ती बहुधा अजूनही दुखवट्यातच आहे." अम्मू म्हणाली.

पुढे मग तो विषय तसाच राहिला.

❋

त्या रात्री, पोर्चमध्ये बसलं असताना, तिचा भाऊ लढाईवरून परतला असताना मायाला खात्री वाटली होती की आता वाट बघण्याचे दिवस संपले आहेत.

आपली प्रार्थनेची चटई पसरून पश्चिमेकडे तोंड करून तो परत यावा म्हणून देवाची प्रार्थना करताना तिनं तिच्या आईला बघितलं होतं. तेव्हा तिच्या डोळ्यांसमोर त्रिभुज प्रदेशाप्रमाणे सपाट, कधी न संपणारं आणि अगदी स्पष्ट असं त्यांचं भविष्य दिसत होतं. किती चुकीचा होता तिचा तो समज.

१९८४
फेब्रुवारी

मायाला झोप लागत नव्हती. पहाटेच्या पहिल्या चाहुलीपर्यंत ती थांबली, मग तिने पायात तिचे ट्रेनर्स चढवले. डोक्याभोवती एक शाल गुंडाळली आणि ती बाहेरच्या धुक्यात शिरली. राजशाहीमध्ये तिनं आपला सकाळचा एक कार्यक्रम ठरवून टाकला होता. तळ्याभोवतीच्या रस्त्यानं निघायचं, शेजाऱ्याच्या तिळाच्या शेतामधून पलीकडे. मग मशिदीला एक वळसा-तिथून शहराकडे जाणाऱ्या रस्त्यापलीकडून, पहाटेची प्रार्थना संपण्याच्या आधी पुन्हा आपल्या दाराशी. आता तिनं ठरवलं, मागच्या रस्त्यांनी धनमाँडी लेकला जायचं. धुक्यामध्ये लपेटलेलं ते झोपेतलं शहर तिच्या आठवणीतल्या शहरासारखंच वाटत होतं... पांढरा रंग दिलेली घरं, बाल्कन्यांमध्ये नाचत असलेले कपडे, लांबरुंद शांत रस्ते.

तिनं धनमाँडी लेकला वळसा घातला. तिथले वृक्ष वयस्कर झाले आहेत आणि तलावाभोवतीचा रस्ताही अरुंद झाला आहे, हे तिला जाणवलं. काही नावा एका ठिकाणी गठ्ठ्यानं बांधून ठेवलेल्या होत्या. एका तासाला दहा टका, अशी पाटी तिथे लिहिलेली होती. एका झाडाला टेकून ती थांबली. तिच्या श्वासाचा आवाज तिच्या घशात घुमत होता. ती खूप जोरात धावते आहे हे तिच्या लक्षातच आलं नव्हतं. काही क्षण ती एका झाडाच्या बुंध्याशी बसून राहिली. समोरचं अंधारं तळं लिंबाच्या रंगाचं दिसत होतं. ती उठलीच. नव्या दिवसाचे आवाज ऐकू येऊ लागले होते, आपापल्या खिडक्यांमधून बाहेर वाकून गवतामध्ये घसे साफ करणारे लोक, रिक्षांचा किणकिणाट, दुकानांचे खडखडत उघडले जाणारे दरवाजे. तिने धावत मिरपूर रस्ता ओलांडला. आता त्या रस्त्यावर मोटारींची रहदारी सुरू होऊ लागली होती. एका

कोपऱ्यावरून ती वळली आणि आपण आपल्या वडिलांची कबर असलेल्या कबरस्तानासमोर पोहोचलो आहोत, हे तिच्या लक्षात आलं.

तिनं आजूबाजूला पाहिलं. तिथला रखवालदार गायब होता, कबरस्तानाचा दरवाजा उघडा होता. ती हलकेच आत शिरली. आता हे कबरस्तान खूपच लहान वाटत होतं. चारही बाजूंनी त्यावर इमारती वाकल्या होत्या. आपण आपली खिडकी उघडावी आणि समोर मृत्यूची सूचना देणारे हे लहान लहान चौकोन उभे असावेत, लोक रडताहेत, कबरींवर फुलं वाहताहेत, प्रार्थना करताहेत आणि दररोज रात्री आपल्या मुलांना सांगताहेत, भूतप्रेत असं काही नसतं, असं दृश्य पाहताना कसं वाटत असेल- तिच्या मनात आलं. कदाचित त्यांना काहीच वाटत नसेल. शहरामधली गर्दी आता फार वाढू लागली आहे, जागा अपुरी पडू लागली आहे. शहर फार झपाट्यानं वाढतं आहे, आता त्यांना इमारती बांधण्यासाठी आणखी आणखी दूर जावं लागेल, असं तिनं राजशाहीमध्ये असताना एका वृत्तपत्रात वाचलं होतं. तिथे वृत्तपत्र एक दिवस उशिरा येत असे. म्हणूनच कदाचित पाचपेक्षा अधिक लोकांनी एकत्र यायचं नाही, असं हुकूमशहानं फर्मावलं असावं. शहरात गर्दी फार वाढली होती, म्हणून आता ते बाहेर पसरणं गरजेचं होतं.

या कबरस्तानाला भेट देणं, ही त्यांच्या कुटुंबाची परंपराच होती. इतकी सारी वर्षं तिच्या आईनं तिच्या वडिलांची जागा नीटनेटकी ठेवली होती. कबरीच्या कडेनं एक लहानसं कुंपण होतं. कबरीचा दगड स्वच्छ पॉलिश केलेला होता. इथे काय करायचं असतं हे मायाला माहीत नव्हतं. कारण ती इथे एकटी कधीच आली नव्हती. या कबरीसमोर आईनं केलेली अनेक भाषणं तिला आठवत होती. तिनं विचारलेले प्रश्न, तिनं मागितलेल्या क्षमा, उद्गारलेले पश्चात्ताप... कबरीच्या दगडाशेजारी उकिडवं बसून तिनं कबरीवर हात ठेवला. 'हॅलो, ॲब्सेंट फादर.'

ती बंगल्यावर परतली. जिन्याच्या पायाशी बायकांचा एक घोळका उभा असलेला तिला दिसला. पहिल्या नजरेत हा घोळका कालच्याच बायकांचा असावा असं तिला वाटलं; पण जवळ गेल्यावर त्यांचे चेहरे उघडे आहेत असं तिला दिसलं. त्या साऱ्या एकमेकींशी कोणत्या तरी अनोळखी भाषेमध्ये भराभर काहीतरी बोलत होत्या. मायानं इंग्लिशमध्ये त्यांना विचारलं 'काही मदत हवी आहे का?' स्वतःची ओळख करून न देताच पुढे येत त्या साऱ्यांनी मायाला आलिंगन दिलं. तिच्या दोन्ही गालांचे मुके घेतले. मोडक्यातोडक्या इंग्लिशमध्ये त्यांनी सांगितलं की त्या 'फोराशी जमात' या फ्रेंच मिशनमध्ये काम करणाऱ्या स्त्रिया आहेत. मायानं त्यांच्याकडे निरखून पाहिलं. त्यांच्या पायघोळ झग्यांखाली त्यांच्या पायातले मऊ चामड्याचे बूट दिसत होते. नखांवर हलक्याशा नेलपेंटचेही थर होते. त्यांच्या वागण्यामध्ये पर्यटकांच्या

वागण्यामध्ये असते तशी एक विशेष छटा होती. थोडासा बावचळलेपणा, सॅकच्या आणि बॅगांच्या मुठींवर आवळलेली बोटं. एकीच्या हातात दात कोरण्याच्या काडीवर चढवलेला एक लहानसा झेंडाही होता जो ती हलवत होती.

थोडी चर्चा झाल्यावर त्या स्त्रिया एकीपाठोपाठ एक अशा जिना चढू लागल्या. वरच्या खोलीमध्ये वाकून शिरू लागल्या. मायाही त्यांच्या पाठोपाठ गेली. वर एक चौकोनी खोली होती. तिच्यामध्ये माणसं गच्च भरली होती. कसल्याशा वासानं खोलीतली हवा कुंद झाली होती. समोरच एक प्रशस्त शरीराची स्त्री बोलत होती. तिचा चेहरा उघडा असला तरी चेहऱ्याभोवती एक काळा रुमाल गुंडाळलेला होता. या नव्या स्त्रियांकडे बघून मान डोलावत तिनं आपलं बोलणं सुरूच ठेवलं. 'आपली भगिनी रेहनुमा', ती सिल्व्हीबद्दलच बोलत होती; पण सिल्व्हीचं इस्लामी नाव घेऊन. 'नुकतीच गेली. तिच्या आत्म्याला शांती लाभो.'

"आमीन," सगळ्या एकमुखानं उद्गारल्या.

"परंतु तिचं कार्य सुरू राहायलाच हवं. दर बुधवारची शाळा सुरू राहील आणि आपल्या परदेशी बंधुभगिनींची जमात मिशन्सही सुरू राहतील. लक्षात ठेवा, हे आयुष्य म्हणजे काळाच्या समुद्रातला केवळ एक थेंब आहे. त्यानंतरचा काळ हा मात्र अनंत आहे. त्यातला प्रत्येक क्षण हा अनंत आहे– एक युग आहे."

सबंध खोलीमध्ये होकाराचे हुंकार घुमले आणि मानाही डोलावल्या गेल्या.

"फ्रान्सहून आलेल्या आपल्या बहिणींचं आम्ही स्वागत करतो." आता बाकीच्या सर्व जणीही त्या फ्रेंच स्त्रियांकडे वळून मोठ्या उत्साहानं त्यांचं स्वागत करू लागल्या, त्यांच्या चेहऱ्यांना स्पर्श करू लागल्या, त्यांच्या बुरख्याचं कापड बोटांत धरत तपासू लागल्या. फ्रेंच स्त्रियाही सहजपणे त्यांच्यामध्ये मिसळून गेल्या. आपल्या हातातल्या पिशव्या उघडून त्यांनी बरोबर आणलेल्या भेटी द्यायला सुरुवात केली. चॉकोलेट्सचा डबा सगळीकडे फिरू लागला. भाषण देणारी स्त्री आता सगळ्यांमध्ये फिरू लागली. पाहुण्या स्त्रियांना आलिंगन देत त्यांच्याशी बंगाली, अरेबिक या भाषांची सरमिसळ असलेल्या भाषेत खाणाखुणांच्या साहाय्यानं बोलू लागली. काही वेळानं पुन्हा खाली बसून आपले गुबगुबीत सुंदर पंजे हलवत तिने अरेबिकमधला एक उतारा म्हणायला सुरुवात केली.

कुणाच्याही लक्षात येण्याआधी इथून निसटायला हवं, मायाच्या मनात आलं. तिचं कुतूहल शमलं नव्हतं त्यामुळे ती तिथून काहीशा नाइलाजानंच बाहेर पडली. जिन्यावरून खाली उतरताना तिला समोरून एक लहान मुलगा पाण्यानं भरलेली बादली घेऊन येताना दिसला. तिच्या पायातल्या बुटांवर पाणी सांडलं. तिची सलवारही थोडी ओली झाली. "लक्ष दे पोरा," असं म्हणत ती त्याच्याजवळूनच पुढे झाली.

“हॅलो”, त्यानं मोठ्यानं म्हटलं. “हौआरयुमदाम?”

मागे वळत ती उत्तरली, “हॅलो.”

मुलानं तिच्याकडे खालपासून वरपर्यंत निरखून पाहिलं. मग आपले वेडेवाकडे दात दाखवत तो मोठ्यानं हसला. त्याच्या डोळ्यांचा रंग खूपच फिकट होता- जवळजवळ राखाडीच आणि नाजूकसं नाक सरळ होतं. परंतु त्याचं बाकी सर्व ध्यान गरिबी दर्शवणारं होतं. त्याचा लांडा पायजामा आणि उलट्या हातानं आपले ओठ खसखसून पुसण्याची त्याची सवय.

“का हसतोयस रे तू?” मायानं विचारलं.

त्यानं तिच्या कपड्यांकडे, तिच्या पायातल्या ट्रेनर्सकडे बोट दाखवत म्हटलं, “तू गमतशीरच दिसतेयस.”

त्याचा निरोप घेण्याच्या तयारीत असताना तिला एकदम जाणवलं– सोहेल कुठे आहे हे याला कदाचित माहीत असेल. लोक त्याला कोणत्या नावानं हाक मारायचे बरं? हं—हुझूर.

“ए पोरा, हुझूर कुठे आहेत माहीत्येय का तुला?”

खांदे उडवत त्यानं आपलं तोंड उघडलं आणि मोठ्यानं हसत तो म्हणाला, “पण तू त्याला भेटू शकणार नाहीस. पडदा माहीत नाही का तुला?”

“ते सोड, तो आहे का इथे?”

पोरानं हातातली बादली खाली ठेवत म्हटलं, “नाही, गेले ते. तू त्या फ्रेंच बायका बघितल्यास का?”

“हो. बघितल्या.”

“गेल्या महिन्यात आमच्याकडे रशियन जमात आली होती. मला बोलता येतं रशियन.”

“काय बोलतोस तू रशियनमध्ये?”

त्यानं परदेशी वाटणाऱ्या काही शब्दांची फैर झाडली.

“म्हणजे काय?”

“पीस” गुडघे वाकवून एक उंच उडी मारत तो उत्तरला. “पीस- शांती- पीस. मला स्पॅनिशमध्येही हे म्हणता येतं.” आणि त्यानं आणखी काही शब्दांची फैर झाडली.

“पुस्तक आहे का तुझ्याकडे एखादं?”

त्यानं टाचेवर एक गिरकी घेत स्वतःच्या डोक्याकडे बोट दाखवत म्हटलं, “पुस्तकं नाहीत. माझ्या डोक्यातच असतं सगळं.”

“जाते मी आता. जायला हवं.” माया म्हणाली.

“गुड बाय. खुदा हाफिझ. ऑरवॉर.’ त्यानं मोठ्यानं ओरडत म्हटलं. त्या फ्रेंच

स्त्रिया याआधीही इथे येऊन गेलेल्या असल्या पाहिजेत. त्यानं खिशातून एक चेमटलेला समोसा काढून तिच्यासमोर धरत म्हटलं, "घे तुला."

"तूच खा. मला भूक नाहीये."

त्यानं त्रिकोणी समोशाचा एक तुकडा तोडत म्हटलं, "ओके, टाटा, बाय बाय."

अम्मू स्वयंपाकघरात होती. काही वर्षांपूर्वी रेहानानं कामावर ठेवलेली नोकराणी सिंकजवळ उभी राहून आदल्या रात्रीच्या जेवणाची भांडी घासत होती.

"माया, ही सुफिया." मायापेक्षा चांगली सहा एक इंच उंच असलेली ती बाई जवळ आली आणि तिनं हसत मायाच्या खांद्यावर आपला मोठा थोरला हात ठेवला.

"मी तुमच्याबद्दल खूप ऐकलंय," मायाकडे वरपासून खालपर्यंत बघत सुफिया म्हणाली. 'हीच का या घरातली मुलगी, जी घरी यायला तयार नव्हती...' हे तिच्या मनातले विचार मायाला स्पष्टपणे जाणवले. खेडवळ दिसते. कपडेही स्वस्तातलेच आहेत. साधी खळही नाहीये केलेली. केस लांब आहेत; पण चेहरा काय झालाय, उन्हानं पार काळवंडलाय. हसत हसत ती मायाला थोपटत राहिली.

"धावायला गेले होते मी," मायानं सांगितलं. "कबरस्तानात गेले होते."

अम्मूनं मान डोलावली. मग जवळ येत तिनं मायाच्या गालावर हात ठेवत म्हटलं, "मला फार बरं वाटलं."

मायाही खूश होती. त्या आनंदाची ऊब तिच्या शरीरभर पसरत गेली. आपल्या आईला सांगावं आता मी घरी आलेय आणि घरीच राहणार आहे, असंही तिच्या मनात खूप आलं; पण तिला ते बोलवलं नाही. ते खरं ठरलं नसतं. अम्मूनं तळलेले समोसे कढईतून बाहेर काढले तशी तिला नाझियाच्या मुलांची आठवण झाली. ईदला मिळालेले पैसे साठवून ती मुलं शहरात जाऊन समोसा विकत घ्यायची, एकच. कुणाला जास्त मोठा तुकडा मिळालाय यावर भांडायची.

'सोहेल कुठंय?'

"सकाळी आला होता मला भेटायला." अम्मू म्हणाली. "त्यानं आठवण काढली होती, असं सांगायला सांगितलंय."

आठवण? प्रेम? हा शब्द वापरला त्यानं? "केव्हां परतणार आहे, काही बोलला?"

"काही आठवडे तरी नाही."

एका भल्या थोरल्या दगडी वरवंट्याने सुफिया ओली हळद वाटू लागली. हळदीच्या कांद्यावर तो दगड पुढे मागे घासत तिनं हळदीचं चांगलं वाटण बनवलं. अगदी कुस्करलेल्या झेंडूंच्या फुलांसारखा सोनेरी रंग येईपर्यंत ती ते वाटत होती.

ते वाटण एका ताटलीत काढून ठेवत आणि पुन्हा नव्यानं हळद वाटायला सुरुवात करत ती उद्‌गारली, "नेहमी येतात आणि जातात." आता हळदीबरोबर मूठभर लसूणही तिनं त्यात घातला होता. "सारखे येत असतात- जात असतात."

"वर तिथे तर युनायटेड नेशन्ससारखी परिस्थिती आहे गं! त्यांना कुणालाही बांगलाही येत नाहीये."

"त्या साऱ्या जगातून येत असतात," कढईत आणखी तेल ओतत अम्मू म्हणाली.

"सोहेल आणि सिल्व्हीसाठी?"

"तेच तर त्या करत असतात– एका देशातून दुसऱ्या देशात जाणं– मिशनरी लोकांसारखं."

लहानपणी सोहेल एका जेसुइट शाळेत जायचा– तिचं नाव होतं सेंट ग्रेगरीज. गेम्स डेच्या वेळी एकदा माया तिकडे गेली होती. तिथल्या सर्व धर्मोपदेशकांनी कमरेशी दोर बांधलेले पायघोळ झगे घातले होते. चमचा-लिंबूची शर्यत सुरू होती. अम्मूनं मिशनरीज म्हटल्यावर हीच दृश्यं तिच्या डोळ्यांसमोर आली. वर बसलेल्या दालचिनीचा वास येणाऱ्या बायका नाही आठवल्या.

अम्मूनं तळणीतून काहीतरी वर उचलत विचारलं, "तुला हवा का समोसा?"

मायाच्या मनात एकदम काहीतरी चमकलं. राखाडी डोळे. वयही जमतंय. "आत्ता मला वर दिसला तो सोहेलचा मुलगा होता का?"

"त्याच्या हातात बादली असेल तर तोच." सुफिया आता गुलाबी रंगाची सालं असलेल्या कांद्यांकडे वळली होती.

"पण तो तर असा दिसतो की... अम्मू तू पाहिलंयस ना त्याला?"

अम्मूनं हातातला झारा खाली ठेवत सारे समोसे एका बशीत घेतले.

"हो बेटा, मला माहीत्येय. मी बोलणारच होते तुझ्याशी आत्ता सकाळी."

"आणि?"

"आणि," सुफिया मध्येच बोलली. "काही करता येणार नाहीये. तो पोरगा उनाडत असतो, वाया गेलेल्या पोरांसारखा. त्यांना तसंच हवंय."

"शाळेत नाही जात तो?"

"कधी कधी ते आपलं पुस्तक वाचून दाखवतात त्याला," अम्मू म्हणाली.

"आणि तू हे चालवून घेतेस?"

रेहानानं हातातली समोशांची बशी मायाकडे दिली. मायाला आईच्या या करण्यामध्ये कमालीचा थकवा भरला आहे, असं वाटलं. वरच्या मजल्यावर काहीही चाललेलं असलं तरी त्याकडे दुर्लक्ष करायचं, असं तिनं ठरवून टाकलं आहे, हे मायाला उमगलं. एके काळची संरक्षक, हवालदिल होणारी आई राहिली नव्हती ती

आता. सोहेलला त्याची पुस्तकं जाळून टाकायची असतील, दिव्याचे बल्ब्ज काढून टाकायचे असतील, घरातलं फर्निचर फेकून द्यायचं असेल, जमिनीतल्या भोकाच्या संडासाचा वापर करायचा असेल तर तसं होवो. एके काळी तिनं आपल्या मुलांसाठी सर्वस्व दिलं होतं. आता ती त्यांच्यापासून मागे सरकू लागली होती. त्यांना जे काही करायचं असेल ते करू देऊ लागली होती. देवाचा आसरा घ्यायचाय, पळून जायचंय, त्यांच्या मुलांना शाळेत पाठवायचं नाहीये- काहीही. तिच्यामध्ये आता कसलाही लढा देण्याची ताकदच उरली नव्हती.

त्या वेळी मायाला कळून चुकलं, ही गेलेली वर्षं तिच्या आईच्या बाबतीत फारच लांबलचक ठरली होती.

"तो माझा मुलगा नाहीये," अम्मू सरळपणे उद्‌गारली. "आणि तुझाही नाहीये. आपल्याला जमेल तेवढं आपण करू, पण ही एक गोष्ट लक्षात ठेव."

मायाला आणखी काहीतरी आठवलं. ते झाड. सोहेलच्या खोलीतून ते घेऊन येत तिने ते आईला दिलं. 'हे राजशाहीतलं आहे.' एवढंच ती उद्‌गारली. हे झाड किती मोलाचं आहे हे अम्मूला लगेच कळेल याची तिला खात्री होती. या हिवाळ्यात ते टिकलं तर त्याला आंबट आणि वेगळीच फळं लागणार होती, जी दुसरीकडे कुठेही मिळाली नसती.

त्याचं नाव होतं मुहम्मद झैद बिन हक. एवढ्याशा मुलाला हे नाव फारच मोठं होतं. दुसऱ्या दिवशी माया जिन्यावर नजर ठेवूनच होती. त्याची आकृती दिसताक्षणी ती धावतच बाहेर जाऊन त्याच्या वाटेत उभी राहिली. "झैद, मला ओळखलंस?"

त्यानं मान हलवली, पण तिचा चेहरा पडलेला दिसताच तो म्हणाला, "हा हा कसं फसवलं!"

"म्हणजे तू विदूषक आणि बहुभाषीही आहेस म्हणायचा?"

"बहुभाषी म्हणजे काय?"

"ज्याला खूप भाषा येतात असा माणूस. मलाही येतात बरं थोड्या भाषा. मी शिकवू का तुला काहीतरी?"

हातातली रिकामी बादली उचलून दाखवत "मला जायला हवं," असं म्हणत तो नळाकडे धावला.

काही वेळानंतर त्यानं दार वाजवलं. "तुम्हाला लुडो खेळायचंय?" पायातले जोडे काढून टाकून हलकेच खोलीत शिरत त्यानं विचारलं.

"खेळू या. तुझ्याकडे बोर्ड आहे का?"

त्यानं हातातला कागद उलगडला. त्यावर कुणीतरी चौकटी आखून लुडोचा बोर्ड आखण्याचा कसाबसा प्रयत्न केलेला दिसत होता. त्यातले चौकोनी भाग

निळ्या पेन्सिलीनं रंगवलेले होते.

झैदनं खिशातून मूठभर दगड काढले. "पांढरे तुमचे आणि काळे माझे." तो म्हणाला.

"हे कुठे मिळालं तुला?"

"माझ्या अम्मूनं बनवलं माझ्यासाठी."

"खरं की काय?" माया उद्‌गारली. त्याला आपल्या आईबद्दल बोलावंसं वाटत असेल का? तिच्या मनात आलं. त्याची आई गेली त्याला जेमतेम एक आठवडा होत होता.

"तू खेळायचास का लुडो तिच्याबरोबर?"

जोरजोरात मान हलवत तो म्हणाला, "रोज खेळायचो आम्ही."

त्यानं खिशातून एकच फासा काढला. "तू आधी खेळ." माया म्हणाली.

सहा. "छक्का" मोठ्यानं ओरडत त्यानं आपला दगड पुढे सरकवला.

मायाचा फासा तीनवर पडला. "झैद, तू शाळेत जातोस का रे?"

"नाही," फाशावर फुंकर घालत तो म्हणाला. "पण जाणारेय."

"कधी?"

"पुढच्या वर्षी. अम्मूनं कबूल केलंय तसं."

"शाळेत गणवेश घालावा लागतो; माहीत्येय का तुला?"

"पँट-शर्ट?"

"हो, पँट-शर्ट."

हसत तो उद्‌गारला, "हो मला माहीत्येय."

"तुझे वडील नाही म्हटले तर?"

त्यानं चार टाकले. "मी खाल्लं तुम्हाला!"

"मला वाटतं, तू एक घर गाळलंस."

"नाही, चारच गेलो." दगड मागे आणत तो म्हणाला. 'एक - दोन - तीन - चार' बघितलंत?"

तो पाच घरं मागे होता याची तिला खात्रीच होती, पण ती काही बोलली नाही. पटापट हरत जात ती त्याला जिंकू देत राहिली. खेळ संपल्याबरोबर त्यानं आपला कागद एखाद्या मोजणीदारासारखा गुंडाळून काखेत मारला आणि तो नाहीसा झाला.

झैदी यायचा आणि जायचा. कधी कधी तो फुलांच्या वाफ्यांमध्ये गवतातले किडे काढत बसलेला मायाला दिसयाचा. त्यांची बांगला भाषा गावंढळ होती. उच्चार अस्पष्ट होते. आणि त्याचं अंग म्हणजे तर घाणीचं आगारच होतं. त्वचेवरच्या बारीक पुटकुळ्या तो सतत खाजवत असायचा. मग त्यातून रक्त यायचं. त्याच्या मनगटावर लहान खड्ड्यांची एक रेषाच होती. त्याच्या अंगावरच्या प्रत्येक वळीमध्ये

धूळ होती. सहा वर्षांचा असला तरी जेमतेम चारचा दिसायचा. त्याची मनगटं आणि घोटे बारीकसे होते. कधीही मोडतील असे. तो रोज सारखेच कपडे घालायचा. फिकट निळे कुडते– कधी खूप लहान तर कधी खूप मोठे होणारे, आणि डोक्यावर एक टोपी– टाळूवरून मागे सरकवल्यामुळे मुकुटासारखी दिसणारी.

❄

घरातून बाहेर पडायला माया फारशी उत्सुक नसायची. सकाळी ती तलावाभोवती जॉगिंग करून यायची. कधी कधी अम्मूनं सांगितलं तर ती रस्त्याच्या वरच्या टोकाशी असलेल्या दुकानापर्यंत जाऊन अम्मूला हव्या असलेल्या वस्तू घेऊन यायची. आत्तापर्यंत तिनं नाझियाला तीन पत्रं लिहिली होती, संपर्कात राहण्याची विनंती करणारी. 'काही अडचण असली तर पैसे पाठवू का' असं विचारणारी. एकदा तर तिनं शहरातल्या डाकघरात टेलिफोन करण्याचाही प्रयत्न केला होता. तिथे तिनं एक निरोप ठेवला होता की ती तीन दिवसांनी अगदी त्याच वेळेला पुन्हा फोन करेल. तीन दिवसांनी डाकघरातल्या माणसानं सांगितलं होतं की, त्यानं सगळीकडे ही बातमी दिली होती, पण टेलिफोन घ्यायला कुणीच आलं नाही.

पुढच्या आठवड्यात तिनं पुन्हा फोन केला होता. तो माणूस अतिशय सभ्यतेनं बोलत होता. नाझिया रुग्णालयातून परतली का, हे त्याला माहीत नव्हतं. मायाला तो आठवत होता– त्यानंच तर तिला आलेली ती तार पोहोचवली होती.

''तुम्ही ठीक आहात ना?'' तिनं त्याला विचारलं.

''होय, आपा; पण माझी मुलगी बरी नाहीये.''

हे ऐकून तिला बरं का वाटलं होतं? आता त्यांची काळजी घ्यायला ती तिथे नाहीये, तेव्हा गावकरी आजारी पडणारच; म्हणून का? ''मी फोन केला होता असं सांगाल का तिला?'' आवाजातला हुंदका दडवत तिनं विचारलं.

''सांगीन तिला मी, आपा.''

''थँक यू.''

''या वर्षी जॉलदुगी खूप गोड असणार आहे, आपा.''

तिला अननसांची आठवण येणार होती, असंच तो सुचवत होता. कदाचित अननसांनाही तिची आठवण येणार होती.

❄

''झैद, मी भाजीवाल्याकडे जात्येय. तुला यायचंय माझ्यासोबत?''

तळवा उंचावत तो म्हणाला, 'थांबा' आणि धावतच जिना चढून वर गेला. थोड्याच वेळात हातात एक चुरगळलेला कागद घेऊन तो तसाच धावत परत आला.

त्याच्या हातून तो कागद घेत माया म्हणाली, ''बघू दे मला.''

वरच्या मजल्यावरची सामानाची यादी.

भेंडी, बटाटे आणि एक दुधी.

ती दोघं निघाली. ''तुझे जोडे कुठेयत?''

खांदे उडवत तो उत्तरला, ''माहीत नाही.'' तो तापल्या रस्त्यावर उड्या मारत तो चालत होता. तिनं त्याला सावलीच्या बाजूला नेलं. कोपऱ्यावरून वळल्याबरोबर त्यांना समोरची मोठी इमारत दिसली. तिच्या खिडक्या उघड्या होत्या.

'बे दुणे चार, बे त्रिक सहा, बे चोक आठ.'

हातातली यादी घट्ट पकडत झैद एकदम स्तब्ध झाला.

दरवाजावर नाव होतं 'अहसानुल्लाह मेमोरिअल बॉइज स्कूल.'

''तू आधी बघितलीयेस का ही शाळा?'' असं विचारत ती वळली तर तो नाहीसाच झाला होता. क्षणार्धात तो गेटच्या पलीकडच्या खिडकीतून आत बघताना दिसला. त्यानं डोक्यावरची टोपी काढून टाकली.

''कुणीतरी पाहील ना तुला.'' तिनं ओरडून म्हटलं. पण आता तो इमारतीच्या बाजूनं हळूहळू पुढे जात होता. ''मागे ये बरं.''

तो दिसेनासा झाला. ती पाच-दहा मिनिटं थांबली. मग एक शिट्टी ऐकू आली तशी ती पुढे चालायला लागली. कोपऱ्यावर वळल्याबरोबर तो तिथे तिची वाट बघत उभा असलेला तिला दिसला. शाळेच्या इमारतीभोवतीची उंच भिंत उडी मारून ओलांडून तो रस्त्यावर पोहोचला होता. त्याच्या कुडत्यावर लाल शेंदरी धूळ चढली होती. त्यानं काखेतून टोपी काढली आणि पुन्हा आपल्या डोक्यावर चढवली. ''चला चला.'' तो म्हणाला. ''उशीर होईल आपल्याला.''

भाजीवाल्यानं भेंडी आणि बटाटे मोजले आणि मग तो दुधी घेऊन आला. त्यानं पैसे मागितलेच नाहीत. वरच्या मजल्यावरचे लोक खात्यावर पैसे देत असत.

''माझ्यासाठी प्रार्थना करायला सांगा हुझूरना.'' तो म्हणाला.

१९८४
मार्च

स्वातंत्र्यदिनाच्या दिवशी मायानं टेलिव्हिजन सुरू केला. डिक्टेटर शहीद मिनारवर पुष्पचक्र वाहत होते. मार्टीर्स मेमोरिअल. सैनिकी शौर्याच्या पदकांनी लगडलेल्या त्यांच्या रुंद खांद्यांवरचं त्यांचं काळंभोर डोकं लहानसं दिसत होतं. गेल्या महिन्यात त्यांनी देशाचं नाव बदलून ते 'इस्लामिक रिपब्लिक ऑफ बांगलादेश' असं ठेवण्याचा प्रयत्न केला होता आणि त्याआधी, त्यांनी रोल्स रॉइस या मोटारींची एक जोडी खरेदी केली होती– एक स्वतःसाठी आणि दुसरी त्यांच्या रखेलीसाठी.

आणि आता पाकिस्तानी सैन्यानं आपले रणगाडे ढाक्यावर घातले, त्या दिवसाच्या स्मरणदिनी ते युद्धाबद्दल भाषण करत होते. जुन्या मित्रांशी पुन्हा मैत्री जुळवण्याच्या घाईमुळे ते त्या हत्यांबद्दल काहीच बोलले नाहीत. प्रांतिक एकतेच्या महत्त्वाबद्दल बोलताना त्यांनी या विचाराची स्तुती केली. 'सारे मुसलमान भाई भाई आहेत', हे वाक्य त्यांनी खूप वेळा उच्चारलं. तिला ते ऐकवेना. तिनं टेलिव्हिजन बंद केला आणि ती आईला शोधू लागली. आई स्वयंपाकघरात पराठे भाजत होती. सुफिया पराठ्याचे गोळे हलक्या तूप माखल्या हातांनी थापत होती.

संध्याकाळी माया एलिफंट रोडपासून शहीद मिनारपर्यंत अनवाणी पावलांनी चालत गेली. वृत्तपत्रं आणि प्लॅस्टिकच्या पिशव्यांवर पाय देत ती चालत होती. तिच्या तळपायांना, पायाच्या बोटांमध्ये त्या साऱ्याच्या खालून होणारा खरखरीत वाळूचा स्पर्श तिला चांगला वाटत होता. डांबरी रस्त्याच्या उष्णतेमुळे तिची चाल मंद झाली, इतकी की शेवटी तर ती चवड्यांवर कशीबशी पुढे सरकू लागली. एका

मंदशा झुळकीनं तिच्या हनुवटीखाली स्पर्श केला. तिनं आपल्या जोड्यांचे पट्टे बोटांमध्ये धरले होते. रस्त्यावर तिच्या शेजारून चालणाऱ्या लोकांच्या लहान लहान घोळक्यांकडे बघत ती मान डोलवत होती, हसत होती.

सबंध चळवळीच्या काळामध्ये ते सारे जण एलिफंट रोडपासून शहीद मिनारपर्यंत अनवाणी पावलांनीच जायचे. साऱ्या मुली पांढऱ्या आणि लाल साड्या नेसलेल्या असत. एकमेकांना वंदन करण्यासाठी एकच वाक्य होतं– जॉय बांगला. बांगलादेशाचा विजय असो.

आज मात्र रस्त्यावर अगदी थोडीशीच माणसं वाहनांच्या गर्दीतून सावकाश मार्ग काढत होती. त्यांच्यामागची वाहनं उतावळेपणानं पोंगे वाजवत होती. झिया सरणीच्या कोपऱ्यावर मायानं रस्त्यावरच्या एका फुटक्या बाटलीला चुकवलं. तिच्या मनात आलं जोडे घालावेत की काय, पण त्या विचारानंच तिची चिडचिड झाली. त्यांनी रस्ते बंद करायला हवे होते, पदपथ स्वच्छ करायला हवे होते आणि माणसंही अधिक जमायला हवी होती. हजारो माणसं, आपल्या मुलांना पाठीवर घेऊन चालणारी माणसं– खूप खूप वर्षांपूर्वी आपण काहीतरी महत्त्वाचं केल्याच्या, पण आता कमी कमी होत चाललेल्या– भावनेला धरून राहणारी माणसं.

लोकरीची शाल पांघरलेल्या एका लांब केसांच्या माणसाकडे तिचं लक्ष गेलं. तिच्या मनात काय चाललं आहे ते समजल्यासारखी त्यानं मान हलवली. जणू काही तो तिला सांगत होता, जाऊ दे, इतकं मनाला लावून घेऊ नकोस.

पण तिचं सांत्वन होत नव्हतं. तिनं स्वतःच्या रागाला आवरत बागेतून तोडून घेतलेल्या फुलांचा गुच्छ हातात घट्ट धरला. अम्मू का नव्हती आली? आणि सोहेल? त्या काळाचा प्रत्येक क्षण ती सारी एकमेकांबरोबर जगली होती, मग आत्ता– या काजळलेल्या आकाशाखाली आणि कचऱ्यानं भरलेल्या रस्त्यावर ती एकटी का होती?

पेटवलेल्या मेणबत्त्यांनी स्मारक उजळून निघालं होतं. त्याच्या रुंद पायऱ्यांवरून सिमेंटच्या निरुंद अशा तीन रचनांपर्यंत जाता येत होतं. त्या रचना काही फूट सरळ जाऊन मग पुढे वाकल्या होत्या. जणू काही आलेल्यांना आसरा देत असाव्यात. त्यांच्या मागे लालबुंद रंगाचा प्रचंड मोठा कागदी सूर्य लटकवलेला होता. वाऱ्यानं वेग पकडला. मेणबत्त्यांच्या चिमुकल्या ज्योती वाऱ्यानं फडफडू लागल्या. मागचा विलो वृक्ष गदगदा हलू लागला आणि त्याची पानं खाली पडू लागली.

युद्धामध्ये पाकिस्तानी सैन्यानं उद्ध्वस्त केलेली पहिली वास्तू होती, शहीद मिनार. युद्ध संपल्यानंतर सर्वप्रथम तीच पुन्हा नव्याने बांधली गेली; आधीपेक्षा उंच आणि प्रशस्त. पण मायाला वाटलं, त्यांनी ती तशीच मोडकी राहू दिली असती तर बरं झालं असतं. कारण आता या नव्या कोऱ्या करकरीत चमकदार रंगीत वास्तूवर

त्या लढाईची एकही खूण दिसत नव्हती.

एकदम वरच्या पायरीवर बसून ती स्मारकाला वंदन करणाऱ्या लोकांकडे पाहू लागली. तिच्या मांडीवर फुलं होती. लोक गुडघे टेकत होते, नतमस्तक होत होते, कुणीही बोलत नव्हतं. कमानीच्या एका कोपऱ्यात एक माणूस मुकाट्यानं अश्रू ढाळताना तिला दिसला. त्यानं हातानं गालावरचे अश्रू रागानं पुसल्यासारखे पुसले. तो वळला आणि त्यानं थेट तिच्याकडे पाहिलं. कमी होत जाणाऱ्या प्रकाशात जणू तिची ओळख पटवण्यासाठी त्यानं मान पुढे करत तिच्याकडे निरखून पाहिलं. ती उठून उभी राहिली. तिच्या मांडीवरची फुलं जमिनीवर पडली. क्षणार्धात तो तिच्याजवळ आला.

"माया."

"जॉय- तूच का?"

त्यानं खाली पडलेली फुलं उचलून तिच्यासमोर धरली. पुरत्या दशकापूर्वीच्या त्याच्या आठवणीनं ती हादरून गेली. जॉय. सोहेलच्या घट्ट मित्राचा धाकटा भाऊ. सबंध युद्धातला बराचसा काळ त्यानं बंगल्यावरच घालवला होता. गुरिलांचा निरोप्या, सीमेवरून सामान नेण्याआणण्याचं काम करणारा लहान मुलगा. त्यानं भाऊ गमावला होता, वडील गमावले होते आणि स्वतःच्या उजव्या हाताचा एक तुकडाही या युद्धात गमावला होता. त्यानं एकदा तिला एक टोपणनाव दिलं होतं- ती ते आठवण्याचा प्रयत्न करू लागली.

बराच वेळ ती दोघं एकमेकांकडे बघत उभी राहिली. तिला आठवत होतं त्यापेक्षा तो अधिक उंच होता. तो तिच्याजवळ सरकला आणि नकळतच ती पाऊलभर मागे सरकली. 'मला वाटलं तू अमेरिकेत आहेस.' त्यांच्या अखेरच्या भेटीत त्यानं सांगितलेलं तिला आठवलं. 'तो न्यूयॉर्कला कायमचा जाणार आहे' असं तो म्हणाला होता. तिनं ते मनाला फार लावून घेतलं होतं. नव्यानं जन्माला आलेल्या आपल्या देशाला सोडून जाणं तिला योग्य वाटलं नव्हतं.

"मी होतोच."

"पण आता तू इथे आहेस."

"मी परत आलोय. वर्ष झालं जवळ जवळ. आणि तू? तू उत्तरेला कुठेतरी आहेस, असं माझ्या कानावर आलं होतं."

"मी पण परत आलेय." आपण किती मोठा प्रवास केलाय हे त्याला कसं समजवावं हे तिला कळलं नाही.

'आणि सोहेल कसा आहे?' मेणबत्त्यांच्या अर्धवट उजेडात त्याचा अर्धा चेहरा काळसर तर शहीद मिनारच्या मागच्या लालभडक सूर्याच्या उजेडात लालसर दिसत होता. तरी तिला त्याचं उंच कपाळ आणि जबड्याची ठेवण स्पष्ट दिसत होती.

"त्याची बायको वारली," माया म्हणाली.

"हो मी ऐकलं ते... मला... मला भेटायला यायचं होतं त्याला, पण..."

"त्याच्याकडे फोन नाहीये." ती दोघं विद्यापीठाच्या दिशेनं चालायला लागली. आपला भाऊ त्या काळात युद्धभूमीवर विद्यार्थी क्रांतिकारक म्हणून कसा होता, ते आठवून सांगण्याचा जॉयला आग्रह करावा आणि त्याच्यामध्ये झालेल्या या आमूलाग्र बदलाची शोकांतिका दोघांनी मिळून सोसावी, असं मायाच्या मनात आलं. पण तिनं तो मोह टाळला. "न्यूयॉर्कबद्दल सांग ना. खरोखरच तिथल्या इमारती एवढ्या उंच आहेत का रे?"

"सिनेमात दाखवतात त्यापेक्षाही उंच."

"त्याहून उंच? मग तुला अगदी लहानसं वाटलं असेल ना?"

"त्या इमारती नाही तुम्हाला लहान वाटायला लावत."

"काय करायचास तू तिथे?"

"मी टॅक्सी ड्रायव्हर होतो." तो उत्तरला. त्यानं तिच्याकडे पाहिलं तेव्हा ती किंचितसं हसली. जणू काही 'टॅक्सी चालवणं यात काही वाईट नाही, त्यात कसली आलीये लाज' असं काहीतरी. "आणि मी लग्न केलं."

"लग्न?" चालता चालताच ती थबकली. "याला क्षमा नाही हं. लग्न केलंस आणि कुणाला सांगितलंही नाहीस?"

ती दोघं आता आर्ट कॉलेजसमोरच्या प्रचंड वटवृक्षाजवळ पोहोचली होती. युद्धापूर्वी याच झाडाखाली त्यांनी अनेक दुपार घालवल्या होत्या. त्यानं झाडावर तळहात दाबला आणि तो मागे रेलून उभा राहिला. "तशा प्रकारचं लग्न नव्हतं ते."

"मग कसं?" क्षणभर विचार करताच तिला उत्तर सापडलं आणि काही कळण्याच्या आधीच ती बोलून गेली, "प्रेग्नंट?"

तो मोठ्यानं हसला. "माया-बी. मधमाशीसारखीच डंख मारतेस हं- मुहम्मद अलीसारखी."

हेच तिचं टोपणनाव होतं की. माया-बी.

तो बोलतच होता. "मी तिच्याशी लग्न केलं ते त्या देशात राहायला मिळावं म्हणून. माझा स्टुडंट व्हिसा संपला आणि मला परत यायचं नव्हतं."

"किती हे परदेशाचं प्रेम," ती म्हणाली.

"तुला याबद्दल काय वाटतं मला माहीत्येय– आपण शेवटचे भेटलो तेव्हाच तू ते अगदी स्पष्टपणे सांगितलं होतंस." खिशातून एक डबी काढत त्यानं ती तिच्यापुढे केली.

"न्यूयॉर्कची सिगारेट? मी कशी नाही म्हणणार तिला?"

त्यानं दोन्ही सिगारेट्स तोंडात धरून पेटवल्या आणि एक तिच्याकडे दिली.

“हे मी एका मूव्हीमध्ये पाहिलं होतं,” ती उद्गारली.

“मीही.”

“मला वाटलं, तुला सिनेमा बघायला आवडत नाही,”ती म्हणाली. एके काळी तो एक सैनिक होता, आपण सौम्य दिसू की काय याची त्याला काळजी वाटायची, याची त्याला ती आठवण करून देत होती.

“मी आता पूर्वीसारखा राहिलेलो नाही.”

“मला नाही तसं वाटत.”

त्यानं विषय बदलत म्हटलं,“पण तू अजिबात बदलली नाहीयेस असं ऐकलं मी. अजूनही तशीच लढायला तयार असलेली.”

तिचा चेहरा लाल झाला. तिला एकदम संकोच वाटला. तिनं त्याला राजशाहीबद्दल सांगितलं. खेड्यातली डॉक्टर म्हणून काम करण्याबद्दल सांगितलं, पण तिथून एकदम निघून येण्यामागच्या कारणाबद्दल मात्र काहीच सांगितलं नाही. त्यानं हात उचलून स्वतःच्या चेहऱ्याजवळ ज्या रीतीनं नेला, त्यावरून तो रडत असावा असं तिला वाटलं. त्याच्या भावाबद्दल काहीतरी बोलावं असं तिला वाटलं. विद्यापीठामध्ये आरेफ हा सोहेलचा सर्वांत जवळचा मित्र होता. आरेफचे वडील अम्मूसारखेच उर्दू बोलणारे असून, आणि त्यांचेही काही नातेवाईक पाकिस्तानात आहेत हे कळल्यावर तर ते दोघं सततच एकमेकांबरोबर राहू लागले. आपला कौटुंबिक इतिहास आपल्या राजकारणाशी जुळवून घ्यावा लागल्यामुळे ते इतरांपासून थोडे वेगळेच झाले होते.

अजूनही तिचे जोडे तिच्या हातातच होते. ते पायात चढवण्यासाठी ती खाली वाकली, तेव्हा तोही अनवाणी असल्याचं तिला दिसलं. त्याच्या पँटचे पाय वर दुमडलेले होते. “तुझे बूट कुठेयत?”

“मी घरीच ठेवलेयत ते.”

“न्यूयॉर्कमध्ये?”

ती दोघंही हसली. त्यानं एक रिक्षा थांबवली आणि तिचा हात धरत तिला रिक्षात बसायला मदत केली. ती हात हलवून त्याचा निरोप घेणार, तेवढ्यात तोही रिक्षात तिच्याशेजारी चढून बसला. “मला आवडेल सोहेलला भेटायला,” तो म्हणाला.

त्याला काय काय आणि किती माहिती आहे?– तिच्या मनात आलं. वरच्या मजल्याबद्दल, एवढ्या सगळ्या पाहुण्यांबद्दल त्याला सांगावं का, असंही तिच्या मनात आलं. त्यांचे जाडजाड काळे कपडे दोरीवर वाळत घातलेले– अनेक वर्षांपूर्वीच त्यांनी विजेचे दिवे वापरणं सोडून दिलेलं, त्यांच्या अंधारात आता कधीतरी एखादा अशक्तसा तेलाचा दिवा तेवढा असतो– हे सारं त्याला सांगावं का?

"आत्ता नको- तो बाहेरगावी गेलाय." ती उद्‌गारली.

तो वाकून रिक्षाखाली उतरला. "पुन्हा कधीतरी." डोक्यावर टोपी घातलेली असावी अशा रीतीनं त्यानं मान डोलावली. मग तो म्हणाला, "येत्या शुक्रवारी छोटू आणि साइमाकडे पार्टी आहे. तू का नाही येत त्याला?"

छोटू आणि साइमाच्या श्रीमंतीबद्दल तिनं ऐकलं होतं... गुलशनमधलं त्यांचं भलं मोठं घर– तिला कुतूहल वाटत होतं. शिवाय जॉय परत भेटणार होता. "येईन कदाचित, फोन करते तुला– चालेल ना?"

घरी परतताना जॉयची आणि तिची अखेरची भेट मायाला आठवत होती. शेख मुजीबना पाकिस्तानातल्या तुरुंगातून मुक्त करण्यात आलं होतं. आणि त्या दिवशी सकाळी ते ढाक्याला परतणार होते. विमानतळापासून ते पार धनमाँडीमधल्या रोड ३२ या त्यांच्या घरापर्यंत लोक रस्त्याच्या दुतर्फा उभे होते. मायाला छोटू आणि साइमा मिरपूर रोडवर भेटले होते. छोटूनं गालावर एक हिरवा आणि लाल झेंडा रंगवला होता. तिनं त्याला सांगितलं होतं, "विदूषकासारखा दिसतोयस." "मला काही फरक पडत नाही." तो उत्तरला होता, "जॉय बांगला." त्या वेळेपर्यंत सर्व बाजूंनी गर्दी वाहायला लागली होती. घरांमधून, दुकानांमधून लोक बाहेर पडत होते. मोटारी सोडून देऊन पायी चालत होते, रिक्षांमधून खाली उतरत होते. लहान मुलं मोठ्यांच्या खांद्यांवर होती. तिनं जेव्हा मागे वळून बघितलं तेव्हा रस्ता दिसेनासाच झाला होता. सगळीकडे माणसंच माणसं दिसत होती. अखेरीस ते सर्व जण मुजीब ज्या रस्त्यावरून जाणार होते, तिथवर येऊन पोहोचले आणि पदपथावर एक जागा त्यांनी मिळवली. गाण्याचे आवाज वाढू लागले. "आले ते." चवड्यांवर उभं राहत छोटू म्हणाला. "मला दिसताहेत."

रस्त्यावर एकच गर्जना उठली. एका अगदी सामान्य अशा उघड्या वाहनात मुजीब उभे होते. विटा किंवा फळांच्या करंड्या वाहणारे ट्रक्स असतात तशाच प्रकारचं ते वाहन होतं. त्यांच्या एका बाजूला ताजुद्दीन उभे होते आणि दुसऱ्या बाजूला शेख मोनी. ट्रक फुलांनी भरला होता. ट्रक तिच्या समोरून जात असताना मुजीब दुसऱ्या बाजूला बघत होते, त्यामुळे तिला फक्त त्यांची पाठ, त्यांचा कोट, पांढरा सदरा एवढंच दिसलं होतं. त्यांचा सारा ताफा अगदी कमी वेगानं जात असणार; पण मायाला मात्र तो खूप वेगानं जातो आहे, असं वाटलं. त्या ताफ्याच्या मागोमाग जाणाऱ्या मानवी प्रवाहात तीही उतरली आणि पोहू लागली. तिनं सायमाचा हात घट्ट पकडला आणि त्या दोघी इंच-इंच पुढे सरकू लागल्या. आता त्यांना युद्धावरून परतलेल्या सर्व माणसांच्या पाठी दिसू लागल्या होत्या. हेच लोक आता त्यांच्या विजयाचं रूपांतर एका देशामध्ये करणार होते, हेच लोक आता

त्यांची राज्यघटना लिहिणार होते आणि त्यांना पारपत्रं आणि राष्ट्रगीतही देणार होते.

आपली साडी कुणीतरी खेचतंय असं मायाला जाणवलं, तिनं वेग वाढवला आणि तिच्या पुढच्या माणसाला ती जवळजवळ जाऊन चिकटलीच. ती पुढे जाताच तिच्या हातातला सायमाचा हात सुटला. कुणीतरी तिच्या खांद्यावर हलकेच स्पर्श केला. चिडूनच ती मागे वळली, गर्दीमधून हात पुढे करत असलेला एक माणूस तिला दिसला. त्याचे डोळे हसरे होते. ती थांबली. तोही थांबला. स्तब्ध होऊन ती दोघं एकमेकांकडे बघत राहिली. त्यांच्या आजूबाजूनं आणि त्यांच्या मधूनही गर्दी वाहतच होती. एखाद्या वाहत्या नदीमध्ये दोन दगड असावेत, तशी ती दोघं. तिच्याजवळ आलेल्या त्याच्या हाताला स्पर्श करण्यासाठी तिनं हात पुढे केला, पण त्यानं आपला दुसरा हात पुढे केला आणि तो स्पर्श एका हस्तांदोलनामध्ये बदलून गेला. 'हॅलो जॉय.' ती मूर्खासारखं उद्गारली.

"माया-बी. माशीसारखी डंख मारते," तो म्हणायचा. एवढ्या वाहत्या गर्दीमध्ये याच स्थितीमध्ये उभं राहणं अशक्यच होतं. म्हणून ती मागे वळली आणि चालू लागली. तो मागोमाग येतो आहे हे तिला जाणवत होतं. मधूनच त्यांना धक्के बसत होते आणि अशा वेळी तो हलकेच तिच्यावर आपटत होता. तिनं एक क्रांतिगीत गुणगुणायला सुरुवात केली. त्यानं तिचा सूर पकडला. उचंबळून येत तिनं पुन्हा त्याचा हात धरण्याचा प्रयत्न केला.

तेव्हा तिला त्याच्या पंजामधली ती रिकामी जागा जाणवली– जिथे त्याचं बोट असायला हवं होतं ती जागा. त्याच्या पंजाला जाड बँडेज गुंडाळलेलं होतं. तिनं हळुवारपणे आपलं बोट जिथे त्याच्या बोटाचं टोक असायला हवं होतं तिथल्या बँडेजवरून फिरवलं. बँडेज ताणून बांधलेलं होतं. त्याचा हात सोडत ती मागे वळून आणि त्याच्याकडे रोखून बघत म्हणाली, "बोट कुठंय तुझं?"

"लष्करानं घेऊन टाकलं."

तिनं पुन्हा त्याचा हात हातात घेतला आणि ते तुटकं बोट ओठाशी नेलं. "गुड बाय बोटा," ती म्हणाली... तिच्यामागच्या गर्दीची सहनशीलता संपत आली होती.

"गुड बाय माया," जॉय उत्तरला, "मी निघालोय."

"गैरसमज." ती म्हणाली. "आपल्याला तुझ्या बोटाचा रीतसर दफनविधी करायला हवा."

"मी अमेरिकेला चाललोय."

शक्यच नाही. तिनं स्वतःचा हात हिसकला. "आत्ता? आत्ता चाललायस तू?"

"परवा."

तिला सगळं आठवलं, त्याच्या स्वभावातली अपरिपक्वता– सबंध युद्धकाळात तो कसा रांगडेपणानं वागत होता... एक सिनेमागृह लुटलं होतं त्यानं, कारण त्यांना

प्रोजेक्टर हवा होता. तो प्रोजेक्टर अजून तिच्या आईच्या बागकामाच्या शेडमध्ये कुजत पडला होता. त्याच्या गुन्हेगार प्रवृत्तीचा हा पुरावा तिनं उरापोटाशी धरून ठेवला. "मग गुड बाय. आणि गुड लक." त्याच्याशी हस्तांदोलन करण्यासाठी तिनं हात पुढे केला- त्याचा धडका हात... जणू काही ती म्हणत होती, 'जा जा मोडक्या माणसा- मला तुझी काही गरज नाहीये.'

आता माया जॉयचं किती नुकसान झालं त्याचा विचार करत होती. आणि स्वतःच्या नुकसानाबरोबर त्याच्या नुकसानाचा हिशेब मांडत होती. युद्धामध्ये त्यानं भाऊ गमावला होता. लष्करानं पकडल्यानंतर घरी परतल्यावर त्याला वडील गेल्याचं कळलं होतं. या माणसाच्या जवळ असण्यानं तिला शांत वाटत होतं. हा माणूस ज्यानं तिच्यापेक्षा कितीतरी अधिक सहन केलं होतं आणि त्यातून तो बाहेर पडला होता.

❊

पत्र्याचं छप्पर असलेल्या, बागकामाच्या शेडमध्ये धुळीनं आणि कोळिष्टकांनी भरलेले अनेक डबे पडलेले होते. त्या डब्यांमध्ये उचकपाचक करताना मायाला तिचं सहावीचं निकालपत्र सापडलं. अगदी सामान्य असे गुण आणि शिक्षकांकडून एक चिठ्ठी– माया वर्गात खूप बडबड करते, शिकवण्यामध्ये अडथळे आणते, अशी तक्रार करणारी.

उघड्या दरवाजात एक लहानशी बुटकी सावली. झैद.

"अरे आलास का तू? काल शोधत होते मी तुला. होतास तरी कुठे तू?"

"शाळेत."

"खरंच? शाळेत गेला होतास तू? काय शिकवलं त्यांनी तुला तिथे?"

"फ्रेंच."

"फ्रेंच? अरे वा! किती छान शाळा आहे रे ही! वरच्या मजल्यावरच्या एखाद्या बाईनं नक्की नाही ना शिकवलं तुला?"

"नाही," त्यानं मान हलवत म्हटलं. "अगदी खरोखरची शाळा आहे ही."

"आणि तू पँट-शर्ट घातला होतास?"

त्यानं पाठीमागे काहीतरी लपवलं होतं, ते आता पुढे केलं. खाकी कागदात बांधलेलं एक पुडकं होतं. "तुमच्यासाठी." तो म्हणाला.

मायानं पुडक्यावरचा कागद फाडला. आत लुडोचा एक कोरा करकरीत चौरस पट, रंगीत मोहरे आणि दोन फासेही होते. "माझ्यासाठी?" तिनं विचारलं. "कुठे मिळालं हे तुला?"

"मेर्सी." झैद म्हणाला. "म्हणजे फ्रेंचमध्ये थँक यू."

मायानं तोच शब्द पुन्हा उच्चारला. "थँक यू." मग तो पट झैदकडे परत देत ती म्हणाली, "तुझ्याकडेच ठेव बरं हा आणि तुला जेव्हा खेळावंसं वाटेल, तेव्हा खाली घेऊन ये. काय?"

"आता आपण दादूबरोबर खेळू शकू." तो हसत म्हणाला आणि लुडोचा पट डोक्यावर ठेवून दारातून बाहेर सटकला. शेडमध्ये पुन्हा उजेड पसरला. मायाची शोधाशोध सुरूच होती. जुनी वृत्तपत्रं, रंगाचे डबे, उरलेल्या सिमेंटचं एक पोतं, अखेरीस तिला हवं होतं ते सापडलं– एक चोरीचा सिनेमा प्रोजेक्टर– त्याच्या मूळच्या डब्यात बंद असलेला, बिजागऱ्या गंजानं तांबूस झालेल्या.

❄

शुक्रवारी मायाला पार्टीला नेण्यासाठी जॉय आला. त्यानं दारावर टकटक केलं. त्याचा चेहरा हसरा होता आणि त्याच्याभोवती साबणाचा सुगंध दरवळत होता. अम्मूच्या पाया पडण्यासाठी तो वाकला तेव्हा अम्मूनं मोठ्या प्रेमानं त्याचं स्वागत केलं. 'डॅलस' बघणं थांबवून त्याच्या आईची चौकशीही केली. त्याच्या मोटारीत चामड्याचा आणि आफ्टर शेव्हचा वास होता. खिडकी खाली करत त्यानं अगदी सहजगत्या कोपर बाहेर काढलं. त्याचा दुसरा हात अगदी हलकेच स्टीअरिंग व्हीलवर टेकला होता. "हं, तू त्या खेड्यात राहायला गेलीसच का?" शहराच्या दुसऱ्या टोकाला असलेल्या गुलशनकडे जाता जाता त्यानं विचारलं.

माया थोडी चुळबुळली. तिनं एक साधीशी सुती साडी नेसायचं ठरवलं होतं आणि आता जॉयच्या मोटारीची काच खाली असल्यानं तिच्या साडीला चुण्याही पडायला लागल्या होत्या. त्यामुळे आपण ही साडी नेसून चूकच केलीये, अम्मू म्हणत होती- सिल्क किंवा शिफॉन नेस- थोडी नीटनेटकी होऊन जा- ते ऐकायला हवं होतं, असं तिच्या मनात येऊन गेलं. 'सगळं काही फार भराभर बदलत होतं.' ती उत्तरली. "मला ते सहनच होईनासं झालं." या शब्दांत ते सांगितल्यावर फारच कठोरपणाचं वाटायला लागलं.

"आणि तू तुझं ट्रेनिंग वगैरे सगळं सोडून दिलंस?"

"माझं शिक्षण पूर्ण व्हायला एकच वर्ष बाकी होतं. मी माझी इंटर्नशिप राजशाही मेडिकलमध्ये पूर्ण केली. मग मी एक साधी गावातली डॉक्टर बनले. पण खरं म्हणजे ते तसंच असायला हवंय- लोकांना तेच हवंय- मुलं जन्माला घालायला कुणाची तरी मदत लागते त्यांना." त्याला आणखी खूप काही सांगावं असं तिला फार वाटलं. युद्ध संपल्यानंतर तिनं केलेल्या गर्भपातांचं स्पष्टीकरण द्यावं असं तिला वाटलं. नंतर, खूप नंतर तिनं स्वतःवर घेतलेल्या कर्जाच्या बोजाची जाणीव तिला झाली होती त्याबद्दल त्याला सांगावं असंही वाटलं. तो बोजा फेडण्यासाठी ती

अजूनही धडपडत होती... हे सारं त्याला कसं कळणार होतं– तो तर एक सैनिक होता. त्यानं माणसांना ठार केलं होतं ते तत्त्वासाठी. पण युद्धामुळे जन्माला आलेली मुलं, बलात्कारातून जन्मलेली मुलं हे सगळं नवशिक्या डॉक्टरांवर आणि शहराबाहेर फाटक्या तंबूंमध्ये काम करणाऱ्या स्वयंसेवकांवर सोपवलं गेलं होतं.

आता ती दोघं रोड २७ वर पोहोचली होती. अबाहानी फिल्ड मागे गेलं होतं. त्या मैदानावर सोहेलबरोबर क्रिकेट खेळलेलं मायाला आठवत होतं. सलवार कमीजमध्ये विकेटवर धावायची ती.

"सात वर्षं तू राजशाहीमध्ये होतीस?"

"मी पहिल्यांदा तंगैलला गेले, पण ते पुरेसं दूर नव्हतं." एका रुंद रस्त्यावरून मोटार वेगानं जात होती. रस्त्याच्या एका टोकाला एक कारंजं होतं आणि दुसऱ्या टोकाला एक अमूर्त शैलीतलं शिल्प होतं. विषय बदलण्यासाठी तिनं विचारलं, "मग ढाक्यात नवीन काय?"

"मीसुद्धा इथे आलो त्याला फार दिवस नाही झालेयत. बदललंय, नाही?"

"हं."

"त्यांनी रस्त्यांचे क्रमांक बदललेयत– हे तुझ्या लक्षात आलंच असेल."

आलं होतं तिच्या लक्षात. धनमाँडीचे सर्व क्रमांक बदलण्यात आले होते. "आपल्या रस्त्याला जुन्या क्रमांकानं ओळखायचं की नव्या, तेही लोकांना कळेनासं झालं होतं. मग ते म्हणायचे-जुना १३ आणि नवा ६ए. अर्धवट घशात अडकलेल्या गोळीसारखं वाटायचं ते. कदाचित त्यांना वाटत असावं की नावं-क्रमांक बदलले की त्या जुन्या स्थळांचं लोकांना वाटणारं महत्त्व कमी होईल. तेच रस्ते ज्यावरून, ज्या रस्त्यांवरून त्यांनी मोर्चे काढले होते आणि जिथून त्यांना मतदानासाठी नेण्यात आलं होतं. लष्करानं आपले रणगाडे ज्या मुख्य रस्त्यावरून नेले होते, तो रस्ता आता रोड २७ राहिला नव्हता. आणि रोड ३२ हा आता जिथे मुजीबची हत्या झाली तो रस्ता राहिला नव्हता. स्वतःच्या घरामध्ये मुजीब जिन्यावरून खाली उलटे गडगडत आले होते, त्यांचा पाइप त्या चौकटीच्या जमिनीवर फेकला गेला होता, रक्ताचं फूल त्यांच्या डोक्याभोवती पसरत त्यांचे केस रंगवत राहिलं होतं. नाही– आता 'हे बॉत्रिश नॉम्बरमध्ये घडलं' असं तुम्ही म्हणूच शकत नव्हता. आता तुम्हाला म्हणावं लागत होतं रोड २६ए हा एक नवा रस्ता– जिथे कुणाही माणसाचा वध झाला नव्हता, कुणाही माणसाचा, त्याच्या पत्नीचा, त्याच्या मुला-सुनांचा, भावा-पुतण्यांचा, त्याच्या अंगरक्षकांचा, वाहनचालकांचा, दरवानांचा खून करण्यात आलाच नव्हता. शिवाय २६ए हा काही असा इंग्लिश क्रमांक नव्हता, ज्याचा संबंध तुम्ही या अशा खुनांशी लावू शकाल. होय, तिला माहीत होतं- त्यांनी रस्त्यांचे क्रमांक बदलले होते.

उरलेला प्रवास निःशब्दपणेच झाला. मायाची नजर रस्त्यापाठोपाठ धावत होती. जुना विमानतळ, लष्कर छावणी, आपल्या नव्या कचेऱ्यांच्या आणि कारखान्यांच्या इमारती घेऊन उभी असलेली मोहाखाली. अखेरीस ती दोघं गुलशनमध्ये वळली. इथे जमिनीचे प्लॉट्स दुप्पट मोठे होते आणि रस्त्यावर भरपूर मोटारी होत्या. इथे डिक्टेटरचा फक्त हलकासा स्पर्श दिसत होता.

छोटूचे गाल गुलाबी आणि चकचकीत दिसत होते. "याल्ला, मला भूत दिसतंय की काय?" जॉयभोवती हात टाकत त्यानं विचारलं. "ही कुठे सापडली तुला?"

"शहीद मिनार," जॉय म्हणाला. "आम्ही मेणबत्त्या लावत होतो."

छोटूच्या तोंडून जुन्या मोटारीच्या गुरगुराटासारखं हसणं बाहेर उफाळलं. "कायम संकटंच शोधत असतोस हं मित्रा. ये, माया आत ये. मी एकटाच तुझ्याशी बोलत राहिलो तर सायमा मला फासावर देईल ना." तो त्यांना घर ओलांडून मागे बागेत घेऊन गेला. बागेत परीकथेतल्यासारखे लहान लहान दिवे चमकत होते आणि एक भला थोरला पिवळा तंबू उभारलेला होता.

निळी शिफॉनची साडी नेसलेल्या एका स्त्रीनं छोटूच्या हातात एक ग्लास दिला. "लोक हो, ही माया. माझी जुनी मुक्तियुद्धातली मैत्रीण." समोरच्या लोकांकडे पाहून ग्लास उंचावत तो उद्गारला. काही लोकांनी मागे वळून पाहून हात हलवले. "माया, तू काय घेशील? कोक? थोडी वाइन?" आवाज खाली करत त्यानं विचारलं, "व्हिस्की? तुला हवं असेल ते पॉल आणून देईल तुला." छोटूच्या शेजारीच सूट घातलेला एक माणूस प्रकट झाला. त्याच्या हातांवर पांढरे हातमोजे होते.

"ज्यूस?"मायानं विचारलं.

निराशेनं छोटूनं मान हलवली आणि जॉयकडे बोट दाखवलं. मायाकडे बघत घसा खाकरत जॉय म्हणाला. "मला पण ज्यूसच, थँक्स."

"हलकट." छोटू म्हणाला, "मला वाईट ठरवताय काय?"

"अननस, मँगो, टोमॅटो, टँग." तो वेटर म्हणाला. एक किंकाळी ऐकून माया मागे वळली. सायमा धावतच तिच्याच दिशेनं येत होती. तिच्या कडेवर एक गुबगुबीतसं लहान मूल होतं.

'मी मारणारेय हं तुला, आत्ताच्या आत्ता ठार मारणारेय, तू परत आलीस आणि मला फोनही केला नाहीस? आणि जॉय, तूही मला सांगितलं नाहीस- हिला घेऊन येतोयस ते! तुला वाटलं, मला सरप्राइज देऊ, हो ना? वाईट्ट मुलगा आहेस अगदी. ओ माय गॉड! मला खरंच वाटत नाहीये." तिनं हातातलं मूल वेटरकडे दिलं आणि मायाचा चेहरा दोन्ही तळव्यांत धरला. "बघू दे बरं नीट तुला- अल्लाहम्दुलिल्लाह,

एका दिवसानंही मोठी दिसत नाहीयेस तू. दुष्ट बाई कुठली! तुझ्याशेजारी मी म्हणजे एक म्हातारी सुरकुतलेली बाई दिसत्येय बघ.''

मायानं मान हलवतच तिच्या कौतुकाचा स्वीकार केला. सायमाची चकचकीत साडी आणि मोठ्या कौशल्यानं चेहऱ्यावर सोडलेल्या बटा मायाच्या नजरेतून सुटल्या नाहीत. आता लोक टक लावून बघायला लागले होते. मायाचा हात धरून सायमानं इतर पाहुण्यांशी तिची ओळख करून द्यायला सुरुवात केली. निळ्या शिफॉनचं नाव होतं लव्हली. तिचा नवरा पिंटू हा एक लहानखुरा घामट माणूस होता. त्यानं पांढरा टीशर्ट घातला होता. ''हा खलेद आणि ही मिन्नी. हे समोरच राहतात. आणि हा खलेदचा भाऊ शोभन आणि त्याची पत्नी डोरा. डोराही फार मस्त केक्स बनवते हं-चॉकोलेट, व्हॅनिला, लेमन- लेमन तर फारच छान असतो.'' डोरानं आपल्या नवऱ्याच्या हातात हात गुंफत मायाकडे बघत एक फिकटसं स्मित केलं. आपल्या जुन्या मित्रांचं काय झालं हा प्रश्न मायाला पडला. ते थोडेसे साधेसे कपडे घालणारे मित्र- ज्यांच्याबरोबर आपण शाळेत जात होतो आणि युद्धात भाग घेण्यासाठी पळून गेलो होतो. वा! हे चांगलं आहे- पॉट कॉलिंग द केटल- ती स्वतःशीच म्हणाली, 'तू तरी कुठे जुने संबंध कायम ठेवलेयस? एका पाहुण्यापासून दुसऱ्याकडे जाताना मायाचा हात धरलेला सायमाचा हात मऊ ओलसर होता. ती सारखी हसतच होती. त्यामुळे तिच्या पुढच्या दातांवर लिपस्टिकचे डाग उमटले होते. ''मला सगळं ऐकायचंय.'' ती म्हणाली. ''आणि सगळं म्हणजे अगदी सगळं हं. जरा जेवणाची व्यवस्था बघून येते, आलेच. मी बघितलं नाही ना तर सगळा गोंधळ करतील ही माणसं.''

एका करकरीत चामड्याच्या खुर्चीच्या टोकावर माया टेकली. सायमानं म्हटलेलं, 'अल्लाहम्दुलिल्लाह' तिला सतावत होतं. एके काळी कुणी असं प्रत्येक दोन वाक्यांच्या मध्ये देवाची आळवणी केली असती तर ते सगळे खूप हसले असते. पण आता तर प्रत्येकालाच ही सवय लागलेली दिसत होती. आजच सकाळी ती भाजीवाल्याकडे गेली होती. भाजी घेऊन झाल्यावर तिनं पैसे देऊन त्याचा निरोप घेतला. तेव्हा तो म्हणाला होता, ''अल्ला हाफिझ.'' ''जुन्या शब्दांचं काय झालं?'' तिनं काहीशा रागानंच विचारलं होतं, ''खुदा हाफिझ' चालत नाही का आता?''त्या माणसानं चेहऱ्यावरचे सारे भाव निपटून काढत तिचे पैसे परत करत हलकेच म्हटलं होतं, ''दुसरीकडून घ्या भाजी तुम्ही.''

त्या प्रसंगाच्या आठवणीनं मायाचे गाल लालवटले. आता तिला काही हवं असेल तर थेट मिरपूर रोडपर्यंत चालत जावं लागणार होतं. तिनं दालनात सगळीकडे पाहिलं. लव्हलीनं तिच्या नजरेला नजर देत हात केला. मायानंही उलट हात केला. जॉय कुठे आहे? आता तिची साडी फारच चुरगळली होती आणि तिच्या

कमरेभोवती अगदी वाईट दिसेल अशी फुगली होती. बाथरूम शोधून जरा नीटनेटकं व्हायला हवं. तिनं मागच्या घरात पाऊल टाकलं. ती एका लांबरुंद अशा दिवाणखान्यात पोहोचली होती. सगळ्या भिंतींवर चित्रं टांगलेली होती. छतात मुद्दाम बसवलेले लहान लहान दिवे ती चित्रं उजळवून टाकत होते. ती एका तैलरंगातल्या चित्रासमोर उभी होती. गावाकडच्या निसर्गाचं चित्र होतं ते. भाताची पिवळीधमक रोपं, घोट्यांपर्यंत चिखलात पाय बुडलेले, पिळदार शरीरांचे शेतात काम करणारे शेतकरी. गेल्या काही वर्षांमध्ये ती ज्या लोकांमध्ये राहिली होती, त्यांच्यासारखे हे चित्रातले शेतकरी अजिबात दिसत नव्हते. तिथे भाताच्या शेतात काम करणारे शेतकरी अशा पिळदार शरीराचे नसायचे, अगदी सडसडीत असायचे. कष्टांनी आणि भुकेनं त्यांची शरीरं पोखरून काढलेली असायची.

छोटूच्या दुसऱ्या एका चित्राकडे बघत उभ्या असलेल्या एका स्त्रीकडे तिचं लक्ष गेलं. तिनं जीन्स आणि एक रंगीबेरंगी कुडता घातला होता. 'हॅलो' आवाजात मित्रत्वाचा भाव आणण्याचा प्रयत्न करत ती उद्गारली.

त्या स्त्रीनं मायाकडे नखशिखान्त पाहिलं. मायाची साधी साडी पाहिली, एकमेकात गुंतलेले अस्वस्थ हातही टिपले. "ही मौजमजा तुम्हाला फारशी आवडलेली दिसत नाहीये."

"ते माझ्या स्वभावातच नाहीये."

"माझ्याही नाही. माझ्या नवऱ्यानं मला बळेबळे यायला लावलंय."

"मी सायमाची जुनी मैत्रीण आहे. माया हक."

"मी अदिती. हो- मला सांगितलंय त्यांनी तुमच्याबद्दल. धर्मयुद्ध करणारी डॉक्टर."

मायाला मजा वाटली आणि थोडं हसूही आलं. "हे असंच सुरू असतं का- सगळे मजा करताहेत असं?"

"बहुतेक वेळा. तुम्ही बाहेर होतात का?"

"तसंच काहीसं."

"त्यांना दोष नाही देता येणार खरं तर. मजा करायला मिळत्येय ना आता. जुन्या दिवसांच्या आठवणी कुणाला काढाव्याशा वाटणार?"

त्या दोघी हळूहळू बाहेरच्या पार्टीकडे परतल्या.

संगीत सुरू झालं होतं आणि काही लोकांनी नृत्य करायला सुरुवात केली होती. कंबर हेलकावत, हातात मद्याचे पेले घेऊन ते नाचत होते, एकमेकांना हलके हलके धक्के मारत होते, बोटांच्या टोकांनी ओझरते स्पर्श करत होते. बागेच्या एका कोपऱ्यात मायाला जॉय आणि छोटू एकमेकांशी बोलताना दिसले. एका बिझनेस डीलबद्दल ते बोलत होते. "मग काय वाटतं तुला दोस्ता, येतोस माझ्याबरोबर?"

“अजून ठरवलं नाहीये मी.”

“काळजी करू नकोस.” छोटू जॉयकडे झुकून त्याच्या छातीवर हलक्या टिचक्या मारत म्हणाला. “नाही नाही, ते मूर्ख लोक पैसा कमावताहेत या देशात, आपण त्यांच्यात का सामील व्हायचं नाही मग? काय, माया, तुला पण असंच वाटतं ना?”

“हो तर, का नाही?” जॉय तिच्याकडे बघत होता हे तिच्या लक्षात आलं. खुल्नामधले ज्यूटचे कारखाने त्याच्या वडिलांच्या मालकीचे होते, हे तिला आठवलं. “हवा तेवढा पैसा कमवा. पण तुम्ही काहीही ठीक करू शकणार नाहीयात.”

“ते काम आम्ही डॉक्टरांवर सोपवलंय. आणि राजकारण्यांवर.”

“ते दुसऱ्यांवर सोपवा; मग देश जाऊ दे खड्ड्यात?”

“अरे, माया,” मान हलवत छोटू म्हणाला. “तू सगळंच फार सिरियसली घेतेस बुवा. आपण सगळेच आता वयस्कर होत चाललोय, नाही का? मरायच्या आधी थोडी मजा तरी करू या, एवढंच माझं म्हणणं असतं.” त्यानं हातातला ग्लास उंचावला. आता त्यात थोडे बर्फाचे तुकडे तेवढे शिल्लक होते. मायानं जॉयकडे एक कटाक्ष टाकला. तोही तिच्यासारखे डोळे वर करत तिच्याशी सहमत होईल असं तिला वाटलं; पण तो निर्विकारपणे कुठेतरीच बघत होता. सायमाच्या एका मैत्रिणीनं– डॉली किंवा मॉली किंवा अशाच कुणीतरी– मायाला हलकासा धक्का मारत म्हटलं, “हॅलो!”

बिनबाह्यांच्या पोलक्यामध्ये दाबून भरलेली ती बाई सायकलच्या टायरच्या ढिगासारखी दिसत होती. “हॅलो.” तिच्या गळ्यावरच्या मांसाकडे न बघण्याचा प्रयत्न करत माया उत्तरली.

“तर तू सायमाची मैत्रीण आहेस म्हणायची?”

“हो, शाळेतली मैत्रीण.’

ती बाई मायाच्या चेहऱ्याकडे रोखून बघत होती. मायानंही तशीच उलट नजर लावली.

“तुझं लग्न नाही झालेलं?”

“नाही.”

“तुला लग्न करावंसं नाही वाटत?”

“नाही वाटत. म्हणजे मी अजून तसा विचारच केलेला नाहीये.”

त्या बाईची नजर मायाच्या नजरेत घुसली होती. “चल माझ्याबरोबर,” मायाचा हात पकडत ती म्हणाली. “माझ्या भावाशी तुझी ओळख करून देते. सादिक. तो चार्टर्ड अकाउंटंट आहे.”

मायानं आपला हात मागे ओढत म्हटलं, “नाही नाही- थँक यू.”

ती बाई काही तिचा हात सोडायला तयार नव्हती. "अगदी– अगदी योग्य नवरामुलगा आहे बघ तो. सगळ्या मुलींना अतिशय आवडतो, पण मला एक साधीशी मुलगी हवीये. तुला कळतंय ना मी काय म्हणत्येय ते! आजकालच्या मुली म्हणजे- चल चल... काय तोटा होणारेय तुझा?"

सायमानं जवळ येत मायाच्या खांद्याभोवती हात टाकत म्हटलं, "भेटली का माझी मैत्रीण? अगदी खास आहे हं ती, डॉक्टर आहे, एवढंच नाही तर गाते इतकी सुंदर, अगदी कोकिळेसारखा आवाज आहे तिचा. खरं म्हणजे माया तू एखादं तरी गाणं म्हणायला पाहिजेस हं आज- म्हणतेस?"

ती लठ्ठ बाई खूश झाली. मायानं मान हलवत म्हटलं, "रियाझ नाही गं अजिबात माझा."

सायमानं तिची नजर वाचली. "मी जरा माझ्या मैत्रिणीला घेऊन जातेय हं, रागावू नका." आणि हसतच ती मायाला जेवणाच्या टेबलांकडे नेऊ लागली. "तिच्याकडे लक्ष देऊ नकोस, अगदी निरुपद्रवी आहे ती." बागेच्या मागच्या भिंतीजवळ एक लांबलचक टेबल मांडलेलं होतं. पांढरे कोट घातलेले नोकर गरमागरम रोट्या आणि कबाब वाढत होते. टेबलाच्या दुसऱ्या टोकाला बिर्याणी, मटण करी, फिश कटलेट्स आणि सलाड्स होती.

युद्ध संपल्यानंतर थोड्याच दिवसांनंतरची गोष्ट आहे. माया धनमाँडीमधल्या एका नव्या रस्त्यानं रिक्षातून चालली होती. तळं शांत होतं. आकाशात एकही ढग नव्हता. सूर्यप्रकाश जाळत होता. १९७२ मध्ये घरं दाटीवाटीनं नव्हती. मोठमोठी लॉन्स आणि दोन घरांच्या मध्ये मोकळी अंगणं असायची. मायाची रिक्षा रोड नंबर १३ला वळणार, तेवढ्यात मायाला अशाच एका लॉनवर अंगाची जुडी करून बसलेली बाई दिसली. कुणी बघत नाहीये ना हे बघतच तिनं मूठभर गवत उपटून तोंडात भरलेलं मायानं पाहिलं होतं. त्या वेळेपर्यंत- युद्ध सुरू असताना आणि त्यानंतरच्या उन्हाळ्यात मायानं अनेक प्रकारची दुःखं बघितली होती– शेतातला उभा तांदूळ मरून गेलेला आणि ओठांभोवती खारट थर जमलेल्या लोकांचे लोंढे शहरांमध्ये घुसताना तिनं पाहिले होते. तरीही तळतळत्या उन्हात बसलेली ती बाई, एखाद्या कधीच नष्ट झालेल्या प्राचीन प्राण्याचे पंख असावेत तशी तिच्याभोवती गोळा झालेली तिची साडी, हे दृश्य मायाच्या मनातून कधीच पुसलं गेलं नव्हतं. आपण सगळेच आपापल्या लॉन्सवर मुडपून बसलो आहोत आणि पायाखालची मातीच आपल्याला अन्न भरवते आहे, या स्थितीपासून आपण दोन-चार पावलांवरच आहोत, ही भावनाही तिला कधी झटकून टाकता आली नव्हती.

"तू राजशाहीला यायला हवंस एकदा." ती सायमाला म्हणाली. "पुष्कळसा देश पाहायला मिळेल तुला."

एक निःश्वास टाकत ती म्हणाली, "मला खूप आवडेल गं- काय आयुष्य असेल नाही तुझं तिथे? माझं आयुष्य फारच धावपळीचं झालंय- फारच धावपळीचं. खूप कामं असतात गं इथे. अजून हे घरही पूर्ण झालं नाहीये– वरच्या मजल्याचा रंग व्हायचाय आणि टॉयलेट्स तर विचारूच नकोस. या मिस्त्री लोकांवर सारखी नजर ठेवावी लागते."

मायानं मान डोलावली, पण ज्या रीतीनं सायमा नुसती तिच्या बशीमधलं अन्न चिवडत होती; पण काही खाताना मात्र दिसत नव्हती, ते बघताना तिला कसंसच होत होतं. "मला तर चांगले नोकरसुद्धा मिळत नाहीयेत आताशा. मुलांना मावशी आवडत नाही, पण निदान ती चोऱ्या तरी करत नाहीये. गेल्या वेळची तर फारच....पण माझ्याबद्दल पुरे झालं. मला सांग- इतक्या वर्षांनंतर घरी परतल्यावर कसं वाटतंय?"

"खूप भराभर दिवस गेले गं! सोहेलची बायको वारली- माहीत्येय ना?"

"नाही, मला काहीच कळलं नाही. इन्नालिल्लाह. खूप दिवसांत भेटलोच नाहीयोत आम्ही त्याला. तुम्ही दोघं अगदी अदृश्यच झाल्यासारखी झालात बघ."

दोघांना एकाच मापानं मोजलेलं मायाला आवडलं नाही. 'तो वरच्या मजल्यावर राहतो. एक मुलगा आहे त्याला."

"त्याचं काय झालं?"

सोहेलबद्दल कसं सांगावं यासाठी तिनं योग्य शब्द शोधण्याचा प्रयत्न केला, पण तिला ते सापडले नाहीत. सोहेलमधला बदल, एका सामान्य माणसाचा तो आता एक साधू कसा बनला आहे, ही सारी कथा कशी सांगायची, हे तिला कधीच कळलं नव्हतं. ही बाई जी आपली चांगली मैत्रीण होती, तिच्याशी अधिक स्वच्छपणे बोलता यावं, असं तिला खूप वाटलं. या साऱ्याची तिला किळस येते, हे तिनं एके काळी सायमाला सांगितलं असतं. शेतकऱ्यांची चित्रं, तिच्या टेबलावरचं भरपूर अन्न, निळ्या शिफॉननं छोटूच्या दंडावर ठेवलेला हात– सारं सारं- पण आता नाही.

एका कापडी रुमालाला हात पुसत जॉय त्यांच्याजवळ आला. "छान होतं जेवण, सायमा. जेवढी सुंदर आहेस तेवढीच हुशार पण आहेस हं."

"माझ्या बायकोबरोबर फ्लर्ट करतोयस काय?" जॉयच्या पाठीवर जोरात चापट मारत छोटू म्हणाला. "कुणीतरी करायलाच हवं म्हणा- मला अजिबातच वेळ मिळत नाहीये फ्लर्टिंग शर्टिंग करायला. या बाईला साड्या आणि कानातले पुरवण्यासाठी सतत काम करावं लागतं बाबा."

सायमा हसली. तिचा चेहरा रुंदावला होता आणि आवळलाही गेला होता.

"काळजी घे हं-" जॉय म्हणाला. "तुझी बायको सुंदर आहे आणि दिवसेंदिवस तुझं पोट वाढतंच आहे."

"बायको येईल आणि जाईल; पण मी कुणाही बाईची स्तुती करणार नाही."

डेझर्ट– पाकवलेल्या अननसाचे आणि पीचचे तुकडे घातलेलं फ्रूट ट्रफल खाताना मघाची बाई– अदिती नावाची– पुन्हा मायाजवळ आली.

"झालं जेवण?"

"हो- छान होतं."

"सायमा नेहमी एखाद्या पलटणीला पुरेल एवढं जेवण बनवते." आवाज खाली आणत अदिती म्हणाली. "खरं सांगायचं ना, तर या बिर्याणी वगैरेपेक्षा कधीही मी साधा दाल-भातच खाईन."

"मीसुद्धा," माया म्हणाली.

"तुला दुसऱ्या दाल-भातप्रेमींना भेटायला आवडेल का?"

"दुसरे डायनोसॉअर्स, भूतकाळात अडकलेले?"

"पत्रकार."

माया संशयानं म्हणाली, "म्हणजे डिक्टेटर हा महान नेता आहे असं आपल्याला सांगत असतात ते लोक?"

"आम्ही सगळे सारखे नाहीयोत." तिनं एका कागदावर एक पत्ता लिहिला. "कधीतरी भेटायला ये."

तिनं ती चिठ्ठी मुठीत घट्ट धरली– सायमाची बिर्याणी आणि अल्हम्दुलिल्लाहच्या पार्श्वभूमीवर धरण्यासाठी.

"फोन कर मला," तिला घट्ट मिठी मारत सायमा म्हणाली. "मी काय म्हणत्येय- तू सापडतच नाहीस, मीच फोन करीन. उद्या करीन. जेवायला जाऊ बरोबर. हो आणि तुझ्या आईला सांग हं मी विचारलंय म्हणून. उद्या, ठीक आहे? विसरू नकोस."

परतीच्या प्रवासात जॉयनं काहीही बोलू नये असं मायाला वाटत होतं. तिची साडी पारच चुरगळली होती. ती ठाकठीक करण्याची आशा सोडून देत ती सीटवर पाय वर घेऊन बसली होती. साडीच्या निऱ्या तिच्या मांडीजवळ गोळा झाल्या होत्या. त्या रात्रीच्या अनुभवानं तिला कसंतरीच वाटत होतं– तिला बघून सायमा किती आनंदली होती आणि तिला गावातून घालवायला राजशाहीमधले लोक किती आतुर झाले होते, हाच विचार तिच्या मनात घोळत होता. ती ना धड इथे, ना धड तिथे अशा अवस्थेत होती. एकाच वेळी तिला खूप म्हातारं आणि खूप तरुण वाटत होतं. कुरूप. घाणेरड्या साडीतली कुरूप प्रौढ कुमारिका. तरीही या सगळ्यांमध्ये पुन्हा मिसळून जाणं सोपं होतं. सगळे जण आजची ही अवघडलेली संध्याकाळ विसरून जातील आणि मग छोटू आणि सायमाबरोबर दुपारच्या वेळी आरामखुर्चीत

पाय हलवत बसून खूप गप्पा मारता येतील. भूतकाळाबद्दल बोलायला ती कदाचित त्यांना तयार करू शकेल, पण बहुतेक वेळा ते सारे जण एकमेकांसंबंधीच बोलतील. त्यांच्या ओळखीची माणसं, त्यांच्या काहीतरी भानगडी याबद्दल बोलतील, गरमीबद्दल तक्रार करतील. तिच्या एका मनाला हे हवंसं वाटत होतं, पण तिला हेही माहीत होतं की ती हे करणार नाही. जॉय इतका गप्प बसून तिला घरी सोडण्यासाठी निघाला होता, तोही हाच विचार करत होता का? पण तिला त्याचं काही देणंघेणं नव्हतं. तिच्या पाठीशी उभं राहायला तोही काही उत्साहानं पुढे सरसावला नव्हता. चुकलंच. या पार्टीला येणं हे चुकलंच– आपण घरी येऊ तेव्हा सारं कसं अगदी पूर्वीसारखंच असेल असं समजणं, हीसुद्धा चूकच.

❊

पार्टीबद्दलचं सारं विसरण्याचा माया प्रयत्न करत होती आणि त्यासाठी वरच्या मजल्यावर काय चाललं आहे हे बघण्यात ती स्वतःला गुंगवत होती. ती स्थूल बाई– खदिजा ही सिल्हेटमधल्या एका श्रीमंत शेतकऱ्याची मुलगी होती. सिल्व्हीची प्रवचनं तिनं द्यायला सुरुवात केली. दिवसातून दोन वेळा बायका जमायच्या आणि वरच्या खोलीत अगदी दाटीवाटीनं बसायच्या. पार इटली आणि क्यूबामधूनही बायकांचे गट आले आहेत, अशी एक अफवा होती.

बंगल्यातला दूरध्वनी रोज दुपारी बरोबर चार वाजता वाजायचा. वरच्या मजल्यावरची एक तरुण मुलगी त्या फोनची वाट बघत तिथे बसलेली असायची. काही मिनिटं आधी यायची, दरवाजात घुटमळायची, पायातले जोडे काढायची. संकोचानं मोजे घातलेली तिची पावलं दुमडली गेलेली असायची.

दूरध्वनी वाजायच्या वेळी ती उडी मारून आत यायला तयारच असायची, पण स्वयंपाकघरातून कुणीतरी बाहेर येईल, दूरध्वनी उचलेल याची वाट बघायची. माया किंवा रेहानानं तिच्यापुढे दूरध्वनी केला की मगच ती दोन्ही हातांनी तो पकडायची आणि जमिनीवरच बसून कुजबुजत्या स्वरात काहीतरी बोलायची. हे संभाषण काही मिनिटंच चालायचं. ती दूरध्वनी जागच्या जागी ठेवायची आणि वर पळायची.

माया या सगळ्या लहानसहान गोष्टी टिपत होती. दूरध्वनीमध्ये कुजबुजणारी मुलगी, बादली भरून पाणी नेणारा मुलगा.

बागेच्या पश्चिमेकडचा लहानसा रिकामा तुकडा त्यांनी तयार केला. ती अगदी योग्य जागा होती. दक्षिणेकडे जाणारा वारा तिथे मिळत होता, शिवाय त्या जागेवर पसरलेल्या नारळाच्या झाडाचं छत्रही उन्हापासून संरक्षण करायला मिळायचं. मायानं खणलेल्या खड्ड्यामध्ये अम्मूनं तागाचं ते पोतं सोडवलं आणि त्या लहानशा

झाडाच्या नाजूक मुळांवरून प्रेमानं हात फिरवला. मग एक कसलीशी प्रार्थना पुटपुटत त्या रोपावर एक हलकीशी फुंकर मारली आणि म्हटलं, 'खूप वर्षं फळं देत राहा.' जमिनीतल्या त्या जखमेवर माती पसरायला मायानं तिला मदत केली आणि दोघींनी मिळून त्या लहानशा मातीच्या ढिगावर थोडंसं पाणी घातलं.

"मा," माया म्हणाली, "सुफिया माझ्या वस्तू चोरत्येय असं वाटतं मला."

अम्मूची मान गर्रकन फिरली. "हे तुला कसं कळलं?"

"माझ्या बॅगमधून थोड्याशा नोटा हरवल्यात."

अम्मूनं ओठांवर बोट टेकवलं. "हळू बोल, ती बाहेर आली तर ऐकेल तुझं बोलणं."

"मा, ती चोर असेल तर मी त्याबद्दल हळू का बोलू?"

"ती माझ्याकडे आहे त्याला सहा वर्षं झालीत. एक पैसासुद्धा उचलला नाहीये तिनं आजवर."

"मग माझ्यावर राग असेल तिचा."

"वेड्यासारखं बोलू नकोस. पुन्हा एकदा नीट बघ बरं. तुझ्या मोजण्यात चूक झाली असेल कदाचित."

अम्मू इतक्या खात्रीनं बोलत होती. "शक्य आहे तसंही."

मायाला त्या शेडमध्ये तिचं एक जुनं पुस्तक सापडलं. १९६० सालचा 'लॅन्सेट'चा एक अंक. युद्ध संपल्याबरोबर लगेचच निलखेतमधल्या एका जुन्या पुस्तकांच्या दुकानात तिला तो अंक मिळाला होता, हेही तिला आठवलं. 'कॉमन कॉजेस ऑफ आय इन्जरी इन द यंग' तिनं पुस्तकाचं नाव वाचलं. अचानक तिला काहीतरी गडबड ऐकू आली. तिची आई हलवया पण गंभीर आवाजात म्हणत होती, "ही काही पहिलीच वेळ नाहीये, बेटा." मायानं पुस्तक मिटलं आणि ती पाऊल न वाजवता स्वयंपाकघराजवळ गेली. काहीतरी पडल्याचा मोठा आवाज झाला. झैदवर हात उचलून अम्मू उभी असलेली मायाला दिसली.

अम्मूनं मागे वळून मायाकडे बघितलं. "माया, जा बरं इथून." झैदच्या हातात एक बशी होती आणि त्याच्या पायाशी आणखी एका बशीचे तुकडे पसरले होते. मायाची नजर चुकवत त्यानं मान खाली घातली. "माया, सांगितलं ना मी! जा बरं- मी बघते काय करायचं ते."

माया हलकेच बाहेर निसटली. बाहेरच्या उन्हानं तिचे डोळे दिपल्यासारखे झाले. नंतर अम्मू व्हरांड्यात फेऱ्या मारत होती, तेव्हा तिच्या पायातल्या रबरी सपातांचा आवाज फटके मारल्यासारखाच येत होता.

"तोच होता." अम्मू म्हणाली. "त्यानं घेतले होते पैसे." तिनं मायाच्या हातात

काही नोटा ठेवल्या. ‘‘घे.’’ तिचा हात थरथरत होता. कपाळावर केसांपाशी घामाचे थेंब उभे राहिले होते.

‘‘प्लीज, मा. एवढं काही महत्त्वाचं नाहीये ते.’’

‘‘तो चोऱ्या करतो, खोटं बोलतो; काय करावं कळेनासंच झालंय बघ मला.’’

मायाला तो नवा कोरा लुडोचा पट आठवला- संशयास्पदच होता तो. ‘‘अगं, त्याची आई नुकतीच वारलीये. तो जुळवून घ्यायचा प्रयत्न करतोय.’’

अम्मूनं मान हलवली. ‘‘तसं नाहीये.’’

‘‘तू मारलंस त्याला?’’

अम्मूनं मान हलवत म्हटलं, ‘‘भयंकर संतापी आहे तो, काही महिन्यांपूर्वी त्यानं पडद्यांना आग लावली होती. मला तर वाटलं होतं सगळं घर जळून जाणार आता.’’

पुढच्या आठवड्यात रेहाना रोट्या लाटत होती. माया आणि झैद लहानशा स्टुलांवर बसून रोट्या परतण्याची वाट बघत होते. स्वयंपाकघराच्या खिडकीबाहेरच्या भिंतीवरून एक कावळा वाकडा वाकडा चालत होता.

‘‘कावळ्याला जोडे का नाहीयेत?’’ झैदनं विचारलं.

‘‘या कावळ्याला?’’ रेहानानं विचारलं.

‘‘कारण त्याला पंजे असतात’’, मायानं उत्तर दिलं. ‘‘शिवाय पक्ष्यांना जोडे लागतच नाहीत, त्यांना पंख असतात ना.’’ तुलाही एक पंखांची जोडी आवडेल, नाही? तिच्या मनात आलं. ती म्हणाली, ‘‘तुला बाराखडी येते का रे?’’

हातातली रोटी चावण्यावर लक्ष केंद्रित करत तो म्हणाला, ‘‘अलिफ, बे, ते, से..’’

‘‘अरेबिक नाही, बंगाली. तुला क, ख येतं?’’

रोटीचा आणखी एक लचका तोडत तो म्हणाला, ‘‘नाही.’’

‘‘एवढ्या सगळ्या भाषा येतात तुला आणि स्वतःच्या भाषेची बाराखडी येत नाही? मी शिकवते तुला.’’

‘‘मला जायला हवं.’’ जमिनीवर पसरलेल्या, साफ केलेल्या, निर्जीव डोळ्याच्या रुइ माशाचे तुकडे चुकवत तो धावतच स्वयंपाकघरातून बाहेर पडला.

झैदनं त्याची बादली पाण्यानं भरली तेव्हा मायानं जिन्यावरून ती वर न्यायला त्याला मदत केली. जिन्याच्या वरच्या टोकाशी पोहोचल्यावर तिला कपडे वाळत घातलेले दिसले. तीन काळे बुरखे आणि त्यांच्यामध्ये शरणागतीचा झेंडा उभारल्यासारखा एक पांढरा जेलाबा. वरच्या मजल्यावरच्या बायका त्यांची अंतर्वस्त्रं रात्री धुतात आणि पहाटेची पहिली प्रार्थना– ‘फज’च्या आधी ती काढूनही घेतात, असं रेहानानं

मायाला सांगितलं होतं. हे सगळं उन्हाळ्याच्या रात्री ठीक असेल, पण हिवाळ्यात मात्र ही पद्धत फारशी उपयोगी ठरत नसावी. खोलीभर गार पडलेली ढुंगणं.... कल्पनेनंच तिला हसू फुटलं.

"उद्या ये, आपण क, ख शिकू," ती म्हणाली.

त्याला खात्री नसावी. त्याचे डोळे बारीक झाले.

दुसऱ्या दिवशी, तो आजही बाराखडी पाठ करायला तयार नाहीये असं लक्षात आल्यावर ती म्हणाली, "तुला माहीत्येय, मी एका खेड्यात राहत होते. मला खूप मुलं माहिती आहेत ज्यांना क, ख येतच नाही."

"माझ्याएवढी मोठी?"

"तुझ्यापेक्षाही मोठी."

त्याची सतत काहीतरी हालचाल सुरू होती. एकदा तो कान खाजवायचा तर एकदा एका नाकपुडीत बोट खुपसायचा– एकदा दुसऱ्या नाकपुडीत आणि मग दुसऱ्या बागेत जाणाऱ्या लाल मुंग्यांच्या एका पलटणीवर तळवा आपटत तो म्हणाला, "मला शाळेत जायचंय."

"म्हण पुन्हा- क," ती वैतागून म्हणाली.

तिच्याकडे साफ दुर्लक्ष करत त्यानं अंगठ्यानं एकेका मुंगीला चिरडून टाकायला सुरुवात केली.

तिनं आणखी एक प्रयत्न केला, "काल दिसला तो कावळा आठवतोय?"

"हं." अंगठा दाब, चिरड. पुन्हा अंगठा दाब, चिरड. "जोडे नसलेला?" हातावर चढलेली मुंगी दिसताच त्यानं ताबडतोब तिला चिरडलं.

"हो, जोडे नसलेला. कावळा लिहायला शिकायचं का तुला? मग त्याला एक पत्र लिही आणि विचार तुझे जोडे कुठेयत?"

"कावळ्यांना पत्र वाचता येत नाही."

पराजित होऊन ती मागे गवतावर पडली. "ठीक आहे, बरोबर आहे तुझं."

"मला शाळेत जायचंय,"तो पुन्हा म्हणाला.

त्याची बादली भरली होती. या वेळी तिनं त्याला एकट्यालाच ती बादली वर नेऊ दिली. बादली हिंदकळल्यामुळे खालच्या वाटेची माती ओली करत पडणारे पाण्याचे थेंब आणि बादली जिन्यानं वर नेण्यासाठी त्याला लागलेला खूप सारा वेळ, याकडे साफ दुर्लक्षच करत ती बसून राहिली.

जवळ जवळ रोजच दुपारी ती दोघं लुडो खेळायची. "तू खोटं खेळतोयस हं, मी सांगते." माया उद्गारली. लुडोची लाल सोंगटी तिनं हातात उचलून धरत रेहानाला विचारलं, "अम्मू , तू बघितलंस त्यानं काय केलं ते?"

"हो" रेहाना म्हणाली. "बेटा तू एक घर जास्तीचा गेलास."

"बघ, तुझी दादूसुद्धा तेच म्हणत्येय."

"ठीकाय." दोन्ही हात छातीवर बांधत तो म्हणाला, "ठेव मग एक घर मागे."

"आणि बाराखडीचं काय?"

मान हलवत तो म्हणाला, "मला जायला हवं." लुडोचा पट त्यानं उचलला तशा सर्व सोंगट्या खोलीभर उधळल्या.

तो निघून गेल्यानंतर त्या सोंगट्या गोळा करत माया म्हणाली, "माँ, तुला विचारायचं असं कितीतरी दिवस म्हणत्येय मी."

"विचार ना, बेटा."

'मी झैदचा विचार करत्येय. तुला माहीत्येय, आम्ही दोघं त्या दिवशी भाजी आणायला गेलो होतो ना, तेव्हा तो अगदी चमत्कारिक वागत होता. आणि हे चोऱ्या करणं. मला तर एकच गोष्ट सुचत्येय– आणि मला वाटतं ते जर आपण करू शकलो तर त्याचा नक्की उपयोग होईल. त्याला शाळेत घालावं असं मला वाटतं."

या बोलण्याची अपेक्षाच असल्यासारखी अम्मूनं मान डोलावली. "खरंय, तो बोलत असतो सारखा शाळेबद्दल."

"पुढच्या रस्त्यावरच्या शाळेच्या मुख्याध्यापिकेची वेळ घेतलीये मी. त्या म्हणाल्या की त्या त्याची परीक्षा घेतील आणि तो पास झाला तर मग पुढच्या जानेवारीपासून त्याला सुरू करता येईल."

लुडोचा पट घडी करून अम्मूनं मायाकडे देत म्हटलं, "मी हेच तुझ्या भावाशी खूप वेळा बोललेय, माया."

"पण तो असतो कुठे इथं? त्याला फरक कळणारसुद्धा नाही."

"तुला समजत नाहीये. तुला वाटतं, झैद त्याच्या मनाप्रमाणे वागतो; पण त्याच्यावर घारीसारखं लक्ष ठेवलं जातं बरं. अगदी मिनिटा-मिनिटाला वरच्या मजल्यावरून."

"हे सोहेलला कळलं तर मी सांगेन की ही माझीच कल्पना होती."

"तो त्याचा राग त्या पोरावर काढेल."

मायानं हाताच्या इशाऱ्यानं तिचं म्हणणं उडवून लावलं. "मी सांगत्येय ना तुला, मी त्याचा नकार ऐकूनच घेणार नाही." यातून मार्ग काढायचाच असं तिनं ठरवूनच टाकलं होतं.

मार्चच्या शेवटी शेवटी, गार संध्याकाळींची जागा धूळभरल्या गरम हवेनं घेतली. अशाच एका दिवशी, तिच्या हँडबॅगमध्ये खोलवर हात घातलेल्या स्थितीत

तो तिला सापडला. त्याच्या चेहऱ्यावर आश्चर्य उमटलं. पण तो तसाच स्वतःच्या हाताकडे रोखून बघत उभा राहिला. जणू काही आता काय उत्तर द्यायचं ते तो हातच त्याला सांगणार होता.

त्याच्याकडे धावतच जाऊन तिनं हँडबॅग खेचून घेतली. आता तो गुडघे टेकून बसला, त्याचे केस तिच्या पावलांवर पडत होते. हुंदके देत तो म्हणाला, "मला माफ करा, मी हे असं करणार नव्हतो."

त्याच्याजवळ खाली बसत त्याच्या काखांमध्ये हात घालत तिनं त्याला उठवलं, त्याच्या नजरेला नजर भिडवून ती बसून राहिली.

"मी चोर नाहीये" मान हलवत तो म्हणाला.

त्याचं बोलणं तिला खरं वाटलं. "मग चोरासारखं माझं काही चोरू नकोस." ती त्याला उचलून सोफ्यावर बसवत असताना त्याला पुन्हा एकदा रडू फुटलं.

"तुला पैसे हवेयत का?" तिनं विचारलं.

"नाही," तो म्हणाला. मग पट्कन पुढे म्हणाला, "हो."

तिनं त्याला काही पैसे देऊ केले; पण त्यानं ते घेतले नाहीत. त्याचं सारं शरीर थरथरत होतं. "अब्बूंना सांगू नका हं प्लीज - प्लीज प्लीज प्लीज."

त्याचे वडील काय म्हणतील याचा विचार तिच्या मनात आला. खोटं बोलण्याबद्दल, खेळात खोटेपणा केल्याबद्दल आणि स्वतःच्या आत्याकडेच चोरी केल्याबद्दल. तिला हे सारं त्याला सांगायचं होतं, लहानपणीच मुलांना जे शिकवायचं असतं, चांगलं-वाईट, बरोबर आणि चूक यांतला फरक. पण मग या मुलाचं काय? मला फ्रेंच बोलता येतं असं खोटं सांगायला मिळालं नाही तर त्याचं काय होईल? त्याचे वडील त्याला सांगतील, 'देव सारं बघत असतो,' पण त्यानं त्याची आई परत नाही येणार.

त्या दिवसानंतर, जेव्हा तिला काही नोटा हरवल्या आहेत असं कळायचं, तेव्हा त्या झैदनंच घेतल्या असणार, असं ती मानू लागली. तिला त्याचं काही वाटेनासं झालं. उलट तिला त्यात एक प्रकारचा मोठेपणाच वाटू लागला. त्याच्या हातात एखादं फळ आहे किंवा एखादं उकडलेलं अंडं आहे आणि तो ते खातो आहे, असं चित्र तिच्या डोळ्यांसमोर उभं राहू लागलं. आपल्यामुळे- आपण त्याची चोरी पकडत नसल्यामुळे त्याला थोडातरी आनंद मिळतो आहे, या गोष्टीचं समाधान तिला मिळू लागलं.

१९७२
मार्च

सोहेल युद्धावरून परत आला तेव्हापासूनच त्याच्यामध्ये बदल घडायला लागला. त्यांच्यामध्ये निर्माण झालेलं अंतर कमी करण्यासाठी माया आणि अम्मू त्याच्या बारीक होण्याबद्दल बोलायच्या. पण तो स्वतःमध्येच आकसला आहे हे कळून यायला त्यांना फार दिवस लागले नाहीत. तो फार कमी बोलायला लागला होता. त्याचं वागणं अगदी काटेकोर झालं होतं. दिवसातून दोन वेळा स्नान करायला लागला होता- कधीकधी तर तीन वेळा. स्वतःच्या शर्टांना स्वतः इस्त्री करायचा- खासकरून त्याच्या एका आवडत्या शर्टाला- लालनिळ्या चौकटीचा शर्ट होता तो- हा शर्ट तो सकाळी घालायचा, दुपारी जेवायच्या वेळी काढून ठेवायचा आणि संध्याकाळी परत घालायचा. तो युद्धाबद्दल काहीतरी सांगेल याची वाट मायानं पहिले काही आठवडे पाहिली. अम्मू, 'गुड नाइट' म्हणून, दिवा घेऊन आणि 'खूप वेळ जागू नका' असं बजावून झोपायला गेली की लगेच तो बोलायला सुरुवात करेल असं तिला वाटायचं.

"मग...." एक दिवस त्याच्याकडे वळून तिनं बोलायला सुरुवात केली.

शर्टाच्या खिशात हात घालून सिगारेटचं पाकीट बाहेर काढत त्यानं विचारलं, "तुला चालेल ना?"

"हो हो चालेल. तू कधीपासून माझी परवानगी विचारायला लागलास रे?"

"मला नाही माहीत. आता मला वाईट सवयी लागताहेत असं म्हणणार नाहीयेस का तू?"

"क्रांतिकारकांना सगळ्या सामाजिक बंधनांपासून मुक्ती असते, तुला नाही का माहिती?"

"मी इतक्या गोळ्या चुकवल्या आहेत, की आता मला काहीही होणार नाही असं!"

"एक्झॅक्टली. कुणीही तुला हात लावू शकत नाही."

एक मोठा झुरका मारत तो उद्गारला, "गुड, आदेश पाळायचा कंटाळा आलाय मला फार."

पुन्हा एकदा तो आपलं मन मोकळं करेल, अशी तिला अशा वाटली. अगदी सुरुवातीपासून अखेरपर्यंतची सारी कहाणी सांगेल. युद्धापासून शांततेपर्यंत, सगळं सांगून झालं की, शेवटी आपण तिथे होतो असं तिलाही वाटायला लागेल. त्या दोघांमधलं अंतर दूर होईल, विसरलं जाईल. तिचं स्वतःचं परतणंही काही सरळ साधं सोपं नव्हतं. तिलाही त्याला काही गोष्टी सांगायच्या होत्या. हे असं सांगणं म्हणजे एक प्रकारचा पूर्णविराम देणं होतं, सगळं संपल्याची ती खूण होती. ते नऊ महिने साठवून ठेवायला एक चांगलीशी आरामशीर; पण दूरवरची जागा मिळणार होती.

पण तो इतक्या असोशीनं सिगारेट ओढत होता, की सिगारेटचं जळतं टोक त्याच्या दिशेनं खेचलं जात होतं, तेही तिला ऐकू येत होतं.

"दमलोय." तो म्हणाला; पण त्यानं हालचाल मात्र काही केली नाही.

"खूप लांबचा प्रवास होता का?" तिनं विचारलं आणि तिच्या लक्षात आलं की घरी येण्यासाठी त्याला किती मोठा पल्ला पार करावा लागला आहे, हे आपल्याला माहीतच नाहीये.

"हो."

"चालत आलास?"

"बरंचसं."

टाचेखाली चिरडत त्यानं सिगारेट विझवली आणि खाली वाकून ते थोटूक दूर फेकलं. बागेतल्या अंधारात ते दिसेनासं होईपर्यंत ती दोघं त्याच्याकडे बघत राहिली.

"मी दमलोय." तो परत म्हणाला. त्या क्षणी तिला कळून चुकलं की तिला काहीही सांगायची त्याची इच्छाच नाहीये. ते सारं तो स्वतःमध्येच बंद करून ठेवणार आहे. आणि थोड्या थोड्या काळानं त्याचे तुकडे तुकडे बाहेर काढणार आहे. मधल्या काळात ते सारं त्या दोघांच्या मध्ये मूक आणि संतप्त असं थिजून राहणार आहे.

मग पिया आली आणि सारंच बदलून गेलं.

❄

मायाला ती बागेच्या दरवाजासमोर दिसली तेव्हा घंटा वाजवण्याची भीती वाटत

होती म्हणून सबंध सकाळ ती तिथेच उभी होती, हे कळलं. रीहॅबिलिटेशन सेंटरमधल्या तिच्या दुपारच्या पाळीसाठी माया निघतच होती. तिनं एक नीटनेटका चुणीदार कुडता घातला होता. किंचितशी लिपस्टिकही लावली होती.

"तू कुणाला शोधतेयस का?" तिनं विचारलं. त्या मुलीचे जुने जोडे आणि डोक्याभोवती घट्ट गुंडाळून घेतलेली जुनी साडी मायाच्या नजरेतून सुटली नाही. काहीही न बोलता तिनं मायाच्या हातात एक चिठ्ठी ठेवली. त्यावर सोहेलच्या हस्ताक्षरात त्यांच्या घराचा पत्ता लिहिलेला होता आणि लिहिलं होतं, 'इन्शाल्लाह-पुन्हा भेटू.'

सोहेल बागेत सिगारेट ओढत उभा होता. तिला बघून त्यानं सिगारेट टाकली.

"तुला कुणीतरी भेटायला आलंय."

"कोण?"

"मला नाही माहीत, कुणीतरी मुलगी आहे. ती मला काहीच सांगत नाहीये."

तो धावतच दरवाजाशी गेला. "पिया?"

तो दिसताच ती तरुणी थोडी सरळ झाली. पुढच्या क्षणी ती दोघं एकमेकांच्या घट्ट मिठीत होती. ती साडीच्या टोकानं आपला चेहरा पुसू लागली. "त्यांनी मला घराबाहेर हाकललं," ती रडत सांगू लागली, "मला जायला जागाच नाहीये."

"बरोबर केलंस तू," तो म्हणाला.

माया तशीच तिथे संकोचून उभी होती. दरवाजाच्या कडीवर तिचा हात होता आणि त्यांच्या त्या मिठीमुळे तिला थोडा मत्सर वाटत होता. मग ती बाई सरकली तसा तिच्या डोक्यावरचा पदर सरकला. मायाचा श्वास अडकल्यासारखा झाला. तिचे केस अगदी लहान होते. नुकतेच कापले असावेत हे उघड दिसत होतं. सोहेलनं पियाला आत नेलं. आत जाता जाता त्यानं मायाकडे एक नजर टाकल्यासारखं केलं बस! पण ती नजर म्हणत होती- 'आता काही विचारू नकोस, एकदा तरी ऐक-काही विचारू नकोस.'

संध्याकाळी माया रीहॅबिलिटेशन सेंटरमधून घरी आली तेव्हा पिया दिवाणखान्यात बसली होती आणि रेहाना तिच्या पाठीवर थोपटत होती, "पिया आपल्याकडेच राहाणार आहे." पियानं मायाकडे बघून मान हलवली, मायानंही तसंच केलं. सोहेलची आणि तिची भेट युद्धाच्या काळात झाली असावी, हे त्या दोघींच्या लक्षात आलं. शिवाय, आता ती संकटात आहे आणि तिच्या घरच्या लोकांनी तिला घराबाहेर हाकललं आहे, हेही त्यांना उमगलं. त्यांच्या दाराशी तिला आणणारं संकट कोणतं असू शकतं, हे मायाला ठाऊक होतं.

रीहॅबिलिटेशन सेंटरमध्ये मायाला पियासारख्या अनेक बायका रोजच भेटत होत्या. कितीतरी आठवडे त्या सेंटरमध्ये येतच होत्या. काहींवर त्यांच्याच गावांमध्ये,

त्यांच्या नवऱ्यासमोर, वडिलांसमोर बलात्कार करण्यात आला होता. काही जणींना पळवून नेऊन युद्ध संपेपर्यंतचा काळ लष्कराच्या बराकींमध्ये कोंडून ठेवण्यात आलं होतं. 'तुमची आयुष्यं लवकरच पूर्वीसारखी होतील, तुम्ही आपापल्या घरी परत जाल, तुमची माणसं तुमचं मोठ्या आनंदानं स्वागत करतील, तुम्हाला जवळ घेतील, तुम्हाला युद्धातले वीर मानतील,' असं सांगण्याचं काम मायावर सोपवण्यात आलं होतं. हे सारं ती त्यांच्यासमोर बोलायची आणि त्या सगळ्या निमूटपणे खाली मान घालून ते ऐकूनही घ्यायच्या, हे खरं असावं अशी आशा करत राहायच्या. पण हे सगळं खोटं आहे, हे तिला पक्कं ठाऊक होतं.

हे साफ खोटं आहे, हे त्यांच्यातल्या काही जणींना कळलेलं होतं. नव्या सरकारनं शत्रूच्या काही सैनिकांना, पाकिस्तानला घरी जाण्याची परवानगी दिलेली होती. विजेत्यांचा उदारपणा म्हणून हे केलं गेलं होतं आणि बऱ्याच बायकांनी त्यांच्याबरोबर जायचा निर्णय घेतला होता. एके दिवशी सकाळीच मायाला जाग आली ती सेंटरमधून आलेल्या दूरध्वनीने. 'त्या विमानतळावर गेल्या आहेत, इथून निघून जाण्याचा प्रयत्न करताहेत.'

विमानतळावर सगळा गोंधळ होता. या नव्या देशामध्ये येण्याचा किंवा देश सोडून जाण्याचा प्रयत्न करणारे लोक, कोणत्याही नव्यानं मांडल्या गेलेल्या टेबलाशी नवी रांग तयार झाली की त्या रांगेच्या पहिल्या क्रमांकावर जाऊन उभं राहण्यासाठी ढकलाढकली करत होते. पण नवरीच्या वेषातल्या त्या बायका सापडणं कठीण नव्हतं. सूर्यप्रकाशात त्यांच्या नाकातल्या चमक्या चमकत होत्या, हातातल्या बांगड्यांच्या वजनानं त्यांची मनगटं जडावली होती. त्यांची प्रत्येक हालचाल सावकाश आणि संगीतमय होत होती. काहींच्या केसांमध्ये फुलं होती, एक दोघींनी तर स्वतःच्या हातांवर मेंदी काढण्याचे कष्टही घेतलेले दिसत होते.

जवळच, कैदी सैनिकांच्या हातां-पायांतल्या बेड्या एक-एक करून काढण्यात येत होत्या. ते एक घोळका करून काहीतरी कुजबुजत होते. मधूनच एखादा हसतही होता.

सेंटरमधून आलेली एक स्वयंसेविका त्या जायला निघालेल्या बायकांजवळ गेली. ती एक साधी साडी नेसली होती आणि तिचे केस मोकळे होते.

"हे बरोबर नाहीये, तुम्ही तुमच्या कुटुंबीयांनाही कळवलेलं नाहीये." ती म्हणत होती. एक जण पुढे येऊन म्हणाली, "त्यांना आम्ही नको आहोत- त्यांनीच तसं सांगितलंय आम्हाला. आम्ही जायचं तरी कुठं? खायचं काय?"

"द विमेन्स रीहॅबिलिटेशन बोर्ड तुमची सोय करेल ना काहीतरी."

"कसली सोय? आमची कुटुंबं देऊ शकणार आहात का तुम्ही आम्हाला परत? तुमच्या घरात घ्याल आम्हाला?"

''आम्ही पुनर्वसन करू तुमचं. पुन्हा समाजात स्थान मिळवून देऊ. शेख मुजीब काय म्हणाले ऐकलंय ना तुम्ही? ते म्हणाले, 'तुम्ही तर शूरवीर नायिका आहात. युद्धातल्या नायिका.''

दुसरी एक बाई उद्‌गारली, ''आम्हाला नायिका वगैरे काही व्हायचं नाहीये. आम्हाला लाज वाटत्येय. ती लाज मागे टाकून आम्हाला जायचंय, नव्यानं सुरुवात करायचीये.''

आता मायाही बोलू लागली. ''प्लीज, आता आम्हाला सोडून जाऊ नका.'' सैनिक विमानाच्या दिशेनं जाऊ लागले. किती उंचेपुरे, किती ताठ मानेनं उभे होते ते.

सगळ्या वधूंनी आपापले खाण्याचे डबे उचलले, आपापल्या लहान लहान कापडी पिशव्या उचलल्या. विमानाच्या पायऱ्या चढणं सोपं जावं म्हणून त्यांनी साड्या उचलून धरल्या होत्या. मग त्या विमानानं त्यांना गिळूनच टाकलं. विमानाचं दार बंद झालं, इंजिन धडाडू लागलं. काळ्या निळ्या डांबरी रस्त्यावर फक्त स्वयंसेवक तेवढे उरले.

''आता क्षमा करण्याची वेळ आहे ही. क्षमा करा आणि सारं विसरून जा,'' असं त्यांना सांगण्यात आलं होतं. मुक्ती द्या आणि विसरून जा सारं. पुसून टाका आणि पुढे चला. आता हा प्रदेश एक देश बनला होता. एके काळी देशाला त्यांची गरज होती ती त्यांच्या भावांना सैन्यात पाठवण्यासाठी, त्यांची भांडीकुंडी वितळवण्यासाठी, त्यांचे दागदागिने दान करण्यासाठी. तशीच देशाला आता गरज होती त्यांनी सारं विसरून जाण्याची.

हे एवढं तरी त्या करू शकत होत्या.

युद्धबंद्यांची सुटका झाली, त्यांचे गणवेश त्यांना परत देऊन घरी पाकिस्तानात पाठवण्यात आलं. कुणीही क्षमा मागितली नाही आणि कुणी केलीही नाही. क्षमेचा वरदहस्त माथ्यावर घेऊन ते उरलेलं आयुष्य कसलीही शरम न बाळगता जगणार होते.

पियाच्या बाबतीत काय घडलं असेल हे मायाला बरोबर माहीत होतं. कसलंही स्पष्टीकरण देण्याची गरज नव्हती.

पिया सबंध दिवस झोपलेली असायची. सर्व जण तिच्या आजूबाजूनं आपापली कामं करत असायचे. जेवायचे, मच्छरदाण्या बांधायचे- सोडायचे, तिच्या पायाखालून झाडून घ्यायचे, पण तिला त्या साऱ्याचा गंधही नसायचा. कधीकधी मायाला मध्यरात्री जाग आली तर पिया तिच्या बिछान्यात नसायची, पण सापडायची ती बागेतच किंवा दूर कुठेतरी नजर लावून व्हरांड्यात उकिडवी बसलेली असायची.

तिनं मायाला आपल्या विश्वासात घेण्याचा कधीच प्रयत्न केला नाही आणि मायानंही तसा प्रयत्न कधी केला नाही. तिला काही हवं असेल तर ती थेट रेहानाशीच बोलायची. स्वयंपाकघरात एकमेकींशी काहीतरी कुजबुजताना मायाला त्या दोघी दोन-तीन वेळा दिसल्या होत्या. मग पियानं अम्मूला स्वयंपाकघरात मदत करायला सुरुवात केली. दगडी खरबरीत पाट्यावर मसाला वाटणं किंवा सकाळच्या न्याहारीसाठी रोट्या लाटणं अशी. याखेरीज तिचं अस्तित्व अर्धवट होतं, म्हटलं तर ती त्यांच्यामध्ये होती आणि म्हटलं तर नव्हती. कधी कधी तर ती तिथे असल्याचं माया विसरूनच जायची. तीही कामामध्ये गुंतलेलीच होती. शांततेची सवय अजून झाली नव्हती, आपला भाऊ पुन्हा एकदा घरी आलेला असण्याचं नावीन्य, आता सगळं मागे पडलंय– आता आपल्या देशामध्ये आनंदानं राहण्यासाठी उत्तेजन मिळत असल्याचं नावीन्य.

पिया आल्यानंतर दोन आठवड्यांनी ती बागेत सोहेलबरोबर बोलत असलेली मायाला दिसली. नुकतीच संध्याकाळ व्हायला लागली होती. अंधार पडायला लागला होता. ती व्हरांड्यातून त्यांच्याकडे बघत होती. त्यांनी वर बघितलं असतं तर त्यांना ती नक्कीच दिसली असती. पण दोघांच्याही नजरा खाली झुकलेल्या होत्या, त्यांच्या समोरच्या कोणत्यातरी वस्तूवर खिळलेल्या होत्या. पियानं आपल्या दंडांवर-हातांवर तळवे चोळले तशी सोहेलनं आपली शाल तिच्या खांद्यांभोवती अलगद गुंडाळली. त्या दोघांच्याही केसांची लांबी सारखीच होती. दुरून पाहिलं तर दोघे भाऊ–भावाभावांची गुपितं बोलत उभे आहेत असंच वाटलं असतं. प्रकाश हळूहळू कमी होऊ लागला, पियानं वर पाहिलं तेव्हा तिला माया त्यांच्याकडे बघत उभी आहे हे दिसलं. तिनं सोहेलला कोपरानं ढोसलं आणि दोघांनीही मायाकडे बघत हात हलवला.

आपण कशामध्ये तरी अडमडलो आहोत या जाणिवेमुळे माया सावकाश पावलं टाकत त्यांच्याजवळ गेली.

"ये." सोहेल म्हणाला. "बैस."

त्यांच्या शेजारीच ज्यूटच्या चटईवर ती बसली. दोघांनीही बाजूला सरकून तिच्यासाठी जागा केली; पण चटई अगदीच लहान होती त्यामुळे पिया गवतावरच गेली. चटकन उठून उभा राहत सोहेल म्हणाला, "थांब, मी आणखी एक घेऊन येतो."

आता त्या दोघीच होत्या. माया संकोचून बागेत इकडेतिकडे बघत आपण सोहेलबद्दल बोलावं की युद्धाबद्दल की पिया इथे का आलीये याबद्दल बोलावं, याचा विचार करत होती, तर पिया गवत उपटत होती.

अखेरीस पिया म्हणाली, "तुम्ही फार चांगले आहात, मला इथं राहू दिलंत."

हातातली गवताची काडी पिरगाळत ती बोलत होती.

"तू कुठे होतीस?" मायानं विचारलं. "आधी?"

हातातल्या गवताच्या काडीवरच पियानं लक्ष केंद्रित केलं. त्या काडीला गाठी मारण्याचा ती प्रयत्न करत होती. 'लष्कराच्या छावणीत.' ती म्हणाली. "त्यांना मी तिथेच सापडले- बराकीमध्ये."

"तुझ्या घरचे लोक कुठेयत?"

"दूर नाहीयेत. त्रिशलमध्ये. मी घरी जावं असं वाटतं का तुम्हाला?"

तिला तसं म्हणायचं नव्हतं. "नाही नाही, तसं नाही. तू इथे राहू शकतेस." तिला पियाला सांगावंसं वाटत होतं की ती आल्यामुळे तिला किती आनंद झालाय, तिच्यामुळे तिच्या भावाच्या वागण्यात काहीतरी जिवंतपणा आलाय. ती थोड्याशा अवघडलेपणानं मित्रत्वाचा प्रयत्न करत म्हणाली, "अगदी हवे तितके दिवस राहा तू इथे."

सोहेल दुसरी चटई घेऊन परत आला. ते सर्व जण उठून उभे राहिले आणि मग दोन चटयांवर नीट बसले.

पिया खाली बसलीच नाही. "आलेच हं मी." असं म्हणत ती स्वयंपाकघराकडे धावली.

"सुधारलीये ती."सोहेल म्हणाला. "एवढ्यातच किती सुधारलीये ती."

"हो नक्कीच." माया उत्तरली. 'तो सुधारलाय का' असं त्याला विचारावं, असं मायाला वाटत होतं; पण त्याला असं काही विचारण्याचं काही कारणच नव्हतं. कधी नव्हे तो अगदी शांत दिसत होता. त्याचा पांढरा सुती कुडता संधिप्रकाशात चमकत होता. त्याची प्रकृती अगदी उत्तम असावी असं वाटत होतं, शिवाय तो अगदी आनंदीही दिसत होता, युद्धावरून परत आलेला, युद्धाचे परिणाम अजून मनावरून पुसून टाकू न शकलेला, एका अनोळखी बाईला बरोबर घेऊन घरी आलेला, असा माणूस अजिबात दिसत नव्हता, अगदी सर्वसामान्य माणसासारखा दिसत होता. म्हणून, त्याच्याशी तसंच वागायचं मायानं ठरवलं.

'मला ती सापडली ना तेव्हा असं वाटलं होतं की, कोणत्याही क्षणी निसटेल ती.'

माया यावर काही बोलणार तेवढ्यात पिया बागेत परतली. तिच्या हातात एक कंदील आणि एक मोठंसं भांडं होतं. 'झाल मुरी', असं म्हणत तिनं ते भांडं त्यांच्यासमोर ठेवलं. मूठभर मसाल्याचे कुरमुरे ती तोंडात टाकतानाच तिच्या मनगटावरचा बांगडीच्या आकाराचा वण मायाला दिसला. तिनं पियाच्या हातांकडे अधिक निरखून पाहिलं. तिच्या दुसऱ्या मनगटावरही तशीच खूण होती. पियानं कंदील खाली ठेवला आणि अचानक मायाच्या मनात आलं, आपल्या कैदेच्या या

खुणा अंगावर वागवत हिनं आपल्यामध्ये राहावं का? खायला करून बागेत आपल्याबरोबर बसायला यावं का? आणखी कसल्या कसल्या खुणा अजून हिच्यावर असतील?

अंधार वाढायला लागला होता. आता त्यांना एकमेकांचे चेहरेही दिसेनासे झाले होते. कंदिलाखाली एक लांबट गोलाकार उजेड पसरला होता तेवढाच.

पिया आणि सोहेलनं एक बेत ठरवला. पियानं आजवर कधीही चित्रपट पाहिला नव्हता. सोहेल तिला चित्रपट म्हणजे काय असतं ते समजावून सांगण्याचा प्रयत्न करत होता. एक सपाट रुंद अशा फलकावर लोक, खरे लोक नाहीत-म्हणजे तसे खरे, पण तिथे त्या वेळी हजर नसलेले, अभिनय करत असलेले, तिला अभिनय म्हणजे काय ते माहीत होतं. तिनं गावात जत्रा आली तेव्हा बघितलं होतं ना-

"आता सुरू झालं ना की आम्ही तुला घेऊन जाऊ." सोहेल म्हणाला. "हो की नाही, माया?"

तिनं मान डोलावली. "तुला माहीत्येय," ती म्हणाली, "जॉयनं एक फिल्म प्रोजेक्टर आणला होता आपल्या घरी, युद्ध सुरू असताना!"

"कुठून?"

"मला नाही माहीत. कुठल्यातरी बंद पडलेल्या थिएटरमधून असणार."

"प्रोजेक्टर म्हणजे काय?"

"फिल्म दाखवायचं एक यंत्र असतं ते."

"तुमच्याकडे आहे ते यंत्र?"

"तुला बघायचंय ते?" जॉयनं तो प्रोजेक्टर अम्मूसाठी आणला होता. आता बागेच्या शेडमध्ये कुठेतरी तो पडलेला असणार. "मला वाटतं, अजून तो आहे इथेच."

सोहेल थोडा घुटमळला. या घरात त्याच्या मित्रानं आणलेली एक वस्तू बघताना त्याला वेदना होतील की आनंद होईल याचा तो विचार करतोय, हे तिला कळून चुकलं.

"हो हो." पिया उद्‌गारली. "मला बघायचाय तो." उठून उभं राहत तिनं आनंदानं टाळ्या वाजवल्या.

"ठीक आहे." सोहेल म्हणाला. "चल, बघू या."

लिंबाच्या झाडाजवळ बांधलेली ती एक ओबडधोबड शेड होती. कंदील हातात उंच धरून माया प्रथम आत गेली. काही जुन्या ट्रंका आणि डबे, काही लाकडाच्या ढलप्या, इतक्या वर्षांमध्ये कडक झालेलं एक सिमेंटचं अर्धं पोतं असं काही काही ओलांडत ती तिघंही आत गेली.

तिनं जिथे ठेवला होता, अगदी त्याच जागी तो प्रोजेक्टर होता. खोलीच्या एका

कोपऱ्यात, केळीच्या सुकलेल्या पानांनी झाकलेला. "तो बघ- तिथे आहे."

तिला आठवलं, मोठ्या घरातून तो इथे आणून, मोठ्या हळुवारपणे त्यावर केळीची पानं पसरली होती तिनं, जणू काही ती त्याचं दफन करत असावी.

सोहेलनं तो खांद्यावर उचलला. घरात न्यायला मायानं त्याला मदत केली. तो कॉरिडॉरमध्येच ठेवून दिवे न लावता तो तपासायचा, असं त्यांनी ठरवलं. सोहेल त्याच्या बिजागऱ्या सोडवत असताना माया कंदील उंच धरून त्याला उजेड पुरवत होती.

सगळे भाग तिथे होते– एकावर एक ठेवलेल्या दोन गोल चपट्या पेट्या, पुढे आलेलं भिंग, बाकीचे लहान भाग, फिल्म जागच्या जागी अडकवणाऱ्या क्लिपा, रिळांवर उघडणाऱ्या आणि बंद होणाऱ्या धातूच्या झडपा.

पियानं हात पुढे करून अगदी हलकेच त्या धातूच्या वस्तूवर फिरवला. सोहेलनं प्रोजेक्टर पेटीतून बाहेर ओढला आणि खालच्या मजबूत लोखंडी पायांवर तो उभा केला.

"या इथं फिल्म आत घालतात, मला वाटतं." प्रोजेक्टरकडे बोट दाखवत तो उद्गारला. "ती इथे आत जाते आणि मग या भागातून पुढे जाते, तिच्यावर प्रकाश पडतो आणि मग ती खूपच मोठी दिसायला लागते. ही फिल्म खरंतर फक्त दोन बोटं रुंदीची असते, पण या प्रकाशामुळे ती मोठी दिसते."

"किती मोठी?" पियानं विचारलं.

"माणसापेक्षा मोठी." सोहेलनं उत्तर दिलं.

पियाची नजर त्याच्यावर खिळली होती.

"कधीकधी ते फक्त चेहराच दाखवतात, तर कधी आपण सगळं काही पाहू शकतो. कधी कधी तर त्यांच्या आतलंसुद्धा.' तो सांगतच होता.

"आतमधलं दिसतं?"

ही एवढी आश्चर्यं बघून आता या मुलीला रडू फुटणार की काय, असंच मायाला वाटू लागलं.

"हे मशिन चालतंय का ते बघू या का आपण?" तिनं विचारलं. "इथे कुठेतरी थोड्याशा फिल्म्स पडल्या आहेत, वाटतं."

पियानं मशिनवरचे हात उचलले आणि ती मायाकडे वळली. तिचे लहानसे डोळे काठोकाठ पाण्यानं बुडून गेले होते. "हो हो बघू या ना."

"नाही." सोहेल म्हणाला. अचानक त्याचा आवाज तटस्थ झाला होता. "आपण नाही करू शकणार तसं."

"का?" त्याच्यामधल्या या अचानक झालेल्या बदलानं आश्चर्यचकित होऊन तिनं विचारलं.

"हे मशिन आपल्या मालकीचं नाहीये. ते परत द्यायला हवं."

"पण आत्ता ते इथे आहे ना." मायाला काहीच कळेनासं झालं. एकाच मिनिटापूर्वी तो त्या मशिनकडे आ वासून बघत होता आणि पुढच्याच क्षणी जणू काही हे सारं आपल्या मनाविरुद्ध चाललंय, असं वागायला लागला होता.

सोहेल प्रोजेक्टर जागच्या जागी ठेवायला पुढे झाला. "नंतर पश्चात्ताप होईल असं आपण काहीही करायला नको."

"मला नाही पश्चात्ताप होणार." माया म्हणाली. "आणि पियालाही नाही. होना गं पिया?"

सोहेलमधला बदल पियालाही जाणवला होता. ती प्रोजेक्टरपासून दूर झाली. व्हरांड्याच्या भिंतीला टेकून गावातल्या लोकांसारखी गुडघ्यांवर कोपरं टेकून उकिडवी बसली. "मला नाही माहीत."

तिच्यापाठोपाठ जात माया तिच्याशेजारी तशीच उकिडवी बसली. "नंतर कदाचित पश्चात्ताप होईल असं आजवर तू काहीही केलेलं नाहीयेस का?"

"माया प्लीज, पोरकटासारखं बोलू नकोस." सोहेल तो प्रोजेक्टर पुन्हा गुंडाळत होता, त्याच्या मऊ बांधणीच्या डब्यात सरकवत होता. "हा बघ इथे स्टॅंप आहे. मोधुमिता सिनेमा. किती वेळा आपण गेलोय तिथे सिनेमा बघायला? शिवाय, जॉयला हे कसं कुठे मिळालं, ते आपल्याला कुठे माहीत्येय?"

"हे काय बोलतोयस तू? तुझा मित्र चोर आहे असं म्हणतोयस?"

"मी एवढंच म्हणतोय की, युद्धाच्या काळात खूप गोष्टी घडल्यायत; पण आता युद्ध संपलंय, आता आपण चांगल्या नागरिकांसारखं वागायला हवं; बंडखोरांसारखं नाही."

"पियाला ते महत्त्वाचं वाटतं, असं मला नाही वाटत." ती म्हणाली. "मला वाटतं आपण तिला एखादी फिल्म पाहू द्यावी. याच्यासाठीच तर आपण हे युद्ध केलं ना– स्वतंत्रपणे वागता यावं म्हणून?"

"हे म्हणणं तर अगदी बोगसच आहे. आणि ते तुलाही माहीत आहे. स्वातंत्र्य मिळतं तेव्हा त्याच्याबरोबर जबाबदाऱ्याही येतात आणि स्वातंत्र्यालाही काही मर्यादा असतात." त्यानं खट्कन डब्याचं झाकण बंद केलं, जणू काही यानंतर काहीही चर्चा होणार नव्हती.

"मी केलंय काहीतरी." अंधारातून पिया हळूच पुटपुटली. कंदिलातली ज्योत आता मंदावली होती. तिचा प्रकाश तिच्यापर्यंत पोहोचतच नव्हता. सोहेलनं प्रोजेक्टरचा डबा उचलून खांद्यावर घेतला, पण बाहेर जाता जाता तो थबकला.

"काय?" त्यानं विचारलं.

"काहीतरी फार वाईट."

सोहेल पियाच्या समोर उकिडवा बसला. तिच्या अगदी जवळ पोहोचला होता तो; पण तिला स्पर्श होणार नाही याचीही काळजी त्यानं घेतली होती. नाहीतरी ती त्याच्यापासून दूर होत अंग चोरतच होती, अगदी भिंतीवर शरीर दाबत होती. ''ते जाऊ दे, विसरून जा सगळं.'' तो म्हणाला. ''ते सारं विसरायचा प्रयत्न करायला हवास तू.''

ती गप्प झाली. पण त्यांना तिचा श्वासोच्छ्वास ऐकू येत होता. जणू काही शब्द तिच्या घशातून बाहेर पडण्याची धडपड करत होते आणि ती त्यांना आत रेटत होती. आपल्या बाबतीत काय घडलं हे पियानं विसरून जावं असं मायाला वाटत नव्हतं. उलट तिला सगळं आठवायलाच हवं होतं. आठवायला आणि समजायलाही हवं होतं. पण तिनं पियाला आग्रह केला नाही. सगळेच जण भूतकाळात काय काय घाणेरड्या गोष्टी घडल्या ते विसरण्याचा, आयुष्य पुढे जगण्याचा प्रयत्न करत होते. पियाला नव्यानं सुरुवात करण्याची संधी न देणं, नाकारणं योग्य नव्हतं.

''काही फरक पडत नाही.'' सोहेल म्हणाला. ''जे काही घडलं, त्यात तुझा काहीही दोष नव्हता.''

''तो बरोबर बोलतोय.'' माया म्हणाली. ''तू स्वतःला अपराधी मानू नकोस.''

तिचं सांत्वनच करत होती ती दोघं त्या रात्री; पण त्यानंतर पियाच्या वागण्यात मात्र बदल झाला. तिच्या आत काहीतरी होतं जे बाहेर फुटू पाहत होतं, पण त्या दोघांनी ते अडवलं होतं.

काही आठवड्यांनंतर ती नाहीशी झाली.

१९८४
एप्रिल

रांग तंबूच्या बाहेर खूप अंतरापर्यंत जाऊन पुन्हा मागे वळली होती. काही ठिकाणी काही जणांनी जमिनीवर उकिडवं बसून घेतलं होतं. वरून ओतल्या जाणाऱ्या भयानक उष्णतेपासून वाचण्यासाठी त्यांनी हात डोक्यावर धरले होते. कसंबसं ते आपल्या पोराबाळांना शांत करण्याचा प्रयत्न करत होते. वाट बघताना ती सारी माणसं आपापल्या कहाण्या आणि आपल्याबरोबरचं खाणंही वाटून घेत होती. मुअझ्झिननं दिलेली प्रार्थनेची बांग मायाच्या कानांवर पडली. यात्रेकरूंचे थवेच्या थवे प्रार्थनास्थळाकडे जाताना तिला दिसले; पण रांगेतलं एकही माणूस आपली जागा सोडून हललं नाही. ते सारे इथे मिळणाऱ्या मोफत औषधांसाठी आलेले होते.

त्यांची दुखणी नेहमीचीच होती. पोटदुखी, डिहायड्रेशन, नीट न जुळलेले मोडके पाय, टाके घालणं आवश्यक असलेल्या; पण रुग्णालयात जाऊन त्यावर उपचार केले गेले नाहीत अशा जखमा, कावीळ, हिवताप, विषमज्वर. या उपचार शिबिराची जुळवाजुळव करण्यातच तिची बरीचशी सकाळ खर्ची पडली होती. बाकीच्या डॉक्टर्सनी– तरुण इंटर्न्स आणि प्रशिक्षणार्थी ज्यांनी बहुधा शहरांमधली आपली रुग्णालयं कधीच सोडली नसावीत– त्यांनी काय कराचयं आहे हे कुणीतरी सांगत असल्यामुळे एक सुटकेचा निःश्वास सोडला होता. तिनं हाताखालच्या डॉक्टर्सना कडक आवाजात आदेश दिले की त्यांनी रांगेत जाऊन रुग्णांची विभागणी करावी. पहिल्या प्रथम लहान मुलं. संसर्गजन्य रोगांसाठी आधी तपासणी करावी. बायका आणि पुरुष यांच्या स्वतंत्र रांगा. दुपार झाली तेव्हा ती दर सात मिनिटांना एक रुग्ण तपासत होती. मधुमेह असलेली एक गरोदर मुलगी तिला मिठी मारून

रडली होती, तेव्हा तिला बरं वाटलं होतं. इथे आली ते योग्यच केलं होतं तिनं.

तिचा भाऊही इथेच होता कुठेतरी- प्रार्थना करणाऱ्यांमध्ये कुठेतरी. झैदनं तिला ही कल्पना सुचवली होती. "अब्बू इज्तेमाला असतील." तो म्हणाला होता. वरचा मजला रिकामा झाला होता. छतावर पावलांचे आवाज येत नव्हते आणि दरवाजासमोर जमातींची गर्दीही नव्हती.

"तुम्हाला भेटतील कदाचित." झैद म्हणाला होता. सकाळीच कुणीतरी त्याचं डोकं भादरलं होतं. त्याच्या मानेवर दोन नीटशा लालभडक चंद्राकृती जखमांच्या खुणा होत्या. त्याच्या सूचनेचा तिनं विचार केला. आता सोहेलला सामोरं जायलाच हवं होतं.

इज्तेमानं सर्व यात्रेकरूंसाठी मोफत दवाखाने सुरू केलेले होते. तिथे जाऊन आपली सेवा करण्याची इच्छा प्रकट करणं सोपं होतं. स्त्रियांसाठी एक वेगळी पडदे लावलेली खोली तयार करणंही सोपं गेलं होतं. आणि आता ती इथे होती. लाखो माणसं. या संदर्भात त्याला भेटणं– का कोण जाणे– पण सोपं होतं. त्याचा वेगळेपणा कितीतरी पटींनी जास्त जाणवला तरी त्याच्यासारखेच अनेक लोक इथे होते- पांढरे ढगळ झगे घातलेले आणि दाढी असलेले. ती परत आल्यापासून तो बाहेरच होता. एका जमातीकडून दुसऱ्या जमातीमध्ये जात होता. खरं तर तो नसतानाच पुन्हा एकदा घराशी, शहराशी ओळख करून घेता आली, याचं तिला बरंच वाटलं होतं. पण आता मात्र ती तयार होती.

ताब्लिगुई चळवळीमध्ये तो तसा नवखा असला तरी सोहेलला त्याच्या 'बयान'मुळे– प्रवचनांमुळे लोक ओळखू लागले होते. आता जे लोक त्याचं बोलणं ऐकताहेत त्यांना तो हे असं बोलायला कुठे शिकला हे माहीत नसणार, यावर तिनं कसलीही पैज लावली असती. त्यांनी तिला विचारलं असतं तर तिनं सांगितलं असतं– सोळाव्या वर्षी तो कॉलेजमध्ये वादविवादस्पर्धेचा विजेता ठरला होता. त्यानं गतविजेता, अतिशय देखण्या इफ्तेकार खानला वादविवादात हरवलं होतं. 'तुम्ही बाजूनं बोला किंवा विरुद्ध बोला– शस्त्रास्त्रस्पर्धेनं महायुद्धाची शक्यता कमी होईल का?'

सोहेलनं इफ्तेकार खानचा अभ्यास केला होता आणि ठरवलं होतं की तो खरं म्हणजे अगदी नाजूक माणूस आहे. दोन वेळा 'ऑल पाकिस्तान डिबेटिंग चँपियन' झाल्यामुळे एकदम मोठ्या स्तरावर पोहोचला होता. आपल्या चाहत्यांना निराश करण्याची त्याला भयंकर भीती वाटत होती. म्हणून मग आपलं दोन मिनिटांचं भाषण सुरू करण्यापूर्वी सोहेल थांबला होता. आवश्यकतेपेक्षा जास्त वेळ थांबला होता. शिवाय तो बोलतही अगदी सावकाश होता. या वेळेपर्यंत इफ्तेकार आपल्या शर्टाच्या कॉलरमधून आत बोटं घालू लागला होता. फुलणाऱ्या घशाला थोडी जागा

करून देण्याचा प्रयत्न करत होता. ती शांतता भरून काढण्याचा तो त्याचा प्रयत्न होता. सोहेल हेल काढतच बोलत होता. तो जिंकल्यावर महाविद्यालयाच्या वृत्तपत्रानं त्याला नाव दिलं होतं, 'खानला जिंकणारं कासव.' समोरच्या क्षणाचा पुरेपूर फायदा कसा घ्यायचा ही क्लृप्ती त्यानं त्या दिवशी आत्मसात केली होती. संभाषणाचा वेग आणि ठेका काय असावा हे ठरवण्याचं कौशल्य शिकला होता. त्या दिवसामुळेच तो विद्यापीठातील सभेचा अध्यक्ष आणि मुलांच्या चर्चांचा विषय बनला होता; आणि अखेरीस रस्त्यावर उतरून विरोध व्यक्त करणारा कार्यकर्ताही बनला होता. हातात मेगाफोन घेऊन लष्कराविरुद्ध घोषणा करणारा आणि शेवटी युद्धामध्ये सामील झाला होता, तेही त्याच दिवसामुळे.

परंतु या यात्रेकरूंपैकी कुणालाही हे माहीत नसणार. त्यांना बहुधा वाटत असेल की ही तर दैवी देणगी आहे.

झैद दवाखान्याच्या तंबूंमध्ये पळापळ करत होता. दिवसभराची हकिगत सांगताना एकदा तो धापा टाकत म्हणाला, "तो अमेरिकन तंबू आहे. त्यांनी मला हे दिलं." त्याच्या हातात हिरव्यानिळ्या रेषा असलेली एक गोड गोळी होती. तिचा आकार हातात घ्यायच्या काठीसारखा होता.

"जेवण झालं की मग हे खाऊ शकतोस तू." जेवायला बराच उशीर होणार होता. दुपारची प्रार्थनाही सुरू झाली होती. तुराग नदीच्या तीरावर शेकडो हजारो माणसांनी पश्चिमेकडे तोंड करून माना खाली लववून गुडघे टेकले होते. त्यांची तोंडं मक्केकडे असली तरी ते दुपारच्या सूर्याचीही प्रार्थना करत होते. हात उंच केले की, सूर्याची तिखट किरणं त्यांच्या डोळ्यांत घुसत होती. एकत्रितपणे ते उभे राहिले, त्यांनी माना इकडून तिकडे फिरवल्या. मग त्यांनी हात जोडले, गुडघे टेकले आणि कपाळ जमिनीवर टेकत सज्दा केला. त्याच क्षणी मायाला तिच्या आईनं काय सांगितलं होतं ते आठवलं. हृदय मस्तकापेक्षा वर जातं या वेळी.

झैदनं तिला एका तंबूपाशी नेलं. त्यांना गालिचाचा एक लहानसा तुकडा सापडला. चादर गुंडाळलेली एक सडपातळशी बाई बाजूने चालत गेली. तिनं त्यांना मसालेदार चवळी असलेला एक वाडगा दिला. 'अस-सलाम आलेकुम.' झैदचा गालगुच्चा घेत ती म्हणाली आणि निघून गेली.

मायानं त्यांचा जेवणाचा डबा उघडला, चिकन आणि भात. "मला अब्बू दिसले." झैद म्हणाला.

चिकनचा घास मायाच्या तोंडात फिरू लागला. "कुठे?"

"त्या तिथे." नदीतीरावर प्रार्थना करत असलेल्या लोकांकडे बोट दाखवत तो म्हणाला.

हीच संधी होती. त्याला पुन्हा भेटण्याच्या कल्पनेनं तिला एक आशेचा किरण

चमकल्यासारखं वाटलं. पुनर्भेट. ती त्याच्याजवळ जाईल. झैदबद्दल विचारेल. हे पाण्यात पायाचा अंगठा बुडवून पाहण्यासारखं, ती दोघं भेटू शकतील अशी एखादी जागा आहे का ते ती शोधेल, ती आणि तिचा भाऊ. ती त्याच्या भूमीवर आलीये हेही त्याला कदाचित आवडेल. तिनं त्या मुलाकडे पाहिलं. या मुलाची जबाबदारी घ्यायला कसं वाटेल याचाही तिनं क्षणभर विचार केला. सर्वांत आधी शाळा, त्याला शाळेत घालायचं. बोलता बोलता वाक्य अर्धं सोडून कुठेतरी निघून जायची त्याची सवय प्रथम घालवावी लागणार आहे आणि डेस्कच्या मागे दिवसभर बसून राहायलाही शिकवावं लागणार आहे. त्याला गणवेश घालावा लागेल आणि स्वतःचा खाऊचा डबाही स्वतःबरोबर क्रीडांगणावर न्यावा लागेल.

चिकन आणि भात खाऊन झाला, तंबूच्या शेजारीच त्यांनी हात धुतले. ‘‘ठीक आहे,’’ ती म्हणाली. ‘‘चल, आता तुझ्या वडिलांना शोधू या.’’

यात्रेकरूंच्या प्रवाहातून वाट काढत तंबूंच्या रांगांच्या रांगा मागे टाकत ती दोघं नदीतीरावर पोहोचली. त्या तंबूंमध्ये पुरुषांच्या जमाती राहत होत्या. प्रत्येक तंबूची स्वतंत्र जागा दाखवण्यासाठी बांधलेल्या दोरीवर त्यांच्या लुंग्या वाळत घातलेल्या होत्या. एक सबंध आठवडाभर हे लोक इथेच राहून प्रार्थना करणार होते. त्यांचं खाणंपिणं आणि प्रार्थना करणं सारं काही इथेच होणार होतं. मोठ्या आकाराच्या तंबूमध्ये ध्वनिक्षेपक आणि कर्णे लावलेले होते. तात्पुरती व्यासपीठंही उभारण्यात आली होती. भारतामधले प्रसिद्ध वक्ते, जेरुसलेम किंवा शांघाय किंवा मोझांबिकमधले इमाम याच ठिकाणी उभे राहून प्रवचन देणार होते. आकाशवाणीवरच्या बातम्यांवरून मायाला कळलं होतं की मक्केला होत असणाऱ्या यात्रेपेक्षाही ही यात्रा अधिक मोठी असणार होती. शेवटच्या प्रवचनाच्या वेळी जमातीच्या आध्यात्मिक गुरूंचे आशीर्वाद घेण्यासाठी खुद्द डिक्टेटरही हजर राहणार होता.

प्रार्थना संपली. लोकांची हालचाल सुरू झाली. ते जोडे घालत होते, सूर्यप्रकाशानं दिपलेले डोळे पुसत होते. झैद तिचा हात धरून तिला पुढे ओढत होता. प्रार्थनास्थळापासून परतणाऱ्या माणसांच्या लोंढ्यामधून वाट काढत ती दोघं अगदी हळूहळू पुढे नदीच्या पात्राशी जात होती. यात्रेकरूंनी खचाखच भरलेल्या मोठमोठ्या बोटी नदीवर तरंगत होत्या. नांगर टाकायला जागा मिळण्याची वाट बघत होत्या. काही जणांनी उतावीळ होऊन पाण्यात उड्या टाकल्या होत्या. ते पोहत तीरावर येत असताना टोप्या घातलेली त्यांची डोकी पाण्यावर तरंगताना दिसत होती. मायाचा हात खेचतच झैद त्या गर्दीतून वाट काढत होता. अखेरीस ती दोघं नदीतीरावरच्या एका लहानशा वाळूच्या पट्ट्यावर पोहोचली.

‘‘ते बघा.’’- झैदनं बोट दाखवत म्हटलं. माणसांचा एक घोळका काहीतरी बोलत उभा होता. सोहेल हसत हातांनी काहीतरी हावभाव करत बोलत होता. त्यानं

प्रत्येकाला आलिंगन दिलं आणि तो घोळका पांगला. झैद क्षणभर घुटमळला. त्यानं तिच्याकडे बघितलं. जणू काही आता पुढे काय करायचं हे तिनं सांगावं, याची तो वाट बघत असावा. आणि मग झटक्यात तिचा हात सोडून तो गर्दीमध्ये दिसेनासाच झाला.

सोहेलची तिच्याकडे पाठ होती. हात पाठीमागे बांधून तो पाण्याकडे टक लावून बघत उभा होता. क्षणभर ती मूकपणे त्याच्याकडे पाहत राहिली. या भेटीची उजळणी मनातल्या मनात तिनं आजवर हजार वेळा तरी केली असेल. त्याची रुंद पाठ, रुंद बैठक. त्याच्या अंगावरचं पांढरं वस्त्र त्याच्या घोट्यांपर्यंतच येत होतं. त्याचे घोटे काळेशार होते आणि त्याच्या जाड टाचांच्या पावलांवर अगदी स्वस्त असे रबरी जोडे होते.

तो वळला. क्षणभर ती दोघं एकमेकांकडे बघत राहिली. आणि मग त्यानं तिच्याकडे बघत हात पसरले. ती धावतच त्याच्या उबदार मिठीत शिरली. त्याचा गुलाबपाण्याचा आणि अत्तराचा सुगंध तिच्याभोवती पसरला.

त्यानं तिच्या कपाळाचं चुंबन घेतलं. 'अस-सलाम आलैकुम.' तो उद्गारला. ती त्याला बिलगूनच उभी राहिली आणि अगदी हळुवारपणे, पण निश्चितपणे, तो दूर सरकत गेला.

''वालैकुम अस-सलाम.'' तिच्या कानावर स्वतःचं उत्तर पडलं. ''कसा आहेस तू?''

''मी ठीक आहे, अल्लाच्या कृपेनं.''

आपलं वजन एका पायावरून दुसऱ्या पायावर घेत माया उभी राहिली. जे काही तिला बोलायचं होतं, महत्त्वाचं, ऐतिहासिक– ते सारं तिच्या अगदी खोल तळाशी जाऊन बसलं. ''सिल्व्हीचं कळलं; वाईट झालं.''

एक काळ असा होता की, त्याच्या तिच्याकडे टाकलेल्या दृष्टिक्षेपावरून किंवा बोलताना त्याच्या ओठांच्या झालेल्या हालचालींवरून तिला कळून यायचं की, त्याला नक्की काय म्हणायचं आहे. पण आता तो स्वतःमध्ये नाहीसं व्हायला शिकला होता. आता त्याच्या चेहऱ्यावरून तिला काहीच कळलं नाही. ''तिची वेळ आली होती.''

त्याला स्पर्श करावा असं तिला वाटत होतं. तो अगदी नाजूक पण दूरस्थ दिसत होता. त्याच्या घशातली घाटी वरखाली होताना तिला दिसत होती. स्वतःला सावरत ती म्हणाली. ''मी परत आलेय- कळलं असेल ना तुला?''

''हो.''

त्याला माहिती होतं. तिला भेटायला तो खाली आला नव्हता आणि तीही त्याला भेटायला वर गेली नव्हती. भाऊ-बहीण- एके काळी सतत एकमेकांबरोबर

असणारी. सांग मला- तिच्या मनात आलं- सांग मला की, तुला माझी आठवण येत होती, मी परत यावं असं तुला वाटत होतं. सांग की तुला भांडण मिटवायचं होतं. तो अधिकच पाण्याजवळ सरकला. तीही पुढे झाली. "मला- मला तुझी परवानगी हवीये. झैदला शाळेत घालायला. रोड नंबर ४वर एक नवी शाळा उघडलीये. मी त्या शाळेच्या मुख्याध्यापिकेला भेटायला गेले होते. पुढच्या वर्षी त्याला दाखल करून घ्यायला त्या तयार आहेत." ती किती बावचळली होती. प्रत्येक शब्द उच्चारायचा म्हणजे एक प्रयासच होता.

तो थांबला. "तो एकाकी आहे. मला माहीत्येय."

कारण तू त्याला एकटं सोडलंयस, त्याची आई वारल्यावर थोड्याच दिवसात. "अगदी गोड पोर आहे ते." ती काहीतरी चुकीचंच बोलली होती. त्या पोराबद्दल तिला किती थोडं माहिती आहे, हेच तिनं उघड केलं होतं.

सोहेलनं मान हलवली. "सिस्टर खदिजाकडे सुरू आहे त्याचं शिक्षण."

रागाचा आवंढा गिळत माया म्हणाली, "तुला आठवतंय- अब्बू वारले तेव्हा काय झालं होतं?"

तो वळला आणि हसला. त्याच्या ओठांवर दाढी-मिशांचं जाळं पसरलं होतं. "आठवतंय तर!"

"किती कठीण होतं ते सगळं."

"हो."

तिच्या लक्षात आलं- आता त्याला दुःख जाणवत नव्हतं असं नाही, तर आता त्या दुःखाच्या ताब्यात आपण जायचं नाही, असं त्यानं ठरवलंय. उलट दुःखाला कवेत घ्यायचं... त्याच्या वडिलांचा मृत्यू, त्याच्या बायकोचा मृत्यू.... एक कोणतंसं मोठं चित्र होतं आणि त्यामध्ये स्वतःविषयीच्या करुणेला स्थान नव्हतं. तरीही ती तशीच रेटून म्हणाली, "तो फक्त सहा वर्षांचा आहे. त्याची आई नुकतीच वारलीये. त्याला आमची गरज आहे, माझी आणि अम्मूची. आम्ही त्याचं कुटुंब आहोत."

काहीच न बोलता मान वळवून तो पाण्याकडे बघत राहिला. कदाचित 'कुटुंब' या शब्दाचे त्यानं लावलेले अनेक अर्थ तो आता तिला सांगणार असावा आणि पुढे असंही म्हणणार असावा, तू म्हणजे एके काळी माझ्या ओळखीची असलेली एक मुलगी आहेस, बस.

तिनं वळून छावणीकडे बघितलं. झैद नक्कीच हात हलवत, तंबूंच्या मधल्या वाटांमध्ये फेऱ्या मारत तिची वाट बघत असणार. ती पुन्हा एकवार आपलं म्हणणं पुढे दामटणार होती, आपली विनंती पुन्हा त्याच्यासमोर मांडणार होती, तेवढ्यात सोहेलनं तिचा दंड पकडला आणि तिला जवळ ओढलं. तिच्या डोळ्यांत रोखून बघताना त्यानं तिचे सारे भाव जागृत केले जे एके काळी त्याला माहीत होते.

हाच तो क्षण होता. हाच तो तिचा क्षण होता. कितीतरी वेळा तिनं याबद्दल विचार केला होता, हे तर एक स्वप्न होतं, असंख्य वेळा पाहिल्यामुळे विरू लागलेलं एक स्वप्न. तिच्या डोळ्यांमध्ये त्याला स्वतःचं प्रतिबिंब दिसेल. तो आत्ता जे काही बनला आहे त्यातली हास्यास्पदता त्याला कळून येईल. आपल्या कुटुंबाला दूर लोटण्यामधला कुरूपपणा त्याला जाणवेल, स्वतःच्या पितृत्वामधलं क्रौर्य त्याला जाणवेल. मग त्याच्या श्रद्धेमध्ये भेगा पडू लागतील. त्याची श्रद्धा डळमळू लागेल– त्या सर्वशक्तिमानावरची नव्हे– हे त्याच्याकडून हिरावून घेण्याची तिची इच्छा नक्कीच नव्हती (किंवा कदाचित असेलही पण ती ते मान्य करणार नव्हती), तर ज्या कुणा शक्तीनं त्याला तिच्यापासून हिरावून घेतलं होतं आणि एक अपरिचित माणूस त्याच्या जागी पाठवला होता.

त्याला स्वतःलाच ते आठवेल आणि जागा होऊन तो तिनं त्याच्यासाठी पाहिलेलं आयुष्य जगायला पुन्हा सुरुवात करेल आणि त्याच्यामध्ये बदल घडून यावा अशी इच्छा तिनं केली याबद्दल तिला क्षमाही करेल.

माणूस एकदाच जन्म घेत नाही. ती म्हणेल, एखादा माणूस पुन्हा या जगामध्ये येऊ शकतो.

मधली सारी वर्षं नाहीशी झाली. सारं काही विसरून जायला ती तयार होती.

भाऊ, मी पुन्हा एकदा तुझी होईन. वरच्या मजल्यावरच्या लोकांचं मला काही देणंघेणं नाहीये. आणि तू आपली लढाई किंवा आपलं तारुण्य हे सारं विसरून गेला असलास तरी काही हरकत नाही. या आयुष्याबद्दल तुला आता काहीही वाटत नसलं, आता तू गालिब आणि आपला लाडका, लाडका शेक्सपिअर यांना सोडून दिलं असलंस तरी काही हरकत नाही, मला तू विसरलाहेस असं वाटून माझ्या हाडांहाडांमध्ये उठलेल्या वेदनांचाही काही प्रश्न नाही. हे सगळं तुला मागे टाकायचं असलं तर मी त्याला 'हो' म्हणते. मी हे सारं मान्य करते, मी तुला क्षमा करते. तुझ्याकडेही मी हेच मागते, चल आपण परत येऊ या.

"शाळेत जाण्याचा प्रश्नच नाही." तो म्हणाला.

प्रश्नच नाही. नाही. तिला पुन्हा जळजळ सुरू झाली आणि वरवर चढत घशापर्यंत आली. तिला श्वास घ्यायलाही अडचण होत्येय असं वाटू लागलं. इथे येऊन आपल्या भावाला परत आणता येईल असं समजण्यात तिनं केवढा मोठा मूर्खपणा केला होता. ते स्वप्न हे स्वप्नच होतं - एक मृगजळ. तिचा संताप होत होता. तरीही त्याच्यापासून दूर पळून जाण्याची असोशी तिनं आवरली. खूप पळाली होती ती आजवर. त्या पोराचा विचार कर, तिनं स्वतःलाच सांगितलं. तुझ्या साऱ्या निराशा विसर, आणि त्या पोराचा विचार कर.

राग गिळत ती वाटाघाटी करायला तयार झाली. "ठीक आहे. मग मी तरी

त्याला काही शिकवू का? गणितं, बाराखडी? अर्थात, वरच्या मजल्यावरची कामं संपल्यावरच.'' आत्तापुरती तरी ती एवढ्यावर समाधान मानायला तयार होती. एका वेळेला एक गोष्ट.

''ठीक आहे.'' अखेरीस सोहेल उद्गारला. ''विचार करून सांगतो.'' तिला जवळ घेण्यासाठी तो पुन्हा एकदा वाकला आणि ही भेट संपली हे तिला कळून चुकलं. चुकार बटा कानामागे सारत ती झट्कन तिथून दूर झाली. या लहानशा विजयाला तिनं घट्ट पकडून ठेवलं. ती झैदची शिक्षिका होईल. आणि झैद किती चट्कन सगळं शिकतो हे सोहेलच्या लक्षात आलं की मग ती त्या पोराला शाळेत पाठवण्यासाठी त्याचं मन वळवेल. 'तिच्या त्या लहानशा स्वप्नासाठीचं दुःख ती नंतर कधीतरी करेल, जेव्हा त्याचा गंभीर, आवळलेला चेहरा तिच्या डोळ्यांसमोर उभा राहील तेव्हा रात्री; पण आत्ता तरी समाधान मान,' तिनं स्वतःला बजावलं. मग ही चांगली बातमी आपल्या लहानग्या शिष्याला सांगण्यासाठी ती त्या गर्दीत घुसली.

दुपारच्या जेवणाच्या वेळी झैद काही तास खाली यायला लागला. माया त्याला बाराखडी शिकवत असे, तेव्हा तो शांतपणे जेवत असायचा. मग, बक्षीस म्हणून ती त्याला पत्त्यांचे काही खेळ शिकवायची. तो लबाडी करायचा- टेबलाखाली किंवा स्वतःच्या कुडत्याच्या बाह्यांमध्ये पत्ते लपवायचा. कधीकधी तिची पर्सही पूर्वीपेक्षा जास्तच हलकी झालेली तिला कळायचं. पण ती हे अम्मूला सांगायची नाही. तिला त्याचं काहीही वाटत नव्हतं. थोडीशी नाणीच तर होती, किंवा जिन रमी किंवा २१ चा खेळ. सोहेल पुन्हा एकदा नेपाळला काही कामासाठी निघून गेला. त्या दिवशी नदीकिनारी झालेल्या भेटीनंतर तो तिला भेटलाच नव्हता. तिनं पुन्हा एकदा राजशाहीला दूरध्वनी करण्याचा प्रयत्न केला; पण ती लाईन सतत व्यस्त होती. तिनं नाझियाला आणखी एक पत्र लिहिलं, 'उत्तर दे' म्हणून कळवळून विनवलं. युद्धाच्या वेळच्या वृत्तपत्रांची काही कात्रणं मिळताहेत का ते शोधत तिनं बागेच्या शेडमध्ये आणखी एक दिवस घालवला. अचानकच तिला सप्टेंबर १९७१ मधल्या तारखेचा एक टाइप केलेला कागद सापडला. युद्धकाळातला तिचाच एक लेख होता तो, जो प्रकाशित करायला कुणीच तयार झालं नव्हतं, हेही तिला आठवलं.

त्या लेखाचं शीर्षक वाचताना तिला हसूच आलं, 'द वर्ल्ड लुक्स ऑन अॅज बांगलादेश ब्लीड्स : अ क्राय फॉर हेल्प' लेखक मिस शेहेरझादी माया हक.

१९८४
मे

ओल्ड ढाकामधली ती जुनी इमारत शोधायला तिला बराच वेळ लागला. नदीकडे जाणाऱ्या एका लहानशा आळीच्या मागच्या बाजूला होती ती. बाजूलाच एक चामड्याचा कारखाना होता. चामडं कमावण्याचा वास असह्य होत होता. नाक दाबून धरत तिनं दार ठोठावलं. अदितीनं दार उघडलं.

"अरे, डॉक्टर," ती उद्गारली. सायमाच्या पार्टीला घातले होते तसेच कपडे आत्ताही तिच्या अंगावर होते. एक जीन्स आणि एक आखुडसा कुडता. तिच्या बोटांची टोकं शाईनं माखलेली होती आणि केसांभोवती तिनं एक हिरवा मोठा रुमाल गुंडाळला होता. "तू आलीस, कित्ती बरं वाटलं मला. मी काही तुला मिठी नाही मारणार हं, फारच घाणेरडी झालेय मी." तिनं हात हलवतच मायाला आत बोलावलं. "कसला मरणाचा वास येतोय इथे." माया उद्गारली.

मोठ्यानं हसत अदिती म्हणाली, "फारच घाण वास आहे, नाही? आम्हाला सगळ्यांना सवय झालीये त्याची- आता लक्षातसुद्धा येत नाही."

आत एक खिडक्या नसलेली खोली होती. तिच्यात छतापर्यंत रचलेले वृत्तपत्रांचे ढीग होते. एका बाजूला एक मोठं टेबल होतं. त्यावर पुस्तकं, पेन्स, चहाचे रिकामे कप असा पसारा होता. त्यांच्याकडे पाठ करून एक माणूस टाइपरायटरवर काहीतरी लिहीत बसला होता. तो सतत पाय हलवत होता.

"अदिती, तू आलीयस का? मला एक कप चहा आण बरं, प्लीज, माझी चपळ बोटं एक अभूतपूर्व असं वाक्य लिहिण्याच्या तयारीत आहेत."

अदिती किंचितशी खाकरली.

“पाहुणे आलेयत आपल्याकडे, शफात. शहाण्यासारखं वाग बघू.”

तो माणूस झट्कन मागे वळला. “आय ॲम सॉरी. किती वाईट वागलोय मी. हॅलो, माझं नाव शफात- शफात रहमान.’

“शफात आमचा संपादक आहे.”

“संपादक, बातमीदार, मॅनेजर, चहावाला.”

“हो, पण आत्ता चहावाला नाही असं दिसतंय.” माया म्हणाली.

“होय होय, तुम्हाला कळला तर माझा वीकपॉइंट. आता काय सांगणार– मला ना हुकूम सोडायला फार आवडतं. पण काळजी करू नका. माझ्याकडे कुणीच लक्ष देत नाही.” एक सिगारेट पेटवून त्यानं ती ओठांच्या कोपऱ्यात धरली. “एका आठवड्यात पुढचा अंक येईल, हा इथे मॉक-अप आहे.” त्यानं तिच्या हातात स्वस्त कागदावर छापलेली एक पुस्तिका ठेवली. त्यातल्या लेखांवरून तिनं एक नजर फिरवली. त्यातला एक लेख डिक्टेटरच्या श्रीमंतीबद्दल होता, तर एक लष्करातला भ्रष्टाचार उघड करणारा होता. त्या लेखाच्या शेवटी देशाच्या घटनेमध्ये करण्यात येणाऱ्या बदलांवर टीकेची झोड उठवलेली होती.

“हे तुम्ही छापू शकता?”

आपले काळेभोर, तंबाखूचे डाग असलेले ओठ विलगत तो हसून म्हणाला, “नाही, पण आम्ही छापतो.”

“तुम्हाला अटक नाही होणार?”

“अरे, इथे कोण घाबरतंय थोडे दिवस काकांकडे राहायला?”

पानं उलटताना त्यांच्यावरची शाई तिच्या बोटांवर उतरली. तिनं आजूबाजूला नजर फिरवली. टाइपरायटर्स, चहाचे रिकामे ग्लास, जमिनीवर पडलेले कागदांचे कपटे; या शहरात परत आल्यानंतर प्रथमच तिला हे काहीतरी आपलं असल्याचा भास झाला.

“अदिती म्हणाली, तुम्ही कुठे गेला होतात.”

“राजशाहीमध्ये राहत होते मी काही वर्षं.”

“खरंच? तिथे तुमचे कुणी लोक आहेत का?”

“नाही, माझी सारी माणसं इथेच आहेत.” एका हाताच्या बोटांवर मोजता येण्याएवढीच तर तिची माणसं होती.

“मग- देशाच्या पार मध्यभागापर्यंत तुम्ही गेलात ते का?”

तिनं अदितीकडे बघितलं. “मी एक ‘सामाजिक डॉक्टर’ होते.”

“तुम्हाला लिहायचं आहे असं अदिती म्हणत होती.”

अदितीनं दूरध्वनी करून तिला त्यांच्या वृत्तपत्राच्या कचेरीत येण्याबद्दल विचारलं होतं, तेव्हा तिनं अदितीला तेच सांगितलं होतं. पण आत्ता मात्र अचानक तिला

खात्री वाटेनाशी झाली. तिनं हातात पेन घेतलं त्याला कितीतरी वर्षं उलटली होती, "अं मला वाटलं– युद्धाच्या काळात थोडं लिहित होते मी."

"सांगण्यासारखं काही आहे का तुमच्याकडे?" दुसरी सिगारेट पेटवून विझलेली काडी जमिनीवर फेकत शफातनं विचारलं. फाटकं बनियन आणि लुंगी या अवतारातला एक तरुण मुलगा झाडू आणि कचरा भरायचं सूप घेऊन आत येत खोलीतला कचरा कोपऱ्यात ढकलू लागला.

"खेड्यातल्या आयुष्याबद्दल– कदाचित."

"म्हणजे– ते गावंढळासारखं– मला खेड्यातलं जीवन आवडतं– तसं काहीतरी पुळचट?"

"नाही, तसं काहीही नाही. तिथे खरोखर काय चाललं आहे त्याबद्दल आठवणी म्हणू या हवं तर. मी तिथे सात वर्षं होते. खूप काही पाहिलंय मी."

"ठीक आहे. पुढच्या आठवड्यापर्यंत- पाचशे शब्द. काय लिहितेस बघू. पण प्लीज- राजशाहीचं हिरवंगार निसर्गसौंदर्य वगैरे असलं काही नको हं."

ती हसत उत्तरली, "ठीक आहे."

"तुझ्या नवऱ्याला चालेल ना?"

"अदितीच्या नवऱ्याला चालतं का?"

स्वत:च्या टेबलाशी बसलेल्या अदितीनं वर पाहिलं. "तो गॉल्फ खेळण्यात गुंतलेला असतो. मी दुर्लक्षच करते त्याच्याकडे."

"मग, तुझ्या नवऱ्याला चालेल?"

"छळू नकोस रे तिला शफात, ती अविवाहित आहे."

त्यानं भुवया उंचावल्या. त्याच्या मनात काय विचार येत असतील याची ती कल्पना आकारत होती– बिच्चारी मुलगी, अजून लग्न नाही झालंय. पण त्यानं अंगठा उंचावून उत्तम अशी खूण केल्यानं तिला आश्चर्यच वाटलं. "मला एक मुलगी आहे आणि मी तिला नेहमी सांगत असतो- एखादा राजपुत्र भेटला तरच लग्न कर. नाहीतर सगळे पुरुष हरामखोर असतात."

"अरे बापरे!" ती उद्‌गारली, "मी आत्ताच तुझं नाव नोंदवून घेते- बांगलादेशमधला पहिला स्त्रीवादी पुरुष."

"घेच नोंदवून," टेबलावर मूठ आपटत तो म्हणाला. "पुढच्या अंकात आपण ही अधिकृत घोषणाच करून टाकू."

"तू म्हणजे एक सेलेब्रिटीच बनशील, मग, " अदिती रुक्षपणे म्हणाली. "चल, आता माझ्याबरोबर मी तुला आमचं हे गरीबसं ऑफिस दाखवते." एका कॉरिडॉरमधून जात त्या दोघी एका आणखी लहान खोलीत आल्या. त्या खोलीच्या मागच्या भिंतीशी एक टेबल आणि त्यावर एक मोठा चौकोनी डबा होता. "शफातकडे

लक्ष ठेव हं, तो चांगलाच फ्लर्ट आहे.''

''त्याला बघितलं की मला माझ्या भावाची आठवण होते.'' ज्या रीतीनं त्यानं टेबलावर मूठ आपटली होती त्यावरून तिला सोहेलची आठवण झाली होती.

''हो का? मला वाटलं, तुझा भाऊ धर्माकडे वळलाय.''

''आधी तो वेगळा होता.'' आधीच्या सोहेलची कुणालाच आठवण होत नव्हती. तो मौलाना बनल्याचं ऐकल्यावर सारे जण त्याच्या आधीच्या रूपाला विसरूनच गेले होते. एकट्या मायाच्या स्मरणात त्याची जुनी मूर्ती बंदिस्त होती– जीन्सच्या खिशामध्ये खुपसलेले हात आणि मध्यभागी लाल तारा असलेली टोपी.

अदितीनं तिला टाइपसेटिंग मशिन दाखवलं. प्रत्येक शब्दाचं प्रत्येक अक्षर उचलून ते योग्य जागी खाचेत बसवावं लागत होतं. मग ते शब्द शाईमध्ये बुडवले जायचे आणि त्यांचे ठसे कागदावर उमटवले जायचे.

''बघ ना करून'' अदिती म्हणाली. मायानं काही अक्षरं बाहेर काढली, एका ट्रेवर जुळवली, काळ्या शाईत बुडवली. 'मायनेमइजमायाहक.'

''शब्दांमधलं अंतर लक्षात ठेवायला हवं, डॉक्टर.''

टाइपरायटरच्या कळी घट्ट झाल्या होत्या. इतकी वर्षं अम्मूच्या बिछान्याखाली घालवावी लागल्यामुळे तिच्यावर रागावल्या असाव्यात. एक काळ असा होता की हा टाइपरायटर तिच्यापासून दूर करताच येत नव्हता. अगदी जेवणाच्या वेळीही ती तो घेऊनच यायची आणि टकटक करत असायची. जेव्हा ती टाइपरायटर बडवत नसायची, तेव्हा सापडेल त्या कागदाच्या कपट्यावर काहीतरी खरडत असायची. जुन्या वृत्तपत्राचा तुकडा किंवा भजी गुंडाळून आणलेला कागद, तिला काहीही चालायचं. आता मात्र ती शब्द शोधत चाचपडत होती.

'क्रॉनिकल्स ऑफ अ क्रूसेडिंग डॉक्टर?' सेवाभावी डॉक्टरच्या आठवणी? हे नाव फारच अहंमन्य वाटत होतं. तिनं जे काही केलं होतं त्यामध्ये फार मोठं भव्यदिव्य असं काही नव्हतं. तिनं डिक्टेटरबद्दल लिहायला सुरुवात केली, हुतात्मा स्मारकावर- मार्टीर्स मेमोरियलवर फुलं उधळतानाचं त्याचं स्वरूप.

तिनं टाइपरायटरमधून तो कागद बाहेर ओढला. कुणालाही त्याबद्दल वाचायचं नसणार. खेड्यातल्या जीवनाची सत्यकथा. तिनं या जगात आणलेल्या शेकडो मुलांची तिला आठवण झाली आणि जेवढ्या मातांना ती वाचवू शकली नव्हती त्यांचीही. तिला नाझियाची आठवण झाली– नाझियाला शिक्षा करण्यात आली होती- कारण एवढंच- तो सबंध वर्षातला सर्वांत गरम दिवस होता आणि तिला आपली पावलं पाण्यात बुडवून थंड करावीशी वाटली होती. तिनं सुरुवातीपासून

सुरुवात केली. माझ्या ओळखीची एक मुलगी होती- नाझिया. हे ती काय लिहितेय? अशी खरी नावं नाही लिहिता येणार तिला- नाझिया-झेनिया-इनाझ-आयझान. माझ्या ओळखीची एक मुलगी होती- आयझान.

१९७२
एप्रिल

सोहेलच्या मित्रांना त्याचं हे धर्माकडे वळणं समजू शकत नव्हतं, कारण त्यापूर्वी जे काही घडलं होतं त्याचा नीटसा अर्थच त्यांना कळला नव्हता. त्यांना वाटत होतं त्याचं आयुष्य आनंदानं, सुखानं भरलेलं आहे. त्याचं वर्णन करण्यासाठी ते शब्द वापरायचे तेही- मजेत असलेला- आनंदी - हॅपी -गो - लकी, हॅपी आणि लकी-आनंदी आणि नशीबवान- कायम हसत असणारा, बेल बॉटम घातलेला, रॉक अँड रोलमध्ये रमणारा. त्याला देव सापडला त्याच्या आधीची गोष्ट आहे ही. तो किती देखणा होता हे त्यांना आठवत होतं, हसला की त्याचे दात दिसायचे हेही आठवत होतं.

त्यांनी जर त्याला खरंखुरं ओळखलं असतं तर त्यांना त्याचं हसणं, दात दाखवणं, त्याचं हॅपी–गो–लकी असणं हे सारं सारं युद्धानं हिरावून घेतलं होतं, हे कळून आलं असतं. तिनं आत्महत्या करू नये म्हणून अपहरणकर्त्यांनी ज्या मुलीचं डोकं भादरलं होतं त्या मुलीनं हे सारं हिरावलं होतं. पडदा- ती प्रवचनं- हे सारं त्यामागून आपोआपच आलं होतं. त्याच्या जुन्या बंडखोरीची रिकामी जागा भरून काढण्यासाठी.

शिवाय, लोकांना पवित्र पुस्तकाची आठवणही काहीशी चुकीचीच होत होती. त्यांना वाटत होतं, सिल्व्हीनं त्याला ते पुस्तक देऊन वाचायला सांगितलं होतं, कारण युद्ध संपताना सिल्व्हीनं नवरा गमावला होता आणि तिला देव भेटला होता. सर्वांच्या विरोधाला धुडकावून तिनं सर्वप्रथम डोकं झाकून घ्यायला सुरुवात केली होती. तिनं देशाकडे पाठ फिरवत मृत्यूनंतरच्या आयुष्याचा विचार करायला सुरुवात केली होती.

पण सोहेलला पवित्र पुस्तक दिलं होतं ते रेहानानं, तो युद्धावरून परत आल्यानंतर काही महिन्यांनी. घडलं ते असं—

तो बुधवार होता, रेहानाचा बाजारहाट करण्याचा दिवस. ती न्यू मार्केटच्या बाजूनं चालत, गेल्या आठवड्यापेक्षा आता किमती किती वाढल्याहेत याचा विचार करत होती. आपल्याला एखादी कोंबडी, अर्धमुर्धं मटण परवडेल का याचा विचार करत होती. तेव्हाच तिला रस्त्याच्या पलीकडे कुणीतरी ओळखीचं दिसलं. तिचा स्वतःचा मुलगा. अगदी ओझरताच दिसतो तो तिला, पण तो तोच आहे याची तिला खात्री आहे. तो रिक्षातून उतरतोय. हात उंचावून ती त्याला हाक मारणार तेवढ्यात तिच्या लक्षात येतं की तो तिच्या पलीकडे कुणाकडे तरी बघतोय. त्याचा चेहरा बदलतोय. तो रस्ता ओलांडून तिच्या दिशेनं येतो; पण त्याला ती दिसतच नाही— आता तो तिचा मुलगा आहेही आणि नाहीही. तो सरळ तिच्या शेजारून चालत निघून जातो. त्याला कोण दिसलं ते बघण्यासाठी ती मागे वळते- एक माणूस एका रिक्षात बसलेला- तो त्या माणसाजवळ जातो, त्याला रिक्षातून खाली खेचतो आणि त्याच्या तोंडावर ठोसा मारतो, तीन वेळा तीन ठोसे. त्यानं एकही शब्द उच्चारलेला नाही. मग तो वळून तिच्याकडे चालत येतो. त्याच्या पाठीचे स्नायू हलताहेत. त्यावरून तिला कळून येतं आहे की तो त्या माणसाला ओळखतो. या माणसानं काही तरी भयानक केलेलं आहे, हेही तिला कळून चुकतं. त्याच गोष्टींच्या आठवणींमुळे सोहेल रात्ररात्र फेऱ्या मारत असतो, त्याची उशी ओलीचिंब होते, हसण्याचा प्रयत्न केला तरी त्याची जिवणी ताठरलेली राहते, सारं काही पूर्वीसारखं झालंय असं वागण्याचा त्याचा प्रयत्न का फसतो, हेही ती समजून चुकते.

आता काय करावं हे न कळल्यानं- त्यानं तिला सांगितलंय की त्या काळाबद्दल काहीही बोलायचं नाही म्हणून- ती त्याला पवित्र पुस्तक देते. 'यातून बाहेर कसं पडणार' असं वाटावं अशा अनेक कठीण प्रसंगांमध्ये या पुस्तकानंच तिला आजवर धीर दिलाय. पण तो मान हलवतो. हे पुस्तकच अनेक समस्यांचं कारण आहे अशी त्याला खात्री आहे- युद्धापूर्वी, बांगलादेशापूर्वी. कारण लोक इतर लोकांपेक्षा, त्यांच्या शेजाऱ्यांपेक्षा किंवा त्यांच्या देशापेक्षाही या पुस्तकाशी किंवा त्याच्या कल्पनेशी जोडले गेलेले होते. ते स्वतःला क्रांतिकारक म्हणवत होते. श्रद्धा असणं हे त्यांना कमीपणाचं वाटत होतं. साध्यासुध्या, कमी दर्जाच्या मनाच्या माणसांसाठी श्रद्धा असते, असं ते मानत होते. सोहेल पुस्तकावरून मान फिरवतो आणि हातानंच आईला जायला सांगतो.

तिला याचं दुःख होतं. कारण तिच्याही काही आठवणी आहेत. तिच्या मुलाच्या, जो आईशी असं वागला नसता- भर रस्त्यात एखाद्या अनोळखी माणसाला

असे ठोसे मारणार नव्हता. तिच्या मुलानं अनेक हिंसक दृश्यं पाहिली आहेत आणि स्वतः केलेलीही आहेत, याचं तिला आश्चर्य वाटत नाही. पण युद्ध संपल्यानंतरही त्याच्या मनात रेंगाळत राहिलेली ही हिंसा मात्र तिला समजत नाही.

सोहेल पुस्तकाला नकार देतो. त्याच्या टेबलावर ते पुस्तक धूळ खात पडून राहतं. मग कधीतरी तो ते उंच शेल्फवर ठेवून देतो. त्याच्या नजरेला पडणार नाही अशा ठिकाणी.

त्याला आपण स्वतः वाचून दाखवायचं, असं ती ठरवते. "तू ऐकू नकोस, फक्त इथे माझ्याजवळ बस," ती त्याला सांगते.

असं हे सारं सुरू झालं. ते आठवलं तरी तिला दुःख होतं. कारण नंतर जे काही घडलं ते सारं सोहेलनं देवाच्या मार्गावर ही पहिली पावलं टाकली त्यानंतरच घडलं. तिनं त्याला ते पवित्र पुस्तक दिलं- त्याच्या कपाटात ते धूळ खात पडून राहिलं— तिनंच ते नेरुदा आणि गालिब यांच्यामधून ओढून बाहेर काढलं आणि तो सकाळची न्याहरी करत असताना ती त्याला त्यातले भाग वाचून दाखवायला लागली, त्याला काही विरोध करता आला नाही. मग त्यानं ते पाठ करायला सुरुवात केली, मग समजून घ्यायला सुरुवात केली, त्यानंतर त्या पुस्तकावर प्रेम करायला लागला जे अखेरीस तो वाचायला शिकल्यावर त्याच्या हाती लागलं आणि त्याच्या हृदयात मिसळून गेलं—त्याला झालेला साक्षात्कार आणि मग त्याच्यामध्ये घडून आलेला बदल. या साऱ्याची गुंतागुंतीची प्रक्रिया कोणत्या एका विशिष्ट क्षणाला किंवा एका विशिष्ट कृत्यामुळे घडली, असं त्याच्या जवळच्या माणसांनाही सांगता आलं नसतं.

१९८४
जून

छोटू आणि सायमाच्या पार्टीनंतर कितीतरी महिन्यांनी आणखी एक आमंत्रण देण्यासाठी जॉयनं दूरध्वनी केला. ''पार्टीला तुला काही फार मजा नाही आली, नाही?''

''तुला आली का?'' त्याचा आवाज ऐकून तिला बरं वाटलं. ''इतके दिवस फोन का केला नाहीस?''

मोठ्यानं हसत तो म्हणाला, ''योग्य संधीची वाट बघत होतो मी. आत्ता आलीये ती.''

''अरे? आणि ती कुठली? व्हिस्की आणि डान्सची आणखी एक संध्याकाळ नाही ना?''

''माया-बी, तुझं हृदय ना साखरेसारखं कठीण आहे बघ. नाही– हे वेगळं आहे, साफ वेगळं– दुसरी बाजू बघायला आवडेल तुला, असं वाटलं मला.''

''कशाची दुसरी बाजू?''

''तुला ज्या गोष्टींचं महत्त्व वाटतं त्याच गोष्टींबद्दल आस्था बाळगणारे लोक.''

''नको, थँक्स. मी भेटलेय अशा लोकांना आधीच. तुला अदिती आठवत्येय– त्या पार्टीला भेटलेली? तिनं मला त्यांच्या वृत्तपत्राच्या कचेरीत नेलं होतं. संपादकानं मला एक कॉलम दिलाय.''

''शफात?''

''तू ओळखतोस त्याला?''

''सगळेच ओळखतात त्याला.''

ज्या सुरात तो 'सगळेच' म्हणाला ते तिला आवडलं नाही. ती त्याला तसं सांगणार तेवढ्यात तो म्हणाला, "मी खऱ्याखुऱ्या क्रांतिकारकांविषयी बोलतोय. हे बघ, तुला पश्चात्ताप नाही होणार– तीन वाजता तुला घ्यायला येतो." तिनं काही उत्तर देण्याच्या आतच त्यानं दूरध्वनी बंद केला. खरेखुरे क्रांतिकारक– त्याला चांगलं माहीत होतं, ती ही संधी जाऊ देणार नाही; मग हा निव्वळ विनोद असला तरी. सगळ्यांना माहीत होतं की आता खरेखुरे क्रांतिकारक उरलेलेच नाहीयेत. ढाक्यात नाहीत आणि साऱ्या जगातही नाहीत. अखेरीस हे १९८४ साल आहे.

ती दोघं मोटारीतून कोलाबागानला गेली. दार उघडणाऱ्या बाईनं स्वतःची ओळख करून दिली. तिचं नाव होतं मोहोना. "चला माझ्याबरोबर" असं म्हणत ती त्यांना एका काळोख्या कॉरिडॉरमधून घेऊन गेली. तिथे जुन्या पुस्तकांचा आणि दमटपणाचा वास भरून राहिला होता. ते सारे जण एका प्रशस्त खोलीत पोचले. त्या दिवाणखान्याच्या एका बाजूला मोठ्या खिडक्या होत्या. त्या खिडक्यांच्या जाळ्यावरून चढत गेलेले मनिप्लांट्स थेट छताशी पोहोचले होते. दिवाणखान्यात आधीच काही माणसं साधारण गोलाकारात बसलेली होती. एखाद्या बैठकीला जाऊन मायाला खूपच दिवस झाले होते. पण हे दृश्य ओळखीचं होतं. साध्या साड्या नेसलेल्या बायका, थोडंसंच आणि तेही वेताचं फर्निचर, कागदाचा आणि उदबत्तीचा गंध. ती हळूहळू जॉयपासून दूर जात जात गणवेशातल्या एका माणसाच्या शेजारी जाऊन बसली.

"हॅलो. मी शेहरझादे." स्वतःचं औपचारिक नाव सांगत ती उद्गारली.

मान हलवत तो म्हणाला, "लेफ्टनंट सरकार. तुम्ही याआधी आला होता या बैठकीला?"

"नाही, माझी पहिलीच वेळ आहे ही."

"जहानारा इमाम येणार आहेत आज."

मायाचे डोळे विस्फारले गेले. "खरंच?" जहानारा इमाम यांनी युद्धात स्वतःचा मुलगा गमावला, त्यावर त्यांनी एक पुस्तक लिहिलं होतं. सर्वांनीच ते वाचलं होतं. लोक त्यांना शहीद जनानी म्हणू लागले होते. हुतात्म्यांची आई. त्यांना इथे आणून जॉयनं चांगलंच केलं होतं. कदाचित तिच्या कॉलममध्ये ती याबद्दलही काही लिहू शकेल. आपली नोंदवही हातात घेऊन ती खुर्चीत सावरून बसली. लवकरच खोली भरून गेली. खुर्च्या कमी पडू लागल्या, तेव्हा लोक भिंतीला टेकून उभे राहिले. काही जमिनीवर उकिडवे बसले. नुकत्याच आत येऊन बसलेल्या एका वृद्ध स्त्रीकडे बोट दाखवत शेजारचा लष्करातला माणूस म्हणाला, "त्या बघा."

मोहोनानं बैठकीला सुरुवात केली. तिनं सर्वांचं स्वागत केलं. मायाकडे मान झुकवत नव्यानं आलेल्या लोकांचंही तिनं स्वागत केलं. जॉयनं तिच्या मागच्याच

रांगेतली एक खुर्ची पकडली आणि तिच्या खांद्यावर हात ठेवत म्हटलं, ''मी काय सांगितलं होतं!''

जहानारा इमाम बोलायला उठल्या. लहानखुऱ्या, साध्या पांढऱ्या सुती साडीतल्या त्या बाई धुरासारख्या असून नसल्यासारख्या दिसत होत्या; पण त्यांचा आवाज ठाम आणि शब्द अगदी थेट होते. ''आता तेरा वर्षं झालीयेत,'' त्यांनी बोलायला सुरुवात केली. ''पण मला माहीत आहे, माझ्यासारखेच तुम्हीही काही विसरला नाही आहात. तेरा वर्षं झालीयेत; पण आपली लढाई अजून संपलेली नाही. आपल्याला कदाचित स्वातंत्र्य मिळालं असेल, कदाचित मान उंचावून तुम्ही म्हणू शकत असाल की आता मलाही एक देश आहे– हा माझा देश आहे; पण देशाचा विश्वासघात करणाऱ्या माणसांना, खून करणाऱ्या माणसांना मोकळं सोडण्याचं काम कोणता देश करतो? ज्या बायकांना त्यांनी विधवा बनवलं, ज्या तरुण मुलींवर बलात्कार केले, त्यांच्याच शेजारी राहण्याचं स्वातंत्र्य त्यांना कोणता देश देतो?''

त्यांनी गुलाम आझमची कहाणी सांगितली. त्याच्याच गुंडांनी पाकिस्तानी लष्कराशी हातमिळवणी करून त्यांना गुरिलांच्या लपण्याच्या जागा दाखवल्या होत्या, खेडी जाळून टाकायला त्यांना मदत केली होती. सर्व गुन्ह्यांमधून त्याची निर्दोष सुटका करण्यात आली होती; एवढंच नव्हे तर त्याला बांगलादेशाचं नागरिकत्व देण्याचाही विचार केला जात होता.

युद्ध सुरू होण्यापूर्वी आपण आधी कोण होतो हे अगदी नीट लक्षात ठेवतो, याचा मायाला अभिमान होता. तिला तिचं राजकारण आठवत होतं, तिनं तिच्या देशाला दिलेली वचनं तिच्या लक्षात होती. हात मागे बांधलेल्या माणसांची प्रेतं, त्यांचे रक्तानं थबथबलेले चेहरे तिच्या लक्षात होते. आणि वैद्यकीय छावणीत काम केलेला प्रत्येक दिवस तिच्या लक्षात होता– एखादा चमचा आणि एखादी शिकाऱ्याची सुरी एवढ्याच हत्यारांनिशी माणसांच्या शरीरांमधून उकरून काढलेल्या गोळ्याही तिला आठवत होत्या.

तिनं जे काही केलं होतं ते सारं सारं तिला अगदी चांगलं आठवत होतं. ती आधी कोण होती आणि कोण राहण्याचा तिनं निश्चय केला होता, हे तिला आठवत होतं. पण आत्ता, या बाईचं बोलणं ऐकताना कुणीतरी आपल्याला मागे खेचून दुसऱ्याच एका शरीरामध्ये कोंबत आहे, असं तिला वाटायला लागलं. ते दुसरं कुणीतरी इतके महिने आणि इतकी वर्षं एकाकी नव्हतं, त्या दुसऱ्यानं घर सोडून निष्काळजीपणानं इकडेतिकडे फिरण्यात मागचं सारं दशक घालवलं नव्हतं. त्या काळाच्या सर्व आठवणी बंदिस्त करू शकणारं आणि वेळ येताच संतापणारं असं कुणीतरी हे दुसरं माणूस होतं.

जहानारा इमामांच्या वाक्यागणिक इतरांबरोबर तिनंही टाळ्या वाजवल्या. आता

खोलीत गरम व्हायला लागलं होतं. मनीप्लांट्सच्या गर्दीमधून चमकता सूर्यप्रकाश खोलीत शिरू लागला होता. कुणीतरी पंखा सुरू केला. त्या वाऱ्यानं सरकलेल्या साड्यांच्या निऱ्या बायकांनी नीट केल्या. मायानं तिच्या नोंदवहीची पानं दाबून धरली.

जहानारा इमामा यांचं भाषण संपल्यावर मोहोना पुन्हा उठून उभी राहिली. "तुमच्यापैकी किती जणांनी या युद्धामध्ये आपलं एखादं जवळचं माणूस गमावलं आहे?" तिनं प्रश्न केला.

अनेक हात वर झाले. मायाचाही हात वर गेला.

राखाडी सुटातला एक माणूस म्हणाला, "मॅडम, त्यांनी विद्यापीठात जाऊन प्राध्यापकांना गोळ्या घातल्या. माझे आई-वडील दोघंही गेले." खोलीच्या मागच्या बाजूनं आवाज आला, "माझे नातेवाईक जुन्या ढाक्यामध्ये राहत होते. त्यांनी माझ्या काकांना आणि आजोबांना मारलं."

आणखीही काही लोकांनी त्यांच्या दुःखाच्या कहाण्या सांगितल्या. त्या वेळची परिस्थिती, परस्परांवरच्या गोळीबारात मेलेली माणसं, त्यांच्या गावावर लष्करानं घातलेल्या धाडीमध्ये मेलेली माणसं, लष्कराच्या छावणीमध्ये हालहाल करून मारलेली माणसं.

या साऱ्या कहाण्या ऐकताना मायानं तिच्या खुर्चीच्या कडा घट्ट आवळून धरल्या. प्रत्येकानंच उठून आपण कुणाकुणाला गमावलं, युद्धामध्ये आपण नक्की काय केलं, तेही सांगायचं आहे की काय? पंख्याच्या वाऱ्याखाली आपलं शरीर थरथरतं आहे, असं तिला जाणवलं. युद्धामध्ये घडलेल्या सर्व अत्याचारांची नोंद करण्याविषयी एक बाई बोलत होती. "आपण एक यादी बनवायला हवी आणि या सर्व खुन्यांची ओळख पटवायला हवी."

मायानंही नकळतच हात उंचावला. मोहोनानं तिच्याकडे बोट केलं. "मला वाटतं- मला खात्री आहे, पहिली गोष्ट आपण करायला हवी ती म्हणजे आपल्या चुका, आपले दोष आपण प्रथम मान्य करायला हवेत– आपली पापंही. युद्धाच्या काळात खूप काही घडलं आहे; आपण फक्त बळी नाहीयोत."

खोलीमध्ये एकदम शांतता पसरली.

लेफ्टनंट सरकार तिच्याकडे वळून सौम्यपणे म्हणाला, "मुली, इथे बसलेल्या प्रत्येकाच्या आत्म्याला अतिशय क्लेश झालेले आहेत. तू त्यांच्यासमोर बोलते आहेस."

तिला लोकांचे श्वासोच्छ्वासाचे आवाजही ऐकू येत होते. हा अवघड क्षण संपण्याचीच सगळे वाट बघत होते. अखेरीस मोहोना उठून उभी राहिली. "आपण सगळेच आपापल्या स्वतःच्या दुःखात गुरफटलेले आहोत. पण आपण इथे जमलो आहोत ते साथीदारांविषयी बोलायला. समोरच्या मुद्द्यावर आपण लक्ष केंद्रित ठेवू

या. आपण हे सारे अत्याचार नीटपणे, व्यवस्थितपणे नोंदले तर गुलाम आझमला बांगलादेशात राहण्याची परवानगी नक्कीच नाकारली जाईल.''

पुन्हा आवाज वाढले. मायाच्या छातीत एक जोरदार कळ उठली. तिनं हात वर का केला होता- युद्धामध्ये तिला भोगाव्या लागलेल्या, तिच्या स्वतःच्या दुःखाचा विचार तिच्या मनात आला. पण तिनं केलेल्याही काही गोष्टी होत्याच. त्याही आता तिच्याकडे परत आल्या. अगदी स्वच्छ आणि धारदार आठवणी. जॉयकडे वळून ती पुटपुटली, ''मी निघते.''

''थांब, हे संपलंच आहे जवळ जवळ. आणखी फारतर दहा मिनिटं.''

तिला थांबणं शक्यच नव्हतं. ती उभी राहिली. लेफ्टनंट सरकारांना ओलांडून ती पुढं झाली. रांगेच्या शेवटी तिच्याकडून कुणाचा तरी चहाचा कप पडला. त्या आवाजानं खोलीत पुन्हा शांतता पसरली. ''एक्स्क्यूज मी'' असं पुटपुटत ती बाहेर सटकली. बाहेर दुपार ढळत होती. समोरच्या गर्दीच्या रस्त्यावर ट्रक्सची लांबलचक रांग चालली होती. दूरवर तिला पत्र्याच्या झोपड्यांचा एक गठ्ठा दिसला. जवळ गेल्यावर तिला दिसलं की त्या झोपड्या क्षितिजाच्याही पार पोहोचल्या होत्या. तकलादू झोपड्यांच्या रांगाच्या रांगा. कागदाचे तुकडे, सिनेमाची पोस्टर्स, दिनदर्शिका, वृत्तपत्राचे तुकडे, गोणपाटाचे तुकडे आणि गाईचं शेण यांनी एकमेकांना चिकटवून उभारलेल्या झोपड्या. तिला एक पालथा डबा दिसला. त्यावर बसून ती या झोपड्यांकडे बघू लागली.

''हे कळतच नाहीये.'' जॉय तिच्याशेजारी उकिडवा बसत म्हणाला.

''तू काही माझा टूर गाईड नाहीयेस.''

''पण खूप दिवसांनी तू परत आलीयेस. तुझ्या मनात काही चुकीचं यावं असं मला वाटत नाहीये.''

''मीही तुला काही गोष्टी दाखवू शकेन, माहीत्येय ना?''

''कोणत्या?''

''तिकडे बघ. अशा झोपडपट्टीमध्ये राहण्यातली सर्वांत लाजिरवाणी गोष्ट कोणती, माहीत्येय? तू बाई असलास तर?''

''कोणती?''

''पिण्याचं पाणी.''

''का? ते घाणेरडं असतं म्हणून?''

''ते तर आहेच. पण तेवढ्यामुळेच फक्त नाही. हे बघ, तू बाई असलास आणि या झोपडपट्टीत राहात असलास तर तुला मध्यरात्री, अंधारात उठून बाहेर पडावं लागेल, सर्व झोपड्या ओलांडून पलीकडे गेल्यावर साडी वर करून गटारावरच बसावं लागेल. मग पाय न वाजवता घरात येऊन पुन्हा नवऱ्याच्या बिछान्यात शिरावं

लागेल. मग उरलेला सारा दिवस तुला थांबावं लागेल अंधाराची वाट बघत– पोटात कळा यायला लागतील, तुझी आतडी जळायला लागतील, पण तुला काहीही करता येणार नाही. नाही, करता येणारच नाही. अंधार पडेपर्यंत, सगळे झोपी जाईपर्यंत, तुला काहीही करता येणार नाही. त्यानंतरच तुला तुझी साधी एकुलती एक लघवी करता येईल.''

त्याचं डोकं खाली झुकलं. त्याचा हात आपल्या हाताजवळ सरकतो आहे हे तिला दिसलं आणि तिनं स्वतःचा हात मागे खेचला. त्याचं हे असं करणं म्हणजे हा प्रश्न सोडवल्यासारखं त्याला वाटू नये असा तिचा प्रयत्न होता. देशातलं क्रौर्य, खून, बलात्कार केले तरी खुशाल मोकळे फिरू शकणारे साथीदार— यातलं काहीही हाताच्या एका स्पर्शानं सोडवता येणार नव्हतं. आठवणी, पापं, आणि मानवतेची ही दशा.

त्याच्याकडे वळून ती म्हणाली, ''मला बैठकांमध्ये भाग घेता येत नाही.''

''घेऊच नकोस. तू फार भांडतेस.''

मोठ्यानं हसत ती उत्तरली, ''खरं आहे.'' त्याच्यावर रेलत ती म्हणाली, ''मला रिक्षा शोधून दे बरं.''

''मी नेतो ना तुला- टॅक्सी ड्रायव्हर म्हणून माझ्या कौशल्याचा वापर कर की.''

❊

झैदला एक ते दहा इंग्लिश आकडे शिकवण्याचं तिचं काम नुकतंच संपलं होतं. तो मोठ्या आवाजात अभिमानाने ते आकडे म्हणत होता, तेवढ्यात दूरध्वनीची घंटा वाजली. मायानं घड्याळाकडे पाहिलं- चार वाजले होते. वरच्या मुलीसाठी असणार; हो पण ती तर कुठेच दिसत नव्हती. तिनं दूरध्वनी उचलला. ''हॅलो?''

संपर्कामध्ये खरखर होती. ''हॅलो.'' कुणीतरी बाई होती. ''माया?''

नाझिया. ''नाझिया?'' तिचं मन भरून आलं.

''माया आपा.'' ती म्हणाली. अगदी औपचारिकपणे. ''तुम्ही ठीक आहात ना?''

''होय, मी ठीक आहे.''

''आणि तुमची आई?''

''तीही ठीक आहे आणि तुझी मुलं कशी आहेत?''

नाझियानं घसा खाकरलेला मायाला ऐकू आला. ''मला तुमचं पत्र मिळालं, तुमची पत्रं- दोन्ही.''

आपण काय लिहिलं होतं हे आठवण्याचा ती प्रयत्न करू लागली. आडपडद्यानं केलेली लांबलचक स्पष्टीकरणं- मागितलेल्या क्षमा. ''खूप सांगायचं होतं.''

नाझियानं एक श्वास सोडला. "तुम्हाला असं जावं लागलं याबद्दल मला क्षमा करा."

"ती माझीच चूक होती. मीच तुला त्या तळ्यात पोहायला जाऊ द्यायला नको होतं."

काही वेळ शांतता. "आज मी घरी जात्येय. डॉक्टरनं सांगितलं."

म्हणजे हा सारा वेळ ती रुग्णालयातच होती तर. "तुला बघून मुलांना खूप आनंद होईल."

"मला जायला पाहिजे आता."

"ठीक आहे." माया म्हणाली. का कोण जाणे; पण पुढे 'देव तुझं कल्याण करो' असं म्हणावंसं तिला वाटलं; पण ती काही म्हणणार त्याच्या आतच दूरध्वनी बंद झाला. तिनं बऱ्याच वेळा दूरध्वनी यंत्राची कळ दाबली; पण खरखर तेवढी येत राहिली, साधा डायल टोनही नाही.

❄

"झैद, तुला तुझ्या आजोबांबद्दल काय माहीत आहे?"

"ते वारले."

"ते बरोबर आहे. तुला माहीत्येय, तुझ्यासारखीच त्यांची हनुवटी होती?"

हे ती मनचं सांगत होती. "खरं?"

तिनं त्याच्या हनुवटीवरच्या खळीत अंगठा ठेवत म्हटलं, "हो, अगदी तुझ्यासारखीच."

एका रिक्षामधून ती दोघं कबरस्तानाकडे निघाली होती. त्यानं आज त्याचे जोडे घातले होते आणि कारखान्यात वापरल्या जाणाऱ्या साबणाचा वास असलेला एक स्वच्छ कुडता. कबरीवरच्या स्मृतिफलकावरची अक्षरंही तो आता वाचू शकत होता. 'मुहम्मद इक्बाल हक.'

"तुला माहीत्येय," मायानं विचारलं, "माझे वडील वारले तेव्हा मी तुझ्याच वयाची होते."

"तुम्ही रडलात का मग?"

"नाही. मी रडले नाही. आपण किती दुःखी असायला हवं, हेच कळत नव्हतं मला."

"मलाही."

तिला माहीत होतं. त्याच्या आईबद्दल तो बोलायचा तेव्हा तिनं त्याला बघितलं होतं– त्याच्या मनातल्या तिच्या सगळ्या सकारात्मक आठवणी एकत्र करून तो बोलायचा. –लुडोचा पट– शाळेत जाण्याचे वायदे. "ती फार सुंदर होती. तुझी

अम्मू.'' माया म्हणाली. ''तिचे राखाडी रंगाचे डोळे होते तुझ्यासारखे.''

स्मृतिफलकावर हात ठेवत त्यानं कबरीभोवती एक फेरी मारली.

''तुझ्या आईला काही सांगायचंय का तुला, झैद?''

''ही तिची कबर नाहीये.''

''हो, पण तिला ऐकू येतं तू काय म्हणतोयस ते. काय सांगायचंय तिला?''

तो थबकला. उकिडवा बसला. ''अम्मू,'' तो म्हणाला, ''मला एक सायकल हवीये.'' मग त्याला शिकवण्यात आल्याप्रमाणे त्याने दोन्ही हातांची ओंजळ केली आणि कलमा म्हटला.

❈

त्या रात्री, झोपेतच तिनं बिछान्याच्या कडेपर्यंत हात नेला तेव्हा तिला काहीतरी उबदार असं जाणवलं. झट्‌कन उठून बसत तिनं बोटांनी चाचपलं. झोपी गेलेली एक आकृती, श्वासोच्छ्वास सुरू असलेली. ती नक्कीच स्वप्न बघत असली पाहिजे. तिनं दिवा लावला. हात तोंडावर घेऊन झोपलेला तो मुलगा हलला नाही.

तिनं त्याला ब्लँकेट घातलं तेव्हा तो थोडा हलला. त्यानं ब्लँकेट डोक्यावर ओढून घेतलं. बागेतल्या झाडांवर चंद्रप्रकाश पसरला होता.

नंतर, खोलीत रंग दिसू लागले तेव्हा तिनं त्याला मच्छरदाणीमध्ये ओढून कुशीत घेतलं. हळूहळू त्याचे खांदे सैलावले, तो तिच्याजवळ सरकला.

❈

जूनच्या शेवटच्या दिवशी, जेव्हा तो भयानक जाळता उन्हाळा पावसाळ्याला जागा करून देणार होता, तेव्हा रेहानानं मायाला घराबाहेर पडायला राजी केलं आणि त्या दोघी, शहरातल्या सर्वांत नव्या आणि सर्वांत राजेशाही इमारतीपुढे जाऊन उभ्या राहिल्या.

''मला ही इमारत अगदी आवडत नाही.'' सावलीसाठी डोळ्यांवर हात धरत ती म्हणाली. ''किती हिडीस आहे ही!''

''जाऊ दे बेटा, इतकं रागावू नये.''

''हिडीस.'' तिनं मान वळवून आजूबाजूला बघितलं. सबंध इमारत नीट न्याहाळली. आपल्या नजरेतून काही सुटू नये याची ती काळजी घेत होती. ''तिथे पाणी आहे का?''

''हो, ही इमारत पाण्याच्या तलावावरच बांधलेली आहे ना. नदीवर शाप्लाचं फूल तरंगत असतं ना तशी.''

''एवढी प्रचंड का आहे ही?''

"त्यानं काही फरक पडत नाही. आता ती आपली संसद आहे. तो कोण तो हुशार अमेरिकन माणूस आहे ना त्यानं बांधलीये ती."

"असेल, पण मला नाही आवडली ही."असं म्हणत पुढे होऊन इमारतीच्या रुंद पायऱ्या चढत ती म्हणाली. "हिचं प्रवेशद्वार कुठेय?"

"मला नाही माहीत. आपल्याला आत जायची परवानगी नाहीये. बाहेरूनच बघायचं आणि कौतुक करायचं."

त्या दोघींनी इमारतीकडे पाठ फिरवली आणि इमारतीच्या प्रांगणाकडे बाग बगिचाकडे बघायला सुरुवात केली. दोन्ही बाजूंना लॉन पसरलं होतं. पूर्वेकडे शेर-ए-बांगलानगरपर्यंत आणि पश्चिमेला मिरपूर रोडपर्यंत. ते सारं अगदी छाप पाडणारं होतं, यात शंका नाही. प्रांगणाच्या सीमेवरचे वृक्ष चांगले जुने पुराणे दिसायलाही लागले होते. बगिच्यामध्ये ठिकठिकाणी सावली पकडून एकमेकांचे हात हातात घेऊन बसलेली जोडपी दिसत होती. मुख्य रस्त्याच्या जवळच गवताच्या एका पट्टीवर एका पुच्कावाल्यानं आपली गाडी लावली होती. या दोघींकडे बघत त्यानं हात हलवला. "भूक लागलीये का, माँ?' मायानं विचारलं.

पुच्कावाल्याच्या ओबडधोबड लाकडी खुर्च्यांवर दोघी विसावल्या आणि त्यांनी दोन प्लेट पुच्काची मागणी केली. सूर्य झपाट्यानं पश्चिम क्षितिजाकडे उतरत होता. त्याच्या किरणांचे आडवे पट्टे गवतावरून थेट इमारतीपर्यंत पोहोचले होते. अचानक तिला दुसरीकडेच कुठेतरी असावं असं वाटू लागलं. राजशाहीमधल्या झाडांच्या दृश्यासाठी तिचे डोळे दुखू लागले, तिचं ते लहानसं विटांचं घर. नाझिया परत फोन करेल का? तिच्या मनात आलं आणि मग पोस्टमनला तेवढे पैसे देणं, तिचा दूरध्वनी क्रमांक फिरवण्याची विनंती करणं यासाठी तिला किती त्रास भोगावा लागेल, हेही तिला जाणवलं. "ते लहानसं खेडं मला अगदी घरच वाटायचं." ती एकदम उद्गारली. तिची नजर त्या इमारतीवर खिळली होती, त्यातली राखाडी वळणं ती नजरेनंच नाकारत होती, इतकी मजबूत इमारत पण अमेरिकन माणसानं बनवलेल्या तलावावर फुलासारखी तरंगत होती, हेही तिला बोचत होतं.

"सगळं सोडून जाणं कठीण होईल." तिची आई उद्गारली. मी जाऊ शकते अजून. मायाच्या मनात आलं. सामान बांधून दारातून सरळ बाहेर पडू शकते आणि पुन्हा एखाद्या खेड्यातली डॉक्टर बनू शकते.

पुच्काच्या बशा आल्या. बारा-तेरा पुच्के अणि त्यामध्ये भरलेलं चवळीबटाट्याचं मिश्रण. त्यावर चिंचेचं पाणी ओतून घेत मायानं एक पुच्का तोंडात घातला. ताबडतोब तिच्या डोळ्यांतून पाणी वाहू लागलं. "हं.." ती हसतच म्हणाली.

"हो, त्यानं खूपच मिरची घातलीये." असं म्हणत अम्मूनं पुच्कावाल्याला हातानं बोलावलं.

"नाही, अम्मू." डोळे पुसत माया म्हणाली. "असू दे, छान लागताहेत. खरंच पर्फेक्ट." तिच्या आईनं तिला एक हातरुमाल दिला. "किती मस्त लागतात 'मी' विसरलेच होते." संसदेच्या कुंपणभिंतीसमोरून मिरवणुकीसारख्या मोटारी जात होत्या. पुच्का खाताखाता माया मोटारींचे भोंगे ऐकत होती. रिक्षा वळत होत्या किंवा आपली रांग बदलत होत्या, तेव्हा त्यांच्या लहान घंटा वाजतानाही तिला ऐकू येत होत्या आणि दर काही मिनिटांनी धनमाँडी-गाझीपूर बस जात होती, टारझनसारखं लटकून उभ्या राहिलेल्या प्रवाशांमुळे एका बाजूला कललेली.

पुच्काचं आवरण तिच्या तोंडात विरघळत असताना, तिरपा सूर्यप्रकाश गुलाबी शेंदरी रंगानं तिच्या आईच्या गालावर चमकत असताना अचानकच तिला तिच्यावर प्रेमाचा वर्षाव झाल्याचे अनेक प्रसंग आठवू लागले. तिची आई बरोबर असली की असंच व्हायचं. एखाद्या स्वतंत्र पक्ष्याच्या पिसाऱ्यामधल्या पिसांवर पीस रचल्यासारख्या आठवणींवर आठवणी तिला ऊब देण्यासाठी तिच्याभोवती पांघरल्या जायच्या किंवा तिला उडायचं असेल तर तिला पंख देण्यासाठी. आईच तिचे पंख होती- पंखच होती.

"किती गर्दीचा रस्ता आहे हा." पुच्कावाल्याकडून घेतलेल्या चहाचे घोट घेत माया म्हणाली.

तिच्या आईनं मान डोलावली. "सगळंच किती वेगानं होतंय. स्वातंत्र्य मिळून फक्त तेरा वर्षं झालीयेत आणि आता काहीसुद्धा ओळखू येत नाही."

तेरा. तिला हवा होता तश्या देशाचं हे मोडलेलं स्वरूप तयार होऊन तेरा वर्षं झाली होती. ऐकायला फार वाटत नाहीत; पण तेवढ्या काळात देशानं भर रस्त्यामधून रणगाडे नेले, आणले होते. देशानं आपले नेते निवडले होते आणि त्यांची नेमणूकही केली होती. त्यानं दोन राष्ट्राध्यक्षांच्या हत्या केल्या होत्या. बालपणातच देशानं स्वतःचेच लचके तोडून खायला सुरुवात केली होती, दक्षिणेकडच्या जमातींना ठार केलं होतं, धरणं बांधण्यासाठी खेडी पाण्यामध्ये बुडवली होती, मोधुपूर वनामधले प्राचीन वृक्ष जमीनदोस्त केले होते. झपाट्यानं वाढत असलेला देश– चटकन संतापणारा, चट्कन स्वतःचा सर्वनाश करून घेणारा.

पुच्के संपले होते. कपांमध्ये चहा थंड होत होता. हा दिवस संपूच नये असं मायाला वाटत होतं. "मी काय म्हणत्येय," ती उद्गारली. "चल, आपण न्यू मार्केटला जाऊ या. तुझ्यासाठी एक साडी घ्यायचीये मला."

"कशाला?"

"कारण, तुझे सात वाढदिवस मी चुकवलेयत. आणि सात ईदचे दिवस– दोन्ही ईद धरल्यास एकूण चौदा." हे बोलत असतानाच तिला जाणवलं- इतके सारे चुकलेले दिवस एका साडीनं भरून निघण्यासारखे नव्हते. तरीही न्यू मार्केटमधल्या

त्यांच्या आवडीच्या दुकानांमध्ये जाण्याची कल्पना तिला एकदम खूप आवडली. दुकानदारांबरोबर घासाघीस करणं, मग त्या दुकानदारांनी त्यांच्यासाठी थंड पेय मागवणं, त्यांच्या तरुण मुलांच्या कमरेभोवती साड्या गुंडाळून त्या कशा दिसतात ते दाखवणं.

"ठीक आहे." रेहाना म्हणाली. "चल, जाऊ या."

रिक्षावाला मिरपूर रोडवर वळला, सबंध रस्ता पार करत गौसिया आणि चांदनी चौक पार करून तो आता मार्केटकडे वळणार, तेवढ्यात फुलर रोडवरून एक मोठा जमाव त्यांच्याच दिशेनं येऊ लागला. माणसांची एक भिंतच त्यांच्याकडे येत होती. त्यांच्या हातामध्ये एक मोठा रंगवलेला फलक होता.

"ही छात्र लीग आहे." माया म्हणाली. ती विद्यापीठात होती तेव्हा त्यांच्या चळवळीचं हेच चिन्ह होतं. मोर्चा हळूहळू पुढे येत होता. न्यू मार्केट गेटसमोरचा सारा भाग त्यांनी व्यापून टाकला. त्यांच्या हातातले कर्णे ओरडत होते. तिला स्वतःच्याच अनेक प्रतिकृती दिसू लागल्या. 'त्यांना काय हवंय?'

मोर्च्यातील घोषणांपुढे त्यांचं बोलणं विरूनच गेलं. विद्यापीठाच्या उप-कुलगुरूंना घालवण्यासंबंधी काहीतरी मागण्या दिसत होत्या. आणि डिक्टेटरचा भ्रष्टाचार.

कॅन्व्हासचं टप असलेला एक ट्रक येऊन पोहोचला. त्याच्या मागच्या उघड्या भागातून गणवेशातील अनेक माणसं बाहेर झेपावली. मोर्चा एक पाऊल मागे सरकला. त्यांच्या हातातला फलक आता एका वेड्यावाकड्या रेषेत दिसू लागला. हातामध्ये कर्णा घेतलेला एक माणूस बोलू लागला, "आम्ही शांततामय मार्गाने मोर्चा काढला आहे. आम्हाला आमचं म्हणणं मांडायचं आहे."

गणवेशातील माणसांनी त्यांच्या लाठ्या आणि ढाली समोर धरल्या.

'छात्र लीगची मागणी अशी आहे–'

ते पोलीस रागावलेल्या बायकांसारखे दिसत होते. त्यांनी त्यांची लाटणी पहिल्या रांगेतल्या लोकांच्या पाठीवर मारली. फलक खाली कोसळला. आणि निदर्शकांच्या पायात अडकू लागला. निदर्शक सैरावैरा झाले. पण पोलीस त्यांच्यामागे धावून त्यांच्या पाठीवर जोरात फटके मारतच होते. एकामागोमाग एक निदर्शक खाली कोसळून पडू लागले. त्यांच्या बकोट्या धरून त्यांना त्या थांबलेल्या ट्रकमध्ये कोंबण्यात येऊ लागलं.

डोक्यातून वाहणारं रक्त हातानं दाबून धरू पाहणारा एक मुलगा मायाला दिसला. रिक्षावाल्यानं मागे वळण्याचा प्रयत्न केला; पण त्यांच्यामागे बऱ्याच मोटारी उभ्या राहिल्या होत्या आणि पोलिसांच्या गाड्यांनी समोरचा रस्ता बंद केला होता. "माफ करा मला; पण तुम्हाला चालतच जावं लागेल आता." भाडंही नाकारत तो म्हणाला. "लवकर जा, आत्ता गेला नाहीत तर खूप वेळ इथे अडकून पडाल."

पदपथावरून चालत त्यांनी न्यू मार्केटपासून दूर पश्चिमेला जाणारा रस्ता धरला. त्यांच्या मागे अश्रूधुराचे ढग हवेत तरंगू लागले. मायानं आईचं कोपर पकडत म्हटलं, "चल चल लवकर, अम्मू." त्या दोघी धावू लागल्या. मिरपूर रोड ओलांडून त्यांनी पूल ओलांडला. एका कोपऱ्यावर वळताच सारं काही शांत झालं. कुठेही पोलीस नव्हते. धापा टाकतच माया वळली आणि तिनं आईला मिठी मारली. तिचा गळा भरून आला.

"तू तशीच दिसायचीस," तिच्या मनात काय चाललंय ते ओळखून रेहाना म्हणाली.

डोळे पुसतच ती हसली. "कशी? तरुण आणि बिनधास्त?"

"म्हणजे रस्त्यावर उतरलेली असायचीस तेव्हाच जिवंत वाटायचीस- तशी."

त्या दोघी बंगल्यात परतल्या. सहा वाजता मायानं बातम्या लावल्या. खांद्यावरचा पदर पिनेनं घट्ट केलेली बातम्या देणारी बाई दिवसभरातल्या घटना सांगू लागली. डिक्टेटरनं घोषणा केली होती की, तो एक शक्तिवान बांगलादेश निर्माण करणार आहे. अर्थमंत्र्यानं घोषणा केली होती की, आपल्या फायद्याच्या नसतील तर भारताच्या अटी मान्य करून त्यांच्याशी व्यापार करण्यात येणार नाही. तो निषेध मोर्चा, लाठीमार, अटक किंवा मारहाण याचा कुठे उल्लेखही नव्हता.

"काय बुलशिट न्यूज रीडर आहे. एवढं सगळं लिपस्टिक फासलंय, पण सत्य काही सांगता येत नाहीये तिला. हा मूर्ख टेलिव्हिजन तुम्ही ठेवताच कशाला, मला कळत नाहीये," मायानं संचावर मूठ आपटली.

"चालू दे ते," ज्या साडीला इस्त्री करत होती तिच्या चुरगळलेल्या काठावर जास्त जोर देत अम्मू म्हणाली.

"तू या सगळ्या प्रचाराला बळी पडतेयस, यावर विश्वासच बसत नाहीये माझा."

इस्त्री उभी ठेवत रेहानानं पाठ सरळ केली. "दिवसभर माझ्याशी कोण बोलायचं असं वाटतं तुला... तू परत यायच्या आधी? कुणीही नाही. कधी कधी मी सुफियाला काम करत असताना एखादं तिच्या गावाकडचं गाणं म्हणायला सांगायची. एवढ्यासाठीच की आणखी कुणीतरी इथे आहे, हे मला पटावं. मी हा टीव्ही घेतला कारण इथे इतकं शांत असायचं की मला तर उंदीर घरात शिरण्याचा प्रयत्न करायचे तेही ऐकू यायचं. म्हणून तो बंद करायला मला सांगू नकोस. मला हवा असेल तर मी सुरूच ठेवीन तो." आणि तिनंही संचाच्या बटणावर थाप मारली आणि साऱ्या प्रतिमा पुन्हा पडद्यावर थरथरल्या आणि नाहीशा झाल्या. तिनं अँटेना हलवला. पडद्यावरचं चित्र येत जात असताना ती उद्गारली, 'डॅम.' अखेरीस एकदाचा तिला हवा तो सिग्नल सापडला. इस्त्री सुरू असतानाही ती कोचावर टेकली आणि हवामानाचा अंदाज ऐकू लागली.

"मला परत जायचं नाहीये." माया म्हणाली. झालं बोलून. अगदी सोपंसं एक वाक्य. सुटकेची ऊब मायाच्या शरीरात भिनू लागली. ती राजशाहीला पत्रं लिहिणं थांबवणार नाहीये आणि कदाचित- थोडी हवा बदलली, आणि त्या दिवसाची आठवण थोडी मावळली की मग ती जाईलसुद्धा राजशाहीला भेट द्यायला. डाकवाल्याच्या मुलीला तपासेल, थोडी अँटिबायोटिक गोळ्यांची पाकिटंही वाटेल. पण तिथे परतण्याच्या शक्यतेचा विचार करणं ती थांबवेल. ती इथेच राहील, जे काही शिल्लक आहे त्यामधून एखादं नवं आयुष्य उभारण्याचा प्रयत्न करेल. ती नाझियाला विसरणार नाही, नाझियाची कहाणी, तळ्यात पोहायला उतरण्याचं तिचं धाडस आणि तिच्या या शौर्याबद्दल तिला मिळालेलं फटक्यांचं बक्षीस... हे सगळं ती लिहून काढेल. ते सगळं कागदावर उतरवेल. लोक ते वाचतील आणि त्यांना कळून येईल की त्यांचं स्वातंत्र्य हे नाझियाच्या घोट्यांवरच्या कातडीइतकं अशक्त आहे. पण राहील मात्र ती इथेच. तिच्या आईसोबत, दाराशी डिक्टेटर उभा असताना, आणि त्या लहान पोराला पदराखाली घेऊन.

अम्मूच्या डोळ्यांत पाणी उभं राहिलं. "हे तुझंच घर आहे." ती म्हणाली. "तुला हवे तितके दिवस राहा इथे." दोघींनी एकमेकींना पुन्हा मिठीत घेतलं. मग बातम्या संपल्या आणि 'डॅलस'ची वेळ झाली. अम्मू तिला सगळी आधीची गोष्ट सांगणार असेल तर माया ही मालिका बघायला तयार होती. "ठीक आहे." ती म्हणाली. "पण खूप वेळ लागेल हं- खूपच गुंतागुंतीची गोष्ट आहे."

अम्मूनं पाय समोरच्या कॉफी टेबलावर ठेवले, तेव्हा मायाला तिच्या कमरेशी थोडी सूज असल्याचं दिसलं. "हे काय आहे?" आईच्या पोटावर चाचपत तिनं विचारलं.

"काही नाही गं." मायाचा हात बाजूला ढकलत रेहाना उत्तरली. "जाडी झालेय मी."

"बघू दे मला."

"जाऊ दे ना बेटा. मी जाडी होतेय बस." असं म्हणत ती पुन्हा संचाचा आवाज नीट करण्यासाठी पुढे वाकली.

त्या रात्री माया सोहेलचा विचार करत जागीच होती. ती सहा आणि सोहेल आठ वर्षांचे होते, तेव्हा त्यांना त्यांच्या काका-काकूंकडे लाहोरला राहायला पाठवण्यात आलं होतं. त्यांचे वडील वारले त्याला फार दिवस झाले नव्हते. सगळ्यांना वाटलं होतं या मुलांना थोडे दिवस बाहेर पाठवलं तर त्यांच्या आईला सावरायला वेळ मिळेल. एका नव्या आयुष्याची सुरुवात करता येईल. दुसऱ्या लग्नाचाही विषय निघाला होता. दुसरं लग्न, आणखी मुलं. या मुलांची अडचणच होणार होती.

अम्मूला हे मान्य नव्हतं. एक न्यायाधीश होते, एक खटला होता– ती हरली होती.

ती दोघं लाहोरमध्ये त्यांच्या काकांजवळ दोन वर्षं राहिली होती. काका फैझ आणि त्यांची बायको परवीन. प्रचंड मोठं घर. सोहेल आणि तिच्यासाठी एक आया होती. त्यांच्या खोलीच्या बाहेरच्या व्हरांड्यात ती झोपायची. त्यांना काही हवं असलं तर त्यांनी दिव्याच्या बटणाशेजारी असलेली घंटी वाजवायची.

कधी कधी परवीन हळूच मायाच्या बिछान्यात शिरायची आणि माया झोपली आहे असं समजून तिच्या कपाळावर हलकेच हात ठेवायची. मायाला तिचा दीर्घ निःश्वास ऐकू यायचा. तिच्या हलक्याशा श्वासाला औषधाचा वास असायचा. तिचं ते हलके हलके घोरणं ऐकताना मायाला झोप लागायची.

त्या दोन वर्षांच्या साऱ्या आठवणी सोहेलनंच भरलेल्या होत्या. विमानात सोहेलनं धरलेला तिचा हात, खाली वाकून तिच्या जोड्यांच्या नाड्या बांधत असलेला सोहेल, तिच्या पापण्याशी असलेला त्याचा हातरुमाल, पुरेसं उर्दू येईपर्यंत शाळेत गप्प बसण्याची सोहेलची सूचना, तिच्या रोटीचे लहान लहान तुकडे करून तिला आवडायचे तसे त्या तुकड्यांचे मनोरे रचून देणारा सोहेल.

तो तिचा आई-वडील आणि भाऊही होता. तिचा अगदी जवळचा मानव प्राणी. तिचा एकुलता एक मित्र.

ती दोघं ढाक्यात परतली तेव्हा एक भलं मोठं दोन मजली घर त्यांच्या बागेच्या अर्ध्या भागात उभं असलेलं त्यांना दिसलं. अम्मूनं सारं घर त्यांना फिरून दाखवलं. सिमेंटच्या जमिनीवर त्यांचे जोडे टपटपत होते. वरच्या मजल्यावरचा व्हरांडा सबंध इमारतीभोवती एखाद्या वेलीसारखा लपेटला गेलेला होता. तिथून त्यांना त्यांच्या जुन्या लहानशा घराचं छप्पर दिसू शकायचं. त्यावरची पावसाच्या पाण्याची शेवाळलेली डबकी- घराची पांढरी रंगसफेदी काळसर व्हायला लागलेली.

ते तिथं राहणार नव्हते. अम्मू ते भाड्यानं देणार होती आणि भाड्याच्या पैशानं त्यांच्यासाठी काही काही विकत घेणार होती. हा तिचा लहानसा दोन मजली विमाच होता, ते घर. त्या घरात पाऊल टाकताना प्रत्येक वेळी ती कसलीशी प्रार्थना पुटपुटायची. व्हरांड्याचे कठडे ती पुन्हा पुन्हा पुसायची. हात उंचावून मुख्य दरवाजाच्या चौकटीला स्पर्श करायची. तिनं या घराला 'शोना' म्हणायला शिकवलं होतं त्यांना. जणू काही ते घर चोख सोन्यानं बांधलेलं असावं.

भाग दुसरा

प्रत्येक आत्म्याला मृत्यू चाखावाच लागतो

१९८४
जुलै

"तू राहणार आहेस, ते चांगलं आहे," अम्मू म्हणाली. "सर्जरीच्या वेळी तू इथे असशील."

मायाचं अर्धवट लक्ष होतं. तिचे हात उबदार पिठाचा गोळा मळण्यात गुंतले होते. अम्मू तिला पराठे करायला शिकवत होती. उत्तम पराठा बनवायचा असेल तर पीठ मळायला घेतलेलं पाणी अगदी उकळतं असायला हवं, असं तिचं म्हणणं होतं. तिला वाटलं तिची आई तिला अमक्या तमक्याच्या लग्नाच्या वेळी किंवा कुणाच्या मुलीच्या बारशाच्या वेळी तू इथे असशील असं म्हणत्येय. मग तिला ऐकू आलं, "सर्जरी?"

"तुझं बरोबर होतं. मी डॉक्टरकडे गेले होते. मला एक गाठ झालीये." पोटावर थापटत रेहाना म्हणाली. "माझ्या गर्भाशयात. ती काढायला लागणार आहे."

मायाला ती गाठ दिसत होती... अम्मूच्या पोटावरचा तो किंचितसा फुगीर झालेला भाग. आणि हे निदान तिचं नव्हतं. ती पीठ झटकू लागली, पण मान हलवत अम्मू म्हणाली, "आधी पराठे; मग माझी तपासणी कर."

"किती दिवस झाले तुला कळलंय?"

"फार नाही झाले."

मायानं जोरजोरानं शक्ती लावून पीठ मळायला सुरुवात केली. पिठातल्या लवचिक ऊबेमध्ये घुसत राहिली. "पुरे, माया" अम्मू म्हणाली. "आता गोळे कर पिठाचे. आणि हातावर थोडं कोरडं पीठ घे, हे असं," आणि तिनं पिठाचा एक गोळा तोडून हातात घेतला आणि एखाद्या नर्तिकेच्या हातांसारखी बोटं सरळ ताठ ठेवत तिनं हातावरच त्या गोळ्याला थापटत एक छान गोलाकार दिला.

"आणखी पीठ." असं म्हणत तिनं मायाच्या हातात लाटणं दिलं.

"तू मला सांगितलं नाहीस." लाटणं दाबून फिरवता फिरवता माया उद्गारली.

रेहानानं हातावरचं पीठ झटकलं. "सांगणारच होते मी, पण उगाच तुला काळजी कशाला लावायची म्हणून नाही सांगितलं."

"पण तू हे असं केलंसच कसं? का केलंस? का लपवून ठेवलंस?"

लाटण्यावरच्या मायाच्या हातांना नीट दिशा देण्यासाठी ती मायाच्या मागे आली. "तू हा चौकोन करतेयस." ती म्हणाली. "सांगितलं ना, मला हे लपवायचं नव्हतं. आणि तेही म्हणाले हे काही फारसं गंभीर नाहीये."

राजशाहीमध्ये मायाला पडलेली स्वप्नं- पोस्टमननं तार आणून दिल्यावर मनात उठलेलं शंकांचं मोहोळ हे सारं खरं ठरत होतं. हे सारं घडणार असं पूर्वीच कधीतरी निश्चित केलं गेलेलं आहे– आता अम्मू मरणार– तिला स्वप्नात दिसलं होतं तसंच तिला पांढऱ्या कपड्यात गुंडाळलं जाणार आणि प्रार्थना म्हणत मातीची ढेकळं तिच्यावर टाकत पुरण्यात येणार, ही भावना तिनं मनाबाहेर झटकली. तिची छाती दाटून आली. बस कर. तिनं स्वतःला सांगितलं, "तू एक डॉक्टर आहेस. तुला काय करता येईल यावर लक्ष केंद्रित कर. गर्भाशयातल्या गाठी या सर्वांत उत्तम प्रकारच्या गाठी असतात- त्या गर्भाशयात एखाद्या बिजासारख्या रुजतात, मोठ्या होतात, पण गर्भाशयच काढून टाकता येतं ना. अम्मूला आता त्याची काहीच गरज नाहीये. ते हेच करतील. ते तिचं गर्भाशय काढून टाकतील आणि मग हे सगळं संपून जाईल. खलास.

तिनं लगेचच तिचे पूर्वीचे प्राध्यापक डॉ. सत्तार यांना दूरध्वनी केला. वैद्यकीय महाविद्यालयाच्या मुख्य दूरध्वनी केंद्रामधून डॉ. सत्तारशी संपर्क साधला जाईपर्यंत ती समोरची भिंत खरवडत राहिली. त्या रुग्णालयामधील ते सर्वोत्कृष्ट शल्यविशारद होते. स्वतःवरच्या शस्त्रक्रिया त्यांच्या स्थिर हातांनी पार पडाव्यात यासाठी लोक महिनोंमहिने त्यांची वाट बघत थांबत असत. ते दूरध्वनीवर आले तेव्हा काहीसे त्रासलेलेच होते. तिनं त्यांना स्वतःची ओळख अगदी औपचारिकपणे करून दिली. तिनं ज्या वर्षी वैद्यकीय महाविद्यालयामध्ये प्रवेश घेतला होता, ते वर्षही तिनं त्यांना सांगितलं. (सर,युद्ध नुकतंच संपलं होतं, सर...) त्यांचा आवाज अजिबात सौम्य

झाला नाही की तिला ओळखल्याची कसलीही खूण उमटली नाही. पण त्यांनी अम्मूच्या पोटातल्या गाठीचे तपशील विचारले. ती गाठ कुठे आहे, तिचा आकार काय आहे, हे विचारलं. अम्मूनं दिलेल्या अहवालामध्ये बघून मायानं सर्व माहिती त्यांना दिली. त्यानंतर ते अम्मूला तपासायला तयार झाले. तपासणी, मग क्ष-किरण तपासणी आणि मग पुढची उपाययोजना, असं त्यांनी सांगितलं. ते उद्गारले, "होय, बहुतेक गर्भाशय काढून टाकावं लागेल." त्यातल्या धोक्यांसंबंधी किंवा काही गुंतागुंत होण्याच्या शक्यतेविषयीही ते काहीही बोलले नाहीत. इतर कोणत्याही बाबीसारखीच ही बाबही त्यांनी हाताळली. त्यांच्या नोंदवहीमधील एक नोंद. बस. "माझ्या सेक्रेटरीशी बोल आणि वेळ ठरवून घे." त्या शल्यविशारदाचं हेच तर मायाला खूप आवडायचं. ते इकडचं तिकडचं काहीही बोलत नसत.

❄

शस्त्रक्रियेच्या आदल्या दिवशी रेहानाची मैत्रीण मिसेस रहमान शेवयांच्या खिरीचं भांडं घेऊन अवतरली. तिचा पाच वर्षांचा नातू तिच्या मागोमाग येत होता.

"सर्जो माझ्याकडे आहे हा आठवडाभर," चुळबूळ करणाऱ्या त्या पोराच्या मनगटाभोवती बोटं आवळत मिसेस रहमान म्हणाली. "नीलिमा आणि तिचा नवरा शिलाँगला गेलेयत." भरपूर हसत तिनं पुढे सांगितलं. तो मुलगा रुसलेला होता. त्याला लिलीची फुलं तोडायची होती.

"त्यांना हात लावू नकोस." मायानं सांगितलं. रुग्णालयातून परतल्यानंतर आपल्या आईला जर उजाड बगिचा दिसला तर तिचं काय होईल, याची तिला कल्पनाच करवत नव्हती.

थोड्याच वेळात रेहाना बाहेर आली. मायाला खूप आवडणारी साडी ती नेसली होती. शेवाळी रंगाच्या त्या सुती साडीला बारीकशी नक्षीदार गुलाबी किनार होती. मायानं एकदा गमतीनं म्हटलं होतं की आईनं ही साडी माझ्या नावानं करावी. आईला बागेतल्या आरामखुर्चीत नीट बसवून तिच्या पाठीशी एक उशी लावता लावता हे एकदम तिच्या मनात आलं.

मैत्रिणीला उद्देशून रेहाना म्हणाली, "विशेष काही नाहीये." तो मुलगा धावतच त्यांच्याकडे आला. त्याला लाल मुंगी चावली असं त्याचं म्हणणं होतं. "बिच्चारं पोर गं माझं" मुंगी चावलेल्या जागेवर उठलेल्या लाल ठिपक्याचा मुका घेत मिसेस रहमान म्हणाली. तसा सर्व किड्यांना मारण्यासाठी एक काडी हलवत तो निघून गेला. रेहाना पुढे बोलू लागली, "काळजी करण्यासारखं काही नाही. उगाच वाढवत बसू नका."

मिसेस रहमाननं मान डोलावली. "हे सारं 'त्याच्या' हातात असतं. तुमच्या

कपाळावर जे लिहिलेलं असतं ते लिहून झालेलंच असतं.''

सगळ्यात जास्त मायाला कसला राग येत असेल तर तो या 'कपाळावर लिहिलेलं असतं' असं म्हणून आयुष्याचं स्पष्टीकरण देण्याचा. ती काहीतरी बोलणार तेवढ्यात तिला सकाळचा प्रसंग आठवला. सकाळी सकाळी एका शेजारणीनं एक कागदाचा कपटा पाठवला होता. 'द सेंट ऑफ एट रोप्स'नं त्या कागदावर फुंकर घातलेली असल्यानं त्याच्या उपयोगानं रेहानाच्या पोटातली गाठ आक्रसेल असा तिनं निरोपही पाठवला होता. तेव्हाच तिच्या आईनं स्वतःची मतं स्वतःजवळच ठेवण्याबद्दल, काही न बोलण्याबद्दल तिला विनवणी केली होती, हेही तिला आठवलं.

''नीलिमा आणि तिचा नवरा कसे आहेत?'' रेहानानं विचारलं.

''छान आहेत. तिला दिवस गेले आहेत.''

''अरे वा-अल्हाम्दुलिल्लाह.''

मिसेस रहमान थबकली. एवढी चांगली बातमी दिल्याबद्दल तिला अपराधी वाटू लागलं.

मायानं झैदला स्वयंपाकघरातच सोडलं होतं. तो चिकनची तंगडी खात होता. ती आत गेली तरी तो खातच होता. चिकनचा पिवळा रस्सा त्याच्या हातांना आणि ओठांच्या कोपऱ्यांना लागला होता. ''कायम भुकेलंच असतं बिचारं पोर.'' सुफिया पुटपुटली.

''बेरी, बेरी गुड,'' जोरजोरात मान हलवत तो म्हणाला आणि हातातल्या तंगडीच्या हाडाचा त्यानं कचकन चुरा केला.

''चल माझ्याबरोबर,'' असं म्हणत मायानं त्याला बागेतल्या नळापाशी नेलं आणि त्याचे हात साबणानं खसखसून धुवायला सुरुवात केली. तो बघतच होता. ''शेवटचं जेवण केव्हा केलंयस तू?'' तिनं विचारलं. अलीकडे तिचं त्याच्याकडे दुर्लक्षच झालं होतं. डॉक्टरकडच्या फेऱ्या आणि अम्मूचं आजारपण हा आपलाच गुन्हा आहे, या भावनेमुळे पोटात जमलेल्या भीतीच्या थंड गोळ्यामुळे हे झालं होतं खरं. तिनं बघितलंही नव्हतं त्याला कितीतरी दिवसांत. आता तिनं त्याच्या मनगटांकडे मोर्चा वळवला. एक लहानसं फडकं घेऊन त्याच्या हातावरच्या रेषांमध्ये जमलेले मातीचे थर घासायला तिने सुरुवात केली. त्याच्या बाह्या वर करताच ती थबकली. त्याच्या कुडत्यामध्ये नाहीसे झालेले अनेक गोल वण तिला दिसले. असे वण तिनं यापूर्वीही अनेकदा पाहिले होते- कुठे बरं? जंत? तिनं त्याच्या पोटावर थापटून पाहिलं. नुकतंच खाल्ल्यामुळे ते तट्ट झालं होतं. तिनं त्याला जवळ ओढलं. जेव्हा त्यानं तिच्या कमरेभोवती हात टाकले, तेव्हा तिला आजारपणाचा एक विशिष्ट वास आला.

"तुला आज उलटी झालीये का?"

"नाही."

तो खरं सांगतोय का याबद्दल तिला शंका होती. "तुझे कपडे खाली आणून दे. सुफिया धुवून टाकेल ते."

त्यानं मान डोलावली.

"आणि ए, बी, सी, चं काय? आठवतंय का त्यातलं काहीतरी? ए फॉर?"

त्याचे गाल लाल झाले. "ॲपल." बाह्या खाली करत आणि पाय झटकत त्यानं उत्तर दिलं. "आता मला जायला हवं."

"दादूचा निरोप नाही का घ्यायचा तुला? ती हॉस्पिटलमध्ये जाणार आहे."

त्याचे डोळे विस्फारले गेले. "ती मरणार आहे का?"

"नाही, मरणार नाहीये. पण थोडे दिवस लागतील तिला परत यायला- चल तिला बाय बाय कर."

बागेत सुफिया मिसेस रहमानला चहा देत होती. सुर्जो एका झाडामागून दुसऱ्यामागे लपत होता. मध्येच बाहेर येत दोन्ही हातांची मूठ वळवत आपल्या आजीवर नेम धरून बंदुकीच्या गोळ्या झाडत होता. "ढिशुम ढिशुम!"

मिसेस रहमान आपल्याला फारच मोठी जखम झाल्याचं नाटक वठवत होती.

मायाच्या हातातला झैदचा हात ओलसर झाला. "तो कोण आहे?"

"मिसेस रहमानचा नातू. खेळायचंय का त्याच्याबरोबर तुला?"

"नाही."

"भिऊ नकोस, तो तुझ्यापेक्षा खूप लहान आहे."

"मला खेळायचंच नाहीये." तो मागे वळणारच होता पण मिसेस रहमाननं त्याला पाहिलं होतं. "हा सोहेलचा मुलगा का?"

"हो." झट्‌कन झैदकडे नीट बघून घेत रेहाना उत्तरली. निदान त्याचे कपडे फाटके तरी नव्हते.

"ये रे इकडे." मिसेस रहमाननं त्याला हाक मारली, त्यानं मायाच्या हाताचा आडोसा घेतलेला पाहताच ती म्हणाली, "ये मी तुला एक मिमी देते."

एक क्षणभर घोटाळून झैद पुढे सरकला- मायाचा हात सोडून हळूहळू पुढे जाऊ लागला.

"ये इकडे." रेहानानं आपल्या मैत्रिणीला सोहेलबद्दल थोडं फार सांगितलं होतं. पण तरीही मिसेस रहमान आपल्या चेहऱ्यावर क्षणभरच; पण स्पष्ट उमटलेला धक्का लपवू शकली नाही. आता झैदनं आपला हात पुढे पसरला होता आणि मिसेस रहमान त्याच्या टोपीखालच्या डोक्यावरून हात फिरवत होती. कबूल केलेलं मिमी चॉकलेट ती पर्समध्ये शोधू लागली.

"ते माझंय." नातू किंचाळला. तो कमांडोंच्या पद्धतीनं रांगत त्यांच्याकडे येत होता.

"थांब थांब सोन्या, मला वाटतं दोघांसाठीही आहेत चॉकलेटं माझ्याकडे." तिनं पर्समधून वेष्टणावर संत्र्याचं चित्र असलेली एक चॉकलेटची लांब वडी काढून त्याला दाखवली आणि मग तिचे दोन तुकडे करून दोघांपुढे केले.

"ते माझंय." उभा होत सुर्जो म्हणाला. आणि त्यानं दोन्ही तुकडे हिसकावत एक रागारागानं स्वतःच्या तोंडात कोंबला.

"शहाण्यासारखा वाग बरं." ती उद्गारली, "दोघांनी वाटून नाही का खायचं? घरी जाताना मी तुला आणखी एक घेऊन देईन. दोन घेऊन देईन. आता त्या छोट्याला दे बरं. माझा लहानसा एन्जलच आहेस तू."

सुर्जोनं चॉकलेट्‌चा तो अर्धा तुकडा झैदकडे दिला; पण त्याच्या तळहातावर घासूनच. तो तुकडा त्याच्या हातावर वितळत असताना झैद त्याच्याकडे बघत राहिला. मग चॉकलेट असलेला हात अंगापासून शक्य तेवढा दूर धरत तो मागे वळला आणि एकामागे एक पावलं टाकत निघून गेला.

"खुदा हाफीझ." रेहानानं ओरडून त्याला सांगितलं. "मी भेटेन लवकरच तुला." तिच्याकडे मान वळवून बघत झैदनं मान डोलावली आणि तो तसंच हळू चालत राहिला. लॉनच्या अगदी कडेशी पोहोचल्यावर तो थांबला. त्यानं हात उचलला आणि हलकेच हातातला खजिना चाटायला सुरुवात केली.

❄

'राइझ बांगलादेश'ची प्रत बागेच्या दारातून आत येऊन पोर्चवर पडली. शफातनं तिचा लेख तिसऱ्या पानावर प्रकाशित केला होता. एका लष्करी-औद्योगिक संकुला-संबंधीच्या एका लांबलचक लेखाशेजारी तिचा लेख होता, 'कन्फेशन्स ऑफ अ कंट्री डॉक्टर' लेखक एस. एम. हक आणि त्या लेखासमोरच बल्गेरियामधल्या समाजवादी क्रांतीच्या वर्षदिनाच्या उत्सवाची जाहिरात होती. यापेक्षा अधिक चमकदार नाव शोधावं असं एकदा तिच्या मनात आलं होतं, तिला पण काही सुचलंच नव्हतं. अम्मू आजारी पडण्याआधीचे दिवस खूपच मागे पडले होते. नाझियाच्या कहाणीनं तिनं सुरुवात केली होती. आता यापुढे काय लिहावं हा प्रश्न तिच्यापुढे होता. इथे ढाक्यात, या बंगल्यात राहिल्यानं तिनं काळजीपूर्वक जुळवलेली भूतकाळाची पानं विखुरल्यासारखी झाली होती. भूतकाळ-तिचा भाऊ-युद्ध-तिला जहानारा इमामबरोबरची भेट आठवली आणि आपण किती रागानं बाहेर पडलो होतो, हेही आठवलं. आणि का? आणि बागेच्या शेडमधला तो प्रोजेक्टर. 'पिया नावाच्या एका मुलीला मी एके काळी ओळखत होते.'

❄

झैदमुळे तिच्याही केसात उवा झाल्या होत्या. रुग्णालयात रेहानानं मायाचे केस वेगवेगळे केले आणि त्या प्रत्येक भागामध्ये तिनं रॉकेल लावलं आणि तिच्या डोक्यामध्ये पांढऱ्या लिखा शोधण्याचा प्रयत्नही केला.

"अम्मू, आता थांब बरं. मी नंतर सुफियाकडून करून घेईन हे सगळं. तुला आता ऑपरेशनची तयारी करायला हवीये."

एका कोपऱ्यात सुफिया हमसाहमशी रडत होती. "तुम्ही मेलात तर मी काय करू?" रेहानाकडे बघत ती विव्हळली. "माझं कोण बघणार?"

आपल्या मागे अम्मूनं उसासा टाकलेला मायाला जाणवला. "अजून मरायला खूप अवकाश आहे मला. तूच माझ्याआधी मरशील बघ." आता मायाच्या केसांना भरपूर तेल चोपडून झालं होतं आणि उवाही शोधून झाल्या होत्या. तेव्हा तिनं हातात बारीक फणी घेत मायाचे केस विंचरायला सुरुवात केली.

"ही आहे ना," मायाकडे बोट दाखवत सुफिया म्हणाली. "तिला मी अजिबात आवडत नाही. एका मिनिटात मला रस्त्यावर हाकलून देईल ती."

"ती दिसते फक्त दुष्ट," मायाच्या केसांवर एक टॉवेल गुंडाळत रेहाना उत्तरली. "मनानं ती अगदी खिरीसारखी मऊ आहे. माया, तुझ्या डोक्यात खूपच उवा झाल्यायत, हे बघ."

मायानं मागे वळून बघितलं. टॉवेलवर त्या बारीक बारीक काळ्या उवांची पखरण झाली होती. अम्मूनं अंगठ्याच्या नखांनी प्रत्येक ऊ मारायला सुरुवात केली.

"शी गं बाई." माया किळसून म्हणाली. "किती लवकर वाढतात त्या- खरंच नाही वाटत मला."

"कारण तू लगेच त्यावर उपाय केला नाहीस म्हणून."

"ते कारटं! चोपतेच आता त्याला."

पुढे वाकून रेहानानं मायाचा चेहरा आपल्या ओंजळीत घेतला. "पुन्हा असं बोलू नकोस- कधीही." ती म्हणाली. "कधीही असं बोलू नकोस."

"सॉरी माँ, मला कधी कधी– मला त्याचं काय करावं तेच कळेनासं होतं कधी कधी." त्या दिवशी सकाळीच तिनं त्याला त्याचे धडे पाठ करायला सांगितले होते, पण त्यानं तिला कबरस्तानामध्ये घेऊन जाण्याचा हट्ट धरला होता. त्याला त्याच्या आईला सायकलची आठवण करून द्यायची होती. परत येताना खरोखरीच्या शाळेत जाण्याचा हट्ट करत त्यानं तिला खूपच वैताग आणला होता. "पण तुला 'माया-शाळा' आवडत नाही का?" तिनं त्याला चिडवत विचारलं होतं. मान हलवत तो म्हणाला होता- "ती काही चांगली नाहीये."

"आल्यापासून एक शब्दही बोलली नाहीये माझ्याशी ती." नाक शिंकरत सुफिया म्हणाली.

या वेळेपर्यंत रेहानानं मायाचे केस विंचरून वेणीही घातली होती. "हे एक रूटीन ऑपरेशन आहे." उठून उभी राहत, कमीज नीट करत माया म्हणाली. "ती अगदी बरी होईल."

"माया, रूटीन ऑपरेशन म्हणजे काय हे तिला माहीत असेलसं मला वाटत नाही."

"अरे देवा," असं म्हणत माया खोलीबाहेर पडली आणि कुणाला तरी शोधत बाहेरच्या कॉरिडॉरमध्ये फेऱ्या मारू लागली. सापडला- एक वैद्यकीय विद्यार्थी. "एक्स्क्यूज मी, मला हे देता का थोडा वेळ?" असं म्हणत तिनं त्याच्या गळ्यातल्या स्टेथोस्कोपकडे बोट केलं आणि त्यानं काही म्हणण्याच्या आतच तो काढूनही घेतला. "देते आत्ता परत." अम्मूच्या खोलीत शिरत तिनं त्याला सांगितलं. "सुफिया, इकडे ये."

सुफिया घाबरतच जवळ आली. मायानं स्टेथोस्कोपचा चेस्टपीस अम्मूच्या छातीवर ठेवला आणि सुफियाला सांगितलं, "ऐक. ऐकू येतंय? हे तिचं हृदय आहे."

"चांगलं मजबूत दिसतंय," सुफियाचे डोळे विस्फारले गेले.

"चांगलं बैलासारखं मजबूत आहे. मला नाही मारू शकत ते."

"ऑपरेशनला फार फार तर दोन-तीन तास लागतील," स्वतःलाच पुन्हा पुन्हा सांगत असलेली वाक्यं मायानं सुफियाला सांगितली. "डॉक्टर सत्तार हे देशातले सर्वांत उत्तम सर्जन आहेत."

आय व्ही लावलेला हात मायाच्या हातावर टेकवत रेहाना म्हणाली, "माझ्याबरोबर आयतुल कुर्सी म्हण."

मान फिरवून माया त्या लहानशा खोलीच्या बाहेर बघू लागली. खोलीच्या पातळशा पडद्यांमधून बाहेरचा कॉरिडॉर दिसत होता. हातामध्ये धातूचे किडनी ट्रेज, रक्ताच्या पिशव्या किंवा सलाइनच्या बाटल्या घेऊन लगबगीनं इकडेतिकडे जाणाऱ्या परिचारिका दिसत होत्या. अचानक मायाला आपल्या आईबद्दल भीती वाटू लागली. राजशाहीमध्ये त्या फणसाच्या झाडाखाली तिच्या मनात जो कल्लोळ उठला होता, तोच कल्लोळ पुन्हा एकदा तिच्या अंगावर चाल करून आला. –जे काही चुकू शकेल ते सारं आणि जे जे काही घडतं आहे ते आपल्यामुळेच, अशी एक कुरतडणारी अपराधी भावना– तिच्या आईच्या पोटात वाढणारा हा गोळा तिच्या एकाकीपणामुळेच जन्माला आला असावा– असं काहीतरी. तिला वाटलं, 'ही शस्त्रक्रिया रद्द करून टाक,' असं आईला सांगावं. निदान पुढे तरी ढकलू या, कदाचित-हिवाळ्यापर्यंत- हवाही बरी असते तेव्हा; आणि वीजही जात नाही फारशी किंवा मग आणखी एखादा, अधिक चांगला, तरुण डॉक्टर शोधू- परदेशामधून नवं

तंत्रज्ञान शिकून आलेला- अधिक पुढारलेलं भूलशास्त्र वापरणारा आणि सुफियाचं बरोबर होतं. तिची आई गेलीच तर ही काही तिची जागा घेऊ शकणार नव्हतीच– बोगनवेल मरून गेली असती आणि पेरूच्या झाडावरचे पेरू आपले आपणच जमिनीवर पडून कुजून गेले असते. शिवाय, अम्मू ही तर एकटीच व्यक्ती उरली होती सबंध जगामध्ये– अजूनही तिच्यावर प्रेम करणारी.

एक साधी प्रार्थना– एवढंच तर हवं होतं अम्मूला. तेवढं तर ती नक्कीच देऊ शकत होती ना तिला. मनामध्ये कुलूपबंद झालेले ते शब्द ओठावर आणण्याचा तिनं खूप प्रयत्न केला; पण ते फारच खोलवर रुतून बसले होते. इतर अनेक गोष्टींमध्ये गुंतून पडले होते. त्या निराशा, त्या यातना, देशाची अवस्था आणि दर दोन शब्दांमध्ये अल्लाचं नाव घेणारा डिक्टेटर– हे सारं त्या शब्दांवर लटकलेलं होतं- ते पुस्तक. तिला आपल्या आईला सांगावंसं वाटलं- काळजी करू नकोस– आपल्याला आयतुल कुर्सीची गरज नाहीये. आपल्याजवळ विज्ञान आहे. पण तिला तिनं पाहिलेले सर्व मृत्यू आठवले. रणभूमीवर- रणभूमीवरच्या रुग्णालयामध्ये, रुग्णालयातल्या वॉर्ड्समध्ये– त्या साऱ्या मृत्यूंच्या सोबत हेच प्रार्थनेचे स्वर होते– शरीर आणि आत्म्याच्या दुभंगण्यामध्ये नक्षीकाम करणारे हेच ते शब्द.

पडदा सरकवत डॉ. सत्तारनी खोलीत प्रवेश केला. त्यांच्या मागोमाग वैद्यकीय विद्यार्थ्यांचा एक गटही आत शिरला. ''माझा पेशंट तयार आहे का?'' बिछान्याच्या पायथ्याशी लटकवलेला बोर्ड हातात घेत त्यांनी विचारलं.

खूप दुरून हात करत असल्यासारखा हात हलवत रेहाना म्हणाली, ''तुम्ही स्वतः येण्याची काही गरज नव्हती, डाकतर.''

डॉ. सत्तार हसले तशी माया चमकली. ''नॉन्सेन्स. आम्ही आपल्या माणसांची चांगली काळजी घेतो- काय डॉ. हक?''

''येस, सर,'' ती उत्तरली.

आपल्या विद्यार्थ्यांना त्यांनी रेहानाचा रक्तदाब तपासायला सांगितला आणि तिच्या हाताला लावलेली इंट्राव्हेनस नळीही बघायला सांगितलं. ते सारे विद्यार्थी त्यांच्याभोवती अस्वस्थ होऊन घुटमळत होते. ''तुमचे भाऊ बाहेर थांबलेयत.'' एकानं सांगितलं.

''भाऊ?'' माया आणि रेहाना एकदमच उद्गारल्या. क्षणभर मायाला वाटलं– आईचा दूरचा कुणीतरी भाऊ असणार. तिच्या शस्त्रक्रियेविषयी तिनं नातेवाइकांना तारा पाठवल्या होत्या, त्या बघून कुणीतरी कराचीहून आलं असावं. पण मग तिच्या लक्षात आलं, हा सोहेलच असणार.

''माँ,'' ती म्हणाली. ''आलेच हं मी एका मिनिटात–तुला काही लागलं तर ही नर्स आहेच बघ इथे.''

बाल्कनीच्या कठड्यावर रेलून सोहेल उभा होता. जमिनीवरच्या नक्षीवर त्याची नजर खिळलेली होती. डोक्यावरचं आकाश हळूहळू काळवंडत, राखी-जांभळट होत होतं, हवा गप्पशी होती. दुपारचा पाऊस सुरू होण्याआधीच्या क्षणामध्ये सारं काही खिळलं होतं.

"कशी आहे अम्मू?" त्यानं विचारलं.

"ठीक आहे. आत जाऊन भेटायला हवंस तू तिला खरं तर." कदाचित आपली आई मरून जाईल. आपण पोरके होऊ आणि मग मी एकटीच तुझी एकुलती एक नातेवाईक उरलेली असेन. त्याच्या मनातही हेच येत असेल का?

"ते सर्जन..."

"ते फार अनुभवी आहेत- काळजी करू नकोस. ठीक होईल ती." किंवा कदाचित होणारही नाही. त्या डॉक्टरच्या अनुभवाविषयी ती जे काही आणि ज्या स्वरात बोलली होती ते त्याला पटलं असेल का?

मान हलवत तो उद्गारला, "इन्शाल्ला."

"आणि तू? बरा आहेस ना?" तिनं त्याच्याकडे खालपासून वरपर्यंत बघितलं. त्याच्या कपाळावर उमलून येत असलेल्या काळ्यानिळ्या चमकत्या वणाकडे तिचं लक्ष खिळून राहिलं. रोजच्या प्रार्थनेच्या वेळी प्रार्थनेच्या गालिचावर कपाळ टेकल्याची खूण.

"मी ठीक आहे, अल्लाच्या कृपेनं." पाऊस पडायला सुरुवात झाली. तसाच तिरप्या धारांचा, वाकडा पडणारा पाऊस– मायाला लहानपणची आठवण झाली. तो ओल्या सिमेंटचा वास, गाद्या ओल्याचिंब होण्याआधी खिडक्या बंद करण्यासाठी त्या दोघांची होणारी धावपळ– सोहेल कठड्यापासून दूर झाला नव्हता. मायाही त्याच्याशेजारी तशीच उभी राहिली. आता दोघंही पावसाच्या सरींमध्ये चिंब भिजू लागले. त्याची दाढी पाण्यानं चमकू लागली. सरळ होत त्यानं तिच्याकडे थेट पाहिलं. त्याच्या नजरेत कोवळीक होती का? पावसाच्या धारांमधून आपले डोळे उघडे ठेवण्याची ती धडपड करत होती. 'आता आपल्या आईला गमावणं म्हणजे फारच होईल,' असं त्यानं म्हणावं असं तिला वाटत होतं, पण त्याऐवजी तो म्हणाला, "झैदनं मला सांगितलं- तू त्याला इंग्रजी अक्षरं शिकवतेयस."

"हो. लवकरच तो मिडलमार्च वाचायला लागेल."

तो मोठ्यानं हसला. तीही हसली. पाऊस जसा अचानक सुरू झाला होता तसाच अचानक थांबला. त्याला मिठी मारावी असं तिला वाटलं आणि तिनं केलंही तसं. त्यानंही तिच्या मिठीला प्रतिसाद दिला. तिच्याभोवती आपले हात घट्ट गुंडाळले. डोळ्यांमधल्या पाण्यामध्ये पावसाचं पाणी मिसळून गेलं– उष्ण आणि खारट.

"काही वाईट होणार नाही, भैय्या." ती म्हणाली.

"सिस्टर खदिजा सांगत होती की, तू झैदला पत्ते खेळायला शिकवलं आहेस म्हणून."

"हो." ती म्हणाली. "फार हुशार आहे हं तो."

"सिस्टर खदिजा नाराज झालीये. जुगाराला परवानगी नाहीये."

माया एक पाऊल मागे हटली. त्याच्या शब्दांचा धक्का हळूहळू अगदी चिरत चिरत तिच्या आत घुसत गेला. "पण तो तर अगदी साधा खेळ आहे; अम्मू पण खेळते."

"हलाल आणि हराम यांच्यातला फरक तुला माहीत आहे. तुला जमत नसेल तर मग सिस्टर खदिजाला शिकवू दे झैदला."

तिला असं म्हणायचं नव्हतं. तिच्या साऱ्या अस्तित्वामधून एक प्रकारचा आवेग पसरत चालला आहे असं तिला वाटलं. "प्लीज- नको."

त्यानं तिच्या खांद्यावर हात ठेवला. जणू काही त्यानं तसं केलं नसतं तर तिला त्याचं म्हणणं कळलंच नसतं. "त्या पोराला त्याच्या आईची आठवण येत्येय. मला कळतंय. त्याला थोडा वेळ द्यायला हवाय, पण..."

आपल्या आवाजात कटुता येऊ न देता तिनं विचारलं, "तुझी कामं?"

त्याच्या चेहऱ्यावर जखमी भाव उमटला. त्याची नजर तिच्या पलीकडे कुठेतरी खिळली होती. ढगांमधून दिसणाऱ्या सूर्यप्रकाशाच्या एका लहानशा तुकड्यावर खिळली होती. "आपल्या पायांवर उभं राहता यायला हवं त्याला."

त्याला नक्की काय म्हणायचं आहे ते काही तिला कळलं नाही; पण तिला म्हणावंसं वाटलं, अरे सगळं ठीक आहे, तुला शक्य आहे तेवढं सगळं तू करतोच आहेस. मुलाला वाढवणं काही सोपं नसतं. तो शिस्त लावण्याचा प्रयत्न करत होता, पण दाखवत मात्र असं होता की जणू त्याला दुसरा पर्यायच नाहीये. जणू काही तो जे नियम लादतो आहे ते सगळे योग्य असेच आहेत. ती जास्त काही बोलली तर तो तिला साफच दूर करेल म्हणून गप्प राहण्याची तिनं पराकाष्ठा केली. कदाचित याबद्दल त्याला काही म्हणायला, त्याची बायको नाहीये म्हणून तो तिला ही संधी देत असावा. विषाचा शेवटचा थेंब त्याच्या कानात ओतून तिच्या बोलण्याकडे साफ दुर्लक्ष करायला लावण्यापूर्वीच मृत्यू पावलेली त्याची बायको. याबद्दल कृतज्ञता वाटावी, असा मायानं प्रयत्न तरी केला.

"जा- अम्मूला भेट. ती वाट पाहत्येय." एवढं बोलून ती मागे वळली. पदरानं डोकं पुसत जिन्याकडे आणि शस्त्रक्रिया दालनाकडे गेली. तिच्या गालांवर मात्र पाऊस अजून तसाच होता.

१९७२
मे

युद्धावरून परत आल्यावरच्या वसंतामध्ये सोहेलाला जाणवलं की त्याचे हात थरथर कापतच राहाताहेत. तो हात छातीशी घट्ट आवळून धरतो. किटलीभोवती गुंडाळून घेतो. आईच्या खोलीच्या उंबरठ्याशी उभा राहतो. 'माँ, माझे हात थांबतच नाहीयेत गं थरथरायचे,' हे त्याला आईला सांगायचंय. एक प्रार्थना म्हणून त्यांच्यावर फुंकर मारशील का गं? माझ्या बोटांमध्ये बोटं अडकवून त्यांना तुझ्या हातांमध्ये सामावून घेशील का? पण तो थांबतो. तो काही आता लहान नाहीये. आता तो मोठा झालाय, पुरुष झालाय, युद्धावरून परतलेला सैनिक आहे तो. मी कधीतरी आता पूर्वीसारखा होईन का, पूर्वीसारखा चांगला? तो स्वतःला विचारतो. पियानंतर– त्या कत्तलीनंतर.

या मार्गानं युद्ध त्याच्या घरात घुसलं होतं. सोहेल– हातातल्या ग्लासमधलं पाणी सांडत होता- ताटातली डाळ बाहेर सांडत होता. एक अदृश्य होत जाणारी स्त्री– एक हात हलत जाणारा–भावंडांमधला अबोला.

त्यानं एका निरपराध माणसाला ठार मारलं होतं. तो माणूस कुणी शत्रू नव्हता, सैनिकही नव्हता. एक साधा माणूस– ज्यानं तोंडातून एक चुकीचा शब्द बाहेर पडू दिला होता. एवढंच. आता निष्पाप होण्याचा एकच मार्ग होता. पवित्र पुस्तकानं त्याला सांगितलं होतं की तू निष्पाप आहेस. चांगलं वागणं हे तुझ्या स्वभावात आहे. हे शब्द त्याच्या मनात रुजतात आणि तो त्या पुस्तकाविषयीच्या प्रेमानं भारून जातो. पिया नाहीशी झाल्यानंतरच्या आठवड्यांमध्ये–

स्वतःच्या गंधाची एक फिकटशी लहर तेवढी मागे ठेवून पिया नाहीशी झाली होती– स्वयंपाकघरामध्ये जिथे ती उकिडवी बसायची तिथे किंवा फरशीच्या ज्या कोपऱ्यात ती आपली चटई पसरायची तिथे जाऊन त्यानं तो गंध भरून घेण्याचा प्रयत्न केला होता. त्यानंतरच्या आठवड्यांमध्ये त्याला छतावर चढून उघड्या आकाशाखाली उन्हामध्ये मांडी घालून बसून राहण्यात सुख वाटायला लागलं होतं. मे महिना होता तो– वारा नाही, पाऊसही नाही, असा मे महिना, आकाशातून उष्णता नुसती ओतत राहण्याचा महिना. तो तिथे बसतो आणि ते पुस्तक वाचत राहतो. त्याच्या आईनं त्याला दिलेलं ते पवित्र पुस्तक तो वाचत राहतो. तो मित्रांना भेटत नाही किंवा विजयोत्सवही साजरा करत नाही. त्यांचं बोलणं अगदी अस्पष्टसं त्याच्या कानावर पडत राहतं– आता परत विद्यापीठामध्ये जायला सुरुवात करायला हवी– तुझ्या आईला काळजी लावू नकोस ना आता–आणि आनंदात राहायला लाग बरं, यार– संपली ना लढाई आता– आता जिंकल्याची धमाल करायची. बस!

त्याला सर्वांत जास्त भीती वाटत्येय ती बोलण्याची. माया कायमच त्याच्याकडे उत्सुक नजरेनं बघत असते, लहानसहान गोष्टीही ऐकण्याची आतुरता असते तिच्या नजरेत. काल त्यानं तिला गुरिला छावणीमधल्या जेवणाबद्दल सांगितलं. जेमतेम चमचाभर भात आणि डाळ एवढंच असूनही ते त्याच्या जिभेवर कसं नाचत राहिलं होतं. स्वातंत्र्याचं अन्न होतं ना ते! ही गोष्ट हपापून ऐकल्यावर ती आणखी गोष्टी सांगण्याचा हट्ट धरून बसली होती. हावरटासारखी. आता तिनं अगदी गप्प बसावं असं त्याला वाटत होतं, तरच त्याच्या डोक्यातला कल्लोळ तिला ऐकू जाणार होता. तो कल्लोळ– अनिश्चिततेचा– आणि मृत्यूचा कल्लोळ– तिला ऐकू आला तरच तिला ते सारं उमजणार होतं. पण ती तेवढा वेळ शांत बसतच नव्हती. ती त्याच्या चेहऱ्याकडे निरखून बघते आणि मग स्वतःचीच लांबलचक ताजी गोष्ट सांगायला सुरुवात करते. युद्धावरून कोण परत आलंय– कुणाचा मुलगा, भाऊ गमावलाय. इतर लोकांच्या बाबतीत घडलेल्या अधिक वाईट घटना.

'मी खून केलाय'... या युद्धाबद्दल त्यानं आपल्या बहिणीला काही सांगायचं ठरवलंच तर त्याला हे सांगावं लागणार आहे. तिला शौर्याच्या कथा हव्या आहेत. गावागावामधल्या पुलांखाली त्यानं बॉम्ब कसे पेरले आणि ते फुटण्याच्या आतच त्यानं तिथून कसा पळ काढला, हे तिला ऐकायचं आहे. त्या तुटलेल्या पुलामुळे लष्कर कसं पलीकडेच अडकून पडलं आणि उत्तर तंगैलचे किंवा कुश्तियाचे किंवा बोग्राचे लोक कसे वाचले, हे तिला ऐकायचं आहे.

पण त्याच्याकडे अशी कोणतीच कहाणी नाहीये. त्याच्या गप्प बसण्यानं तिचा राग मात्र वाढू लागला आहे. त्याच्या आईनं त्याचं सकाळभर हे असं छतावर बसणं स्वीकारल्यानंतरही मायाची नजर त्याच्यामागे फिरत असते, रागावलेल्या मौनानं त्याचा जणू निषेध करत असते. मौनाला उत्तर मौनानंच. विमेन्स रीहॅबिलिटेशन सेंटरमधल्या तिच्या कामाबद्दल तो तिला काही विचारतो, तेव्हा ती तुटकपणे म्हणते, ''बायका युद्धबळी नसतात असं वाटतं का तुला?''

जेवढी म्हणून माणसं मेली आहेत त्या साऱ्यांचा विचार तो करत राहतो– रात्रीचे शिपाई, तो ज्या लोकांना वाचवू शकला नाही ते सगळे, त्याचा मित्र आरेफ आणि युद्धावर गेलेले आणि मरून गेलेले ते सारे तरुण. रोज रोज तो त्या साऱ्यांचा विचार करत असतो. त्या सगळ्याचा एक कण मिळवण्याचा तिचा हव्यास त्याला खूप स्वार्थीपणाचा वाटत असतो.

अम्मू अशी हावरट नाहीये. पण तिला त्याची काळजी मात्र वाटत्येय. शिडीवर अर्धवट चढून ती त्याला हाक मारते आणि म्हणते, ''फार गरम आहे रे सोहेल, खाली येऊन काहीतरी पितोस का?''

छतावर त्यानं काही वस्तू गोळा केल्या आहेत. एक कंगवा, पियाचा आहे तो– त्याचा मित्र आरेफचा एक शर्ट, गेल्या उन्हाळ्यात लष्करानं मारलं त्याला– आणि त्याच्या वडिलांचं एक छायाचित्र– त्यांच्या वॉक्झॉलसमोर उभं राहून काढलेलं. फारसे देखणे नव्हतेच ते, पण मोठ्या आत्मविश्वासानं पुढे बघणारे, त्यांच्यासाठी नेमून दिलेलं आयुष्य जगणारे. आणि अम्मूचं पुस्तक.

देवाकडून तुझ्याकडे एक प्रकाशकिरण आणि एक सरळ सोपं पुस्तक आलं आहे.

शांततेच्या मार्गानं जाण्यामध्ये आनंद मानणाऱ्याला देव याच मार्गानं दिशा दाखवत असतो.

तो आनंदानं काळोख्या प्रदेशांमधून त्यांना प्रकाशाकडे नेईल.

आणि तो त्यांना हा सरळ मार्ग दाखवेल.

त्या पुस्तकाची खात्री आहे की तो चांगला माणूस आहे. तो वाचायला सुरुवात करतो.

एक दिवस तो मायाजवळ येतो आणि तिला सगळं सांगण्याचा प्रयत्न करतो. तो म्हणतो– साऱ्या आयुष्यात घडलेली ही सर्वांत महान गोष्ट आहे. मला काहीतरी सापडलं आहे– असं काहीतरी जे सर्व गोष्टींचा उलगडा करू शकतंय. तुला समजून घ्यायचंय का ते? तुला कुतूहल नाही वाटत? तो अगदी फिकुटला आहे. त्याच्या चेहऱ्यावरची त्वचा ताणली गेलेली आहे. त्याच्या आतमध्ये

मृत्यू घोंगावतो आहे हे तिला स्पष्ट दिसतं. युद्धामध्ये तो ज्या मृत्यूच्या अगदी जवळ पोहोचला होता, तो मृत्यू– ज्याच्या समोर अगदी जवळच तो उभा राहिला होता तो मृत्यू. आता ती एक बरी न होणारी जखम बनली होती. त्यानं स्वतःचा चेहरा अगदी तिच्या जवळ आणला आहे. तो तिला जे सांगण्याचा प्रयत्न करतो आहे, त्यामुळेच ती जखम त्याच्या गालावरून त्याच्या हाडांपर्यंत आणि हाडांमधून त्याच्या रक्तापर्यंत पसरणं थांबणार आहे, हेही तिला अगदी स्पष्ट दिसतं. तो एक बांध आहे, रंगमती नदीवर बांधताहेत ना तसा– मग ओंजळीत पाणी साठावं तसं पाणी तिथे साठणार आहे आणि शेतीला पुरवणार आहे. तो बांधच त्याला आवरतो सावरतो आहे, त्याला उजळून टाकतो आहे.

त्या क्षणी माया एक निर्णय घेते– येत्या अनेक वर्षांमध्ये तिला या निर्णयाचा अनेक वेळा पश्चात्ताप होणार आहे. त्याच्या चमकत्या, पाण्यानं भरलेल्या डोळ्यांमध्ये तिला दिसून येतं की तो खरं बोलतो आहे. तो ज्या गर्तेमध्ये कोसळला होता त्यातून या पुस्तकानं त्याला वर काढलं आहे, त्याला श्वास घेऊ दिला आहे. तिला हेही दिसून येतं, की तिला स्वतःलाही अशा एखाद्या आधाराची गरज आहे– अशा एखाद्या सत्याची निकड आहे. पण त्या क्षणीच तिला दिसलेल्या या सत्यामुळेच–धर्म– त्याचा मोकळा सुगंध आणि निरभ्र असं अनंत अवकाश, तो हे जे म्हणतो आहे ते खरंही असेल– हे सारं मानवाची अत्यंत निकडीची गरज असेल, जेवढी त्याची तेवढीच तिचीही– त्याच्या या असोशीची कळ एखाद्या झुलत्या पानासारखी तिच्याही हृदयात झुलते आहे, म्हणूनच त्या क्षणी ती या सगळ्यालाच नाकारते. एखाद्या मोठ्या घटनेमुळे मोडून जाणाऱ्या आणि त्यामुळे स्वतःला अंतर्बाह्य बदलून टाकणाऱ्या लोकांपैकी ती एक नक्कीच बनणार नाही.

आणि सोहेलही असं करणार नाही. ती त्याला असं करूच देणार नाही. तिला खात्री आहे; किती वेडी आहे ती आणि किती उद्दाम. आपण याबद्दल काहीतरी बोलू शकू याची तिला खात्री आहे. हे घडू नये म्हणून ती काहीतरी करू शकेल याची तिला खात्री वाटते आहे. तिच्या हृदयातल्या आणि तिच्या भावाच्या हृदयातल्या त्या फिरत्या पानापेक्षा तिची इच्छाशक्ती अधिक शक्तिशाली आहे, याचीही तिला खात्री वाटते आहे.

तो तिच्याजवळ येतो. ''मी प्रार्थना करत होतो.''

''कशासाठी?'' ती ऑब्झर्व्हर वाचत्येय.

''कशासाठी असं नाही. नुसती प्रार्थना करत होतो.''

''प्लीज, भैय्या.'' ती म्हणते, ''आता धर्माची बडबड सुरू करू नकोस हं.

काही दिवसांनी आम्ही ओळखणारच नाही तुला.'' छोट्या जाहिरातींचं पान दुमडून ती तिचं लक्ष वळवते.

''पण प्रार्थना म्हणजे तेच तर आहे. प्रार्थना म्हणजे इतर सारे विचार टाकून देणं– इतर सारं विसरून जाणं.''

तेव्हा कुठे ती त्याच्याकडे बघते. त्यानं काही विनोद केला आहे की काय, हे ती बघते आहे, हे त्याला दिसून येतं.

''मी गांभीर्यानं बोलतोय,'' आश्चर्यानं थक्क झाल्यामुळे ती जो प्रश्न विचारू शकत नाहीये, त्या प्रश्नाचं उत्तर देत तो म्हणतो. मग आपले सारे विचार नीट एकत्रित करण्यासाठी तो क्षणभर थांबतो. बाहेर रस्त्यावर एक माणूस हातातलं भांडं वाजवत ओरडतो आहे, 'अल्ला, अल्ला, अल्ला. गरिबाला द्या, गरिबाला द्या.'

''आपल्याला देवापर्यंत कोण नेतो हे महत्त्वाचं नसतं, आपण देवापर्यंत पोहोचतो हे महत्त्वाचं असतं.''

''आता कुणाच्या प्रवचनातलं बोलतोयस का?''

''नाही, माया, मी खरं तेच बोलतोय.''

''म्हणजे या सगळ्याचा पियाशी, युद्धाशी काहीही संबंध नाही– मग आणखी काहीतरी घडलंय का? तुझ्या हातून काहीतरी घडलं का?''

ती आता सत्याच्या फारच जवळ पोहोचलीये. अगदी जवळ. ''मी सांगितलं ना तुला– त्यानं काही फरक पडत नाही म्हणून?''

''अर्थात फरक पडतो. रोग काय आहे ते समजल्याशिवाय तू त्यावरचा उपाय कसा स्वीकारू शकतोस?''

''तुला काय वाटतं, मी आजारी आहे?''

बाहेरच्या भिकाऱ्याचा आवाज आता वाढला आहे. ''देव तुम्हाला माफ करत आहे.'' तो ओरडतो आहे. 'देव तुम्हाला माफ करत आहे.''

सकाळच्या सोनेरी सूर्यप्रकाशानं मायाच्या मागची खिडकी उजळून गेली आहे. तो प्रकाश तिच्या पाठीमागून ओसंडत त्याच्या डोळ्यांत शिरतो. त्याला तिचा चेहरा नीटसा दिसत नाहीये, फक्त तिच्या केसांचं वलय तेवढं दिसतं आहे.

''मी याबद्दलच वाचत होते, त्याला 'शेल शॉक' म्हणजे युद्धाच्या धमाक्याचा परिणाम असं म्हणतात.''

त्याच्या आवाजात आता रागाची एक बारीकशी रेषा उमटते. ''मी काय सांगतोय ते तुला कळतच नाहीये. मी आजारी नाहीये. कदाचित, होय, युद्धानंतर आयुष्य नेहमीच थोडं कठीण बनतं.''

''म्हणजे हे सगळं त्यातूनच बाहेर फुटलं आहे, हेच तर मी सांगायचा

प्रयत्न करत होते तुला.''

''जरी एका गोष्टीतून दुसरी गोष्ट निर्माण झाली असली तरीही मी कायमच कृतज्ञ राहीन.''

आता रागावण्याची पाळी तिची आहे. ''तुला आठवतंय ना, देवाच्या नावानं त्यांनी आपलं काय केलं ते?''

''वाईट गोष्टींसाठी देवाचा वापर केला गेला म्हणून ते नावच वाईट ठरत नाही. तीच तर चूक मी करत होतो.''

''चूक? ती सगळी एक चूक होती असं वाटतंय तुला?''

काय उत्तर द्यावं ते न कळून तो तिच्यावरची नजर दूर करतो. युद्ध होऊच नये किंवा त्यानं युद्धात भाग घ्यायलाच नको होता, असं काही त्याला वाटत नाहीये. पण त्याचा जन्म या गोष्टीसाठी झालेला नाहीये, दुसऱ्याच कोणत्यातरी गोष्टीसाठी झालेला आहे हे तो तिला कसं समजावून सांगणार आहे? इतके लोक मरण पावले असताना तो मात्र वाचला होता, त्यामागे काहीतरी कारण असणार ही भावना, मनाचं अति जडपण तिला समजावं, असं त्याला फार वाटतं आहे. एका कोणत्यातरी निश्चित गोष्टीभोवती, एखाद्या निश्चित मार्गाभोवती आपल्या हृदयानं स्वतःला वेढून घ्यावं.

माया घाईघाईनं चहा संपवते आहे. टेबलाजवळून उठून जायची तयारीच करते आहे. ''माझा यावर विश्वासच बसत नाहीये.'' ती उद्गारते. ''एवढं सगळं झाल्यानंतर तू हे असं करावंस.''

रेहाना त्याच क्षणी त्यांच्यामागे येऊन उभी राहते. तिनं नुकत्याच स्टोव्हवर गरम केलेल्या शिऱ्याचं भांडं तिच्या हातात आहे. सोहेल मायाच्या मागच्या खिडकीकडे बोट दाखवतो आहे हे तिला दिसतं.

''कुणीतरी आहे तिथं,'' तो म्हणतो.

ती सारी जणं मागे वळून बघतात. त्या उघड्यावाघड्या माणसाचे लांबसडक आणि नीटपणे गुंडाळलेले केस त्याच्या खांद्यांवरून खालपर्यंत आले आहेत. तो खिडकीच्या काचेवर टकटक करतो. ''देव तुम्हाला क्षमा करो.'' तो म्हणतो. ''देव दयाळू आहे.''

क्षणभर ते सारे जण एकमेकांकडे बघत राहतात. मग माया म्हणते, ''या माणसाबद्दल तुझा पवित्र ग्रंथ काय सांगतो आहे, भैय्या?'

सोहेल खिशातून चाचपत एक दुमडलेली नोट बाहेर काढतो. खिडकी उघडली जाते, तो माणूस हातांची ओंजळ पुढे करतो. ती नोट त्या ओंजळीमध्ये सरकत जाते.

''बस? एवढंच? तो माणूस इथवर कसा येऊन पोहोचला ते नाही जाणून

घ्यायचं तुला?''

"तूच का विचारत नाहीस हे त्याला?''

"फार साधूपणाचा आव मी नाही आणत.''

सोहेलची मूठ टेबलावर आदळते. "माझ्यामध्ये काहीही साधूसारखं पवित्र वगैरे नाहीये. पण ते मान्य करण्याएवढी नम्रता मात्र माझ्यात आहे. काहीतरी याहून मोठं असतं.''

"पण बघ ना, तुझ्या त्या महान कुणीतरी आपली काय दशा करून ठेवलीये ते. युद्ध, आणि खिडकीवर टकटक करणारा एक भिकारी.''

"माया, पुरे आता.'' आवाज चढवत रेहाना म्हणते.

स्वतःच्या कपाळाशी हात नेत तो माणूस मागे वळतो आणि थोड्याशा उघडलेल्या फाटकातून बाहेर सटकतो. सोहेल धाडकन खोलीबाहेर निघून जातो. त्याच्या खोलीचं दारही धाड्कन बंद झाल्याचा आवाज त्या दोघींना ऐकू येतो.

माया आईकडे वळते. "तो तुझ्या घराची मशीद करून टाकणार आहे, ऐकलंस ना तू?''

"पोरी, तू इतकी असहिष्णू का आहेस?'' आपल्या मुलीच्या चेहऱ्याजवळ तोंड आणत ती मऊ आवाजात कुजबुजते. "तो प्रार्थना करणारेय. दर शुक्रवारी मशिदीमध्ये जाऊन प्रार्थना करणारेय. इतकी घाबरून जाऊ नकोस. हा धर्मच तर आहे.''

रेहानाचं बरोबर होतं- सुरुवातीला सोहेल जवळजवळ पूर्वीसारखाच वागायला लागला होता. जेवताना हसत होता. पुसटशी शिट्टीही वाजवत होता. विद्यापीठामध्ये वर्गांना जायलाही त्यानं सुरुवात केली होती. पण आता तो पूर्वीसारखा कॉलेजच्या परिसरामध्ये रेंगाळत राहायचा नाही किंवा विद्यार्थिसभेलाही जायचा नाही. कधीकधी तो अबाहानी फील्डवर मित्रांबरोबर क्रिकेट खेळताना दिसायचा. युद्धानंतरच्या दुसऱ्या उन्हाळ्यात– जेव्हा घटना लिहून झाली होती आणि आलेलं चक्री वादळ शमायला लागलं होतं, तेव्हा रेहानानं मायाला बोलून दाखवलं की सोहेलमध्ये झालेला बदल अगदी थोडासाच होता आणि एका आईचं आपल्या मुलाबद्दलचं बोलणंच बरोबर ठरलं होतं. त्यानं दाढीही वाढवली नव्हती.

अधिक वाईट गोष्टींची चिन्हं दिसत होती. सोहेलपेक्षा थोडाच लहान असलेल्या हुसैननं स्वतःला पाण्यात बुडवून घेतलं, हे त्यांच्या कानावर आलं आणि शेजाऱ्यांच्या मुलानं- शहाबुद्दीननं आपल्या गरोदर बायकोला जबर मारहाण केली होती, कारण तिच्या पोटात राक्षसाचं मूल आहे असं त्याच्या मनानं घेतलं होतं.

पण बहुतेक सर्व मुलं आणि मुली पूर्वीसारखीच गंभीर आणि आज्ञाधारक

होती. ती सारी वर्गांना बसत होती, लग्नं करत होती, मुलांना जन्म देत होती आणि रोज संध्याकाळी त्यांच्या आई-वडिलांसाठी दूधही गरम करत होती. आपल्या सर्व आठवणी त्यांनी शक्य तेवढ्या दूर करून टाकल्या होत्या. आपल्या हातांवरचं आणि साड्यांच्या किनारींवरचं रक्त त्यांनी पुसून टाकलं होतं. रेहाना आता शांत होती. आपला मुलगा आपले विचार फार दूरपर्यंत जाऊ देणार नाही, याची तिला खात्री होती. शेवटी, त्याला ते पुस्तक देणारी तीच तर होती ना!

१९८४
ऑगस्ट

कर्करोग! हा शब्द उच्चारताना प्रत्येक वेळी डॉक्टर सत्तार यांचा आवाज खाली जात होता. मग त्यांनी सरळ 'हा रोग' असंच म्हणायला सुरुवात केली. कधी कधी ते नुसतं 'सी' असंही म्हणायला लागले. शस्त्रक्रिया ही फक्त सुरुवात होती. रेहानाला केमोथेरपीचीही गरज लागणार होती. कर्करोगाला ठार करणारं जहाल विष. पण कदाचित या विषानं तिलाही मारून टाकलं असतं. हे अजून अपूर्णावस्थेत असलेलं विज्ञान होतं. बऱ्याच वेळा उपचारच रोगापेक्षा जास्त हानिकारक व्हायचे. माया ऐकत होती आणि ते शब्द थेट तिच्या रक्तामध्ये भिनत जात होते. कधी काळी आपल्याला आपल्या आईशिवाय जगावं लागेल, ही शक्यताच तिच्या मनात आजवर आली नव्हती. मृत्यूची ओळख तिला आधीच झाली होती. मृत्यू हा झोपेपेक्षा अधिक दीर्घ काळ असतो, हे कळण्याच्या आधीच तिचे वडील वारले होते. नंतर, ती उपचार करत असलेल्या रोग्यांना मृत्यू येत होता. रोजच ती मृत्यूच्या विरोधात हात उंचावून उभी राहत होती. हिवताप, हगवण आणि सर्पदंश यांच्याविरुद्ध लढत होती. मृत्यू तर नाझियालाही वळसा घालून गेला होता की! तिच्या पायांवर जखमांच्या खुणा ठेवल्या असल्या तरी तिला जगू दिलं होतं. आता, मृत्यू तिच्याकडून आणखी काही हिरावून घेईल, याची तिनं खरोखरच कधी कल्पना केली नव्हती.

त्या वर्षी सगळीकडे पाऊस पडत होता. ढाक्यातली गटारं भरभरून वाहत होती. पद्मा, जमुना या नद्या आपले किनारे सोडून फेसाळत वाहत, घरं, जनावरं गिळत, नुकतीच वर येऊ घातलेली भाताची रोपं नष्ट करत होत्या. अम्मूला रुग्णालयातून घरी आणल्यावर माया व्हरांड्यात फेऱ्या मारत होती. रात्री हाताच्या

बेचक्यात तोंड लपवून रडत होती. एकदा तिला सुफिया तिच्या खोलीत कंदिलाच्या उजेडात मान हलवत बसलेली दिसली होती.

दूरध्वनी सांभाळणाऱ्या मुलीनं मायाला एक निरोप दिला. सिस्टर खलिदा अम्मूसाठी एक खास मिलाद करणार होती. वरच्या मजल्यावरच्या बायका पाळीपाळीने संपूर्ण कुराणाचं पठण करणार होत्या आणि मिळालेलं सारं पुण्य अम्मूला बरं वाटावं म्हणून देणार होत्या. तिला आवडेल का यायला? तिच्या मनातलं चित्र शांत होतं. शरीरांच्या गंधामध्ये उदबत्तीच्या राखेतलं अत्तर मिसळलं गेलेलं- आपण होकार देतोय हे तिला जाणवलं.

त्या बायका अगदी सहजच अशा दोन-तीनच्या गटानं पसरल्या होत्या. त्यांची डोकी झाकलेली असली तरी त्यांचे हात आणि पावलं उघडी दिसत होती. नेहमीसारखे हातमोजे, पायमोजे घातलेले नव्हते. त्या सगळ्या कामात गर्क होत्या. त्या पदार्थांनी भरलेल्या ताटल्या खोलीत आणत होत्या. बसण्यासाठी उशा देत होत्या, अगदी तत्परतेनं एकमेकींभोवती फिरत होत्या. खदिजानं तिला प्रेमानं जवळ घेतलं.

"ताई," ती म्हणाली. "प्लीज, इथे बसा, या इथे बसा.' खोली रिकामी केली गेली, तिच्यासाठी एक स्वच्छ आसन मांडलं गेलं. मायानं आजूबाजूला नजर टाकली. अनेक चेहरे तिच्याकडेच वळलेले होते. "या हुझूरची बहीण, माया."

सबंध खोलीमध्ये सलामचे स्वर उमटले. "सर्वांना माहीत्येय तुम्ही कोण आहात ते. हुझूरनी सांगितलंय तुमच्याबद्दल."

काळ्याभोर केसांची एक तरुण मुलगी जवळ आली. तिचं हसू चमकदार होतं. दूरध्वनी सांभाळणारी मुलगी म्हणाली, "माया, ही रोकेया."

सलाम करत रोकेयानं विचारलं, "तुम्ही डॉक्टर आहात?"

"होय, मी शल्य विशारद आहे."

"सत्तार सरांच्या हाताखाली?"

"होय, ते माझे मार्गदर्शक होते. तू ओळखतेस का त्यांना?"

"मी ढाका मेडिकलमध्ये शिकलेय."

"खरंच? कोणती बॅच?"

"८३."

म्हणजे तिचं प्रशिक्षण गेल्याच वर्षी संपलंय तर. किती फुकट आयुष्य हे. आता रोज दुपारी ती नवऱ्याच्या फोनची वाट बघत असते– बहुधा कुणीतरी सुरकुतलेला म्हातारा असणार– आणि इथे चादरी पसरत्येय– माझ्या भावाला हुझूर म्हणत्येय.

"मी चहा करते तुमच्यासाठी!" डोक्यावरची ओढणी नीट करत रोकेयानं विचारलं. "कसा आवडतो तुम्हाला चहा?"

ती धावतच निघून गेली. खदिजानं पुन्हा मायाला खाली बसण्याची खूण केली. इतर बायकांकडे वळून ती म्हणाली, "बिस्मिल्लाह इर-रहीमान इर-रहीम' चला, वेळ झाली."

प्रत्येकीनं एक तस्बी बाहेर काढली आणि कलमा पुटपुटायला सुरुवात केली. तस्बीचे ते लाकडी आणि दगडी मणी त्यांच्या तळहातांवरून सरकत जात होते. रिकाम्या वाट्या सगळीकडे वाटल्या गेल्या. खोलीच्या चारही कोपऱ्यांमध्ये सुकवलेल्या दाण्यांची लहानशी रास ठेवलेली होती. स्वतःच्या तस्बीचं एक आवर्तन पूर्ण झालं की प्रत्येक जण एक दाणा उचलून तिच्या समोरच्या वाटीमध्ये टाकायची.

खदिजानं कसंबसं खाली बसून कुराण उघडलं आणि वाचायला सुरुवात केली.

❋

दुसऱ्या दिवशी रोकेयानं तिला सांगितलं की सहसा तिथे न येणारा सोहेल तालीमला येणार आहे. एक वैयक्तिक प्रवचन. आवडेल का तुला यायला?

ती पोहोचली तेव्हा सगळीकडे शांतता झाली. त्या बायकांनी सरकून तिला जागा करून दिली आणि त्या सगळ्या खोलीच्या मागच्या भागामध्ये कामाला लागल्या. त्यांनी ताटल्या गोळा करून ठेवल्या, जमिनीवर पसरलेल्या चादरी झटकून गुंडाळल्या. तू इथे बस, तू तिथे बस, झायनाताईला एक उशी दे बसायला– अशा त्यांच्या सूचना सुरूच होत्या.

हे तर एखाद्या अंत्यविधीसारखंच होतं. खोलीच्या मध्यावर एक पडदा घालून खोलीचे दोन भाग करण्यात आले होते. खोलीच्या मागच्या भागामध्ये बायका दाटीवाटीनं बसल्या होत्या. दुसऱ्या बाजूला पावलांचे आवाज, दबत्या सुरातलं बोलणं, पुरुषमाणसं आत येत असल्याचा, घसे खाकरत असल्याचा आवाज. बायकांच्या बाजूला डोक्यावरच्या ओढण्या आणखीच आवळून घेतल्या गेल्या. जणू काही दुसऱ्या बाजूला बसलेल्या त्यांच्या भावांच्या नुसत्या आवाजानं अधिक दक्षता घेणं गरजेचं झालं असावं.

पडद्यामागून तिच्या स्वतःच्या भावानं बोलायला सुरुवात केली.

'माझ्या भावांनो आणि बहिणींनो, बिस्मिल्लाह इर-रहमान इर-रहीम. मी प्रेषित अब्राहमविषयी बोलतो आहे– त्यावर आशीर्वादाचा आणि शांतीचा वर्षाव होवो– अब्राहमची कथा प्राचीन आणि पवित्र आहे. आपला प्रेषित आणि भाऊ अब्राहम– त्याला शांती मिळो—हा सुशिक्षित विद्वान माणूस होता. त्यानं प्राचीन ग्रंथांचा हिब्रू भाषेमध्ये अनुवाद केला. त्याला ग्रीक आणि असिरियन भाषा अस्खलितपणे बोलता

येत होत्या. त्याच्या या प्रचंड विद्याभ्यासामध्ये त्याला मानवी भावभावनांमागचं रहस्य जाणून घेण्याची तळमळ लागली होती. भावभावना म्हणजे शारीरिक नव्हेत, तर हृदय आणि मनाच्या भावभावना-आनंद सुख-म्हणून जेव्हा तो आपला पुत्र आयझॅक याला उचलून घेत असे, तेव्हा चंद्राच्या ओढीसारखं त्याचं हृदय प्रेमानं उचंबळून येत असे. हे त्यानं स्वतःच नोंदवून ठेवलं आहे. हे सारं शिक्षणाचा एक भाग होतं आणि जेव्हा पूर्वजांच्या चुकांच्या मिथकांमुळे अब्राहमला रडू फुटत असे, त्याच्या मनामध्ये दया किंवा संताप जागा होत असे, तेव्हा त्यानं या भावनाही पवित्र ज्ञान म्हणून नोंदवून ठेवल्या. दुसऱ्याच्या दुःखामध्ये सहभागी होणं, ही त्या महान शक्तिमानानं केवळ मानवाला दिलेली देणगी आहे.

'या साऱ्या काळामध्ये, अब्राहम ज्ञानाचा शोध घेत होता; परंतु त्याचं ज्ञान हे देवाच्या इच्छेमध्ये गुंफलेलं होतं. जेव्हा त्याच्या अनुयायांनी मातीच्या मूर्तींची पूजा करायला सुरुवात केली, तेव्हा ही गोष्ट त्यानं देवाला सांगितली आणि देवानं त्यांच्यावर प्रहार केला. देवाच्या इच्छेनंतरची महत्त्वाची गोष्ट म्हणजे त्या ज्ञानाचा शोध घेण्याची त्याची इच्छा. म्हणूनच, देवानं जेव्हा त्याला त्याचा पुत्र आयझॅक याचा बळी देण्यास सांगितलं, तेव्हा अब्राहम 'नाही'म्हणू शकला नाही. अब्राहम हा देवाचा सेवक होता. नाही म्हणण्याचा त्याचा स्वभाव नव्हता आणि त्याची तशी इच्छाही नव्हती. परंतु या वेळी त्याला आपल्या कर्तव्यापेक्षाही अधिक महत्त्वाचं वाटत होतं ते म्हणजे स्वतःची श्रद्धा तपासून पाहणं. आपल्या श्रद्धेचं खरं रूप काय आहे, जी श्रद्धा आपल्याला अतिशय प्रिय आहे ती आपल्या पुत्रप्रेमापेक्षा अधिक शक्तिवान ठरेल का, हे त्याला जाणून घ्यायचं होतं. तो आपल्या मुलावर वाकला. हातातला सुरा आता त्याला जड वाटू लागला, तितक्यात देवानं आयझॅकच्या जागी एक बोकड ठेवला.

''आपण आपली इच्छा देवाला दिली की मग आपल्याला देवाचं ज्ञान होतं. आपल्यापेक्षा त्याला जास्त कळतं हे मान्य करणं आणि त्याला शरण जाणं, हा खऱ्या श्रद्धेचा एकच मार्ग आहे. आपल्या मानवतेचं सर्वांत उत्तम रूप हे त्या सर्वशक्तिमानाचं सत्य ओळखण्याच्या आपल्या क्षमतेमध्ये आहे. हे सत्य आपल्या समजण्याच्या पलीकडे असतं.''

त्याचा टोकदार आवाज तिला ऐकू येत होता. तो तिला काहीतरी सांगत होता. ती अजून नम्र व्हायला शिकली नाहीये, अजून तिनं स्वतःची इच्छा देवाच्या इच्छेच्या आधी ठेवली आहे, असं तो तिला सांगत होता आणि म्हणून तिला शिक्षा केली जात होती का? असं होतं का हे?

युद्धाच्या काळामध्ये ऐकलेली एक गोष्ट मायाला आठवली. एका माणसाला मशिनगननं गोळ्या घालण्यात आल्या होत्या. तीन गोळ्या त्याच्या पाठीत शिरल्या

होत्या. आघाडीवरच्या डॉक्टरांनी त्याच्यावर शस्त्रक्रिया करून (भुलीची औषधं नव्हतीच, फक्त त्याच्या दातांमध्ये एक फडकं खुपसलं गेलं होतं) दोन गोळ्या काढल्या होत्या. तिसरी गोळी आत शिरल्याची जागा त्यांना दिसलीच नव्हती. त्या गोळीचा एक तुकडा त्याच्या रक्तप्रवाहामध्ये शिरला होता आणि त्याच्या शरीरभर फिरत राहिला. एखाद्या पर्यटकासारखा तो तुकडा त्याच्या शिरांमधून, नसांमधून फिरत राहिला. अखेरीस तो तुकडा त्याच्या हृदयात पोहोचला आणि त्या क्षणी तो माणूस मरून पडला.

वैद्यकीयदृष्ट्या पाहिलं तर ही गोष्ट खरी असणं शक्य नाहा, हे तिला माहीत होतं. तरीही तिच्या आणि सोहेलच्या बाबतीत हे असंच घडलं असावं अशी ती कल्पना करत राहिली. ती दोघंही जखमी झाली होती– कदाचित त्यांच्या वडिलांच्या मृत्यूमुळे – किंवा संबंध बालपणामध्ये गरिबीची एक कुजबूज सतत त्यांच्या पाठीशी उमटत राहिली होती त्यामुळे असेल. मायामध्ये ती तीक्ष्ण काळी वस्तू मोकळेपणानं फिरत राहिली. कधी तिच्या काळजाला स्पर्श करत तर कधी तिच्या अवयवांना हात लावत तर कधी तिचं पोट; तिला त्याची जाणीव झाली की ती त्यातलं थोडंसं जहर समोर जे कुणी असेल त्याच्यावर ओतायची. अम्मूला याचा सर्वांत जास्त प्रसाद मिळाला होता– सोहेललासुद्धा.

पण सोहेलचा तुकडा त्याच्या मांसामध्ये रुतून बसला होता. अगदी सावकाश त्याच्या रक्तामध्ये आपला अर्क मिसळत होता. इतर सर्वांसारखाच जिवंतपणीच तो हळूहळू मरू लागला होता. फक्त खूप वेगानं– या वेगाची जाणीव आणि कबरीचा मातीचा गंध यांनी त्याला लहानपणापासूनच अर्धा माणूस आणि अर्धा आत्मा असं एक व्यक्तित्व बनवलं होतं. म्हणूनच तो जेव्हा बोलायला लागायचा, तेव्हा सारे श्रोते शांतपणे ऐकत राहायचे, मोर्च्यामध्ये असो की धर्मगुरूचं व्यासपीठ असो. त्याच्या जवळची माणसं त्याला जवळून पाहण्यासाठी, त्याचा स्पर्श व्हावा म्हणून धडपडायची. त्या अगदी आधीच्या क्षणांपासूनच आपली श्रद्धा उघडपणे सांगण्यासाठीच तो जन्माला आला आहे, असं वाटू लागलं होतं. तो स्वतःचा स्वामी होता; परंतु आत्ता मात्र तो तिला सांगत होता- त्याच्या शक्तीचा स्रोत स्वामित्वामध्ये नाही तर ते शरण जाण्यामध्ये आहे. तिनंही आता स्वतःचं खुजेपण, आपल्या मानवी मर्यादा स्वीकाराव्यात. तिनं हे केलं नाही तर त्याचे परिणाम दुःखाला कारणीभूत होतील.

नंतर, सारे पुरुष निघून गेल्यावर मधला पडदा दूर करण्यात आला आणि स्त्रिया संध्याकाळच्या जेवणाच्या तयारीला लागल्या. सोहेलच्या प्रवचनानं माया थोडी अस्वस्थ झाली होती. त्या बैठकीच्या खोलीतून ती बाहेर पडली. स्वयंपाकघरात खदिजा एका लहानशा गॅसच्या स्टोव्हशी झुकली होती.

"तुला आवडलं का बयान?" तिनं विचारलं. काहीतरी पठण करत नसली किंवा कोणताही चढउतार नसतानाही तिचं बोलणं अगदी औपचारिक वाटत होतं.

काय उत्तर द्यावं ते मायाला सुचेना. आवडलं असं काही तिला म्हणता आलं नसतं.

"तो मुलगा." मायानं विचारलं. "माझा भाचा".

"तू हुझूरांच्या मुलाबद्दल बोलतेयस का?"

"हो, झैदबद्दल. मी त्याला काही गोष्टी शिकवत्येय. पण अम्मूच्या आजारपणात मला फारसा वेळ मिळत नाहीये. त्याला शाळेत घालायला आवडेल मला."

क्षणभर विचार करत असल्यासारखी खदिजा गप्प राहिली. तिनं शेगडीवरच्या डाळीमध्ये मूठभर मिरच्या टाकल्या.

"तो फार गोंधळलाय." माया बोलतच होती.

"बरोबर आहे तुझं." आपलं बोलणं खदिजानं मान्य केल्याचं मायाला आश्चर्यच वाटलं. "मी हे चूक आहे असं काही म्हणणार नाही. तुझ्या भावालाही असंच वाटतं."

"म्हणजे तुला माहीत आहे तर."

"आम्ही कालच याच्याबद्दल बोलत होतो– हाजी मुदस्सर यांच्याबरोबर."

हाजी मुदस्सर कोण हे मायाला माहीत होतं. वरच्या मजल्यावरचे लोक प्रत्येक लहानसहान गोष्टीतही हाजी मुदस्सरचा सल्ला घ्यायचे. त्यांच्यासमोर मान लववून त्यांचा आशीर्वाद घ्यायचे. त्यांनी सांगितलेल्या सर्व गोष्टी ते लोक करायचे.

"हाजी मुदस्सर म्हणाले, 'त्या मुलाचं चांगलं पालन होणं हे आपलं कर्तव्य आहे. यामध्ये आमची चूक झालीये हे आम्हाला कळलंय आता."

खदिजानं आपला जाडजूड मजबूत हात पुढे करून मायाचं मनगट धरलं. "आम्ही आता याहून चांगलं वागायचं ठरवलंय. आगरा नियोत कोरेछी." त्या सर्वशक्तिमानाच्या नजरेखाली त्यांनी हे वचन दिलं होतं.

यापुढे आणखी काही बोलण्याची खदिजाची इच्छा दिसली नाही. मायानं आशेचा एक क्षीणसा धागा मनात धरून ठेवला.

"येतेस का आमच्याबरोबर? माग्रेब अझान होईलच इतक्यात."

"मला परत जायला हवं. अम्मूला माझी गरज आहे."

"आम्ही रोजच तिच्यासाठी प्रार्थना करतो. हुझूर अतिशय मातृभक्त आहेत."

"आभारी आहे," तिच्या वाक्यानं माया एकदम हलली.

"श्रद्धा ठेव, ताई." खदिजा म्हणाली. "त्या मुलाची चांगली काळजी घेतली जाईल आणि तुझी आईही लवकर बरी होईल." खदिजानं अजून तिचा हात सोडला नव्हता. मायाला एकदम जाणवलं- खदिजा ही तिची खरीखुरी बहीण ठरेल- आजवर माया जिच्या शोधात होती तशी अगदी जिवाची बहीण. खदिजानं मायाच्या

डोक्यावर हात ठेवला. मायाला कळलं ही आपल्याला जाण्याची केलेली सूचना आहे.

माया जिन्यावरून खाली आली. खदिजाच्या हाताचा तिच्या माथ्यावरचा गरम स्पर्श तिला अजूनही जाणवत होता. किती नाइलाजानं आपण तिला सोडून आलो हे जाणवल्यावर मायाला आश्चर्यच वाटलं.

तिसऱ्या दिवशी, न बोलावताच माया वरच्या मजल्यावर गेली. तिनं नुकतीच एक चमचाभर लापशी आईला भरवली होती. तिचे टाके तपासले होते आणि ती झोपी जाईपर्यंत ती तिच्याजवळ बसून राहिली होती. सर्व बायका भिंतीशी ओळीनं बसल्या होत्या. त्यांच्या माना हातातल्या ताटल्यांवर झुकल्या होत्या. त्या रांगांमधून रोकेया भात वाढत फिरत होती. 'माया आपा,' ती म्हणाली, 'या ना, आमच्याबरोबर जेवा.' तिच्याकडे बघत स्मित करत खदिजानं मान डोलावली. तिला बघून त्यांना काहीही आश्चर्य वाटलं नाही, हे मायाला खूप आवडलं. दक्षिण आफ्रिकेमधून एक नवा गट आलेला होता. कृष्णवर्णी आणि श्वेतवर्णी बायका तस्बी ओढत प्रार्थनेमध्ये सामील होत होत्या. पारायणाला सुरुवात झाली तेव्हा तिचे डोळे पाण्यानं भरून आले.

ती नकळतच खदिजाच्या जवळ रेलली, "अम्मू, बरी होईल ना?"

खदिजानं तिच्या माथ्यावरून हलका हात फिरवत म्हटलं, "अर्थात, देवाची इच्छा असेल तर ती राहील आपल्यामध्ये." आता ती देवाची इच्छा म्हणून मृत्यूचा स्वीकार करावा असं काहीतरी सांगणार म्हणून माया थोडं सावरून बसली. पण खदिजा गप्पच होती. तिनं मायाच्या कपाळावरून हात फिरवला, एखादं पोटीस लावावं तसा. अखेर मायानं डोळे मिटले आणि तिचं बोलणं खरं मानायला सुरुवात केली.

१९७३

मार्च

पिया नाहीशी झाली आणि सोहेल आपलं पुस्तक घेऊन छतावर जास्तीत जास्त वेळ घालवू लागला. तेव्हाच त्याला शेख मुजीबच्या भेटीचं निमंत्रण मिळालं. राष्ट्रपिता आता पंतप्रधान झाले होते. देशाला स्वातंत्र्य मिळवून देणाऱ्या मुलांना त्यांना बघायचं होतं. माया खूप उत्साहित झाली होती. तिला वाटत होतं, त्या वडीलधाऱ्या महान व्यक्तीला भेटल्यानंतर सोहेलला पुन्हा आपल्या जुन्या आयुष्यामध्ये येण्याचं कारण मिळेल. निमंत्रण त्यांच्याकडे पोहोचलं– ते त्या सगळ्यांसाठी होतं सोहेल, रेहाना आणि माया.

भेटीच्या दिवशी सकाळी सोहेल न्याहरीसाठी आला ते कुडता पायजमा आणि बिनबाह्यांचं, गळाबंद कॉलरचं मुजीब जाकीट घालूनच. त्या दिवशी गरम होत होतं– जाकीट घालण्यासाठी तर फारच गरम होतं. पण किती सांगितलं तरी तो ते जाकीट काढायला काही तयार झाला नव्हता. अगदी न्याहरी करतानाही बांगलादेश ऑब्झर्व्हरनं तो वारा घेत होता. मग तो तीन ग्लास दूध प्यायला. सबंध सकाळ मायानं काय घालावं याच विचारात घालवली होती. बंगबंधूंना भेटल्यावर त्यांना अभिवादन कसं करायचं, याचा सराव तिनं स्नानगृहातल्या आरशासमोर केला होता. कृतज्ञतेचं मोठं थोरलं हास्य ओठांवर खेळवलं.

रेहानाही थोडी अस्वस्थ होती. थोडीशी कडक दिसत असली तरी ती खूपच सुंदर दिसत होता. एक पांढरी सुती साडी आणि हातात चांदीच्या बारीकशा बांगड्या. तिनं त्यांना जळका टोस्ट खायला दिला. सोहेलनं जळका भाग न खरवडताच तो खाऊनही टाकला. मग ती तिच्या शय्यागृहात गेली आणि तिनं दार लावून घेतलं.

मायानं दोन-तीन वेळा दार ठोठावलं, त्यांना उशीर होत होता, मग ती मागच्या बाजूनं स्वयंपाकघरातून गेली. आपल्या ड्रेसिंग टेबलाचा लिहायला वापर करत असलेली अम्मू तिला दिसली. अगदी कागदापाशी मान जवळजवळ टेकवून ती काहीतरी लिहीत होती. जणू काही नजरेनंच ती शब्दांचा पाठलाग करत असावी.

मायानं वेळ झाल्याचं सांगितलं तरी तिनं दुर्लक्षच केलं. मायानं पुढे वाकून कागदावरच्या एक-दोन ओळी वाचल्या.

'माननीय महोदय,
मोस्ट ग्रेइशस सर,
प्रिय पिताजी,
बंगबंधू, तुम्ही खूप कामात असता हे मला माहीत आहे.

"मी तयार होत्येय," आपल्या काही वस्तू लहानशा कातडी पर्समध्ये ठेवत अम्मू म्हणाली.

"तू काय लिहितेयस?"

"ते फार महान आहेत." ड्रेसिंग टेबलाच्या कप्प्यातून लिपस्टिक बाहेर काढत तिनं उत्तर दिलं.

"मग हे काय आहे?"

"काही नाही." लिपस्टिक उघडून तिनं बोटानं तिच्या टोकाला स्पर्श केला. "त्यांना भेटायला मिळतं आहे हे माझं भाग्यच आहे."

आपल्या आईनं शेवटची लिपस्टिक कधी लावली होती, हे मायाला आठवतही नव्हतं. अम्मूलाही हातातल्या लिपस्टिकचं काय करावं ते कळत नव्हतं. आता आपलं बोट रंगलं आहे तर आता हे लावायचं कसं? क्षणभर तिचा हात तिच्या चेहऱ्यासमोर थबकला आणि मग तिच्या वरच्या ओठावर टेकला. त्यावर एक-दोनदा लिपस्टिक फिरवून मग तिनं पुन्हा एकदा आरशात पाहिलं.

"तुला बरं नाहीये का?" ती थोडी फिकट दिसत्येय असा विचार करत मायानं तिला विचारलं.

अम्मू तिच्याकडे वळली. जणू काही ती मायाला पहिल्यांदाच बघत असावी अशी एक नजर तिनं मायाकडे टाकली. "केस विंचरायला हवेयत तुझे." ती म्हणाली.

"ठीक आहे." तिच्या ड्रेसिंग टेबलावरून एक ब्रश उचलत ती म्हणाली. "तूच तर सारखी सांगायचीस सोहेलला; की त्यानं बंगबंधूंना भेटायला हवं म्हणून."

अम्मूनं पुन्हा आरशाकडे तोंड केलं होतं. ओठांवरची लिपस्टिक ती एका

हातरुमालानं पुसत होती. 'विमेन्स रीहॅबिलिटेशन सेंटरमध्ये तू काय काम करत होतीस ते मला तू कधीच सांगितलं नाहीयेस,'' तिनं बोलायला सुरुवात केली.

''म्हणजे?'' तिला नक्की काय विचारायचं आहे ते मायाला ठाऊक होतं. ती आता शस्त्रक्रियांसंबंधी विचारणार होती. तिला त्याबद्दल बोलायचं नव्हतं. नव्हे, तिला त्याचा नुसता विचारही करायचा नव्हता. अम्मूला कसं कळलं होतं? ते दवाखाने प्रत्यक्ष सेंटरमध्ये नव्हते. आणि आपल्या कामाबद्दल कुणाशी हे बोलू नका असं जरी त्यांना सांगण्यात आलं नसलं तरी, तिथले डॉक्टर आणि नर्सेस त्याबद्दल कधीच बोलत नसत.

''तुला पिया आठवत्येय?''

मायानं मान डोलावली. अर्थात, तिला पिया आठवत होती.

''ती गरोदर होती.''

''हो, मला माहीत होतं.''

''तुला माहीत होतं?'' अम्मू क्षणभर थांबली. ''तिला– तिला त्यातून सुटायचं होतं, तिला त्या ऑपरेशनची भीती वाटत होती. तिला खात्री वाटत नव्हती. तिनं माझा हात असा घट्ट पकडून धरला होता...''

अम्मूनं मायाकडे वळून तिचं कोपर घट्ट पकडलं, तिची बोटं गरम झाली होती, ओठांवर लाल रंग फासला गेला होता. आणि ती म्हणत होती, ''प्लीज, मला हे करायचं नाहीये. 'आणि तुला माहीत्येय– थोड्याच दिवसांत ती नाहीशीच झाली. का गेली असेल ती- तुला काय वाटतं?''

''कदाचित तिनं विचार बदलला असेल.''

मायाच्या कोपरावरची अम्मूची पकड आणखी घट्ट झाली. त्या दोघी एकमेकींकडे बघत होत्या. पिया गेली त्याच्या आदल्या रात्री काय घडलं ते अम्मूला सांगायची मायाची इच्छा नव्हती. ''कदाचित हे चांगलंच झालं असेल,'' ती म्हणाली. ''सर्वांच्याच दृष्टीनं.''

''तुला कळत नाहीये का?'' अम्मूचा आवाज चिरकत होता, तिचे डोळे पाण्यानं भरले होते. ''त्यांनी जबरदस्ती केली होती तिच्यावर. आणि ती एकटी नव्हती. काही मुलींना ते करायचं नव्हतं; पण त्यांना शरम वाटत होती, त्यांना सांगण्यात आलं आहे की तुम्ही त्या सैनिकांचं बीज वाढवता आहात.''

बंगबंधूंनी या बायकांची काळजी घेण्याचं वचन दिलं होतं. त्यांनी तर या बायकांना एक नावही दिलं होतं, वीरांगना. आणि त्यांच्या वडिलांना आणि नवऱ्यांना त्यांना आनंदानं घरात घेण्याची विनंतीही केली होती. त्यांनी आपल्या मुलांचं कसं घरात स्वागत केलं असतं तसंच. पण मुलं, ते म्हणाले होते, ही युद्धाची मुलं आम्हाला नको आहेत. आपल्या समोरच्या रुग्णाच्या चेहऱ्यावर मुखवटा चढवताना

आणि त्यांना १०० पर्यंतचे आकडे उलट्या क्रमानं मोजायला सांगताना माया रोज हजारो वेळा हे स्वतःलाच सांगत आली होती. 'पण, माँ, काय घडलं ते पूर्णपणे पुसून टाकणं जास्त चांगलं नाही का? म्हणजे मग त्या विसरायला तरी लागतील.''

''पण त्यांची मुलं- माया, त्यांची मुलं''– डोळ्यांवरून हात फिरवत रेहाना मायासमोरून वळली. दाटलेल्या आवाजात ती म्हणाली, ''तू आई नाहीयेस, तुला नाही समजणार ते.'' लिहिलेलं पत्र चुरगळून दूर फेकत ती म्हणाली, ''चल जाऊ या, आपल्याला उशीर होणार आहे.''

❋

अम्मू बंगबंधूंना युद्धाच्या संततीबद्दल काहीतरी म्हणेल याची मायाला भीती वाटत होती. पण काळजी करण्याचं काही कारण नव्हतं. अम्मू शांत होती, बंगबंधूंना भेटल्यानं आपला केवढा सन्मान झाला आहे, हे नम्रपणे सांगत होती. अम्मू स्वतःचीच समजूत पटवू पाहत होती, तिला हे सगळं फारसं पटत नव्हतं, तिचे हात त्यांनी हातात घेतले तेव्हाही ती काही बोलली नव्हती, तरी हे सारं तिला फारसं पटलेलं नव्हतं, हे फक्त मायालाच जाणवलं होतं. ती त्यांना विरोध करत होती, तिला त्यांच्या सच्चेपणाबद्दल संशय वाटत होता.

मायानं असा काहीही विरोध केला नाही. तिला जेवढा देव माहीत होता त्या कल्पनेच्या जास्तीच जवळ जाणारी व्यक्ती होती बंगबंधू. ते तिच्यासमोर उभे असणं, खाली वाकून ती त्यांची पायधूळ घेत असताना त्यांनी तिच्या मस्तकाला स्पर्श करणं, हे सारंच तिला भारून टाकणारं होतं. आपल्याला उलटी होईल असं तिला वाटलं आणि सेवकानं समोर आणलेल्या तबकातली फँटाची बाटली तिनं एका घोटात संपवली.

त्यांच्याभोवती त्यांचं सारं कुटुंब होतं, त्यांची मुलगी हसीना, आणि त्यांचा भाचा शेख मोनी. हे लोक तिला दिसले. मिसेस मुजीबही तिथे होत्या. माया, सोहेल आणि रेहाना प्रथम त्या खोलीत शिरली तेव्हा ती खोली रिकामी होती; पण थोड्याच वेळात ती लोकांनी भरून गेली. कुणी बंगबंधूंना चरणस्पर्श करत होते, तर कुणी अत्यानंदानं अश्रू ढाळत होते.

त्यांनी आपला पाइप शिलगावून दोन-तीन लहान लहान झुरके मारले.

सोहेल स्तब्ध होऊन पाहत होता. मायाच्या भावनाच जणू त्याच्या अशा बघण्यात प्रतिबिंबित झाल्या होत्या.

''त्या पॉवर प्लांटच्या स्फोटाला तू जबाबदार होतास?''

''जी सर,'' मान हलवत सोहेल उत्तरला.

''फारच धाडसीपणा होता तुझा तो, मुला.''

"धोका मोठाच होता सर, पण आम्ही निश्चयच केला होता." सोहेलची मान खाली असली तरी मायाला त्याचा ओठ वाकडा झालेला दिसला. तो हसत होता. कित्येक महिन्यांत तिनं त्याला असं हसताना पाहिलं नव्हतं.

"शाबास" बंगबंधू उद्गारले. "इकडे ये, आपण एक फोटो काढून घेऊ. ये ये."

सोहेलनं त्याचा लायका कॅमेरा बरोबर आणला होता, पण एक छायाचित्रकार तिथे आधीपासूनच होता. बंगबंधूंच्या दोन्ही बाजूंना ते सारे जण नीट उभे राहिले. या छायाचित्राला अगदी योग्य असा भाव मायानं चेहऱ्यावर आणला होता- गंभीर, निग्रही व्यक्ती, या माणसाजवळ उभं राहिल्याबद्दल कृतज्ञता वाटणारी अशी व्यक्ती.

छायाचित्रासाठी सारे जण त्यांच्याभोवती गोळा होत असतानाच मायाकडे वळून त्यांनी विचारलं, "आणि तू गं पोरी- तू हे नऊ महिने कसे घालवलेस?"

"मायानं अम्मूकडे पाहिलं, मग मान डोलावत ती म्हणाली, 'मी काम करत होते. मी थिएटर रोडवर होते, सर. हद्दपार सरकारसाठी काम करायला मिळालं, हे माझं भाग्य होतं, सर."

"थिएटर रोड! तुझ्या आईनं तुला कलकत्त्याला जाऊ दिलं? वा, शूर मुलगी आहेस तू."

"ते खूप छान होतं सर, कितीतरी जण होतो आम्ही– सगळे एकत्र काम करत होतो."

तोंडातल्या पाइपची काडी चावत त्यांनी तिच्याकडे रोखून पाहिलं.

"मला ते बघायला खूप आवडलं असतं, माँ. मला फार आवडलं असतं."

तिला तेव्हा जसं वाटलं होतं तसं बंगबंधूंनाही वाटलं असतं का? मायाच्या मनात आलं– कुठेतरी सुरक्षित ठिकाणी हाकलून दिलेलं, सगळ्यापासून दूर. लढाई सुरू झाली तेव्हा तिला नाव नोंदवता आलं नव्हतं. तो सारा काळ ते तर तुरुंगातच होते. त्यांनी युद्धाचा एकही दिवस पाहिला नव्हता की आकाशवाणीवरचं एकही भाषण ऐकलं नव्हतं. पण तिथे नसतानाही ते तिथेच होते हे त्यांना माहीत असेल अशी तिला आशा वाटत होती. कारण रोज रात्री झोपताना त्यांचंच नाव या मुलांच्या ओठांवर असायचं आणि एखाद्या वृत्तपत्रामधून कापून घेतलेलं त्यांचं छायाचित्रच त्यांच्यासमोरच्या भिंतीवर रोज सकाळी उठताना असायचं, त्यांचा आवाज आकाशवाणीवरून त्यांच्यापर्यंत पोहोचत असायचा. ते तुरुंगात होते, आघाडीवर नव्हते, यामुळे कुणालाच काही फरक पडत नव्हता. पण कदाचित ते त्यांना महत्त्वाचं वाटत असावं.

त्यांना हे सारं सांगावं असं तिला फार वाटत होतं; पण नव्या पाहुण्यांचा एक गट दरवाजाशी येऊन थांबला होता. बंगबंधूंचं लक्ष तिकडे विभागलं गेलं होतं. आता

तिला स्नानगृहामध्ये जाण्याची फारच निकड भासू लागली होती. पण तिनं स्वतःला बजावलं की या क्षणावर लक्ष केंद्रित कर. कारण हा क्षण कायम तिच्या स्मरणात राहणार होता. बंगबंधूंचा चेहरा तिनं मनावर कोरून घेण्याचा प्रयत्न केला. ते कसे दिसत होते, त्यांनी काय घातलं होतं; तिच्या डोक्यावरच्या त्यांच्या हाताचं वजनही तिला सतत आठवत राहिलं असतं.

तिनं खोलीच्या दुसऱ्या टोकाला नजर टाकली. गुडघ्यांवर हात रोवून सोहेल निश्चल बसला होता. तो उठणार होता पण बंगबंधूंनी अम्मूशी बोलायला सुरुवात केली होती. तिच्याप्रमाणेच स्वातंत्र्यसैनिकांना आपल्या घरांमध्ये आश्रय देणाऱ्या इतर स्त्रियांपैकी कुणी तिच्या ओळखीच्या आहेत का, असं ते तिला विचारत होते. तिच्या पतीबद्दलही त्यांनी अम्मूला विचारलं, ते मायाच्या कानावर पडलं. अम्मूनं त्यांना सांगितल्यावर बंगबंधूंनी पुन्हा तिचे दोन्ही हात हातात घेतले आणि म्हटलं, ''याचं मला फार दुःख होतं आहे. वडील नसताना मुलांना एकटीनं वाढवणं हे केवढं शूरपणाचं काम आहे.''

शेवटी ती सारी मंडळी दरवाजापाशी एकत्र आली.

''अजून पुष्कळ काम करायचं आहे, माझ्या मुलांनो,'' बंगबंधू म्हणाले. ''मी तुमच्यावर विसंबून राहू शकेन, अशी मला आशा आहे.''

''जी, सर.'' सोहेल पुन्हा एकदा त्यांच्या पावलांना स्पर्श करण्यासाठी खाली वाकला; पण बंगबंधूंनी त्याचे खांदे धरून त्याला वर उठवलं आणि रीतीनुसार तीन वेळा आलिंगन दिलं, जणू काही ते पिता-पुत्र असावेत असं. थेट बाहेरच्या दरवाजापर्यंत ते त्यांना सोडायला आले. ते किती मोकळेपणानं, आपुलकीनं बोलत होते, कसे अगदी साध्या माणसासारखेच आहेत, असंच बोलणं त्यांच्यामध्ये होत राहिलं.

अगदी अम्मूही त्यांची स्तुती करत होती. कितीही माणसं त्यांच्यासमोर असली तरी ते कसे तुमच्या नजरेला नजर देत बोलतात, जणू काही ते तुम्हाला एखादं रहस्य सांगत असावेत, तुम्ही त्यांच्याबरोबर एखाद्या दूरगामी, महत्त्वाच्या कटामध्ये भाग घेत असाव्यात असं काहीसं वाटतं, असं ती म्हणत होती.

१९८४
सप्टेंबर

त्या दरवाजामधून कितीतरी लोक आत येत होते ते पाहून माया आश्चर्यचकितच झाली. सर्वांत आधी मिसेस रहमान आल्या. त्यांनी रेहानाच्या उशा फुलवल्या आणि फ्रिजमध्ये भरपूर कोंबडीचा रस्सा भरून ठेवला. त्यांच्या मागोमाग लेडिज क्लबच्या बायकांचा एक गट आला. रेहाना परत येईपर्यंत त्यांची दर वर्षी भरणारी रमीची स्पर्धा पुढे ढकलण्याचं सगळ्या जणी वचनच देत होत्या. मासेविक्या आला आणि वीस वर्षं ती ज्याला ओळखत होती तो मांसविक्याही आला. मांसविक्यानं एक भलं थोरलं हाड आणलं होतं, त्याचं कळण तिला जो काही रोग असेल तो बरा करील, असं त्याचं म्हणणं होतं. मायाच्या शाळेच्या प्राचार्यांकडून आणि धनमाँडी सोसायटीकडून फुलं आली. सुफियाची बहीण आणि तिचा नवरा नीटनेटके कपडे घालून हातात त्यांच्या स्थानिक पिरानं लिहून दिलेल्या प्रार्थनेचा लहानसा कागद घेऊन आले. अगदी तो जर्मन भाडेकरूही हातात एक गुलाबांचा गुच्छ घट्ट पकडून घेऊन येऊन गेला. अगदी मिनिटभरच थांबला, पण तेवढ्यात मायानं त्याला न्याहाळून त्याचं मूल्यमापन केलंच होतं. अगदीच कसातरी होता तो, टकला, इतका उंच की दारातून आत येताना त्याला वाकून यावं लागलं होतं, त्याच्या अंगभर लालसर रंगाची लव होती. सबंध वेळ तो किंचित हसत राहिला आणि मग जाता जाता त्यानं हळूच रेहानाच्या हातात एक पाकीट सरकवलं. त्यावर लिहिलं होतं, सप्टेंबर १९८४चं भाडं.

खदिजा आणि वरच्या मजल्यावरच्या बायकांबरोबर आणखी एक सकाळ घालवून माया खाली उतरली, तेव्हा अम्मूच्या बिछान्याशेजारी बसलेला जॉय तिला

दिसला. छोटूबरोबर नव्यानं सुरू केलेल्या कंपनीबद्दल तो तिला सांगत होता. ती पोट हातानं गच्च आवळून हसत होती.

"माँ, हळू, काळजी घे, तुझे टाके अजून बरे झाले नाहीयेत," जॉयकडे काहीशा रागानं बघत ती उद्‌गारली.

जॉयनं रेहानाचं मनोरंजन करणं सुरूच ठेवलं. तो अगदी ताजातवाना दिसत होता. आत्ताच स्नान करून आल्यासारखा. त्याच्या लहानशा पावलांमध्ये सँडल्स होते आणि केस अगदी डोक्याजवळ कापलेले होते. अगदी अम्मूच्या कानाशी लागत सावकाश आपली गोष्ट संपवून मग त्यानं रजा घेतली. "अगदी लवकर बऱ्या व्हाल तुम्ही आणि मग तुमचे प्रसिद्ध पराठे तळायला लागाल," असं अम्मूला बजावतच तो गेला.

त्याला बैठकीच्या खोलीकडे नेत अगदी सौजन्यपूर्ण आवाजात मायानं म्हटलं, "थँक यू फॉर कमिंग." गेल्या वेळी ती दोघं भेटली होती, तेव्हाच्या अवघडलेल्या निरोपाबद्दल तिला काहीतरी बोलायचं होतं.

"तू हल्ली वर जायला लागलीयेस, असं तुझी आई म्हणत होती."

"सोहेल हॉस्पिटलमध्ये आला होता, तिच्याजवळ बसला होता, त्याचं तिला खूप बरं वाटलं असं मला वाटतं. म्हणून त्याचे आभार मानायचे होते मला."

"कसं वाटलं तुला ते?"

"वेगळंच जग आहे ते."

"ते काही फारसं वाईट नाहीये, असंच जणू म्हणत्येयस तू..."

"ते वेगळं आहे. कशासारखंच नाहीये." तिनं शब्द शोधण्याचा प्रयत्न केला– त्या बायकांमध्ये असताना काय वाटतं ते शब्दांमध्ये मांडण्याचा प्रयत्न केला. जॉयचं पाऊल सोफ्याखाली कशाला तरी लागलं. तो ते बाहेर काढण्याचा प्रयत्न करू लागला. सगळी धूळ पसरत होती.

"मला वाटतं, मला माहीत्येय हे काय आहे ते," तो म्हणाला.

मायालाही ते कळलं होतं. त्यानं ती वस्तू बाहेर ओढली. एक मोडकातोडका तुकडा- एक जुना अवशेष.

"सगळ्या तारा अजून शाबूत आहेत." तो उद्‌गारला. मायानं स्वयंपाकघरातून एक ओलं फडकं आणलं आणि त्या दोघांनी मिळून ते स्वच्छ पुसून काढलं. हळूहळू लाकडाचा मूळचा मधाळ रंग दिसू लागला.

"वाजतंय अजून?" तिनं विचारलं.

"लावून घ्यायला हवं असेल कदाचित. मी प्रयत्न करू शकेन, फार काही चांगलं नाही करत मी, माझा भाऊच नेहमी हे करायचा."

"माझा पण," ती उद्‌गारली.

हे काही योग्य नाही– तिचा भाऊ अजून जिवंत तरी आहे. त्याच्या मनातला हा विचार तिला जाणवला. आपल्या भावाला परत मिळवण्यासाठी तो काहीही करेल. काहीही झालं तरी माझा भाऊ मला परत हवाय, मग त्यानं जुनं आयुष्य सोडून दिलं असलं आणि अगदी अनोळखी माणसासारखा वागत असला तरी चालेल- त्याच्या मनातल्या विचारांची ती कल्पना करत होती. केवढा फरक असतो, मेलेल्या माणसामध्ये आणि जिवंत माणसामध्ये. एवढा काही नसतो फरक– तिच्या मनानं एक उलट विचार मांडला. 'आता तू मला मेलास', अशासारख्या वाक्यांना एक वेगळाच अर्थ असतो- हे वाक्य तिनं सोहेलला उद्देशून एकदा नव्हे अनेकदा उच्चारलं होतं.

जॉयनं गिटारच्या तारांशी खेळायला सुरुवात केली, त्या वाद्याच्या लांब मानेवरच्या खुंट्या तो पिळत होता. "मला वाटतं झालं हे." तो म्हणाला. "बघ बरं."

तिनं तारांवरून अंगठा फिरवला. "आवाज तर चांगला येतोय."

"पूर्वीसारखा."

"कोणतं गाणं म्हणायचास रे तू- ते स्पॅनिश गाणं?"

"आपण कधीच स्पॅनिश गाणं म्हटलं नाहीये हं."

"हो हो तू म्हणायचास–खूप लांबलचक नाव होतं बघ त्याचं."

"अरे हो!' गुडघ्यावर थाप मारत तो उद्गारला. 'तुला ग्वान्टानामेरा म्हणायचंय का?"

"मला नेहमीच खूप आवडायचं ते गाणं."

"सोहेल म्हणायचा ते. ते एक क्रांतिकारकांचं गाणं आहे असं म्हणायचा तो. पण गी जेव्हा न्यूयॉर्कगध्ये होतो, तेव्हा गाझा एक गेविसकन गित्र होता, त्यानं गला त्या गाण्याचे शब्द सांगितले. अगदी नेहमीसारखंच गाणं आहे ते."

"अरे, हो का?"

"एका गरीब माणसाला प्रेमात पडायचंय असं काहीतरी."

"प्रेमाबद्दल तुझा काही आक्षेप आहे का?"

त्यानं मागे टेकत एक पाय दुसऱ्या गुडघ्यावर ठेवला. "मी एक साधासुधा विरोधक आहे; तुझ्यासारखा नाही."

तिनं तारा झंकारल्या. "तुला काहीच माहीत नाहीये, मित्रा. मी अगदी इतर मुलींसारखीच आहे बरं." क्षणभर तिचाही स्वतःच्या बोलण्यावर विश्वास बसला. आपणही इतरांसारख्याच हळव्या, आशावादी आहोत असं काहीसं. त्यानं गिटार छेडायला सुरुवात केली.

"तुला तारा दाखवतो," जॉय म्हणाला. त्यानं तिची बोटं धरून तारांवर

टेकवली. “अजून थोडा जोर लावायला हवास.”

झैद खोलीत आला. “हे बघ, माझं आणखी एक कोडं.” माया म्हणाली, “झैद इकडे ये आणि जॉय अंकलला हॅलो म्हण.”

जॉयनं हात पुढे केला आणि झैद तो धरणार, तेवढ्यात त्यानं तो हात कपाळापाशी नेत म्हटलं, “अस-सलाम आलैकुम. फसवलं की नाही?”

झैदची हसता हसता मुरकुंडी वळली.

“या माणसाला जगातल्या साऱ्या भाषा येतात. हो की नाही, झैद? जॉय अंकलला स्पॅनिशमध्ये काहीतरी बोलून दाखव बरं.”

झैदनं छताकडे नजर लावत म्हटलं, “ओके.” आणि मग अगदी सावकाश शब्द उच्चारत तो म्हणाला, “आकी येय्गो ला पाझ.”

“वा फार छान,” जॉय म्हणाला. “मलासुद्धा माहीत्येय हे म्हणजे काय ते.”

“तो खरंच काहीतरी बोलला का?” मायानं कुजबुजत विचारलं. “मला नेहमी वाटतं, तो माझी चेष्टा करतोय असं.”

टेबलावरचा पत्त्यांचा जोड घेऊन जॉयनं पत्ते पिसायला सुरुवात केली.

“चल, मी तुला एक गंमत दाखवतो.”

“आपण पत्ते नाही खेळू शकणार,” माया म्हणाली. “त्याला बंदी आहे.”

तिरप्या नजरेनं तिच्याकडे बघत जॉय म्हणाला, “हा काही खेळ नाहीये. ही एक जादू आहे.” थोडंसं घाबरतच तिनं त्याला जादू दाखवायची परवानगी दिली. झैद जॉयच्या मांडीवर चढून बसला, त्याच्या कानात काहीतरी सांगून मग तो नाचत नाचत खोलीबाहेर निघून गेला. टा टा- टाटा- टा टा.

❄

रेहानानं आपले केस हातात धरले होते.

‘ओ, माँ.’ मायानं ते तिच्या हातून काढून घेतले. एखाद्या लहानशा केसाळ प्राण्यासारखा तो झुबका होता. रेहानाच्या डोक्यावर तो जिथे होता ती जागा समुद्राच्या तळाशी पडलेल्या एखाद्या धातूच्या तुकड्यासारखी चमकत होती.

हे घडलं तेव्हा ती स्नान करत होती. “टॉवेलमध्ये आणखी आहेत.” ती उद्गारली.

“माँ, आपण काढून टाकू या सगळे.” माया म्हणाली.

“नाही, एवढ्यात नाही.” तिचा आवाज बारीकसा आणि दमलेला होता. “प्लीज नको.” तिनं थकून माथं उशीवर टेकवलं आणि मायाला तिचं रडू दिसू नये म्हणून मान फिरवली. “ठीक आहे.” नाक साफ करत ती म्हणाली, “आपण डॉक्टरांशी बोललो आहोत ना याबद्दल.”

तिच्या गळलेल्या केसांचा झुपका अजून मायाच्या हातातच होता. "फेकून दे ते नाहीतर जाळून टाक.' ती म्हणाली.

तिनं ते जमिनीवर टाकले. सुफिया ते गोळा करून स्वयंपाकघरामध्ये नाहीशी झाली.

रोकेया सूर्याकडे तोंड करून काँक्रीटच्या एका तुकड्यावर बसली होती. "उन्हातून बाजूला व्हा." माया म्हणाली. "भाजाल ना." तो बहुधा वर्षातला सर्वांत गरम दिवस होता. रोकेयानं सलाम केला. तिचा आवाज खरखरीत होता आणि ओठही सुकलेले होते, हे मायाला दिसलं. तिच्या माथ्यावरच्या ओढणीमधून तिचे केस भुरभुरत बाहेर आले होते.

"तुमची आई कशी आहे?" तिनं विचारलं.

"ठीक आहे. चाललंय." माया उत्तरली.

रोकेयानं मान डोलावली. तिच्या डोळ्यांत पाणी जमलं होतं. तिनं आपले दोन्ही हात पोटावर ठेवले. मायानं ताबडतोब याचा अर्थ जाणलाच.

"तुम्ही गरोदर आहात का?" तिच्याकडे निरखून पाहण्यासाठी थोडं खाली वाकत मायानं विचारलं.

कसंनुसं हसत रोकेया म्हणाली, "तुम्हाला कसं कळलं?"

पडदा बाजूला सारत खदिजा बाहेर आली. तिनं रोकेयाकडे एक हलकासा कटाक्ष टाकला आणि तिच्या हातात एक पाण्याचं भांडं दिलं. "आता आत जा," ती म्हणाली. रोकेयानं दोन्ही हातांमध्ये पाण्याचं भांडं घेतलं आणि घटाघट पाणी संपवलं.

"तुमच्या आईसाठी आपण आणखी एक तालीम करायला हवी," खदिजा म्हणाली आणि मग पुन्हा रोकेयाकडे वळून ती म्हणाली, "आपल्या बहिणींना तयारी करायला सांग."

आतमध्ये हवा स्तब्ध झालेली होती. पडदे घट्ट बंद केलेले होते आणि खिडक्याही. भयानक गरम होत होतं. एकटी खदिजा तेवढी निवांत दिसत होती. तिच्या कपाळावरची घामाची चमक पॉलिश केल्यासारखी दिसत होती. खोलीच्या समोरच्या भागामध्ये ती आपल्या जागेवर बसली. तिनं पवित्र ग्रंथ उघडला आणि हलकेच स्वतःशीच वाचायला सुरुवात केली. आत्तापर्यंत कुजबुज करत वारा घेत बसलेल्या बाकीच्या बायका नीट सावरून बसल्या आणि एकमेकींना गप्प करू लागल्या. आपल्या शेजारी बसण्याची खूण रोकेयानं मायाला केली.

आता सूर्य त्याच्या पूर्ण शक्तीनिशी तळपत होता. घामाघूम झालेली माया खाली आपल्या तळहातांकडे बघत बसली होती. इथे, या खोलीत फक्त– तिला विश्वास– खराखुरा विश्वास वाटत असे की तिची आई जगेल. इतर कोणत्याही

ठिकाणी तिच्या नसण्याच्या शक्यतेनं सारं काही काबीज केलं होतं. तिनं न शिजवलेला प्रत्येक पदार्थ खाताना, आपल्या खोलीत बसून वाचताना, स्नान करताना, कपडे घालताना, बागेमध्ये, अगदी नेमानं पाणी घालत असूनही पिवळी पडलेली झाडं. सगळंच.

म्हणूनच तर दिवसचे दिवस ती खदिजाच्या पायाशी बसून राहत होती. ती कुराण वाचत नव्हती किंवा प्रार्थनाही करत नव्हती. मांडी घालून हात मांडीवर ठेवून ती नुसती बसत होती. हळूहळू तिच्या पायांना मुंग्या यायला लागायच्या, पण मनातली प्रचंड भीती जाईपर्यंत ती तशीच बसून राहायची.

जवळ जवळ सगळे केस गेल्यानंतर शेवटी रेहानानं मायाला उरलेले केस काढून टाकायला सांगितलं. ती बिछान्यात उठून बसली. तिच्या रात्रीच्या झग्यामधून तिचे हडकलेले खांदे उठून दिसत होते. तिच्या मानेवरची त्वचा राखाडी आणि थकलेली दिसत होती. मायानं आईच्या खांद्यांभोवती एक टॉवेल घातला. सुफिया बाजूलाच मूकपणे रडत उभी होती.

तिला माहीत होतं की एक ना एक दिवस ही वेळ येणार आहे. तिनं त्याचा सरावही केला होता. ती अगदी शांत राहणार होती. कात्री चालवताना तिचा हात अगदी स्थिर राहणार होता. तिनं कात्री उचलली. अम्मूचे केस तुकड्या तुकड्यांनी गेले होते. काही ठिकाणी ते साफ गेले होते आणि काही ठिकाणी दाट केसांचे झुबके डोक्याच्या त्वचेला घट्ट चिकटून होते. तिनं हे झुबके अगदी डोक्यालगत असे कापले. त्यांचं वजन हातांमध्ये खेळवून मग तिनं त्या लांब लांब बटा जमिनीवर टाकल्या. सुफियानं झाडू घेऊन त्या गोळा केल्या. रेहानाचे स्वतःचे डोळे अगदी कोरडे होते. तिनं डोळ्यांसमोर एक वृत्तपत्र धरलं होतं. जणू काही इतर सकाळींसारखीच ती आजही तिच्या नाश्त्याची वाट पाहत्येय. तिनंही याचा सराव केला होता, हे उघड होतं.

मायानं कात्री ठेवून हातात एक वस्तरा घेतला. साबणाच्या पाण्यामध्ये तो बुडवला आणि अगदी हलक्या हाताने तो अम्मूच्या डोक्यावर फिरवायला सुरुवात केली. हळूहळू अम्मू तिच्या हाताखालून प्रकट होऊ लागली. चमकतं गोल गरगरीत डोकं. अम्मूचं सारं विश्व.

हातातलं वृत्तपत्र उंच धरत रेहाना म्हणाली, ''माझ्या वडिलांची हजामत करायला एक न्हावी यायचा ना, तेव्हा मी बघत बसायची. ते इतके आरामात दिसायचे.''

''कसं वाटतंय?''

''छान, थोड्या गुदगुल्या होताहेत.''

लवकरच सगळं साबणाचं पाणी संपलं. मायानं एका पातळ टॉवेलनं आईचं डोकं हलकेच पुसून काढलं. "मी तुझ्यासाठी काहीतरी आणलंय" असं म्हणत ती आपल्या खोलीत गेली आणि एक मोठा लाल आणि पांढरा रुमाल घेऊन आली. नुकताच तिनं रस्त्यावरच्या एका दुकानातून तो विकत घेतला होता. तो आईच्या डोक्याभोवती अगदी नीट बसला.

"जिप्सीसारखी दिसतेयस किंवा एखाद्या डाकूसारखी," ती म्हणाली.

"डोळ्यांवर लावायचा पॅच दे, म्हणजे बघ तुला साफ लुटून घेते."

दोघीही मोठ्यानं हसल्या.

संध्याकाळी मिसेस रहमान आणि मिसेस अक्रम पत्ते खेळायला आल्या. त्यांना पोकर खेळता यावं म्हणून चौथा गडी म्हणून माया त्यांना सामील झाली. रेहानाच्या केसांबद्दल कुणीही काहीही बोललं नाही. फक्त ती दोन वेळा जिंकल्यावर मात्र कुणीतरी 'लाल रंग तिचा लकी रंग दिसतोय' असं म्हटलं तेवढंच.

❄

उपवासाचा रमझान महिना सुरू झाला, तेव्हा ईदच्या तयारीची सगळी खरेदी मायानं करावी, असा रेहानानं हट्ट धरला. "मला उपवास करता येणार नाहीयेत, असं हे पहिलं वर्ष आहे." रेहाना उद्‌गारली. तिचं डोकं हलकेच उशीवर टेकलं होतं. "निदान ईदला घालायला नवे कपडे तरी घे ना तुझ्यासाठी."

अम्मूनं अगदी कडक सूचना दिल्या होत्या. तिच्या स्वतःच्या सलवार कमीझसाठी किती वार कापड घ्यायचं, सुफियासाठी साडी-ब्लाउज आणि परकर, मिसेस रहमान आणि मिसेस अक्रमसाठी भेटवस्तू. सोहेलसाठी काहीतरी. आत्ता माया सुफियाच्या साडीला शोभेल असं ब्लाउजचं कापड घेण्यासाठी एका कापडाच्या दुकानामध्ये उभी होती.

विरळ दाढ्यांचे तरुण दुकानदार इकडून तिकडे लगबगीनं जात-येत होते. मांडणीवर पुस्तकं रचावीत तसे भिंतीशेजारी रचून ठेवलेल्या कापडांच्या ताग्यांमध्ये असंख्य रंग होते. योग्य रंग शोधण्यासाठी त्यांनी सुरुवात केली ती फिकट रंगापासून आणि मग ती साडी वर धरत तिनं पसंतीची मान डोलावेपर्यंत त्यांनी सगळे रंग तपासायला सुरुवात केली. मायानं सुफियासाठी एक गडद निळ्या रंगाचं कापड पसंत केलं.

आता वेळ झाली होती बाजारातल्या शिंपी विभागाकडे जाण्याची. झैद तिचा हात जोरात ओढत रस्त्यावरच्या भेगांवरून उड्या मारत चालत होता.

"आपण काल काय शिकलो ते आठवतंय का?" मायानं त्याला विचारलं. "आकडे? बघू बरं शिंप्याच्या दुकानापर्यंतची पावलं तुला मोजता येतात का ते."

त्याची नजर भिरभिरत होती. भडक रंगानं रंगवलेल्या जाहिराती, खरेदीसाठी चांगले कपडे घालून बाहेर पडलेल्या बायका, अंगावरच्या पिसवा चावत बसलेले कुत्रे, सिनेमाची पोस्टर्स, चिंचेच्या लोणच्याचा तिखट वास. दिवस चांगला होता. येणाऱ्या हिवाळ्याची किंचितशी चुणूक त्यांच्या गुडघ्यांशी, बोटांच्या टोकांशी जाणवत होती. आजवर बंगल्यावर साजऱ्या केलेल्या अनेक ईदींची आठवण मायाला झाल्याशिवाय राहिली नाही. ओल्या भाताचा वास येईपर्यंत अम्मूनं केलेल्या खळीनं चुरचुरीत झालेले नवे कपडे, सोहेल मशिदीतून परत येण्याची पाहिलेली वाट, मग न्याहरी. आणि त्यानंतर रिक्षात बसून सर्व ओळखीच्या माणसांकडे जाणं. एकदम भरलेलं आयुष्य होऊन जायचं त्यांचं. सरतेशेवटी कबरस्तानामध्ये थांबणं. अब्बूच्या कबरीसमोर प्रार्थना, त्यांची किती आठवण होते आहे हे पुन्हापुन्हा त्यांना सांगणं आणि त्या तिघांच्या एकत्र असण्याचं आणखी एक वर्ष.

"एक." झैद चाचरत म्हणाला. "दोन." त्याच्या डोक्यावरची टोपी वरखाली होत होती. "तीन." एक. दोन. तीन.

"हे पकड." तिनं हातातल्या पिशव्या त्याच्या हाती दिल्या आणि त्याला कडेवर घेतलं. तिच्या मनात एकदम त्याच्याविषयीचं प्रेम उफाळून आलं. अगदी हलका होता तो, एखाद्या झुळुकेसारखा.

"तुला काय हवंय?" तिनं विचारलं. "निवड काहीतरी."

"माझ्यासाठी?"

"तुला आवडेल ते. या न्यू मार्केटमधलं काहीही निवड."

त्यानं तिच्याकडे पाहून एक स्मित केलं. त्याचे वेडेवाकडे दात अगदी पांढरेशुभ्र होते. तो बाभळीची काडी आणि कोळशानं दात घासायचा, हे तिला माहीत होतं. वरच्या मजल्यावर ब्रशना बंदी होती. स्वतःकडे, स्वतःच्या मळक्या कुडता-पायजम्याकडे बघत तो काय निवडावं याचा विचार करू लागला. त्याच्या नखांखाली मळाच्या चंद्रकोरी होत्या. त्यानं कबरस्तानात एकदा म्हटल्याप्रमाणे तो सायकल मागेल असं तिला वाटत होतं. पण तिच्याजवळ वाकून तो पुटपुटला, "चपला." तेव्हा तिला आश्चर्यच वाटलं.

"काय सांगतोस? मी तुला या न्यू मार्केटमधलं काहीही माग म्हणत्येय तर तू चपला मागतोयस?"

त्यानं गंभीरपणे मान डोलावली.

"ठीक आहे. मग आपल्याला मागे फिरायला हवं." त्याला खाली उतरवून त्याचं बोट धरून ती दोघं बाटाच्या दुकानाकडे जाऊ लागली. निळ्या शर्टमधल्या एका लुकड्या विक्रेत्याचं लक्ष ती दोघं दुकानापर्यंत पोहोचण्याआधीच मायाकडे गेलं होतं.

"बाईसाहेब, उंच टाचा, बूट तुमच्यासाठी? कोट-शू?"

"आम्ही या मुलासाठी आलोय." झैदचा हात धरून दुकानात शिरत माया म्हणाली. खाली वाकत ती झैदच्या कानात कुजबुजली, "कोणत्या रंगाच्या हव्यात?"

"निळ्या." तो उलट कुजबुजला.

"आम्हाला निळ्या रंगाच्या चपला दाखवा."

झैदच्या पायात होत्या तशाच काहीशा निळ्या चपला त्या विक्रेत्यानं समोर ठेवल्या. अर्थात, झैदच्या चपला पार लहान झाल्या होत्या आणि तुटल्या फाटल्याही होत्या.

मायानं त्या नव्या चपला त्याच्या पावलात चढवल्या. "इथून तिथपर्यंत जा बरं चालत- बघू या, नीट बसताहेत ना ते."

त्यानं अगदी हलकेच दुकानाच्या जमिनीवर काळजीपूर्वक पाऊल टेकत काही पावलं टाकली आणि तो मागे फिरला. त्याचे ओठ लाल झाले होते आणि डोळे पाण्यानं भरले होते. तिनं त्याचे खांदे धरत विचारलं, 'ठीक आहे रे. जा जा, बघ नीट बसताहेत ना ते.' त्याला मागे फिरवत तिनं त्याला थोडं ढकलल्यासारखं केलं.

"यापेक्षा चांगलं नाही का काही? पायावर बांधता येतील असे बूट वगैरे काही तरी?"

झैद दुकानाची पूर्ण लांबी चालून शिट्टी वाजवतच परतला.

"धावू नकोस रे." ओठांवर बोट टेकत विक्रेता खेकसला. मग मायाकडे वळत त्यानं विचारलं, "कितीपर्यंत चालतील?"

"त्याचा काही प्रश्न नाही," ती उद्‌गारली, "वेगळे बूट दाखवा काहीतरी."

बुटांच्या डब्यांकडे वळत तो म्हणाला, "किती दयाळू आहात तुम्ही- तुमच्या नोकराला घेऊन मार्केटमध्ये आलाहात..."

"तो नोकर नाही–"

झैदनं आता नव्या चपला हातात घातल्या होत्या आणि तो त्या चपलांनी टाळ्या वाजवत होता. तिनं एकवार त्याच्याकडे पाहिलं आणि मग त्या विक्रेत्याकडे पाहिलं. त्याच्या हातात आणखी एक स्वस्त चपलांचा जोड होता.

"चल जाऊ या," असं म्हणत तिनं झैदच्या हातांमधून त्या चपला खेचून घेतल्या आणि त्या विक्रेत्याकडे देत म्हटलं, "या घ्या आणि आमच्या जुन्या चपला परत द्या."

"मी फेकून दिल्या त्या."

"आणा परत."

झैद रडायला लागला. घाईला येत ती म्हणाली, "श्श," त्याच्या घाणेरड्या कपड्यांचा तिला एकदम रागच आला. तिनं त्याच्याकडे निरखून बघितलं. तो तोंडानं

श्वास घेत होता, त्याच्या डोळ्यांच्या कोपऱ्यांत घाण जमली होती. त्याच्या शर्टाची कॉलर काळी झालेली होती आणि हातांवरच्या जखमांवर खपल्या धरल्या होत्या.

जुन्या चपला बोटांच्या टोकाशी धरत विक्रेता परत आला. तिनं त्याच्या हातातून त्या हिसकावून घेत झैदला दुकानाबाहेर खेचलं. आत्तापर्यंत त्या मुलाची मान खाली गेली होती, तो एकदम गप्प झाला होता आणि तिच्यामागे दोन-तीन पावलांवर चालत होता. 'तो हरामखोर तुला नोकर समजत होता,' असं त्याला सांगण्याचा तिनं प्रयत्न केला, पण त्याची समजूत पटली नाही. तिनं त्याला स्पर्श करण्याचा प्रयत्न केला तेव्हा तिचा हात झटकून टाकत तो तिच्याकडे पाठ करून उभा राहिला होता. शिंप्याकडचं काम आटोपून ती दोघं निघाली. शिंप्याकडेसुद्धा तिनं विनाकारण घासाघीस केली होती. ईदला अजून बरेच दिवस असतानाही 'दोन दिवसांत कपडे दे' असं बजावलं होतं. रिक्षामध्ये दोघंही एकमेकांकडे दुर्लक्षच करत होती. बंगल्याशी पोहोचल्यावर मायानं पुन्हा एकदा त्याच्याशी बोलण्याचा प्रयत्न केला; पण तो दोन दोन पायऱ्या सोडत उड्या मारत वर निघूनच गेला. तिनं गुड बाय म्हटलं तेव्हाही त्यानं मागे बघितलं नाही.

"आणलंस का सगळं?" अम्मूनं विचारलं. आता तिचा आवाज अगदीच खाली गेला होता, नुसती कुजबुजच.

"होय, सगळं आणलंय."

"मला टॉयलेटला जायचंय. सुफियाला बोलाव."

"ती भांडी घासत्येय. मी नेते तुला."

याचा विरोध करण्याइतकीही शक्ती अम्मूमध्ये उरली नव्हती. मायानं तिच्या खांद्यांखालून हात घातला, एक हलकासा उसासा टाकत अम्मू उठून बसली. तिनं आपला हात वर धरत म्हटलं, "थांब." मग थोडा श्वास घेत तिनं पलंगाच्या कडेवरून पाय खाली घेतले. उभं राहायला मदत करण्यासाठी हात पुढे करण्याची मायाला खूण करत ती उभी राहू लागली. दोघी मिळून सावकाश दिवाणखान्यातून पुढे जाऊ लागल्या.

"दाराला कडी घालू नकोस." माया म्हणाली. वाहत्या पाण्याचा आवाज आला. मग भिंतीवर एक थाप पडली आणि ओकण्याचा आवाज यायला लागला. "माँ, तू ठीक आहेस ना? मी येते आत."

तिला काहीच ऐकू येत नव्हतं, "माँ? मी येते ना आत प्लीज," तिनं दार ढकललं. अम्मू टॉयलेटच्या शेजारी पडली होती. तिचा हात तिच्या चेहऱ्यावर होता. मायानं तिला वर उचलण्याचा प्रयत्न केला. तिचा गाल आणि हनुवटी ओकारीनं भरली होती. मायानं तिच्या चेहऱ्यावर थोडं पाणी टाकलं, मग आणखी थोडं टाकलं. अम्मू अगदी निश्चल पडून होती. थंड पाणी तोंडावर पडल्यावर मात्र

तिनं डोळे तेवढे उघडले. बागेतले आवाज त्या लहानशा स्नानगृहाच्या खिडकीमधून ऐकू येत होते. मायानं अम्मूची साडी सोडली आणि धुण्याच्या बादलीत टाकली. अम्मूनं डोकं वर उचललं. त्या दोघी अगदी हळूहळू अंथरुणाकडे परत आल्या. अम्मू काहीतरी बोलली, ते काय आहे हे समजून घेण्यासाठी माया तिच्या आणखी जवळ आली.

"सगळं?" तिनं अस्फुट आवाजात विचारलं, "सगळं मिळालं तुला?"

"काळजी करू नकोस, माँ." माया उत्तरली. "अगदी नेहमीसारखीच ईद होईल बघ आपली."

शफातचा फोन आला, "तुझ्या सदराबद्दल पत्रं येताहेत आपल्याला." तो म्हणाला, "लोकांना आवडतंय ते."

लोकांना आवडतंय की नाही याच्याशी तिला काही देणं घेणं नव्हतं. त्यांना समजत होतं का? "होय," तो उत्तरला. "तुला जे म्हणायचं आहे ते अगदी निश्चितपणे पोहोचतंय. एक पत्र आलं होतं- राजशाही मशिदीच्या खातिबकडून. चांगला माणूस दिसतोय."

"धमकीचं आहे का?" तिला स्वतःची नाही, तर त्या खेड्यातल्या लोकांची काळजी होती, विशेषतः नाझियाची काळजी होती.

"काळजी करू नकोस," एवढंच तो म्हणाला. तोंडाच्या कोपऱ्यातून त्यानं सोडलेला धूर टेलिफोनच्या रिसीव्हरमध्ये स्टॅटिक निर्माण करत होता. मग ठीक आहे. ती लिहिणं चालू ठेवेल.

"देशाच्या दक्षिणेकडच्या रुक्ष भागातून प्रवास करताना मी पर्वतीय जमातींमध्येच जाऊन पोहोचले. गारो आणि चकमा. नागरिका एकदा स्वतःला विचारून बघ बरं– तू कधी एखाद्या अशा जमातीमधल्या गाणऱ्याला भेटला आहेस का? शाळेमध्ये तुझ्या शेजारी कधी असा मुलगा बसला आहे? अशा जमातीमधला माणूस मित्र असलेला एक माणूस तरी कधी भेटला आहे का तुला? नाही ना? मला वाटलंच.

"त्यांना जंगलातली औषधं माहीत असतात. भिजवून वाटून जखमेवर बांधायची वनस्पती. ते पान चावून चोथा करून मग तुमच्या जखमेवर थापतात. या देशाच्या इंचाइंचामध्ये मोठा खजिनाच आहे असं ते म्हणतात.

"आणि याच्या बदल्यात– आपण त्यांची खेडी उद्ध्वस्त करतो आणि सैन्याला त्यांच्या बायकांवर बलात्कार करण्याची मुभा देतो. आपण त्यांची जंगलं ताब्यात घेतो आणि त्यांना त्यांच्या खेड्यांमधून बाहेर खेचतो. हे काय स्वातंत्र्य झालं?"

❄

दिवसेंदिवस अम्मू अशक्त होत होती. तसा चटकन लक्षात येईल असा बदल

होत नव्हता; पण कधीतरी मायाच्या लक्षात काहीतरी यायचं. तिच्या गालाच्या हाडांचा बदललेला कोन, आता कोरीव झालेला तिचा चेहरा. ती तिच्या बाकीच्या गोष्टींवर नियंत्रण ठेवण्याचा प्रयत्न करत होती. तिचं खाणं-पिणं, तिचं पोट साफ होणं, केमोथेरपीमुळे तिला होणाऱ्या ओकाऱ्या... पण अम्मू अगदी ठामपणे आपली आपल्यातच असायची. आपल्या रोगाबद्दल उघडपणे काहीही बोलणं टाळायची. कायम मायाऐवजी सुफियाचीच मदत घेणं पसंत करायची. कॅन्सरचे सगळे तपशील ती इतक्या काळजीपूर्वक लपवायची, की आपण इथे थांबावं की नाही असा मायाला प्रश्नच पडावा.

पण दुसरीकडे कुठेही असण्याची कल्पनाही तिला सहन होत नव्हती. कुठेही दुसरीकडे तिचं असणं हे पाण्यात साखर विरघळावी तसं नाहीसं होऊन गेलं होतं. कसलीही खूण मागे न ठेवता. नाझियाबद्दलही ती आता क्वचितच विचार करायची. ती पुन्हा फोन करेल का, हेही तिच्या मनातून पुसलं गेलं होतं. राजशाहीमधला आंब्यांचा मोसम आला आणि गेलाही होता. त्या आंब्यांचा सुगंध वाऱ्यावर वाहत त्या खेड्यामध्ये यायचा आणि सगळ्यांच्या तोंडाला पाणी सुटायचं, हे तिला आठवलं असतं कदाचित; पण आजकाल तेही बंद झालं होतं. आता तिला अम्मूशिवाय दुसरं काहीही सुचत नव्हतं. मनातली भीती पळवून लावण्याचाच विचार ती करायची. वरच्या मजल्यावर ती अगदी नियमितपणे जायला लागली होती. त्यांच्या अनोळखी विलक्षण जगाच्या काठाशी बसून ते सारे विधी टक लावून बघत बसायची. त्यांच्याभोवती पसरलेली शांती आणि निश्चिती तिला जाणवायची. एकदा तिनं रोकेयाला विचारलं होतं की तुला अध्यक्ष झियांच्या मृत्यूबद्दल काय वाटतं? ती कोणत्या झियाबद्दल बोलते आहे तेच न कळल्यासारखी रोकेया तिच्याकडे बघतच राहिली होती. कुराणामध्ये कुणी झिया आहे का, हा प्रश्न तिच्या डोळ्यांत उमटलेला मायाला स्पष्ट दिसला होता. पण नेहमीसारखा राग उचंबळून येण्याऐवजी, आपलं नेहमीचं– आम्ही इतकं लढून मिळवलेलं स्वातंत्र्य मिळवण्याची लायकीच नसलेल्या नागरिकांबद्दलचं वाक्य उच्चारण्याऐवजी– ते घाणेरडे राजकारणीच तुम्हाला बरे आहेत, आणि तुझ्यासारख्या लोकांमुळेच आपल्या देशाची ही अवस्था झालीये, असं म्हणण्याऐवजी मायाला थोडं सुटल्यासारखंच वाटलं होतं. सगळ्याच गोष्टींनी हृदयाला चटका बसणारं दुःख होण्याचाही तिला कंटाळा आला होता– राजकारणी-चोर-आणि रुग्णालयामध्ये वेळेवर पोहोचता न आल्यामुळे पोटची पोरं गमावलेल्या बायका. हे असं एक जग होतं, जिथे देशाच्या दोन अध्यक्षांचा खून झाल्याचा आणि आता एका हुकूमशहाच्या मर्जीनं देशामध्ये सारं काही चालल्याचा काही परिणाम झाला नव्हता. त्यांच्यावर होणारे अन्याय, त्यांची स्वतःची दक्षिणेकडे चाललेली घाणेरडी लढाई. इथे फक्त ही एक खोली होती– ही गरम झालेली

खोली, आतल्या माणसांचा दुर्गंध आणि बायकांचा दुर्गंध आणि वेगानं मृत्यूकडे चाललेल्या तिच्या आईला एका दोरखंडानं आपल्या सर्व शक्तिनिशी मागे ओढू पाहणारी ती.

बाजारातल्या घटनेबद्दल झैदनं मायाला माफ केलं आणि पूर्वीसारखाच वर-खाली, यायला-जायला लागला. पूर्वीसारखीच ती त्याला भरवत होती आणि काही शिकवण्याचा प्रयत्न करत होती. हलाल गोष्टी–पत्ते नाहीत, टेलिव्हिजन नाही. ती आता बेरीज आणि वजाबाकीवर काम करत होती. त्याचा कमालीचा उत्साह हा एकच त्या बंगल्यातला किरण होता. रेहानाच्या खोलीत तो पाय न वाजवता यायचा आणि तिच्या पायाशी बसायचा. त्याच्यामधून एक आशावाद झळकत राहायचा. मग ती बिछान्यामध्ये किती का बुडत गेलेली असे ना. एखाद्या घरट्यामधल्या जखमी, थरथरत्या पक्ष्यासारखी नाजूक का झालेली असे ना.

१९७३
जुलै

कुराणावरचं आपलं प्रेम सोहेलनं जाहीर केल्यानंतरही, त्यानं मशिदीमध्ये नियमित जायला आणि डोक्यावर टोपी घालायला सुरुवात केल्यानंतरही मायाला वाटतच होतं की आपण आपल्या भावाला मन वळवायला भाग पाडू शकू. जन्मभर ती त्याला ओळखत होती आणि तेवढा सारा काळ तो अजिबातच धार्मिक नव्हता. उलट तो नेहमीच धार्मिकतेवर विनोद करायचा आणि खूप हसायचाही. शिवाय, जो धर्म इतक्या सहजपणे क्रूर बनू शकतो, याचा त्याला रागही यायचा. हे तर त्यानं स्वतःच्या डोळ्यांनी पाहिलं होतं. केवळ हिंदू आहेत म्हणून तरुण मुलांची झालेली कत्तल, विद्यापीठातील प्राध्यापकांना ठार करून कबरींमध्ये त्यांना पुरलं जाणं आणि याचं कारण काय तर ते 'पुरेसे' इस्लामिक नाहीत म्हणून. या सर्व कारणांमुळे मायाला वाटत होतं की सोहेलमधला हा बदल तात्पुरता आहे. पहाटे गवताच्या पात्यावर पडलेलं दंव दुपारचा सूर्य मावळता मावळता नाहीसं होतं, तसाच हा बदलही क्षणभंगुर आहे, असं तिला वाटत होतं.

तिनं त्याच्या वाढदिवसाची एक पार्टी करायचं ठरवलं. सगळे जुने मित्र येतील– छोटू, सायमा, इकबाल, त्याच्या तुकडीमधले मित्र, विद्यापीठामधले त्याचे मित्र. विद्यार्थी युनियनमधली सोहेलची भाषणं ज्यांनी ऐकली होती ते सगळे, तो अध्यक्ष व्हावा म्हणून ज्यांनी ज्यांनी त्याला मतं दिली होती ते सगळे, युनियनमध्ये सहभागी झाल्यानंतर त्याच्या नावाचा घोष ज्यांच्या गळ्यामध्ये घुमायचा ते सगळे.

तो दिवस उजाडला. तिनं अम्मूच्या सल्ल्याकडे दुर्लक्ष केलं होतं आणि सोहेलला या पार्टीबद्दल फारसं काही सांगितलं नव्हतं. पार्टी दुपारी आहे आणि त्यानं

हजर राहायचं आहे, एवढंच त्याला सांगितलं होतं. शेवटी त्याचा वाढदिवस होता ना! तिनं खूप काम केलं होतं, कॅरम बोर्ड व्हरांड्यात मांडला होता, डझनावारी लिंबं पिळली होती आणि भल्या मोठ्या भांड्यात खिचडी बनवण्यासाठी भरपूर डाळी तळल्या होत्या.

तो दिवस गरम आणि प्रकाशाचा होता. पार्टीमध्ये विघ्न आणणाऱ्या वळवाच्या पावसाची काहीही चिन्हं नव्हती. छोटू आणि सायमा आपल्या नवजात बाळाला घेऊन प्रथम आली. त्यांनी बाळाला ठेवण्यासाठी बनवलेल्या काथ्यामध्ये बांगलादेशाच्या झेंड्याचे रंग होते. "नाव ठरवलंत की नाही एखादं?" तिनं विचारलं. छोटूची आई अंधश्रद्धाळू आहे, हे तिला माहीत होतं. तीन महिने पूर्ण झाल्यावर नाव ठेवण्याचा समारंभ होणार होता; त्याआधी नाव ठेवायचं नाही, असं तिनं बजावलं होतं.

"नाही" सायमा म्हणाली, "त्या ड्रॅगननं अजून परवानगी नाही दिली."

छोटू म्हणाला, "मी तिला सारखं सांगत असतो, स्वतंत्र देशामध्ये जन्माला आलेलं हे मूल किती भाग्यवान आहे; पण ती आपली नुसती खाते आणि पादते, पादते आणि खाते."

सोहेलच्या तुकडीतली काही मुलं आत आली. त्यांनी त्यांचे सैनिकी गणवेश घातले होते. त्या गणवेशामध्ये आपले भरदार खांदे अगदी देखणेपणानं बसवणाऱ्या कोना या तरुणानं तिला एक लहानसा सलाम ठोकला. "हॅलो, छोटी- आता फारशी छोटी राहिली नाहीयेस, असं दिसतंय."

बाग भरून जायला लागली. काही पाहुणे बागेच्या सावलीकडे सरकू लागले. काही पेरूच्या झाडाला तर काही व्हरांड्याच्या कठड्याला टेकून उभे राहिले. ती सर्वांना लिंबाचं सरबत देत होती. मायाच्या मेडिकल कॉलेजमधल्या मित्रमंडळींचा एक मोठा गट आत आला. गग सोहेलमध्ये विशेष रस घेणाऱ्या तीन बायका आल्या. विद्यापीठामध्ये त्यांना 'फास्ट गर्ल्स' म्हणून ओळखलं जायचं. त्यांची बिनबाह्यांची पोलकी आणि लिपस्टिकनं रंगवलेले दात झाकणारे विमानसुंदरीसारखे अगदी परिपूर्ण असे कमानदार ओठ आणि त्यावरचं स्मित. सारं कसं अगदी नीट जमून यायला लागलं होतं. हसणं, सुंदर मुली आणि लेमोनेड. नव्हता तो फक्त सोहेल. तिनं घड्याळाकडे बघितलं. तीन वाजले होते आणि अजून तो आला नव्हता. तिला थोडीशी भीती वाटली. तो आलाच नाही तर... बहुधा तो मशिदीत असावा. त्याला हे सगळं आवडलंच नसावं आणि मग ती काय करणार होती? हे इतके सगळे लोक शेंगदाणे खाताहेत, तिच्या भावाबद्दलच्या गोष्टी सांगताहेत, त्यांना ती काय सांगणार होती?

तिच्या वैद्यकीय मित्रांचं तिनं स्वागत केलं, ती सगळी जणं खुर्च्या ओढून एक मोठा गोल करून बसली. त्याच वेळी तिला अम्मू दिसली. पांढऱ्याशुभ्र कडक

साडीतली अम्मू लहानशा वाट्यांमधला चिवडा सगळीकडे फिरवत होती. हसत प्रत्येकाला नावानं हाक मारत सर्वांचं स्वागत करत होती. मुलं लगेच उठून उभी राहिली. हात कपाळाशी नेत तिला सलाम करू लागली किंवा खाली वाकत तिच्या पावलांना स्पर्श करू लागली. तिच्याभोवतीचे संवाद अधिकच उत्साही झाले. वातावरण सैलावलं, मधूनच 'अरे बर्थडे बॉय कुठेय'चे स्वर उठत असले तरी त्याची गैरहजेरी फारशी कुणाला जाचत असावी, असं दिसत नव्हतं.

मायानं जेवण वाढायला घ्यायचं ठरवलं. कोशिंबिरीसाठी काकडी कापत तिनं खिचडी गरम करून मोठमोठ्या ताटल्यांमध्ये काढली. मग सर्वांना दिवाणखान्यामध्ये गोळा करत तिनं अंड्याची आमटी वाढायला घेतली. तेवढ्यात तिला बागेच्या पलीकडच्या बाजूनं तो येताना दिसला. कुणाचं तरी त्याच्याकडे लक्ष जाईपर्यंत तो थांबला आणि त्यानं हात हलवला. त्यानं पांढरा कुडता आणि टोपी घातली होती. तिचं बरोबर होतं– तो मशिदीतच गेला होता. तिनं काहीसं चिडूनच अंड्याची आमटी थोडी ढवळली आणि मग ते मोठं भांडं कसंबसं उचलून जेवणाच्या खोलीत नेलं. त्या 'फास्ट' मुली सोहेलभोवती पिंगा घालत होत्या. त्यांच्यापैकी सर्वांत उंच असलेल्या मुलीनं त्याच्या दंडाला हलकासा स्पर्श केला आणि काचेच्या ग्लासमध्ये चमचा ढवळावा तशा आवाजात ती हसली.

बाहेर बागेत जात मायानं सर्वांना जेवायला बोलावलं. अम्मूच्या खोलीत सायमा अम्मूच्या बिछान्यावर झोपून तिच्या बाळाला पाजत होती. खोलीच्या सर्व खिडक्या बंद केलेल्या होत्या. ''मी बाळाकडे बघते– तू जेवून घे'' असं तिनं सायमाला सांगितलं.

''किती गं गोड आहेस तू!'' तिनं एक निःश्वास टाकत म्हटलं. ''मी भुकेनं कासावीस झालेय. आणि तो रास्कल स्वतःचा ग्लास पुन्हा भरून आणायला गेलाय. थांब मी तिची नॅपी बदलून घेते.''

''ग्लास पुन्हा भरून घ्यायला? कुठे?'' मायाला तर छोटू स्वयंपाकघरात दिसला नव्हता.

''मुरादच्या गाडीमध्ये.'' खुदखुदत ती म्हणाली. ''त्यानं व्हिस्कीची अर्धी बाटली आणलीये.''

''ओ.'' अम्मूला कळलं तर ती किती रागावेल, याची कल्पनाच तिला करवेना.

''चालतं ना तुला?'' बाळाचे पाय वर उचलत आधीची नॅपी बाहेर काढून दुसरी कापडी नॅपी तिच्या खाली सरकवत सायमा म्हणाली. बाळानं एक निषेधपर किंकाळी फोडली. सायमा तिला गप्प करू लागली. कुणाला कळलं नाही म्हणजे बरं.

''नाही. मला नाही वाटत. फक्त त्यांना काळजी घ्यायला सांग. अम्मूला नाही आवडणार आणि सोहेललाही.''

"आंटींपासून लपवूच आम्ही; पण सोहेलनं तर एखादं ड्रिंक घेतलेलं बघितलंय मी याआधी. कोणाला माहीत- कदाचित तोही मुरादच्या गाडीतच असेल." या वेळेपर्यंत तिनं बाळाची नॅपी नीटपणे दुमडली होती आणि एक भली थोरली सेफ्टी पिन दातात धरली होती.

मायाचा स्वतःच्या डोळ्यांवर विश्वासच बसत नव्हता. "माय गॉड सायमा! हे सगळं तुला कसं जमतं गं...बाळाचं करणं? एवढ्यातच तू अगदी एक्स्पर्ट झालीस की!' तिच्या जागी आपण नाहीयोत हे किती बरं या कल्पनेनं मायाला थोडं सुटल्यासारखं वाटलं; पण आपली मैत्रीण एका तरी गोष्टीत एवढी हुशार झाल्याबद्दल तिला थोडा मत्सरही वाटला. कारण ती अजून धडपडतच होती. युद्धाशिवायचं आयुष्य कसं घडवायचं, या विचारानं ती बावरली होती.

"ओ, हे काहीच नाही. मेडिकल कॉलेजमध्ये शिकण्याएवढं तर नक्कीच कठीण नाही."

'तुला विद्यापीठात परत यावंसं वाटतंय का?' हा प्रश्न तिच्या अगदी ओठावर आला होता; पण तेवढ्यात तिच्या हातामध्ये झेंड्याच्या रंगांच्या पांघरुणात गुंडाळलेलं ते बाळ आलं. "तो आता बदललाय, तुला माहीत्येय." दोघींमधलं संभाषण पुन्हा सोहेलकडे वळवत माया म्हणाली. बाळाच्या डोक्याखालचा तिचा हात उबदार होता.

"सगळेच बदललेयत गं ते." सायमा उत्तरली. "आता कुणीच पूर्वीसारखं राहिलं नाहीये."

आपलं मन कसं स्पष्ट करावं याचा विचार करत ती म्हणाली, "तो मशिदीत जातो. मला काहीतरी सापडलंय म्हणतो."

"काळजी करू नकोस. थोडे दिवसांनी सगळं पूर्वीसारखं होईल."

"अम्मू पण असंच म्हणते. पण तो कसा आहे तुला माहीत्येय. सगळं किती गंभीरपणे घेतो."

सायमा उठून उभी राहिली, डासाला हाकलावं तसा हात हलवत म्हणाली, "आपण त्याला जाऊ द्यायचं नाही फार दूरवर. आता जेवते मी– या भुताला बघशील ना तू- जमेल ना?"

ते बाळ पुन्हा झोपी गेलं होतं. तिचे डोळे सुजले होते आणि कोणत्या तरी काल्पनिक शत्रूवर ती मुठी चालवत होती. माया तिला घेऊन दिवाणखान्यात आली. अम्मू सर्वांना बशा देत होती. "जास्त नको आंटी." तिला ऐकू आलं, "फिगर जपली पाहिजे ना!"

सोहेल छोटूच्या शेजारी बसला होता. त्याच्या हातात एक रिकामी बशी होती. उंच सडपातळ आणि स्वच्छ. असा तो अगदी परका दिसत होता. तो किती

संतापला आहे हे तिला एकदम जाणवलं. बाळाभोवतीचे हात अधिक घट्ट करत त्याच्याजवळ जाण्याचं धैर्य तिनं गोळा केलं. तिला बघताच सोहेलच्या पाठीवर एक थाप मारत छोटू म्हणाला, ''हा माणूस फारच चांगला आहे हं. तो मला काहीकाही ऑसम गोष्टी सांगतोय. ऑसम.'

''चल,'' ती म्हणाली, ''खा काहीतरी.'' सोहेलनं तिच्याकडे पाहिलं, पण त्याच्या नजरेत काय होतं ते काही तिला कळलं नाही. तिच्यावर खिळलेले त्याचे डोळे काळेभोर होते. ''भैय्या, प्लीज.'' पण त्यानं मान हलवत हातातली रिकामी बशी खाली ठेवली आणि तो दरवाजाशी हात हलवत उभ्या असलेल्या पाहुण्यांकडे गेला. त्यांच्यापैकी एक जण म्हणाला, ''खाल्ल्याबरोबर निघतोय, सॉरी,'' ते तिच्या कानावर पडलं. ''खुदा हाफीझ'' सोहेल म्हणाला तेही तिनं ऐकलं. ''तू जरा स्थिरस्थावर झालास की मग पुन्हा भेटू आणि बोलू.'' पार्टीला आलेल्यांपैकी प्रत्येकाशी तो बोलला असावा आणि त्यांच्यापैकी प्रत्येक जण सोहेलनं त्यांच्या मनांमध्ये रुजवलेल्या लहान लहान बिया बरोबर घेऊन निघाला असावा, असं तिला वाटलं. आता दिवसभर ते त्या कल्पनांवर विचार करत राहतील, स्वतःच्या मनाला ओरबाडत राहतील, अगदी त्यांच्यामध्ये बदल घडून येईपर्यंत ते हेच करत राहतील आणि मग सगळंच थोडंसं बदलून जाईल. सोहेलच्या बोलण्यानं हे घडणार होतं, हे असंच घडत आलं होतं नेहमी.

''ही बघा माझी छोटीशी राणी.'' बाळाच्या तोंडात आपलं बोट घालत छोटू उद्गारला.

''हात धुतलेयत का तू?'' मायानं विचारलं. त्याच्या श्वासामध्ये भरलेला व्हिस्कीचा गोडसर वास तिला जाणवला.

''दे तिला इकडे.'' त्यानं मायाच्या हातातून बाळाची पुरचुंडी खेचून घेतली. ''कसा आहे माझा छोटासा पादरा बॉंब?'' मायानं खोलीभर सोहेलला शोधलं, पण तो बाहेरच्या गेटजवळ जाणाऱ्या पाहुण्यांना निरोप देत उभा होता. पाहुणे आपापल्या बशा खाली ठेवत असतानाच पाऊस सुरू झाला. त्या 'फास्ट' मुली आपल्या तलम झिरझिरीत साड्यांचे पदर डोक्यावर घेत घाईघाईनं निघून गेल्या. वैद्यकीय विद्यार्थी आणि सैन्यातले लोक गर्दी करत दिवाणखान्यात येऊन कोचावर बसले किंवा भिंतीशी टेकत उभे राहिले.

''चला गाणी म्हणू या,'' कोना म्हणाला. ''सोहेलमिया तुम्ही गिटार घ्या.''

सोहेलनं मान हलवली. आता तो अस्वस्थ दिसत होता. त्यानं डोक्यावरची टोपी काढून घडी करून खिशात ठेवली.

कोना गायला लागला,

'बांगलादेश माझा प्रथम आणि शेवट.
बांगलादेश माझं आयुष्य आणि मरण.
बांगलादेश, बांगलादेश, बांगलादेश!'

सगळे जण त्याच्याबरोबर गाऊ लागले. एकटा सोहेल गप्प होता. त्याची नजर तालावर पडणाऱ्या कोनाच्या पावलांकडे आणि खिडकीच्या तावदानावर आपटणाऱ्या मुसळधार पावसाकडे भिरभिरत होती. हे एकट्या मायाच्याच नव्हे, तर सर्वांच्याच लक्षात आलं. गाणं संपल्यावर सगळीकडे दाट शांतता पसरली. बाळ रडू लागलं.

''सोहेल,'' बाळाला खांद्याशी घेत सायमा म्हणाली, ''तू मौलाना होतोयस म्हणे.''

''सायमा.'' माया उद्गारली, ''आत्ता नको.''

''ठीक आहे गं! आम्हाला सगळ्यांना दिसतंय ना सगळं. आणि त्यात लाज वाटण्यासारखं काय आहे? आम्हाला सांग ना त्याबद्दल.''

सोहेलनं कोणालाही काहीही सांगावं, असं मायाला वाटत नव्हतं. तिला फक्त ते सारं संपून जायला हवं होतं. वैद्यकीय विद्यार्थी जाण्याच्या तयारीनं उठून उभे राहिले. ती पट्कन म्हणाली, ''अरे, असे जाऊ नका ना घाईनं.'' परंतु बाय करून, 'आता डिसेक्शन रूममध्ये भेटूच,' असं म्हणत ते सारे जण गेलेच. त्यांच्या प्रेताला उद्देशून म्हणत होती ते सारे जण, 'आम्हाला हिटलरची किडनी काढायची आहे ना.' त्यांच्यापैकी किरकोळसा, कानांवर केस येणारा एक मुलगा मायाकडे जरा जास्तच लक्ष द्यायचा. त्यानं मायाची नजर थोडा जास्त वेळ पकडत आपला खालचा ओठ चावत तिला बाय म्हटलं. तिनं त्याच्याकडे दुर्लक्ष केलं, पण गेट बंद झाल्यानंतर बाकीच्यांचं कुत्सित हसणं आणि एकमेकांच्या पाठीवर दिलेल्या थापा, हे तिच्या कानावर पडलंच.

आता छोटू, सायमा, कोना आणि सोहेलच्या तुकडीतले लोक तेवढे बाकी होते. सायमाचा प्रश्न खोलीत गरगरत होता.

अचानकच सोहेल उठून उभा राहिला. अंगातला कुडता सरळ करत आणि पुन्हा टोपी डोक्यावर चढवत तो म्हणाला, ''हे खरं आहे.'' त्याच्या आवाजात खरखरीतपणा आणि गोडवा यांचं परिपूर्ण मिश्रण होतं. ''मी मशिदीमध्ये जायला सुरुवात केली आहे.''

''लक्ष ठेव हं.'' छोटू म्हणाला. ''जोडे चोरतात मशिदीत.''

''आणि मागेच उभा राहत जा हं. नाहीतर तुझ्या पाठीकडे बघून इतर माणसं चळतील, एवढं सगळं वाकणं आणि डोकं टेकणं' सगळे हसू लागले. खूपच खाली वाकण्याचे धोके स्पष्ट करण्यासाठी छोटू जमिनीवर गेला. 'पँट केव्हांही

खाली घसरू शकेल ना.'

सगळी खोली हसण्यानं उसळली. तिला अगदी हेच हवं होतं. पण काय घडत होतं ते तिच्या लक्षात आलं, तेही फार उशिरा– सोहेल याच्यामध्ये सामील होणं केवळ अशक्यच होतं. स्वतःची चेष्टा करायला सुरुवात करणं अशक्यच होतं.

कोना काहीतरी गुणगुणत गिटारच्या तारा छेडतच होता. सोहेल खाली बसला नाही. सगळ्यांकडे रोखून बघत तो म्हणाला, "आपला देव सापडणं, ही काही वाईट गोष्ट नाही."

हवेत मूठ उंचावत छोटू म्हणाला, "अल्हाम्दुदिल्लाह."

गिटार खाली ठेवत कोना उद्गारला, "तुला आठवतंय, सोहेल, तू आम्हाला सांगितलं होतंस, धर्म तुम्हाला आंधळं बनवेल. आपलं प्रशिक्षण सुरू असताना तू प्रत्येकाला सांगायचास की कोणत्याही कामगिरीच्या आधी कलमाचं पठण करू नका."

"बरोबरच आहे." सोहेल म्हणाला. "तुझी आठवण चांगली आहे आणि तू ऐकलं होतंस माझं?"

"नाही."

"कारण तुला माहीत होतं मी चुकीचं सांगत होतो."

"होय,"तो हसत उत्तरला. "आम्हाला आमची डोकी गमवायची नव्हती बस!, काय मित्रांनो?"

हातामध्ये केक घेऊन अम्मू खोलीत आली. पांढरा शुभ्र चौकोनी केक निळ्या फुलांनी सजवलेला होता. "मेनी हॅपी रिटर्न्स ऑफ द डे, भैय्या."

"दोस्तो" छोटू म्हणाला. "ही वाढदिवसाची पार्टी आहे हे माहीत नव्हतं आपल्याला."

अम्मूनं मेणबत्त्या पेटवल्या. "ये, बेटा." सोहेलच्या गालावर हात ठेवत ती म्हणाली. "केक काप."

ते सगळे गाणं म्हणू लागले. सोहेलनं केक कापला आणि एक लहानसा तुकडा अम्मूला भरवला. खरं तर त्यानं हे मायालाही करायला हवं होतं, पण ती त्याच्या दृष्टिआडच गेली. भिंतीला टेकून उभी राहिली. त्यानं एक लहानसा तुकडा स्वतःच्या तोंडात घातलेलाही तिनं पाहिला आणि त्या क्षणी तिला कळून चुकलं – त्याला हे असं बघण्याचा हा शेवटचा दिवस आहे. तिला आठवत होता तो माणूस असल्याची बतावणी करणारा, लिपस्टिक लावलेल्या बायकांना आपल्या बाहीवर बोटं फिरवू देणारा, मित्रांच्या श्वासामधल्या व्हिस्कीचा वास सहन करणारा आणि तो मशिदीबद्दल बोलत असताना संकोचानं बसल्या जागी हालचाल करणाऱ्या मित्रांकडे लक्षपूर्वक बघणारा. आता कदाचित तो कपडे बदलेल, दाढी वाढवायला

लागेल आणि कदाचित मक्केलाही जाऊन येईल. पडदा पाळायला लागेल. भविष्य अगदी स्वच्छ दिसत होतं, तो कुठेतरी निघाला होता, दूरवर कुठेतरी– त्याच्याजवळ पोहोचणं शक्य नसावं इतक्या दूर– जिथे तिचा काहीही संबंध नसेल आणि आता तो अगदी अदृश्य झाला नाही तरी ती मात्र मागे कुठे तरी एकटी राहणार होती.

नंतर, बश्या धुऊन पुसल्यावर आणि खिचडीचं भांडं तळापासून घासून धुतल्यानंतर माया अम्मूकडे वळून म्हणाली, "मी असं करायला नको होतं."

अम्मूनं मान डोलावली आणि अक्षरही न बोलता उरलेले पदार्थ लहान लहान भांड्यांमध्ये काढून ठेवायला सुरुवात केली. तिच्या हातांची भराभर हालचाल होत होती.

"तू पाहिलंस त्याला? सगळ्यांकडे कसा बघत होता ते, जणू काही हा दुसऱ्याच एखाद्या जगातून आलाय."

'इतकं अस्वस्थ होण्यासारखं काहीही घडलेलं नाहीये. एक वेळ आहे ही, जाईल हळूहळू,' असं अम्मूनं म्हणावं असं तिला वाटत होतं; पण अम्मू म्हणाली, "आपल्याला वाटलं होतं त्यापेक्षा हे सारं जास्त गंभीर आहे."

"त्यानं सांगितलं तुला?"

"त्याला छताचा वापर करायचा आहे... भाषणं देण्यासाठी."

"भाषणं?"

"धर्मासंबंधीची भाषण. तो म्हणतो, 'मी काही मौलाना नाहीये.' आपण त्याला तसं म्हणायला नको. त्याला फक्त तिथे वर जायचंय आणि देवासंबंधी बोलायचंय असं म्हणतोय तो."

"कुणाशी?'

"जे कुणी ऐकेल त्याच्याशी. त्याचा गित्र आहे ना कोना, त्यानं तर नावही नोंदवलंय."

अम्मूनं स्वतःच्या हातांनी अंबाडा पुन्हा घट्ट बांधला. बाहेर पाऊस थांबला होता. पण हवेत त्याची छाप अजून होतीच. पानांवरून टपटपणारे शेवटचे थेंबही ऐकू येत होते.

"यात आपण काहीही करू शकणार नाहीयोत- हो ना?"

रिकामं भांडं उचलून ते बाहेरच्या नळापाशी नेण्यासाठी अम्मू खाली वाकली. "नाही, मला नाही वाटत" तिचा आवाज खूप थकलेला येत होता.

"ठीक आहे." माया म्हणाली, "मग आपण आता हा उरलेला केक खाऊन टाकू या." ती आपल्या आईच्या शेजारी एका पाटावर बसली आणि तिनं आईच्या हातात केकचा शेवटचा तुकडा असलेली बशी ठेवली. सगळं आयसिंग विरघळलं होतं.

तोरा, बायबल आणि गीता या सर्व पुस्तकांमधले शब्द तो बोलत होता. त्यानं प्राचीन प्रेषितांची स्तुती केली– राम आणि ओडिसियस, जीजस आणि अर्जुन, बुद्ध आणि गुरू नानक. आपापल्या परीनं हे सगळे देवानं पाठवलेले दूत होते. काळानं दूर दूर असलेले– त्यांच्या शिकवणीमध्ये वेगळे वेगळे आणि तरीही मानवाच्या कल्याणासाठी सारखेच झटणारे. स्वतःच्या धर्माचा गांभीर्यानं कधीच विचार न केलेल्या कोनासारख्या लोकांशी तो बोलत होता, तो त्यांना कुराण वाचून दाखवत होता, त्यांचा धर्म जिथे जन्मला त्या जागेसंबंधीच्या कथा सांगत होता. अरेबियाचं प्रचंड वाळवंट, कुरेशींच्या आपापसात लढणाऱ्या जमाती काबाच्या सावलीत कशा एकत्र आल्या.

इतर धर्मांमध्ये त्यांचे त्यांचे संत होते, त्यांच्या प्रतिमा होत्या. त्यांची प्रार्थनागृहं होती, त्यांचे पवित्र ग्रंथ होते, त्यांचं देश सोडून जायला लागणं होतं आणि त्यांचे चमत्कारही होते.

''आपल्याकडे,'' तो म्हणायचा, ''आपले प्रेषित आहेत आणि आपला पवित्र ग्रंथ आहे. हे पुस्तक म्हणजे एक चमत्कारच आहे. इतकं सारं सोपं होतं. ही संदेशाची शक्ती होती. त्यामुळेच ते एकमेकांचे भाऊ आणि रक्षणकर्ते बनले होते. तो संदेश समानतेचं वचन देत होता. स्वातंत्र्याची खात्री देत होता, तो परिपूर्ण होता.''

पवित्र ग्रंथ त्याच्या प्रत्येक दुःखाशी, त्याच्या आयुष्यातल्या प्रत्येक जखमेशी बोलत होता. एका निष्पाप माणसाच्या गळ्यावरून फिरणाऱ्या सुऱ्याशी बोलत होता, बंद पडणाऱ्या हृदयावर हात ठेवून त्याचे वडील वारले त्या दिवसाशी बोलत होता, तो ग्रंथ त्याच्या छातीमध्ये रात्रीमागून रात्री धडधडणाऱ्या मशिनगनच्या आवाजाशी बोलत होता, पिया गेल्यावर निर्माण झालेल्या पोकळीशीही बोलत होता. या जगासंबंधी त्याची जी काही कल्पना होती, त्याविषयीही हा ग्रंथ बोलत होता. देवासमोर प्रत्येक माणूस समानच आहे– मार्क्सनं ही संकल्पना मांडली असं समजणं किती मूर्खपणाचं आहे. ही कल्पना तर प्राचीनाहून प्राचीन अशा प्रत्येक जीवाच्या अंतरंगामध्ये रुजलेली आहे. देवानं हे निर्माण केलं आहे, हेच त्याच्या मनात होतं. यातलं सौंदर्य जाणवून त्याचे डोळे पाण्यानं भरून यायचे.

१९८४
ऑक्टोबर

काही आठवड्यांनंतर सोहेल दरवाजातून आत आला तेव्हा ती न्यू मार्केटमधला प्रसंग विसरूनही गेली होती. त्याचा चेहरा लाल झाला होता, तोंडावाटे जोरात श्वास चालला होता. त्याच्या हातामध्ये एक लहानशी कागदी पिशवी होती.

''अम्मू कशी आहे?'' धपकन खाली बसता बसता त्यानं विचारलं.

''तिला कॅन्सर आहे. काय वाटतं तुला कशी असेल ती?'' तिला त्याला इतकं टोचून बोलायचं नव्हतं, पण हॉस्पिटलमधल्या त्या दिवसानंतर तो अम्मूला बघायलाही आला नव्हता. अम्मू सारखी त्याच्याबद्दल विचारत राहायची आणि 'तो जमातच्या कसल्याशा महत्त्वाच्या कामाला कुठेतरी गेला आहे, पण त्यानं आपलं प्रेम आणि आशीर्वाद पाठवले आहेत,'असं तिला सांगावं लागायचं. वरच्या मजल्यावरून निरोप यायचे, रेहानाच्या नावानं कुराण सुरुवातीपासून शेवटपर्यंत तीन वेळा वाचून झालं आहे असे. खदिजा काही पदार्थ पाठवायची, कधीकधी तर खूपच जास्त, खायला कुणी नसल्यानं त्यांना ते फेकून द्यावे लागायचे.

''मी प्रार्थना करत होतो.'' सोहेल म्हणाला.

''माहीत्येय, ऐकलं मी.'' त्यानं तिला सुनावलेलं तिला आठवत होतं.

दोन्ही हातांनी चेहरा चोळून त्यानं ती कागदी पिशवी तिच्यासमोर धरली. त्यामध्ये बाटाचे नवे कोरे निळे सँडल्स होते. तिला एकदम खूप भीती वाटली. दोन्ही हातांची बोटं एकमेकांवर टेकवून धरत सोहेल म्हणाला, ''माझ्या मुलाकडे हे सँडल्स कसे आले ते मला समजलं तर बरं होईल.'' मायाला त्याच्या डाव्या हाताच्या अंगठ्यामध्ये एक चांदीची मामुली हिरव्या खड्याची अंगठी आहे, हे

दिसलं. त्या अंगठीकडे बघताना न्यू मार्केट, तो विक्रेता, तो अपमान हे सारं त्याला कसं समजावून सांगावं ते तिला कळेनासं झालं.

"माझ्याकडून ती भेट होती त्याला. त्याचे जुने सँडल्स फाटले होते."

"ते फाटले नव्हते, मी स्वतः बघितलेयत ते."

"तुझं बरोबर आहे; ते फाटले नव्हते, पण खूप लहान झाले होते."

"तुला माहीत्येय, नम्रता आणि खरेपणा या दोन गोष्टींना माझ्या नजरेत सर्वांत जास्त महत्त्व आहे."

"त्याला हवे होते..."

"अर्थात, त्याला हवे असणारच. लहान आहे तो."

"म्हणूनच तर. लहानच आहे तो– आणि तू त्याला तसं वागवत नाहीस."

सोहेलनं थेट तिच्याकडे रोखून पाहिलं. त्याची नजर धारदार होती. डॅम इट-ती खोटं बोलत्येय हे त्याला लगेच कळायचं. "हे सँडल्स तू दिलेस का त्याला?"

"नाही."

"मग त्याला कुठून मिळाले?"

"मला माहीत नाही."

"माझा विश्वास नाही तुझ्यावर."

"हे बघ, आम्ही न्यू मार्केटला गेलो होतो आणि त्याला सँडल्स घेऊन द्यायची माझी इच्छा होती; पण त्या दुकानदाराला वाटलं तो नोकर आहे." सोहेल काहीच बोलला नाही. तो तसाच तिच्याकडे टक लावून बघत होता. "ऐकलंस, मी काय सांगितलं ते? नोकर."

"अशा गोष्टींचं तुला एवढं महत्त्व का वाटतं?"

त्याला खरोखरच आश्चर्य वाटलेलं दिसत होतं. तिला 'का' महत्त्व वाटतं? "कारण त्याचा अपमान झाला होता तिथे म्हणून. तुझ्या मुलाचा अपमान झाला होता. तो फाटक्या कपड्यात रस्त्यावरून जात असतो किंवा शाळेची घंटा वाजली की क्रीडांगणातून बाहेर पडणाऱ्या मुलांकडे बघत राहातो तेव्हाही हेच घडतं."

"तू त्याला हे सँडल्स घेऊन दिले नसशील तर मग कुणी दिले?"

"मला नाही माहीत. त्यानं आपल्या पॉकेटमनीमधून घेतले असतील."

"तुला पक्कं माहित्येय, की आम्ही त्याला पॉकेटमनी देत नाही."

खेळणी नाहीत, पॉकेटमनी नाही, सँडल्स नाहीत. त्याच्या छातीत आवाज आहे. हातांवर जखमेच्या घाणेरड्या खपल्या आहेत.

"मला काहीतरी केलं पाहिजे." सोफ्यावरून उठत तो म्हणाला.

कदाचित हे झालं ते बरंच झालं असेल. कदाचित आता सोहेलला आपण आपल्या मुलाशी कसं वागतोय ते जाणवेल. "होय, कर काहीतरी. प्लीज."

सोहेल क्षणभर घुटमळला. मग एक जोरदार श्वास घेऊन तो म्हणाला, "मी त्याला मदरसामध्ये पाठवतोय."

"काय?"

"चांदपूरमध्ये."

आपला आवाज कापतोय, असं तिला जाणवलं. "हे चांदपूर आहे तरी कुठे?"

"जमुनेच्या पलीकडे. मला वाटलं, तुला देशाचा कानाकोपरा माहीत आहे." तिला टोमणा मारण्याचा मोह त्याला आवरला नाही.

"पण ते तर फार लांब आहे. कितीतरी दिवस लागतात तिथे जायला."

"तिथले हुझूर फार चांगले आहेत असं ऐकलंय मी."

"ऐकलंय? तू ओळखत नाहीस त्यांना?"

"त्यांची फार मोठी शिफारस केली गेलीये. मला मशिदीमध्ये जास्त वेळ थांबावं लागणार आहे. त्याच्यासाठी वेळ देता येणार नाही मला. त्याला– त्याला मार्गदर्शनाची गरज आहे हे तर तुलाही दिसतंय."

"त्याला आमच्याबरोबर राहू दे, अम्मू आणि मी, त्यानं आई गमावलीये."

"तुम्ही त्याच्यासाठी जे काही केलंत त्याबद्दल मी तुमचा आभारी आहे. माया, पण मला वाटतं आता गोष्टी हाताबाहेर चालल्याहेत. तो यापुढे चोरी करणार नाही असं वचन देऊ शकतेस तू मला? आणि सतत थापा मारत असतो. तो मुलगा स्वतःच्याच स्वप्नांच्या जगात जगत असतो. हे बरोबर नाहीये."

तो मुलगा चोरी करणार नाही, असं वचन ती त्याला देऊच शकत नव्हती. अर्धा वेळ झैद कुठे आहे हेही तिला माहीत नसायचं किंवा त्याच्या हातांवर त्या जखमा कशा झाल्या, हेही माहीत नसायचं किंवा त्याला उलटीचा वास का येतो हेही.

"अम्मूला तुझी गरज आहे" सोहेल बोलतच होता. "तिच्याकडे लक्ष देणं हेच तुझं कर्तव्य आहे."

"झैदला पण आमची गरज आहे, भैय्या," तिचा घसा दाटून आला. "त्या सँडल्सबद्दल मी माफी मागते. मी आधी तुला विचारायला हवं होतं. पण मदरसा म्हणजे फारच होतंय, भैय्या- तुझ्यासाठीसुद्धा."

त्याचा आवाज कठोर झाला. जणू काही त्यानं एखादी लोखंडी तारच आवाजात ओवून घेतली असावी. "तो माझा मुलगा आहे. निर्णय झालेला आहे. झोहरनंतर तो जाईल- बुधवारी."

आता बोलण्यासारखं काहीच शिल्लक नव्हतं. त्यानं काही बोलायला वावच ठेवला नव्हता. "आणि अम्मू?"

"अम्मूला माझा सलाम सांग."

तो स्वतःच्या आईलाही दूर करू शकत होता. "तिला भेटायचं नाहीये तुला?"

"तिला सांग आम्ही ती बरी व्हावी म्हणून प्रार्थना करत असतो, इन्शाल्ला."

आणि मग तो गेला.

अर्थात, तो मुलगाच 'नाही' म्हणेल... 'जात नाही' म्हणेल. मग तिचा आणि सोहेलचा परत एक वाद होईल. या वेळी ती तयारीत असेल. अम्मू मदत करेलच. पण दुसऱ्याच दिवशी झैद छतावर नाचत असलेला मायाला दिसला. पहिल्या मजल्यावरच्या खिडकीपर्यंत आलेल्या लिंबाच्या झाडाची पानं तोडून स्वतःच्या डोक्यावर उधळत होता. 'या' असं किंचाळतच तो धावत जिन्यावरून खाली उतरून आला. त्याच्या अंगावर नवी लुंगी होती. तिच्या कडकपणामुळे तो चांगलाच रुंद दिसत होता. अर्ध्या बाह्यांचा कुडता आणि डोक्यावर टोपी. त्याच्या हातात एक लहानशी ट्रंक होती.

"माझं नवं सामान दाखवायला आलोय मी तुला." त्यानं ती ट्रंक जमिनीवर ठेवली आणि अगदी सावकाश- भक्तिभावानं ती उघडली. त्याची नखं कापलेली होती. त्याचे उत्तेजित झालेले हात आतला खजिना दाखवत होते. एक कंगवा, दात घासायला एक कडुनिंबाची काडी, कोऱ्या कडक पानांचं एक कुराण, दोन नव्या लुंग्या आणि ते सँडल्स– वृत्तपत्राच्या कागदात गुंडाळलेले. "त्याला किल्लीसुद्धा आहे." त्याच्या गळ्यात दोरीला बांधलेली किल्ली दाखवत तो म्हणाला.

आता तिला करण्यासारखं काही उरलंच नव्हतं. त्याच्या ट्रंकेत ठेवण्यासाठी त्याला काहीतरी द्यावं असं तिच्या मनात आलं. काय बरं द्यावं? छायाचित्रांना बंदी होती. कुराणाखेरीज दुसरं कोणतंही पुस्तकही नेता आलं नसतं. खेळण्यांचा तर प्रश्नच नव्हता.

अखेरीस तिनं चुरमुऱ्याचे काही लाडू बांधले. "हे घे," ती म्हणाली. "तुझ्या प्रवासात खायला."

त्यानं इतर कोणत्याही गोष्टींना धक्का न लावता ते लाडू हलकेच ट्रंकेत ठेवले.

"तू चांगला राहशील ना?"

तो हसला. अजून तो एका तारेतच होता. शाळा, इतर मुलं, वरच्या मजल्यावरच्या बायकांना आता काळजी करायला नको– बायकांमध्ये राहाण्याइतका आता तो लहान राहिला आहे की नाही यावर चर्चा नको. डोक्यावरचा वडिलांचा जड हात.

"तिथे जाणार कसा आहेस तू?"

"अब्बू. ते म्हणाले, आम्ही पहिल्यांदा आगगाडीत बसू; मग फेरीनं आणि नंतर एक बस आणि मग रिक्षा.'

डोळे मिटून घेऊन तिने त्याचा प्रवास नजरेसमोर आणला. वडिलांचा हात धरून– वडिलांच्या हाताची पकड त्याने अनुभवली होती का यापूर्वी कधी? स्वर्गच.

मग ती फेरी- घट्ट गोड चहा, त्याच्याभोवती गुंडाळला जाणारा नदीवरचा वारा, उघडं मोकळं आकाश– त्या लहानशा मुलाला जगाचा एक तुकडा दाखवणारं– इथे तिची कल्पनाशक्ती थांबलीच.

त्या इमारतीच्या कललेल्या मातीच्या भिंती आणि त्यावरचं हिरवं पिवळं शेवाळ, अंगणात सगळीकडे पसरलेली कोंबडीची हाडं, थुंकीनं भरलेलं एक तुंबलेलं गटार, आपली निराशा त्यानं गिळली. अंगणात वाहत येणारे आवाज ऐकून क्षणभर त्याचं मन खूश झालं. त्याचे वडील घाईनं त्याचा हात सोडतात आणि अचानक हुझूर समोर येतात. ते हसत नाहीत, त्याच्या गळ्याभोवतीची किल्ली काढून घेऊन ते त्याची ट्रंक उघडतात. आतल्या वस्तू तपासतात, चुरमुऱ्यांचे लाडू बाजूला फेकून देतात आणि वडिलांकडे बघून मान डोलावतात. होय, याला दीनच्या रस्त्याचं मार्गदर्शन करण्यात येईल, आधुनिक जगाचा मोह त्याला पडणार नाही. हा सारा वेळ तो भिंतीवर सरसरत इकडेतिकडे जाणाऱ्या, भांडणाऱ्या, शेपट्या गमावणाऱ्या फिकट हिरव्या पालींकडे बघतो आहे. हुझूरच्या बैठ्या टेबलावर ठेवलेली छडीही त्याला दिसली आहे. त्याचे गुडघे दुखायला लागले आहेत, त्याचे वडील बोलतच आहेत. त्याला जेव्हा उठून उभं राहायला सांगण्यात येतं, तेव्हा त्याला बरं वाटतं. त्याला एक पांघरूण आणि एक ताटली देण्यात येते. आपल्याला या ताटलीत काय वाढून मिळेल याचं स्वप्नं तो बघू लागतो. अंगण ओलांडून पलीकडे जात असताना त्याला वाटतं आता इतर विद्यार्थ्यांशी आपली भेट होईल का? तेवढ्यात आणखी एक दरवाजा उघडतो, आणखी एक किल्ली, आणि त्याच्या वडिलांचा आवाज येतो– सलाम आलैकुम. हुझूरचा चेहरा मागे मागे जातो आणि दरवाजा धाड्कन बंद होतो.

ते पांघरूण आणि ती ताटली हातात घेऊन आता तो एकटा आहे. छत आणि भिंतीतल्या एका लहानशा फटीतून राखाडी प्रकाश आत येतो आहे. उंदरांची चिरचीर. कुलपामध्ये किल्ली फिरल्याचा आवाज येताच तो दरवाजावर स्वतःला झोकून देतो. क्षणाक्षणाला पुसट होणाऱ्या पावलांच्या आवाजाला साद घालत राहतो. पण शेवटी त्याच्या आवाजाखेरीज दुसरं काहीच शिल्लक राहत नाही. तो आवाज 'मला इथून सोडवा' अशी भीक मागत असतो, त्याची मूठ भिंतीवर आपटत राहते आणि प्रत्येक हाक आधीच्या हाकेचा प्रतिध्वनी बनत जाते–अब्बू-अब्बू-अब्बू! भविष्यात काय आहे यापेक्षा या खोलीत काय असेल याला, उंदरांना आणि भिंतीवर पडलेल्या उजेडाच्या रेषेला तो या क्षणी अधिक घाबरलेला आहे. चुकतोय तो!

१९७४
जानेवारी

छतावरून प्रवचनं करण्यास सोहेलला कारण कोणतंही मिळालेलं असो– पिया, युद्ध, स्वातंत्र्याचा सर्वसामान्यांचा निराशाजनक अनुभव– पण मायाला खात्री होती की त्यामागचं खरं कारण सिल्व्ही हे आहे- सिल्व्ही हे त्याचं सर्वांत जुनं आणि पहिलं प्रेम. तिनं त्याच्या जुन्या व्यक्तिमत्त्वाचा शेवट घडवून आणला होता.

सिल्व्ही समोरच्या घरातच राहत होती. तिच्या नवऱ्याच्या मृत्यूनंतर तिनं डोकं झाकून घ्यायला सुरुवात केली होती आणि क्वचितच कधीतरी घरातून बाहेर पडताना डोक्यावर काळी चादर ओढून घेत असे. त्यातून तिचे फक्त डोळे दिसत असत. तिची आई मिसेस चौधरी रेहानाची एके काळची अगदी जवळची मैत्रीण– आता अगदी चळ लागल्यासारखी सतत हात धूत असते, तासन्‌तास स्नानगृहात असते आणि बोटांची सालडी जाऊन रक्त येईपर्यंत हातच धूत राहते, असं बोललं जात होतं. त्या भल्या मोठ्या दोन मजली घरातल्या खोल्या एकामागोमाग एक बंद व्हायला लागल्या होत्या. मिसेस चौधरी एका खोलीत आणि सिल्व्ही एका खोलीत, अशा राहत होत्या.

बाकीच्या शेजाऱ्यांनी त्यांचं नाव टाकलं होतं; पण मायाला खात्री वाटत होती की सिल्व्ही योग्य वेळेची वाट बघत्येय. तिचा भाऊ कोणत्याही दिशेनं चालायला लागला तरी त्याला आणखी आणखी पुढे ढकलण्याचं काम सिल्व्हीच करणार आहे, हे तिला निश्चित माहिती होतं. सिल्व्ही एव्हाना देव म्हणजे काय याविषयीच्या तिच्या स्वतःच्या निर्णयापर्यंत पोहोचली होती ना! रस्त्यापलीकडून सिल्व्ही बघत असते हे मायाला माहीत होतं. तिला हेही माहीत होतं, सोहेलनं तिला हे स्पष्टपणे

सांगितलं नसलं तरीही– की सोहेल मनातून पियासाठी झुरतो आहे. आणि त्यानं हे झुरणं मनातून साफ काढून टाकण्याचा निर्णय घेतलेला आहे. या झुरण्यावर विजय मिळवायलाच हवा, तरच तो आपली कर्तव्यं पार पाडू शकणार आहे; कारण तो युद्धातून वाचून परत आला होता– असा त्याचा विश्वास होता.

ते खरं होतं. अनेक महिने सिल्व्ही असं लक्ष ठेवून होती. लोक सोहेलचं बोलणं ऐकायला जमा होत असत. स्त्रिया आणि पुरुष रांगा लावून बसले आहेत आणि सोहेलच्या स्वरापायी गुंग होताहेत, हे ती बघत होती. तिला त्याचे शब्द ऐकू येत नसत, पण तिच्या छतावरून तिला त्याचं छत दिसत असे आणि त्याच्या स्वराच्या आरोह-अवरोहावर डुलणारे लोकही दिसत असत.

सिल्व्ही सोहेलकडे लक्ष ठेवून असताना माया सिल्व्हीवर लक्ष ठेवून होती. सोहेल समोर आला की सिल्व्हीच्या खिडकीचे पडदे उघडलेले असायचे, छतावर कपडे वाळत घालत असलेली तिची काळी आकृती मायाला दिसत असे. म्हणजे ती सोहेलकडे आणि त्याच्या अनुयायांकडे बघू शकत असे. एक दिवस मायानं पाहिलं, प्रवचन आटोपलं होतं, सिल्व्ही फाटक उघडून रस्ता ओलांडत होती. बाहेर पडलेल्या एका तरुण बाईचं लक्ष सिल्व्हीनं वेधून घेतलं आणि हातानंच तिला जवळ बोलावलं. ती बाई फारशी काही भक्त असल्यासारखी दिसत नव्हती. तिनं एक साधासा सलवार कमीज घातला होता आणि तिच्या डोक्यावर पदरही नव्हता. आपल्या स्वतःच्या फाटकाआड उभं राहून माया त्यांचा संवाद ऐकू लागली.

"त्या घरात काय चालतं?" सिल्व्हीनं विचारलं.

ती बाई हसली. "ते फार ज्ञानी आहेत." ती उत्तरली. "ज्ञानी आणि विनम्र माणूस." आणि तिनं थेट सिल्व्हीच्या नजरेत नजर मिळवली. सिल्व्हीला जे काही जाणून घ्यायचं होतं ते सर्व तिला सांगण्यात आलं आहे, हे मायाला कळून चुकलं. कारण सिल्व्हीलाही सोहेलच्या आवाजातला मंत्रमुग्ध करण्याचा गुण आठवत असणारच होता. तो जे काही सांगेल त्यावर लोक विश्वास ठेवत असत आणि त्यानं उच्चारलेल्या प्रत्येक शब्दांमागचा त्याचा विश्वास, त्याच्या चेहऱ्यावर चढत जाणारी लाली- जणू काही तो तुम्हाला प्रेमानं कुरवाळत असावा, असा सावकाश वर उठणारा त्याचा हात, आणि बाकीचं सारं शरीर अतिशय स्तब्ध. त्याची सारी ऊर्जा, सगळी शक्ती त्याच्या आवाजामध्ये एकवटली असावी; त्या आवाजाच्या वेगाचा, दूरवर जाणारा आणि तरीही धीमा असा प्रवाह.

तो नक्की काय शिकवतो आहे हे सिल्व्हीला जाणून घ्यायचं होतं.

"ते नाही सांगता यायचं." ती बाई म्हणाली. ती आता जास्त जास्त प्रेमात असल्यासारखी दिसू लागली होती. "ते नाहीच सांगता यायचं."

सिल्व्हीला बंगल्याच्या फाटकाशी सोडून ती बाई निघून गेली. तिच्या चालण्यात

एक आत्मविश्वास होता, त्या स्वरप्रवाहाचा एक तुकडा, ते नवल ती स्वतःबरोबर घेऊन चालली होती. माया तिला अडवणारच होती– तू यापूर्वीच एकदा सोहेलचं हृदय दुखावलं आहेस आणि आता त्याच्यावर तुझा कसलाही हक्क नाही, असं तिला सुनावणारच होती, तेवढ्यात त्या लांब झग्याचाही अडथळा न येऊ देता सिल्व्ही अतिशय चपळपणे त्या पायऱ्या चढून वर गेलीसुद्धा. छतावर सिल्व्ही आणि तिचा भाऊ यांच्यामध्ये काय घडलं, काय बोलणं झालं हे मायाला कधीच कळलं नाही. तिनं काय घडलं असेल याची कल्पना केली तेव्हा तिच्या नजरेसमोर एवढंच आलं– सिल्व्ही सोहेलजवळ जाते, सोहेल अजूनही प्रार्थनेच्या पद्धतीने गुडघ्यांवर बसलेलाच आहे. सिल्व्ही त्याला म्हणते, "तुला तो गुलाम बिलाल आठवतोय? मुस्लिम झाल्याबद्दल उमय्यानं त्याला शिक्षा दिली. भर उन्हामध्ये त्याला उघड्यावर झोपवण्यात आलं आणि त्याच्या छातीवर एक दगड ठेवण्यात आला आणि अतिशय निर्दयपणे त्याच्यावर बरसणाऱ्या सूर्याकडे पाहत तो काय ओरडला माहित्येय?"

"एक." सोहेल उत्तरला. "एक."

आणि असा तिनं शेवटचा वार केला. "एक." ती उद्गारली. "दुसरा कुणी असूच शकत नाही."

पुढच्या वर्षीच्या मार्च महिन्यात सोहेल आणि सिल्व्हीचं लग्न झालं. हे जे होतं आहे ते सगळं चांगल्यासाठीच होतं आहे असं खोटंच मानणाऱ्या आईची दया येऊन माया लग्नाला हजर राहिली. सिल्व्हीचं पहिलं लग्न थोडं घाईघाईनं झालं होतं, त्यामुळे कदाचित या वेळी तिला नवरी म्हणून मिरवायला आवडेल असं अम्मूनं सुचवलं. म्हणजे तिच्या हातांना आणि पायांना मेंदी लावायला किंवा तिची केशरचना करायला कुणाला तरी बोलवावं असं– पण सोहेल म्हणाला, तिला असलं काही नकोच आहे. "साधेपणाने," ती दोघंही म्हणाली. कसलाही समारंभ नाही.

म्हणून मग रेहानानं काही पत्रिका छापून घेतल्या आणि मिठाईच्या डब्यांसह त्या तिच्या ओळखीच्या सर्वांकडे पाठवून दिल्या. शेंदरी रंगाचे ठिपके असलेले लाडू आणि दही भुरभुरवलेले प्राणहारा– हृदयातलं दुःख असं नाव असलेली मिठाई.

श्रीमती रेहाना हक यांना
त्यांचा मुलगा मुहम्मद सोहेल हक
आणि
स्वर्गवासी कामरान चौधरी आणि मिसेस अझीझा चौधरी यांची मुलगी
रेहनुमा चौधरी (सिल्व्ही) यांचा विवाह संपन्न झाला

हे कळवण्यास अतिशय आनंद होत आहे.
देव या आनंदी जोडप्यास शुभाशीर्वाद देवो.

म्हणूनच तर मार्चमधल्या एका शुक्रवारच्या सकाळी सिल्व्हीसाठी एक कपड्यांचा जोड आणि एक लहानसा सोन्याचा कुडीजोड घेऊन त्यांनी रस्ता ओलांडला. रेहानाला तेवढंच परवडण्यासारखं होतं. तयार होत असताना मायाच्या मनात चांगल्या भावनाच होत्या. आता करण्यासारखं काही उरलं नाहीये, फार उशीर होण्याआधी परिस्थिती सुधारता येते का ते पाहिलं पाहिजे, असं तिनं स्वतःला समजावलं होतं. परंतु त्यांचा बंगला ते समोरचा बंगला एवढं अंतर ओलांडताना अर्ध्यावरच तिच्या मनात सिल्व्हीबद्दलचा प्रचंड राग भरून आला. हे सगळं किती वाईट होत होतं. जिनं एके काळी त्याला नाकारलं होतं, तिच्याकडेच सोहेल निघाला होता– आणि ती त्याला स्वीकारत होती कारण फक्त तिच्या आणि त्याच्या मनातली भीती अचानकपणे एकच झाली होती.

सिल्व्हीनं त्यांनी नेलेले कपडे घातले. कानातली कर्णफुलं तिनं तिच्या कपाळावरून घट्ट गुंडाळून घेतलेल्या ओढणीच्या आत लपून गेली. मिसेस चौधरींच्या दिवाणखान्यामध्ये सोहेल एकटाच बसला होता. बाकीचे सारे लोक सिल्व्हीच्या शयनगृहामध्ये गर्दी करून उभे होते. साडीमध्ये अंग आक्रसून घेऊन सिल्व्ही बसली होती. तिचा चेहरा दिसत नव्हता. जेव्हा तिच्यासमोर तो करार ठेवण्यात आला, तेव्हा तिनं चट्कन त्यावर सही केली. तिचा हात अगदी स्थिर होता.

त्यांचं जग अजूनही किती लहानसं राहिलं आहे याचं मायाला अजूनही आश्चर्य वाटत होतं. नातेवाइकांच्या झुंडी नव्हत्या, काका, मामा, आजोबा, आजी कुणीही नव्हतं. नेहमी हे असंच होतं. अम्मूच्या लेडिज क्लबमधल्या मैत्रिणींबरोबर ती सारी जणं ईद साजरी करत असत, त्यांचे वाढदिवसही यथातथाच साजरे व्हायचे– कुणी शेजारी अचानक आले तरच. आणि तरीही मायाला एकटं, एकाकी कधीच वाटलं नव्हतं. त्यांच्या लहानशा बेटावर ती तिघं अडकून पडलेली असायची आणि बाकी सारे जण त्यांच्या नातेवाइकांच्या घोळक्यात सुखरूप असायचे. फक्त त्या तिघांमधून एक कुटुंब निर्माण करणं अम्मूला नक्कीच अवघड गेलं असणार. कदाचित म्हणूनच– तिनं आणि सोहेलनं आणि नंतर अम्मूनंही युद्धाच्या कार्याला इतकं वाहून घेतलं असावं. ती दोघं वडिलांविना वाढली होती, त्यांचे नातेवाईक हजारो मैलांवर होते आणि त्यांनी त्यांना सोडूनही दिलं होतं. या साऱ्याला अचानकपणे काहीच अर्थ उरला नव्हता. कारण सगळे सैनिक आणि त्यांच्या आयाबहिणी हे सारे नातेवाईकच बनले होते. अगदी त्यांची आपली माणसं– जणू काही त्यांचे वारसे, त्यांचे गुण अवगुण सारं काही एकाच वंशातलं असावं. पण हे सारं होतं सिल्व्ही आणि सोहेलनं स्वतःचं कुटुंब तयार करेपर्यंत. आता त्यांच्याबरोबर त्यांचे अनुयायी आणि

भक्त होते. आता त्यांना युद्धाची गरज उरली नव्हती– अगदी स्वतःच्या रक्ताच्या माणसांचीसुद्धा नाही.

त्या समारंभानंतर मिसेस चौधरींनी सर्वांना चहा, लुची-आलू, रोटी आणि बटाट्याचा आंबट रस्सा असं जेवण वाढलं. त्यांची करमणूक करण्यासाठी मायानं एखादं गाणं म्हणावं असं अम्मूनं सुचवलं; पण सिल्व्ही मान हलवत नको असं पुटपुटली. आपल्या आईनं तिचं कसं ऐकलं हे मायाच्या लक्षात आलं. मूकपणेच त्यांनी लुची-आलू संपवले.

जेवण संपल्यावर मिसेस चौधरींचा नोकर एक लाल रंगाची सूटकेस घेऊन आला. ती त्यानं सोहेलच्या हातात दिली. मग ती चौघं जणं– रेहाना, सोहेल, सिल्व्ही आणि माया रस्ता ओलांडून बंगल्यामध्ये परतली. मिसेस चौधरी त्यांना गेटपर्यंतही सोडायला आल्या नाहीत. कदाचित आपलं घर, आपली आई यांना सोडून जाण्याचं फारसं दुःख सिल्व्हीच्या चेहऱ्यावर दिसत नव्हतं, म्हणूनही असेल.

रस्त्यापलीकडच्या मुलीवर प्रेम करून तिचं लग्न दुसऱ्या माणसाशी होताना बघून आणि मग अतिशय शांतपणे– कसलाही राग मनात न धरता–वाट बघून, तो मरणाची वाट बघत राहून आणि बराकीत सापडलेल्या मुलीविषयीच्या स्वतःच्या प्रेमाला जिंकून शेवटी सोहेलला त्याची नवरी मिळाली होती. आता त्यांना कुणीही वेगळं करू शकणार नव्हतं. त्या अगदी दुःखीकष्टी, गप्पशा समारंभानंतरही सोहेलला या यशाबद्दल समाधान वाटत होतं, हे मायाला कळत होतं.

आणि मग छताचं काय? प्रवचनं सुरूच राहिली. पण आता ती देवाच्या अनेक रूपांविषयी नसत. आता एकच देव होता. एक देव. एक संदेश. एक ग्रंथ. जग निरुंद झालं. स्त्री आणि पुरुष यांच्यात एक पडदा आला. रेतीवर रेषा ओढल्या गेल्या. आणि सिल्व्ही, काळ्या रंगात माखलेली, तिच्या भावाच्या हृदयावर राज्य करत होती.

१९८४
ऑक्टोबर

सकाळपर्यंत त्या कोठडीनं आपलं काम बजावलं आहे. आता त्याच्या घशामध्ये एकही किंकाळी किंवा एकही शब्द उरला नाही. त्यानं आपली ताटली घट्ट पकडून ठेवली आहे. तो एकाकी नाही, आपल्या वडिलांच्या पावलांच्या आवाजाच्या आठवणीनं तो दुःखीही झालेला नाही किंवा घरी परत जाण्याचा मार्ग शोधण्याचा निश्चयही त्यानं केलेला नाही. आता तो फक्त भुकेला आहे. आपल्या ताटलीत काय येऊन पडेल, एवढाच विचार तो करतो आहे. त्याला बाहेर अंगणात नेण्यात येतं. प्रकाशाकडे बघून आणि सकाळच्या नाजुकशा सुगंधानं त्याचे डोळे मिचमिचे होतात.

एव्हाना बाकीचे जागच्या जागी बसलेही आहेत. समोरच्या न्याहरीमध्ये त्यांची बोटं बुडलेली आहेत. खाली बसून तो आपली ताटली समोर ठेवतो तेव्हा नजरांचं एक वर्तुळ त्याच्यामागोमाग फिरत राहत. ते हसतात– एक कडक बोटांचा हात त्याच्या डोक्याच्या मागच्या भागावर एक थप्पड मारतो आणि एक आवाज येतो – ''वझू' प्रार्थना, मग खायचं, बदमाश.''

जिथे उकिडवं बसून हातपाय धुवायचे तो सिमेंटचा चौकोन तो शोधून काढतो. तिथे एका बाजूला इमारतीमधून बाहेर पडलेला एक लहानसा नळ आहे. बहुतेक सगळे मुलगे आपापल्या जागांवर पोहोचलेही आहेत. पण, तो डोक्यावरची टोपी काढतो, एका हातावरून दुसरा हात फिरवतो, नाकपुड्या आणि कान साफ करतो, हे सगळं बघत काही जण उभे आहेत. तो प्रार्थना करतो.

अखेरीस, त्याला खायला मिळतं; जास्त शिजलेला थंडगार भात. पण तो

भातही तो गपागप गिळतो. शेवटचा घास घेत असताना एक मुलगा त्याच्या अंगावर खडे फेकतो.

पहाटेचा धडा चुकला आहे. त्याच्या न्याहरीनंतर त्याला एका खोलीत नेण्यात येतं. तिथे बसक्या लाकडी टेबलांच्या रांगाच्या रांगा आहेत. तो मातीच्या जमिनीवर मांडी घालून बसतो. टेबल जेमतेम त्याच्या छातीपर्यंत येतं आहे. त्यावर तो आपलं कुराण ठेवतो. खोलीच्या पुढच्या भागामध्ये एक माणूस बसला आहे. त्याच्यासमोर त्याचं स्वतःचं एक टेबल आहे. ग्रंथ ठेवण्याच्या त्रिकोणी मांडणीवर त्याचं कुराण ठेवलेलं आहे. त्याच्या हातात एक लांबलचक छडी आहे. दिव्याच्या प्रकाशात भिंतीवर पडलेली छडीची सावली सापासारखी दिसते आहे.

बोट पुस्तकावर ठेवून तो वाचत असल्याचं ढोंग करतो. त्याचं शरीर पुढे मागे झुलतं आहे, समुद्राच्या भरतीनं मार खाल्लेलं असावं तसं. पण आता त्याचं मन हलकेच आपल्या वडिलांकडे जाऊ लागतं. वडील, ती कोठडी, ती फेरी बोट आणि त्याच्या मनात जसा प्रचंड राग उफाळून येतो, तसा तो भयंकर दमून जातो. त्याचे डोळे खाली ओढले जाऊ लागतात. जागं राहण्यासाठी तो त्या छडीच्या आकारावर, तिचा फटका आपल्या पायांवर बसला तर या विचारावर लक्ष केंद्रित करतो. हुझूरच्या खोलीत गुपचूप शिरून आपले कुरमुऱ्यांचे लाडू पळवता येतील का, असाही तो विचार करतो. त्याला मायाची आठवण येत्येय. आपल्याकडे कुणी बघतं आहे का, हे बघण्यासाठी तो खोलीभर नजर टाकतो; पण कुणीही त्याच्याकडे बघत नाहीये. ते सारे एकाच नावेमध्ये आहेत, त्याच एका भरतीच्या लाटेनं मार खाल्लेले.

नंतर, खोलीतले सगळे आवाज मोजून झाल्यावर तो झोपण्याचा प्रयत्न करतो. उंदीर, घोरणं, बिछान्यांखाली खोचलेल्या मच्छरदाण्यांची सळसळ. त्याच्या वडिलांनी त्याला मच्छरदाणी दिलीच नाहीये. आपल्या मच्छरदाण्या त्याच्या बिछान्यावरही खेचा, असं हुझूरनी इतर मुलांना सांगितलंय, पण त्यांनी ते मान्य केलेलं नाही. एखादा डास आपल्या कानापाशी किती वेळा बसतो हे त्यानं मोजलं आहे. त्या डासाची गुणगुण आज सबंध दिवसभरात त्यानं ऐकलेल्या कोणत्याही आवाजापेक्षा मोठी आहे, अगदी त्याला अरेबिक अक्षरं माहीत नाहीत हे कळल्यावर हुझूर मोठ्यानं ओरडले होते त्याहीपेक्षा. अलिफनंतर काय? ब? त? स? हातात धरण्याच्या काठीसारख्या अक्षरानंतर काय येतं? त्याला माहीत नाही. हुझूर त्याच्या तळहातावर तीन छड्या मारतात. एक-दोन-तीन. घाईघाईनं पंख फडफडवणाऱ्या त्या डासाचा आवाज त्या फटक्यांच्या आवाजापेक्षा मोठा आहे.

त्या पंखांच्या आवाजाच्या सोबतीनं तो झोपी जातो.

१९८४

नोव्हेंबर

जॉय मोटारीवर रेलून उभा होता. तिनं त्यानं वाजवलेला भोंगा ऐकला होता, बाहेर जाऊन कोण आहे ते पाहिलं होतं. तो खिशात हात घालून हसत उभा होता.

"कितीतरी दिवसांत मी पाहिलंच नाहीये तुला," तो म्हणाला.

"मी नाही फोन केला, अम्मूमध्ये बिझी होते." तिला गेल्या वेळची आठवण झाली– झैद आणि जादू. त्यानंतर त्या पोरानं जॉयच्या कानात काय सांगितलं होतं ते तिला सांगायला त्यानं साफ नकार दिला होता. त्यानंतर ती जवळ जवळ घराच्या बाहेरच पडली नव्हती. खरं तर– आत्ता तिनं स्वतःकडे पाहिलं तर एका सैलशा सलवार-कुडत्यामध्ये आपल्याला बघून त्याला बहुतेक इथे येण्याचा पश्चात्तापच होईल, असं तिला वाटलं. आईची काळजी घेण्याव्यतिरिक्त तिनं दुसऱ्या कोणत्याही गोष्टीचा फारसा विचारच केला नव्हता. ती आईला रुग्णालयात घेऊन जात होती, परत आणत होती, तिच्या केमोथेरपीवर नजर ठेवत होती. आईचा रुग्णालयाचा खर्च भागवण्यासाठी तिनं बंगल्यातल्या जर्मन भाडेकरूकडून आगाऊ भाडं घेतलं होतं आणि एवढं सगळं झाल्यानंतर तिला जी काही शक्ती उरत होती तिचा वापर ती झैदचा विचार करण्यात घालवत होती. कधी कधी तिला वाटायचं, त्याला दूर पाठवण्यात सोहेलचं बरोबरच होतं, अखेरीस तो त्याचा वडील होता आणि ते पोरही काही साधंसुधं नव्हतं. कदाचित त्याला शिस्त लावण्याची गरजच होती. शेवटी होती ती शाळाच– एक प्रकारची– त्या पोराला शाळेतच जायचं होतं ना! पण कधी कधी तिच्या मनात भयंकर संताप दाटून यायचा. रात्री जागी राहून आपण सोहेलवर ओरडतो आहोत, असं तिला दिसायचं. पण सर्वांत जास्त म्हणजे तिला त्या मुलाची

फार आठवण येत होती. त्याला काहीतरी सांगायला ती वळायची आणि तिला आठवायचं– तो पुन्हा भेटेल त्याला अनेक आठवडे, कदाचित महिने लागणार आहेत. तो नक्की कुठे आहे हे खदिजाला विचारण्याचा तिनं प्रयत्न केला, पण वरच्या मजल्यावरचं कुणीच तिला काही सांगायला तयार नव्हतं.

"खरं तर माझी भेटीची वेळ ठरलेली आहे." जॉय म्हणाला.

तो आता तिच्याशी फ्लर्ट करतोय का? "कुणाशी?"

"अगदी खरी भेटीची वेळ नाही– मी असं ऐकलंय की दुपारी तीननंतर तो घरी असतो."

म्हणून तो आलाय तर. तिनं अपेक्षाभंगाचा बारीकसा चिमटा पचवला.

शहीद मिनारसमोरची ती रात्र तिला आठवली. तिथे तो रडला होता, त्यानं पायातले जोडे काढले होते– या गोष्टीला खूप काळ लोटल्यासारखं तिला वाटलं. त्या क्षणी, जे जे काही शक्य आहे असं वाटलं होतं ते सारं आता नाहीसं झालं होतं. तो बदलला होता, त्याचा नवखेपणा नाहीसा झाला होता. अमेरिकेत घालवलेली वर्षं गळून पडली होती, आणि बंगालीपणा पुन्हा उफाळून वर आला होता. हे तिला सगळीकडेच दिसत होतं– त्याच्या टोयोटाची किल्ली तो ज्या रीतीनं डाव्या हातात पकडत होता, बोटाभोवती किल्लीची साखळी गरगर फिरवत होता आणि दाढीचे लहानसे खुंट तसेच राहू देण्यातला त्याचा बेफिकीरपणा.

"त्यानं जर तुला भेटीची वेळ दिली असेल तर मग उशीर करू नकोस."

"तू वर जाऊन सांगतेस का मी आलोय ते," तो म्हणाला. "त्यांची पद्धत काय आहे हे मला माहीत नाहीये." माझा मित्र खरोखर किती बदलला आहे... 'जीन्स आणि तोकड्या बाह्यांचा शर्ट अशा वेषातला– डोक्यावर टोपी नाही आणि अजूनही त्याचं मन धर्माच्या विरोधातच आहे, अशा त्याचं वर स्वागत होईल का, ते त्याला जाणून घ्यायचं होतं,' हे तिला कळून आलं.

मायानं त्याला वर नेलं. जिन्याच्या वरच्या टोकाला पुन्हा रोकेया सूर्याकडे तोंड करून बसलेली पाहून ती जॉयला म्हणाली, "थांब इथे."

"रोकेया, मी आहे. माया." रोकेयाचे डोळे बंद होते. मायानं तिच्या खांद्यावर हात ठेवला. मागे वळत तिनं डोळे उघडले. धुंदीत असल्यासारखी ती पुढेमागे झुलत होती. खाली वाकत मायानं तिच्याकडे निरखून पाहिलं. तिच्या चेहऱ्यावरून घामाच्या धारा वेड्यावाकड्या वाहत होत्या आणि ओलसर ओठ सैल पडले होते. तिच्या बुरख्याच्या खालून तिचं वाढलेलं पोट मायाला स्पष्ट दिसलं. 'रोकेया.' माया म्हणाली, "आत जा बरं. तुला या गरमीचा त्रास होईल."

"मला थांबायलाच हवं इथे.' कसनुसं हसत ती उत्तरली. "ठीक आहे सगळं."

एखादं फूल सूर्याकडे वळावं तशी ती पुन्हा वळली.

"माझ्याबरोबर पाहुणे आहेत, एक पुरुष आहे."

रोकेयानं घाईनं चेहऱ्यावर पडदा ओढला. "इथून ये." माया जॉयला म्हणाली. रोकेया अशी गुडघे टेकून उन्हात का बसली आहे, किंवा जागोजागी पसरलेले कचऱ्याचे लहान लहान ढीग, कागद लावून बंद केलेल्या खिडक्या, स्वयंपाकाच्या तेलाचा आणि लघवीचा वास इतरही बरंच काही– याबद्दल जॉयला सांगावं असं तिला फार वाटलं; पण तिनं ती ऊर्मी दाबली.

बाहेरच्या खोलीच्या दाराशी जाऊन मायानं उंच आवाजात हुझूर आहेत का, असं विचारलं.

"कोण आहे?" उलट प्रश्न आला.

"त्यांची बहीण– शेहरझादे माया." तिचं पूर्ण नाव क्वचितच घेतलं जायचं. त्यामुळे हा प्रसंग अधिकच विलक्षण वाटत होता.

"थांबा," आतला आवाज म्हणाला.

"त्यांना सांगा, त्यांचा मित्र जॉयही आला आहे." जॉयचं खरं नाव काय आहे? फर्शाद? फरहान? 'फरहान बशीर.'

दरवाजाच्या सावलीत ती दोघं उभी राहिली. मिनिटं गेली. काय कारण असेल ते असो, पण कोणीच बोलत नव्हतं. इमारतीकडे पाठ करून रस्त्याकडे बघत जॉय निश्चल उभा होता. मग पावलांचा आवाज ऐकू आला. पडदा उघडला आणि काही माणसं बाहेर आली. मायाकडे एक नजर टाकून त्यांनी चट्कन नजरा फिरवल्या. जिन्याच्या पायथ्याशी ते सारे गोळा होऊन वाट बघत राहिले. बहुधा परत येण्याच्या खुणेची वाट बघत असावेत, मायाच्या मनात आलं.

एका माणसानं त्यांना आत नेलं. ही खोली बायकांच्या खोलीपेक्षा लहान होती. पण दोन्ही बाजूला असलेल्या खिडक्यांमुळे आणि नवीनच दिलेल्या पांढऱ्या शुभ्र रंगामुळे अधिक चांगली वाटत होती. जमिनीवर एकमेकांशी अजिबात न जुळणारे गालिचे आणि जाड पांढऱ्या चादरी घातलेल्या होत्या.

सोहेल त्यांची वाटच बघत होता. ती दोघं येताना बघून तो उठून उभा राहिला. जॉयला तीन वेळा आलिंगन देत त्याचा हात प्रेमानं दाबत तो म्हणाला, 'अस-सलाम आलेकुम.' आणि खोलीच्या मध्यावर धपकन बसला. त्याच्या कानाशी घुटमळणाऱ्या माणसाला त्यानं लिंबू सरबत आणायला सांगितलं.

मायाची दखल त्यानं घेतलीच नव्हती. त्यामुळे आपण इथून जावं की काय असा विचार माया करतच होती, पण मनातलं कुतूहल तिला जागेवरून हलू देत नव्हतं. सोहेलनं काहीतरी म्हटल्यावर जॉयनं मान डोलावली. आजूबाजूला बघण्याची इच्छा तो दाबून टाकत असला पाहिज- जुन्या सोहेलच्या काही खुणा सापडताहेत

का ते बघण्याचा मोह. एखादी पुस्तकांची मांडणीही नव्हती की एखादी एल पी रेकॉर्ड. त्याला हे माहीत होतं कारण त्याला तसं सांगितलं गेलं होतं. पण ज्या रीतीनं त्यानं त्याचं नाव उच्चारलं, त्याचं स्वागत करताना ज्या रीतीनं त्यानं त्याचा खांदा पकडला, त्यावरून त्याच्यामध्ये जुनं काहीतरी बाकी असावं– जे आता सापानं कात टाकावी तसं निघून गेलं असावं.

"तू परत आलायस, याचा मला खूप आनंद झाला. खूप वेळा तुझा विचार यायचा माझ्या मनात." जॉयच्या हातात एक लहानसा हिरवा ग्लास देत सोहेल म्हणाला.

"मलाही तुझी खूप आठवण यायची."

दोन जुन्या प्रेमिकांची भेट असावी तशी ही भेट होती. एकमेकांशी बोलताना दोघंही संकोचलेले होते, हातातल्या लिंबू सरबताच्या ग्लासमध्ये बघत होते. जॉयनं संभाषण साध्यासुध्या गोष्टींकडे वळवलं. "मी टॅक्सी चालवत होतो पहिली पाच वर्षं- मला डिग्री मिळेपर्यंत. फार काही वाईट नव्हते ते दिवस." तो म्हणाला. "खूप इंटरेस्टिंग लोक भेटले मला तेव्हा. ते मला सगळं सांगायचे– मी एखादा धर्मगरू असावा तसं."

"म्हणजे तुम्हा दोघांमध्ये ही कॉमन गोष्ट झाली," माया म्हणाली. ते दोघं एकमेकांकडे सोडून बाकीच्या सर्व गोष्टींकडे इतक्या रोखून बघणं थांबवतील तर बरं, असं तिला वाटत होतं.

त्यांनी तिच्याकडे दुर्लक्ष केलं. "तू परत का आलास?" जॉयच्या ग्लासमध्ये आणखी सरबत ओतण्यासाठी हात पुढे करत सोहेलनं विचारलं.

"सगळे जण मला हेच विचारतात. तिथलं आयुष्य फारसं काही चांगलं नाहीये म्हणून."

"कधी कधी आपल्याला वाटतं तेवढ्या गोष्टी महत्त्वाच्या नसतात." सोहेलनं डोक्यावरची टोपी काढून हातात घेतली. त्याच्या डोक्यावरचे काळेपांढरे भरपूर केस त्याच्या दाढीसारखेच होते. त्यानं केसांमधून थोडा हात फिरवला आणि पुन्हा टोपी डोक्यावर चढवत ती दाबून घट्ट बसवली. "काही गोष्टी मी फार काळ घट्ट धरून ठेवल्या होत्या. फार काळ."

आता तो युद्धाबद्दल बोलणार आहे का? मायाच्या मनात आलं. तो काय बोलणार आहे ते ऐकायला ती पुढे वाकली. तेवढ्यात जॉय म्हणाला, "मी पैशासाठी अमेरिकेला गेलो नव्हतो. माझी दुसरी काही कारणं होती."

ती कारणं काय होती हे विचारावं का, असा प्रश्न सोहेलला पडला आहे, हे मायाला जाणवलं. आणि त्यानं नाही असं ठरवलं हेही तिला कळलं. "तू लग्न केलंस का?" अचानक सोहेलनं विचारलं.

"हो, तुला कसं कळलं?"

"पुरुषानं लग्न करावंच. तुला मुलं आहेत?"

"नाहीत."

"तुला मुलं असायला हवीत."

"माझा घटस्फोट झालाय."

मान डोलावत सोहेल म्हणाला, "तू तिच्याशी का नाही लग्न करत?"

सोहेल कोणाबद्दल बोलतो आहे हे कळायला मायाला एक क्षण लागला. आता कोणत्याही क्षणी तो पोट धरून हसायला लागेल आणि मग क्षमा मागेल असं तिला वाटलं. पण त्यानं तसं काही केलं नाही. उलट, तो पुढे बोलतच होता, "का नाही? तिचं वय उलटून चाललंय."

"आमचं एकमेकांवर प्रेम नाहीये." माया म्हणाली. "आता तुझा प्रेमावर विश्वास राहिला नाही का?"

जॉयनं सरबताचा एक मोठा घोट घेतला. "खरं सांगायचं तर, सोहेल, तुझं बरोबर आहे. मी आता लग्न करायला हवं; पण ही बाई तर पुचक्यासाठीही माझ्याबरोबर बाहेर येत नाही."

"दुसऱ्या मुली आहेत की."

"हो तर," माया म्हणाली– "सारं जग घायकुतीला आलेल्या बायकांनी भरलंय." ती कर्कश बोलत होती हे तिला जाणवत होतं– आपण हे बोलणं सहजगत्या घ्यायला हवं, काहीतरी गमतीचं, हलकंफुलकं बोलायला हवं, हेही तिला कळत होतं. नेहमीच फार गंभीर.

एक विचित्र शांतता पसरली. मायाला तिथून उठावंसं वाटत होतं, पण तिचे पाय जड झाले होते. शिवाय, ते दोघे पुढे एकमेकांशी काय बोलतात त्यामध्येही तिला रस होता. जॉयनं सोहेलला जे विचारावं असं तिला वाटत होतं, तो प्रश्न जॉय त्याला विचारेल का, ते तिला बघायचं होतं. 'तू इथे- तुझ्या आईच्या घराच्या वर बांधलेल्या झोपडीमध्ये काय करतो आहेस? प्रेम न करता मुलाला का वाढवतो आहेस? ही दाढी, हे नाटकी कपडे, हा शांतपणाचा आव?' पण याऐवजी त्यानं विचारलं, "तू पुष्कळ वेळा याचा विचार करतोस का?"

"याचा म्हणजे कसला?"

"युद्धाचा– आपण जी खेडी वाचवली त्यांचा– आणि जी वाचवू शकलो नाही त्यांचाही..."

सोहेलनं काहीच उत्तर दिलं नाही.

"आणि माझा भाऊ- आठवतोय का तुला?"

"मला रोज त्याची आठवण येते." सोहेल म्हणाला. "तुझा भाऊ आणि तुझे

वडील दोघांचीही. आणि तुझी. तू मला वाचवलंस. जॉय, मी ते कधीच विसरणार नाही.''

तिचा भाऊ मोकळा राहिला होता आणि जॉय पकडला गेला होता.

''मी नाही काही केलं,'' जॉय म्हणाला.

''देव महान आहे.''

जॉयला हे म्हणायचं नव्हतं. त्याला म्हणायचं होतं की जे घडलं ते अपघातानं. त्या सैनिकांना तो सापडला होता– सोहेल सापडला नव्हता, एवढंच. ते दोघंही गप्प झाले. त्यांना नोव्हेंबरची ती लांबलचक रात्र आठवत होती. अखेरीस जॉयनं विचारलं, ''हे तू का केलंस, सोहेल? असं काय घडलं की तू असा झालास?''

मायाला वाटलं– सोहेल एक ठरलेलं आणि घोटवलेलं उत्तर चट्कन देईल- 'त्याचा मार्गच नैसर्गिक आहे, तो असा का झाला हा प्रश्न नसून जॉय त्याला अजून सामील का झाला नाहीये हा आहे,' असं काहीतरी. पण त्याऐवजी तो अस्वस्थ झालेला दिसला. काहीसं चाचरत, हातातला ग्लास घट्ट धरत जॉयला देण्यासारखं उत्तरच त्याच्याजवळ नाहीये, असं वाटत होतं.

जॉयनं मान फिरवली. मायाशी त्याची नजरानजर झाली. त्या क्षणापर्यंत तिला वाटत होतं की तो सगळी गंमतच करतो आहे, कदाचित तो सोहेलला काहीतरी वेड्यासारखं बोलायला भाग पाडण्यासाठी सापळा रचत असेल, पण आत्ता तिला जाणवलं की तो रागावला आहे, भयंकर संतापला आहे, जणू काही सोहेलचं तिथे असणं, तो जो कुणी बनला आहे तसा बनणं, या साऱ्याचा संबंध कुठेतरी त्याच्या भावाच्या मृत्यूशी असावा.

''अशी काही रहस्यं आहेत, जी अशी थोडक्यात नाही सांगता येत. तू तालीमला का येत नाहीस? तिथे बोलू आपण मग याबद्दल.''

तो माणूस परत येऊन सोहेलच्या कानात कुजबुजला. ''खदिजामाँ विचारताहेत तुमचे पाहुणे बराच वेळ थांबणार आहेत का?''

''त्यांना सांगा लवकरच जातील ते, इन्शाल्ला.''

निघण्याची वेळ झाली होती. आता बोलण्यासारखं काहीच उरलं नव्हतं. जॉयच्या चेहऱ्यावरची निराशा मायाला दिसत होती. तुरुंगात असताना जॉयनं सोहेलची नेहमी आठवण काढली असणार आणि नंतर न्यूयॉर्कमध्ये टॅक्सी चालवतानाही. मायाला हे माहीत होतं. टॅक्सी ड्रायव्हर जॉयनं आपला गन बाळगण्याचा, कुत्री पाठीशी लागण्याचा भूतकाळ नक्कीच कुणालाही सांगितला नसणार. त्यानं स्वतःला परदेशी माणसासारखं अगदी निर्विकारपणे 'नाऊ हॅव्ह अ गुड डे यू' किंवा 'कुठे जायचंय मॅम?' एवढंच बोलायला शिकवलं असणार. हवामानाची चर्चा करणं म्हणजे एक अगदी योग्य असा मुद्दा होता किंवा मग काहीच न बोलणं.

पण त्या आता विस्मृतीत गेलेल्या शहरामध्ये जिथे तो एक टॅक्सी चालवणारा होता; स्वातंत्र्यसैनिक नव्हता, जिथे त्याचं सर्वांत शौर्याचं कृत्य म्हणजे चुकून एखादा लाल दिव्याचा संकेत मोडणं असेल, पण त्या शहरामध्ये आपल्या भावाच्या मृत्यूनंतर आपण जिवंत असणं, बंदुकीच्या गोळ्यांचे आवाज जवळ जवळ येत असताना त्याला झाडाच्या बुंध्याशी टेकून बसवणं, एखाद्या पर्वतावरून नदी वाहत यावी, तसं त्याच्या शरीरातून वाहिलेलं रक्त बघणं, हे सारं पार मागे पडलं असताना त्यानं सोहेलचा विचार केला असेल, त्याला पत्र लिहिण्याचा विचार केला असेल, लाँग डिस्टन्स दूरध्वनी करण्याचा विचार केला असेल. त्यांची मैत्री आता इकडच्या तिकडच्या बातम्या देणाऱ्या सर्वसामान्य मैत्रीमध्ये बदलून टाकण्याचा विचार केला असेल; पण ते त्याला जमलं नसेल. आणि आता हे, हे रहस्य. काय अपेक्षा करावी हे जॉयला माहीतच नसेल. कदाचित त्याच्यामधला तो उर्मटपणा कुठेतरी एखाद्या कृतीमध्ये क्षणभर का होईना पण दिसेल असं त्याला वाटलं असेल– सोहेलला तो जेवढं ओळखत होता तेवढं दुसरं कुणीच ओळखणं शक्य नव्हतं. दुसऱ्या कुणीच त्याच्या भाकरीवरच्या मुंग्या झटकल्या नव्हत्या किंवा त्याच्या केसातल्या उवाही काढल्या नव्हत्या. किंवा गोळ्यांच्या वर्षावातून आणि धुरामधून त्याला धावत बाहेरही काढलं नव्हतं. तो मोकळा फिरत असताना दुसरं कुणी तुरुंगात गेलं नव्हतं.

त्याची रजा घेण्यासाठी जॉय उठून उभा राहिला. सोहेलही उभा राहिला. त्यांनी एकमेकांना आलिंगन दिलं. ''तू नेहमीच माझा भाऊ असशील.'' सोहेल म्हणाला. त्याचे डोळे चमकत होते.

''आणि तू माझा,'' जॉय उत्तरला. आता त्याच्या चेहऱ्यावरचा राग मावळला होता. त्या ठिकाणी वेगळंच काहीतरी होतं– एक असोशी, अगदी मत्सरसुद्धा. या माणसाला त्याच्यापेक्षा चांगली झोप लागत होती, त्याला त्याच्या आठवणींमधून सारा मगज ओढून काढावा लागत नव्हता किंवा त्या आठवणींपासून दूर पळण्यासाठी एखाद्या उंच शहराकडे पळून जावंही लागलं नव्हतं.

दाढीवरून हात फिरवताना त्यात पांढरे केस यायला लागले आहेत, आपलं घर अगदी घाणेरडं झालं आहे, गालिच्यांवर डाग पडले आहेत, त्याच्या खोलीत येताना जोडे काढले की फरशीचं सिमेंट तुमच्या पावलांना खरखरीत लागतं आहे, या सगळ्याचं त्याला काहीच वाटत नव्हतं, असं दिसत होतं. त्याला कशाचंच काही वाटतं आहे असं दिसत नव्हतं. या जगातलं तरी नाही.

''खुदा हाफीझ,'' जॉय म्हणाला. त्याचे दोन्ही हात सोहेलच्या दोन्ही हातांमध्ये होते.

''पुन्हा ये.'' सोहेल मागे वळत म्हणाला. आता पुढे करायच्या कामांपुढे– प्रार्थना, प्रवचन, मृत्यूनंतरचं जीवन– या साऱ्या लादून घेतलेल्या कामांपुढे– तो या

दोघांना विसरूनही गेला असावा, असं मायाला वाटलं.

काही न बोलता ती दोघं जिना उतरली. खाली पोहोचल्यावर जॉयनं आपल्या मोटारीत बसून निघून जाऊ नये, असं मायाला फार वाटत होतं. तिला जे काही वाटत होतं, तसंच काहीसं त्याला वाटतं आहे हे तिला जाणवत होतं. तिच्या भावाशी झालेल्या भेटीमुळे तो काहीसा अस्वस्थ झाला होता. प्रश्न विचारले गेले होते, पण त्यांना उत्तरं मिळाली नव्हती. आता तिनं आपला स्वतःचा एक प्रश्न विचारायचं ठरवलं. "तू तुरुंगात होतास त्याच्याबद्दल मला सांग." ती म्हणाली. "तू काय काय सोसलंस, ते मला कळून घ्यायचंय."

❄

नदीकडे पाठ करून वसलेल्या ढाका शहरामध्ये फारसं विशेष असं काही नव्हतं. रस्ते अरुंद होते, पुरानं सहज भरून जायचे. या शहराच्या आठवणीनं हृदयामध्ये एक आठवणीची कळ उठावी किंवा एखाद्या कवीनं लेखणी हातात घ्यावी असे प्रशस्त राजमार्ग किंवा दुतर्फा झाडांची दाटी असलेले रस्ते असं काही या शहरात नव्हतं. तरीही युद्ध संपल्यानंतर ज्यांना जाण्यासाठी जागाच नव्हती, अशा लाखो लोकांनी या शहरात गर्दी केली होती. आणि त्याहून जास्त गर्दी ज्यांना खायला काही मिळत नव्हतं अशांची होती. खेड्यांमध्ये झोपड्यांवरच्या जळक्या शाकारणीचा वास सगळीकडे भरून राहिला होता. त्यापासून सुटका व्हावी म्हणून ते लोक शहरात येत होते आणि मग इथेच राहत होते; त्यांच्या आधी इथे आलेल्या अनेक लोकांनी असंच केलं होतं. एका हिंसेकडे पाठ करताना आशा करत होते की समोर आणखी एक हिंसा उभी राहणार नाही आणि तरीही त्यांनी धुळीचे रस्ते अरुंद असले तरी शहराची निवड केली होती– दर पावसाळ्यात त्यांच्या गावाला वेढून टाकणाऱ्या नदीऐवजी आणि या आठवड्यात पाऊस पडेल, पुढच्या आठवड्यात ऊन पडेल, अशा आशेनं आभाळाकडे डोळे लावून बसण्यात गेलेल्या आयुष्याऐवजी, शेतातल्या मातीनं ओले झालेले पाय आणि वाकून काम केल्यानं दुखणारी पाठ यांच्या जागी त्यांनी या शहरात राहणं पसंत केलं होतं.

जॉयला या शहराचं फारसं कौतुक नव्हतं, परंतु ज्या दिवशी त्याची तुरुंगातून सुटका झाली, त्या दिवशी मात्र अनपेक्षितपणे तो या शहराच्या प्रेमात पडला. त्या सकाळी, त्या तरुण सुभेदारानं त्याच्या कोठडीचं दार उघडलं. काही न बोलता तो मागे वळला आणि माघार घेणाऱ्या सैन्याकडे निघून गेला. जॉयनं त्याच्या कोठडीतल्या मित्रांना रहीम आणि सुलतान आणि म्हातारा अब्बास यांना उठायला मदत केली. उंबरठ्यावर ते तिघे थोडे घुटमळले. आपल्याला फसवून छळाच्या खोलीत किंवा गोळ्या घालण्यासाठी सरळ बंदुकीच्या पथकासमोर तर नेण्यात येणार नाहीये ना,

असं त्यांना वाटत होतं. पण जॉयनं भारतीय लढाऊ विमानांचा मोठा आवाज ओळखला होता– त्याला कळून चुकलं होतं की ते विजयाच्या उंबरठ्यावर उभे आहेत.

त्याच्या कैदेच्या तीन महिन्यांमध्ये जॉयनं काहीही बोलायला नकार दिला होता. एकही शब्द नाही– ना कबुलीचा– ना निषेधाचा– ना नकाराचा. डोक्याची हालचाल नाही तशी हाताचीही हालचाल नाही. सोनामुरामधल्या गुरिला छावणीमध्ये त्यांना काहीतरी सांगण्यात आलं होतं– आत्ता त्याला ते आठवत नव्हतं. पकडलं जाण्याबद्दल काहीतरी; परंतु त्यांच्या बाकीच्या प्रशिक्षणासारखंच हे प्रशिक्षणसुद्धा जुजबीच होतं. या अशा गोष्टी जणू काही कधी घडणारच नाहीयेत, अशा थाटात सांगितलेलं. सर्व आणीबाणीच्या प्रसंगांचा अभ्यास करताना, सर्व अधिकाऱ्यांनी बोलण्याची हीच धाटणी कायम ठेवली होती. अगदी कोरड्या आवाजातल्या सूचना अगदी तुटक वाक्यांमध्ये दिल्या जात होत्या. जणू काही कोणत्याही कामगिरीच्या वेळी कुणालाही गोळी लागणारच नाहीये. जखमी झालेल्या सैनिकाची कॉलर पकडून त्याला एखाद्या झाडापाशी ओढत नेऊन टेकवून बसवावं लागणारच नाहीये, म्हणजे त्याचा भाऊ त्याचं मरण बघू शकेल. त्याचे अखेरचे शब्द आपल्या कानाच्या पोकळीत साठवून घेऊ शकेल, ते शब्द आपल्या हृदयात बंद करून ठेवेल आणि मग सुरक्षित वेळी ते शब्द आपल्या आईला सांगू शकेल.

ते तेवीस जण होते. एका कोरड्या नोव्हेंबरच्या सकाळी पकडले गेलेले. त्यांच्यापैकी एकेकाला शेजारच्या 'लेग रूम' मध्ये नेण्यात आलं ते त्यानं पाहिलं होतं. तिथे त्यांना बोलण्यासाठी 'प्रोत्साहन' देण्यात येत होतं आणि एकदा का ते बोलले- मी एक मुक्ती आहे– होय, मी सैन्याविरुद्ध लढलो आहे– होय, मी देशाचा विश्वासघात केला आहे, होय– होय– होय– मी देशद्रोही आहे. माझा बांगलादेशावर विश्वास आहे, होय- मला मुजीब नावाच्या डुकरानं फसवलं आहे, होय– मी एक डुक्कर आहे. होय-होय-होय- काही करा पण हे जे काही मला करताहात ते थांबवा, आणि मग उरलेले कोठडीच्या कोपऱ्यातल्या मुतारीच्या भांड्याबद्दलचा भयंकर राग– त्यांच्या तळपायांवर मारलेले फटके, त्यांचं नाव चुकीच्या पद्धतीनं उच्चारताना त्याला जोडलेला हरामी हा शब्द, या साऱ्याबद्दल सर्वांनाच सारखी वाटणारी भीती, किळस. मग शांत रात्र, जागं होणं, पहाटेच्या प्रार्थनेची हाक आणि मग बंदुकांचा आवाज.

ते सैनिक पहाटेच गोळ्या झाडायचे, असं का हे आणखी एक न उलगडणारं कोडं होतं. सकाळीच मांस खाणं–जे ते रोज न चुकता करत होते.

शांतता आणि मग बंदुकीचा एक बार. जॉयला तेवढंच प्रशिक्षण पुरेसं होतं. म्हणून त्यांनी त्याला जेव्हा बाहेरच्या अंगणात नेलं, तेव्हा तो किंचाळला नाही की

त्यानं रागानं शिव्या दिल्या नाहीत की तो थुंकलाही नाही. आपल्याला आवाजच काढता येत नसल्याचं ढोंग त्यानं केलं. थोड्याच दिवसांत रात्रीच्या वेळी तोंडातून शब्द काढणं आणि सकाळी ते विसरून जाणं, त्याला कठीण जायला लागलं. म्हणून त्यानं बोलणंच सोडून दिलं. तो प्राण्यांचे आविर्भाव शिकला– तोंडात घातलेली बोटं, चेहऱ्यासमोर धरलेला हात, मैत्री दर्शवण्यासाठी हलवलेला हात. त्याची जीभ अशी अडकल्यामुळे त्याचे हात मोकळे झाले– लढण्यासाठी पळून आलेल्या पोराचं डोकं धरणं, खांदा तुटलेला सैनिक, इतर कोणत्याही गोष्टीपेक्षा प्रवाहाची जास्त भीती वाटणारा दुसरा एक– आणि मग स्वतःच्या यातना कमी करणं– वाढती दाढी, मूक जीभ, बरे होत चाललेले हात असे जॉयनं त्या कोठडीच्या पोटात तीन महिने काढले. काहीही झालं तरी आपण जिवंत राहायचंच, असा निश्चय केलेला जॉय.

जे आवाज नित्यनियमानं ऐकू येत होते त्यावर हे सैनिक काळाची मोजणी करायचे. पहाटेच्या प्रार्थनेची हाक, वझू करताना सांडणाऱ्या पाण्याचा आवाज. प्रार्थनेच्या चटया उलगडल्याचा आवाज. सकाळच्या कामांमध्ये सतत चाललेली भांडणं- टाचा मोडलेल्या कैद्याला बंदुकीच्या पथकासमोर फरफटत नेणं... त्याची अखेरची दयेची विनवणी.

पण हा कैदी कसलाही आवाज करत नव्हता. त्याच्या टाचांवर फटके मारतानाही नाही, त्याच्या पाठीवर सिगारेटचे चटके देतानाही नाही आणि त्याच्या तोंडाला विजेनं जाळलं तरीही नाही. ते इतरांपेक्षा त्याचा फार जास्त छळ करत होते, त्याच्या मूक राहण्याबद्दलचा संशय, कधीतरी तो बोलेल आणि काहीतरी खास सांगेल अशी आशा, त्याला काहीतरी माहीत असलंच पाहिजे आणि ते गुपित सांभाळून ठेवायचं प्रशिक्षणही त्याला मिळालेलं असलं पाहिजे. त्याला मोडण्याचीच खोटी होती म्हणून ते वाट बघत राहिले होते. रोज त्याला 'लेग रूम' मध्ये नेत होते. ती उलटी खोली, ती खुर्ची, तो रडत नव्हता आणि बोलतही नव्हता.

अखेरीस, हे त्याला पकडणाऱ्यांना सहन होईनासं झालं. एका फारच कंटाळवाण्या दिवशी, त्यांनी सूड उगवला. ज्या नव्या कैद्यांची ते वाट बघत होते ते काही पोहोचले नव्हते. आता समोर होते ते म्हणजे तो मुका कैदी आणि तो म्हातारा जो कधीच कोरडा झाला होता. त्याच्यावर एक गोळी खर्च करण्याचीही काही गरज नव्हती. पक्षी जिंकत होते, चिवचिवत होते, गात होते. त्या पथकातला आफताब नावाचा सर्वांत लहान सैनिक होता, त्यानं चिंचेच्या झाडावर एक गोळी झाडली तसे सारे पक्षी गलका करत उडाले अणि बराकीच्या खिडक्यांवर बसले. खिडकीतून निष्काळजीपणे फेकलेल्या भाकरीच्या तुकड्यांवर झेपा घेऊ लागले. बाकीच्या सर्वांनी चिंचेच्या झाडावर गोळी झाडल्याबद्दल आफताबला खूप शिव्या हासडल्या.

''अगदी सिंधी वागणं आहे हे तुझं,'' ते म्हणाले, ''आपल्यापेक्षा हगणंही मऊ असेल बहुधा याचं.''

त्यांनी जॉयला ओढत बाहेर नेलं. आपल्या रायफलच्या नळीनं आफताब त्याला टोचत होता. ''या पक्ष्यांना गप्प कर. बंगाली पक्षी आहेत ते, तुझं ऐकतील.''

वाऱ्याच्या झोतासारखे पक्षी त्याच्याभोवती फिरत होते. जॉय गप्प उभा होता.

''कर तसं.'' रायफलचा फटका, वेदनेचा एक लहानसा त्रिकोण. आता तो म्हणाला, ''आता त्या भेनचोद पक्ष्यांना गप्प कर; नाही तर तुझ्या ढुंगणातून गोळी घालीन बघ एक.''

जॉय गुडघ्यांवर उठला आणि त्यानं झाडाकडे बोट दाखवलं. थोडा वेळ काहीच घडलं नाही. पक्षी खिडकीवर गर्दी करून भाकरीचे तुकडे वेचण्यात दंग होते. मग एक लहानसा पक्षी इतरांपासून वेगळा झाला आणि वर उडाला, बराकीभोवती चकरा मारू लागला. तो अशा फेऱ्या मारत असताना सारे सैनिक माना वर करून त्याच्याकडे बघत होते. तो पक्षी त्यांच्या दिशेनं आला आणि शांतपणे जॉयच्या उभारलेल्या बोटावर येऊन बसला. जॉयनं त्याच्या पंखांवरून दुसरा हात फिरवला. पक्षी वर सरकत त्याच्या कोपऱ्याशी बसला. त्याचं शरीर संपूर्ण असण्याचा तो शेवटचा दिवस होता. नंतर त्यांनी त्याचं बोट तोडलं- पक्ष्यांना बसायला एक जागा कमी आणि गायची कारणंही कमी.

फेब्रुवारीमध्ये सुटका झाल्यावर जॉय शहराच्या प्रेमात पडला. त्यानं डोळे उघडले तेव्हा त्यानं पाहिलेली पहिली जागा म्हणजे ढाका आणि त्याचं पहिलं अक्षर उच्चारणं हे त्या शहराच्या हवेतच घडलं. त्याला राहावंसं वाटावं अशी ही एकच जागा होती. सैन्याच्या छावणीमधून बाहेर पडून तो चालतच घरी गेला. त्याच्या अंगावरचे घाव, त्याचं नसलेलं बोट बघून रडतच अनोळखी लोक त्याला मिठी मारत होते.

घरी पोहोचेपर्यंत त्याला माहीत नव्हतं की युद्धानं त्याच्या वडिलांचा बळी घेतला आहे. तो घरात शिरला, पांढऱ्या साडीतल्या आईचं त्याला दर्शन झालं आणि त्याला हे कळून आलं. तिनं मग त्याला दूर पाठवलं– ढाक्यापासून खूप दूर– तिला शक्य होतं तेवढं दूर. त्यांचं घर गहाण ठेवून, तिच्या लग्नातले दागिने गहाण टाकून. त्यानं ती संधी दोन्ही हातांनी पकडली होती. मागे वळूनही न बघता– कसलाही पश्चात्ताप न करता किंवा कसलीही भावना मनात न आणता.

त्या रात्री तो का पकडला गेला याचा त्यानं कधीच विचार केला नव्हता. त्याला त्याचं वाईटही कधी वाटलं नव्हतं. त्या नोव्हेंबरच्या सकाळी, पावसानं पडायला नकारच दिलेला असताना, तो सहा तास मोकळा फिरत होता. बारीक लुकड्या

झाडांनी खरचटलं होतं, कुत्रे मागे लागले होते– श्वास संपेपर्यंत तो धावतच होता. त्यांनी त्याला पकडेपर्यंतच्या काही सेकंदांत त्याला वाटलं होतं बंदुकीची गोळी मारून घ्यावी स्वतःला– पण डोक्याला रायफल टेकवणं झालं नव्हतं. म्हणून दिवस फुटला तेव्हा तापलेला, दमलेला असा तो दोन्ही हात आणि पाय जखडलेल्या अवस्थेत पुन्हा शहराकडे आला. इतक्या लवकर शहरात आणल्याबद्दल त्यानं सैनिकांचे आभार मानले होते; कारण तो मरायला तयार नव्हता– त्या दिवशी तरी नाही. ज्या वर्षी त्यानं आपल्या भावाच्या शरीरातून रक्ताची नदी वाहताना बघितली होती, त्या वर्षी तरी निदान नाहीच नाही.

हेडमास्टर हेडमास्टर हेडमास्टर हुझूर हुझूर हुझूर. तुमची छडी म्हणजे एक साप आहे. तुम्ही माझं मनगट का पकडता? व्हाय केनो पॉर के? मला सगळ्या भाषा येतात; पण अरेबिक नाही येत. माझ्या तळहातावर सूड? झैद हा प्रेषितानं दत्तक घेतलेला एक अनाथ मुलगा होता. मी अनाथ आहे. प्रेषित अनाथ होता. प्रेषित झालेल्या त्या अनाथ मुलाला अनेक आशीर्वाद आणि शांती मिळो. माझी आई मेली तेव्हा काझी म्हणाला,"आता तू अनाथ झाला आहेस." माझ्या वडिलांनी मला नदीच्या पलीकडे आणलं आणि हुझूरला सांगितलं- 'आता तो तुमच्या आणि अल्लाच्या स्वाधीन केला आहे.' हुझूर माझा हात धरतात आणि त्यांच्या मांड्यांमध्ये ठेवतात. त्यांची छडी एक साप आहे. एक साप ही त्यांची छडी आहे. हात गरमीवर. हुझूरच्या हातात. अल्लाच्या हातात. कारण माझे हात इकडेतिकडे जात होते. चोरी–नाणी आणि नोटा. तुम्ही माझे हात माझ्या पाठीमागे का धरले आहेत? केनो व्हाय पोउरकी? मी नेहमीच त्यांना मला तीन गोष्टी शिकवायला सांगतो. हॅलो आणि गुडबाय. पृथ्वीवर शांतता आणि का? त्यांना का शिकवायला आवडत नाही. मी त्यांच्याकडून ते काढून घेतो. का का का—तुम्ही मला हुझूरच्या हातात का दिलंत? त्यांचा हात माझ्या हातावर. माझा हात त्यांच्या हातात. नव्या मुलांसाठी हे असंच असतं असं एका मुलानं मला सांगितलं. मी इथे आलो म्हणून तो फार खूश आहे. आता त्याला हुझूर बोलावणार नाहीत. तू फार सुंदर आहेस, तो मला सांगतो. परदेशी डोळे. मी प्रेषिताचा अनाथ आहे. हुझूरना फिकट डोळे आवडतात. हुझूरचा हात माझ्या हातात. सगळी मुलं हसताहेत. दरवाजे नेहमीच कुलूप घालून बंद केलेले असतात. त्यांची किल्ली हुझूरच्या गळ्याभोवतीच्या दोऱ्यात असते. संडास बाहेर आहे. जमिनीत खोल खणलेलं एक भोक आहे ते. ते वाहत नदीकडे जातं. मी तेवढा वेळ दम धरू शकतो.

१९८४
डिसेंबर

"ट्रीटमेंटचा काही उपयोग झालेला नाहीये" डॉ. सत्तार म्हणाले. त्यांना तिच्या लिव्हरचा एक तुकडा काढायचा होता. हे ऐकल्याबरोबर रेहाना हसायलाच लागली आणि सगळ्यांना ताबडतोब तिच्या हसण्याचं कारणही कळलं. 'कोलिजार तुकरा, माझ्या काळजाचा तुकडा,' असं प्रेमानं बोलणं सर्वसामान्यच होतं. तिच्या मुलांना तर ती कितीतरी वेळा हे म्हणाली होती. माझा गोडू, माझं काळीज, माझ्या काळजाचा तुकडा. एवढ्या साऱ्या वर्षांमध्ये तिला कधीच वाटलं नव्हतं की खरोखरच तिच्या काळजाचा एक तुकडा देण्याचं वचन तिनं दिलं आहे. ती म्हणाली, "पुरेसं काळीज शिल्लक ठेवा म्हणजे झालं, डॉक्टर सत्तार. खरं सांगत्येय- माझ्याकडे हे एकच आहे."

शस्त्रक्रिया ताबडतोबच करायची असं ठरलं. त्या रात्री, आपल्या आईला तिची बॅग भरायला मदत करत असताना- टूथब्रश, कंगवा, प्रार्थनेची चटई– मायाला वाटत होतं तिला खूप काही सांगायचंय. हे असं घडेल याच्या अपेक्षेनं खूप सारे शब्द गोळा करून ठेवलेले होते. तिच्या आईनं तिला त्या ट्यूमरबद्दल सांगितल्यानंतर तिनं स्वतःच्या मनाची तयारी करायला हवी होती. त्याऐवजी, तिनं काय केलं होतं? तिनं आईचे केस काढले होते, तिच्या औषधांची काळजी घेतली होती. रुग्णालयात तिला नेलं, आणलं होतं, आपल्या मित्र-मैत्रिणींना फोन करून त्यांना तुटक शब्दात बातम्या कळवल्या होत्या. होय, अम्मू आता बरी आहे. खाते आहे नीट, हो, तुम्ही पाठवलेला खाऊ तिला खूप आवडला. होय, मला मान्य आहे. तिनं आपली ताकद सांभाळली पाहिजे. दहाच्या सुमाराला येऊ शकाल का? सकाळच्या वेळेला ती बरी

असते जास्त.

वरच्या मजल्याशी तिनं एक नाजूक संबंध सांभाळला होता. आपल्या भावाचा विचार करताना आता तिच्या मनात तो तीक्ष्ण राग येत नव्हता. आता तो एक शांत, तटस्थ माणूस बनला होता, तो तिला दिसू शकत होता. आपल्या बिछान्यावर पडून ती वरच्या मजल्यावर येणाऱ्या-जाणाऱ्या माणसांच्या पावलांचे आवाज ऐकू शकत होती. जिन्यावरून जा-ये करणाऱ्या स्त्री-पुरुषांची गर्दी ती पाहू शकत होती आणि होय- ती त्या मुलाची दुरवस्थाही सहन करू शकत होती आणि स्वतःला सांगू शकत होती की भूतकाळाची ही एक चूक आहे.

मी मोठी होत्येय असं तिनं स्वतःला सांगितलं होतं. तिची आई होती, शिवाय या शहराशी जुळूनही घ्यायचं होतं. राजकारण नव्हतं, आणि कदाचित- अगदी कदाचित- सोहेलशी तहाची सुरुवात. पण एवढंच. झाडांमधली पावसाची सरसर ऐकत मूकपणे तिनं रेहानाच्या कपड्यांच्या घड्या घातल्या. त्या आवाजामुळे तिला काहीतरी बोलता तरी येईल, बागेचं काय होईल, आणखी जोरात पाऊस पडला तर पूर येईल का, असं काहीतरी. तिनं मनात काही वाक्यं तयार करायला सुरुवातही केली; पण कुठलंच वाक्य बरोबर वाटत नव्हतं. डॉ. सत्तारनी सांगितलेली आणखी एक गोष्ट तिला आठवली, ''हा रोग अजून जिंकलेला नाहीये हं.'' ती त्या वाक्याला कवटाळून बसली.

रेहाना बिछान्यात उठून मांडी घालून बसली होती. तिचा उजवा हात कुराणावर होता. ''तुला आरामाची गरज आहे, अम्मू. तो वॉर्ड कसा आहे तुला माहीत्येय.'' पाऊस पडायला लागलाच होता शेवटी. मऊ धारांनी खोलीत राखाडी सावल्या पडल्या होत्या.

''इथे असं म्हटलंय, तुमच्या मालकानं स्वतःसाठी दया लिहून घेतली आहे. अर्थ माहीत्येय तुला याचा?''

''नाही.''

तिनं ग्रंथ बंद केला. ''तुझ्या उस्तानीकडे तू कधीच नीट लक्ष दिलं नाहीस.''

माया धपकन आईशेजारी बिछान्यावर बसली. ''तिनं मला काही नीट समजावून सांगितलंच नाही कधी आणि तिनं मला मांड्यांमधले केस काढून टाकायला सांगितलं होतं.'

मोठे डोळे करत रेहाना म्हणाली, ''मला नाही खरं वाटत हे.''

''मी गंमत करत नाहीये, अम्मू. ती म्हणायची ते जास्त स्वच्छ असतं पण तुला आठवतंय अम्मू– ती सारखी स्वतःच्या तिथे खाजवत असायची.''

''नाही- मला नाही आठवत.''

"शप्पथ- मला वाटायचं त्या बुरख्याच्या आड एक पुरुष आहे किंवा डासांची झुंड."

"छी!" रेहानानं मायाच्या गालावर हलकेच चापटी मारली. पण आता ती हसत मान हलवत होती. "प्रत्येक वेळी ती आली की तू आजारी पडायचं ढोंग करायचीस— अजूनही तशीच आहेस तू. एकदा तू तिला सांगितलं होतंस तुझी पाळी आली आहे, तेव्हा तू फक्त आठ वर्षांची होतीस, आठवतंय?"

"किती फास्ट धावली नाही ती घराबाहेर?"

"ही माझी लहानशी पोर मोठी तरी कधी होणार, हं? मला नातवंडं कधी देणार?"

"आधी लग्न करावं लागेल ना मला त्यासाठी."

तिनं हात कुराणाच्या पुठ्ठ्यावर ठेवला. त्यावरच्या सोनेरी अक्षरांवर बोट फिरवत ती म्हणाली, "आमचं लग्न झालं तेव्हा मी तुझ्या वडिलांना फारशी ओळखतही नव्हते. लग्न ठरल्यानंतर घरात एक छायाचित्र फिरत होतं; पण ते मागण्याची काही माझी हिंमत नव्हती. एका रात्री मर्झियानं ते माझ्याकडे आणलं आणि मग आम्ही ते मेणबत्तीच्या प्रकाशात निरखलं."

"मग काय वाटलं तुला?"

"मला वाटलं, की मी ते बघितलं नसतं तर बरं झालं असतं. पण मला लग्न करावंच लागणार होतं त्यांच्याशी शेवटी."

"मी जर कधीच लग्न केलं नाही, तर फार वाईट होईल का?"

"नाही, फार वाईट नाही होणार. माझ्याकडे बघ; माझं जास्त आयुष्य तर मी नवऱ्याशिवायच घालवलं."

'पुरुष इतकं वाईट वागू शकतात.' ती आता नाझियाचा विचार करत होती. बारीक डोळे आणि वेगळंच परदेशी रूप असलेलं ते मूल जन्मलं होतं आणि सायमा आणि छोटू. आणि तिनं जर कुणाची तरी बायको व्हायचं मान्य केलं तर तिला सहन कराव्या लागणार असलेल्या अनेक क्रूर गोष्टी.

"हे मात्र खरं आहे." मागे उशीवर टेकत सावकाश आपले पाय लांब करत रेहाना म्हणाली. "पण मग तुझी दुःखं तू कुणाला सांगशील पोरी?"

"मला नाही माहीत." ब्लँकेटखालचा आईचा पाय शोधून तो चेपत माया म्हणाली. "तू केलंस तसंच मी करीन."

रेहाना हसली. "माझ्या पोरीच्या प्रेमानं मला बरं वाटतंय."

तेव्हा मायाला त्या गरजेची जाणीव झाली. खोलवर पुरून टाकलेली प्रेमाची गरज. केमोमुळे रेहानाचं रक्ताभिसरण मंदावलं होतं. तिची पावलं थंड पडली होती. आपल्या तळहातानं तिच्या पावलाची खालची बाजू चोळताना तिनं एक उसासा

टाकला, ते मायानं ऐकलं. बाहेर पावसानं संध्याकाळचे बाकीचे सारे आवाज दाबून टाकले होते. रातकिडे किरकिरत होते, पाली, सरडे चिरचिरत होते, पावसाच्या धारांमध्ये त्यांचं उच्च स्वरातलं गाणं सौम्य होत होतं. फक्त पानांची सळसळ मात्र वाढली होती. ती ऐकू यावी म्हणून पावसाच्या थेंबावर ती पानं आपले हात आपटत होती.

लग्न किंवा मुलंबाळं आपल्यासाठी नाही असं तिनं आजवर कितीतरी वेळा स्वतःला सांगितलं होतं. रोज रोज ती मुलांना या जगात येताना बघत होती. स्वार्थी, एकाकी आणि शक्तिवान. ती मुलं त्यांच्या आजूबाजूच्या लोकांना खाऊन टाकताना ती बघत होती आणि मग जग वाटलं होतं त्यापेक्षा कितीतरी जास्त गरीब आहे, हे कळल्यावर त्यांची सगळी ताकद गळून जातानाही बघत होती.

रेहानानं डोळे मिटले. एकदम ती खूपच थकल्यासारखी दिसायला लागली होती. ''माझ्याबरोबर आयातुल कुर्सी म्हण.'' ती म्हणाली.

''ठीक आहे.'' हे मी माझ्या आईसाठी करत्येय असं स्वतःला सांगून ती वरच्या मजल्यावर हेच करत होती. तरी ती प्रार्थना म्हणायला लागल्यावर तिच्या मनात एकदम सुटल्याची भावना पसरू लागली. सुरुवातीला तिच्या तोंडातून अडखळते शब्द बाहेर पडले खरे; पण ते शब्द अगदी सरळपणे बाहेर पडू लागले. जणू काही लहानपणाच्या आठवणीच, तिचे आवडते पदार्थ, लॉनवर उमललेली झेंडूची फुलं...

''अल्लाहु ला इलाहा इल्ला हुवा, अल-हैयुल–कय्युम.''

एका देवाखेरीज दुसरा देव नाही. तो जिवंत, स्वतःचं पोषण करणारा, चिरंजीव.

''ला त'खुधुहु सिनातम वा ला नओॅग.''

त्याला कसलीही गुंगी नाही की झोपही नाही.

''तू प्रार्थना करावीस असं मला वाटतं, माया. दिवसातून फक्त एकदा, माघ्रेबला.''

मायानं मान हलवत म्हटलं, ''तुला माहीत्येय, मी नाही करू शकत तसं. माँ ते बरोबर होणार नाही.''

''कुणाला?''

''सगळ्या श्रद्धावंतांना.'' आता ती रडत होती. तिचे उष्ण कोमल अश्रू तिच्या गालांवर हळुवारपणे टपटपत होते.

''तुझ्या श्रद्धेपेक्षा देव मोठा आहे,'' रेहाना म्हणाली. ''मी तुला हे करायला सांगत्येय, कारण तुला कदाचित याची गरज पडेल; मी गेले तर.''

''माँ, प्लीज. नको ना असं म्हणू.''

"तू इतकी स्वतंत्रपणे वागत्येस, तू घर सोडून गेलीस, स्वतःचं आयुष्य स्वतः घडवलंस. तू चांगली ताकदवान मुलगी आहेस. पण मी इथे नसताना तुझी काळजी कोण घेईल? तुझं स्वतःचं असं काहीतरी असावं, असं मला वाटतं. तुझ्या वडिलांनाही असंच वाटलं असतं."

तिचं स्वतःचं असं काहीतरी. काय बरं मिळवू शकेल ती? लग्न- एक कुटुंब- देव? यापैकी कशासाठीच तिनं स्वतःला तयार केलं नव्हतं. तेव्हा कुठे तिच्या लक्षात आलं, की हा सारा काळ तिच्या एकटेपणाच्या ओझ्याखाली अम्मू दडपली गेलेली होती. हा सारा काळ तिलाच एकटीला मला सहन करावं लागलं होतं. माझीच सगळी ओझी... मायाच्या मनात आलं, मग आता तिनं आईला सांगावं का की आता तू मेलीस तरी हरकत नाही. मागे जी पोकळी राहील ती भरून काढण्यासाठी मी करीन काहीतरी. पण ती हे करू शकणार नव्हती. तिचीच तयारी झाली नव्हती. "तुला बरं वाटणार असेल तर आणखी थोडी प्रार्थना करू या, अम्मू."

"मी दमलेय, लाडूबाई, झोपू या आता."

अम्मूच्या शेजारी माया बसून होती. तिच्या श्वासावर लक्ष ठेवून होती, त्यात काही अडथळा आला तर तिला हलवून जागं करायला तिचे हात तयार होते. आता आपल्या नशिबात जे असेल ते होऊ दे, असं किंवा मला जे काही करायचं होतं ते करून झालंय असं तिला वाटायला लागलं तर तिला जागं करायला ती तयार होती.

अम्मू आपल्याकडे काय मागत होती याचा ती विचार करत होती. दिवसातून एक प्रार्थना– संध्याकाळच्या वेळची, त्या पवित्र वेळची एक प्रार्थना. तिनं अम्मूचं मागणं मान्य करावं असा विचार केला आणि मग तिला वाटलं हे आपण कितीतरी आधी केलं असतं तर, धर्माला शरण गेलो असतो तर. आत्ता तिनं हे केलं तर तो एक पोकळ व्यवहार ठरेल. उथळ, कसलंही भरीवपण नसलेला– कोणताही स्वाभिमानी देव अशा करारामध्ये सामील होणार नाही. त्याला हे माहीत असणार आहे की दार वाजवणाऱ्या श्रद्धाळूला फक्त एक जादूचा दास हवाय, एकच इच्छा आहे– आणि त्या इच्छेसोबत एक अधिक सखोल भावना असली तरी ती नंतर आपलं वचन पाळेल याचीही काही खात्री देता येणार नाही.

❄

सकाळी लहानशा लाकडी टेबलाखाली मुरकुंडी करून झोपलेला झैद मायाला आढळला. तिनं खाली वाकून बघितलं तेव्हा तिला त्याचे गुडघे दिसले. पार छातीशी आवळून धरलेले.

त्यानं डोळे उघडले. हात पुढे केले तेव्हा तिनं त्याला बाहेर ओढलं. 'तू कसा आलास?" तिनं विचारलं.

"बसनं." तो म्हणाला.

"एकटाच आलास?" ही अगदी वाईट वेळ निवडली होती त्यानं. अम्मूच्या गोष्टींची बांधाबांध करायची होती रुग्णालयात जाण्यासाठी. त्याला घामाचा आणि कसला कसला देव जाणे, दुर्गंध येत होता. त्याचे केस इतके भादरले होते की जिन्यानं वर जाताना तिला त्याच्या मानेपासून डोक्याच्या वरपर्यंत वेलीसारख्या जाणाऱ्या फिकट शिरा स्पष्ट दिसत होत्या. इतके सारे आठवडे ती त्याची वाट बघत होती. आता तो आला होता– घाणेरडा, टकला आणि तिचं हृदय पिळवटून टाकणारा.

त्यानं मान हलवली. त्याचे डोळे पाण्यानं भरले होते. "सुटी आहे." तो पुटपुटला.

"भूक लागलीये का तुला?" मनात होतं त्यापेक्षा कठोर आवाजात तिनं विचारलं. तिला माहीत होतं, तिच्या आईवर उपचारांचा काही परिणाम होत नव्हता, त्याचा अर्थ काय आहे हे तिला कळत होतं, यकृतापर्यंत पसरत गेलेला रोग. आता झैद रडायला लागला होता. त्यानं आपले हात चेहऱ्यावर दाबून धरले होते.

तिनं त्याचा श्वास अडकेपर्यंत त्याला कडकडून जवळ घेतलं. "मी तुझी वाट बघत होते," ती म्हणाली. "तुला माहीत्येय का?"

तिनं पावाचा भाजलेला एक तुकडा आणि एक तळलेलं अंडं त्याच्यासाठी आणलं. ते सावकाश खाताना त्याची जिवणी थरथरत होती. अम्मू जागी झाली होती आणि तिला प्रार्थनेची चटई आठवणीनं बॅगेत टाकायला सांगत होती. झैदकडे वळत ती म्हणाली, "दादूला घेऊन मला हॉस्पिटलमध्ये जायचंय."

"सुटी आहे," त्यानं परत सांगितलं. "हुझूरनी घरी जायची परवानगी दिली आम्हाला."

त्याच्यावर विश्वास ठेवणं भागच होतं म्हणून तिनं त्याच्यावर विश्वास ठेवला.

"शक्य तेवढ्या लवकर मी परत येते हं."

त्यानं रिकामी बशी तिच्या हातात दिली आणि पुन्हा रांगत खोली ओलांडून तो त्या टेबलाखाली जाऊन मुटकुळी करून बसला. "मी इथे बसतो. मी इथेच बसून राहणार आहे."

राहील तो चांगला. रुग्णालयातून परत आल्यावर ती त्याला घेऊन बागेत जाईल, अम्मू बरी होईल आणि ती सारी जणं मिळून लुडो खेळतील आणि मग तो फसवाफसवी करेल-नेहमीसारखाच.

❄

आई किती तास झोपली आहे ते माया मोजत होती– बावीस तास. सदतीस.

चाळीस. तिसऱ्या दिवशी डॉ. सत्तारांनी मायाला तिच्या भावाला बोलावून घ्यायला सांगितलं आणि ज्या कुणाला तिला भेटण्याची इच्छा असेल त्या सर्वांना. तिनं टेलिफोन केले आणि ते आले. तिच्या लहानपणाच्या आठवणीचे लोक, शेजारी आणि मित्र-मैत्रिणी. आपल्या मुलांनाही घेऊन आले होते ते. ती मुलं रुग्णालयामध्ये येणाऱ्या वासाबद्दल तक्रार करत होती, चादरी ओढत होती ते 'इन्नालिल्लाह' म्हणत होते. जणू काही ती मेलीच आहे. मायानं बंगल्यावर फोन केला आणि सांगितलं, "अम्मू चालली आहे. करा काहीतरी."

"माझ्या हातात होतं तेवढं सगळं मी केलं आहे." डॉ. सत्तार म्हणाले होते. "आता फक्त वाट बघणं तेवढं आपल्या हातात आहे."

रेहाना श्वास घेत होती; पण तिला शुद्ध आली नव्हती. तिची मूत्रपिंडं निकामी होऊ लागली होती. तिच्या बोटांची टोकं निळी पडू लागली होती.

त्यांनी तिला एका खासगी खोलीत ठेवलं होतं. वॉर्डपासून आणि इतर रुग्णांपासून दूर. माया पाहुण्यांचं स्वागत करत होती, पुन्हा पुन्हा कॅन्सरबद्दल, तिच्या गर्भाशयाबद्दल सांगत होती. तिच्या यकृताच्या शस्त्रक्रियेबद्दल सांगत होती. अगदी शांतपणे ती हे सगळं सांगत होती. मिसेस रहमानंनी सेंट ऑफ एट रोप्समधून एक धागा आणून रेहानाच्या मनगटाला बांधला, तेव्हाही तिनं काही विरोध केला नाही.

चौथ्या दिवशी, डॉ. सत्तारनी मायाला घरी जाण्याची विनंती केली. थोडा वेळ झोप, ताजीतवानी हो, कपडे बदल, अगदी थोडा वेळ; पण जा. तिनं नकार दिला तेव्हा त्यांनी डॉक्टरांच्या विश्रांतिगृहात ती विश्रांती घेऊ शकेल, अशी व्यवस्था केली. तिचं कोपर धरून ते तिला जिन्यावरून खाली अंगणाच्या पलीकडे घेऊन गेले. तिला रस्ता माहीत होता– त्या हिरव्या कॉरिडॉरमधून बाहेर दोन्ही बाजूंनी रुग्णांच्या रांगा. फाटके कागद आणि झिजलेल्या, काळ्या पडलेल्या किनारींच्या फाइल्स हातात घेऊन.

"मी कुणाला तरी पाठवीन तुला बोलवायला. आत्ता झोप." डॉ. सत्तारनी बाहेर जाताना दरवाजा लावून घेतला. दरवाजाच्या खालच्या फटीतून दिसणाऱ्या प्रकाशाच्या रेषेकडे मायानं लक्ष केंद्रित केलं. सोनेरी-पिवळा प्रकाश चमचमत होता. त्याच्या पलीकडे माझी आई झोपली आहे. बोटं निळी झालेली, हळूहळू मरत चाललेली. त्या प्रकाशरेषेचा रंग बदलेपर्यंत तिच्याकडे बघत राहायचं असं तिनं ठरवलं. सोनेरी प्रकाश निळा होईपर्यंत, दिवसाची रात्र होईपर्यंत. पण तिचे डोळे मिटले असावेत. कारण तिनं पुन्हा डोळे उघडले तेव्हा ती प्रकाशरेषा पुन्हा आली होती. तशीच स्थिर– न डगमगता– आपला निरुंद प्रकाश खोलीमध्ये टाकत. तेव्हा तिच्या मनात तिचे वडील, त्यांची लहानशी आयुष्यरेखा आणि मातीत रक्त मिसळून टाकत मरण

पावलेले ते सारे तरुण आणि तिचा भाऊ आणि त्याचं ते मूल या साऱ्याची आठवण आली आणि अचानक तिला झैदची आठवण आली. अजून तो त्या टेबलाखालीच लपून बसलेला असेल का– अशी कशी ती त्याला सोडून आली इथे? आणि मग तिला वाटायला लागलं आपल्याला कधी आपला स्वतःचा मुलगा होईल का? कारण कदाचित ती कोणावरच पुरेसं प्रेम करू शकणार नव्हती. त्यांचं एकाकीपण स्वतःमध्ये मुरवून घेण्याइतकं.

ती प्रकाशरेषा स्थिरपणे चमकत होती. दिवस दिवसच राहिला. मग तो लांबत गेला. त्याला सावल्या यायला लागल्या. तो प्रकाश रोखण्यासाठी तिनं हातानं डोळे झाकून घेतले. एक नर्स दारात उभी.

"किती वेळ झालाय?"

"काही तास. फार वेळ नाही."

परक्या लोकांनी भरलेल्या खोलीत ती परत आली. पांढऱ्या पायघोळ डगल्यातले लोक. ते काय सगळं संपलं असं म्हणत होते की काय? बावन्न वर्षांची स्त्री-चार मेटास्टॅटिक गर्भाशयाचा कर्करोग, गर्भाशय काढलेलं आहे, यकृतावर शस्त्रक्रिया. गर्दीमधून तिला चादरीखालून बाहेर आलेली आईची पावलं दिसली. नीटपणे ठेवलेली. तिच्या घोट्याच्या खालचा एक तीळ.

डॉ. सत्तारनी इतरांना बाजूला करत म्हटलं, "ये माया. इथे ये."लोकांचं वर्तुळ बाजूला झालं. त्यांना तिचं वैद्यकीय मत हवं आहे का? आता त्यांनी हात उंचावले, तळहात आकाशाकडे केले. तिला एकदम सगळं कळून चुकलं. हे डॉक्टर्स नव्हतेच. नव्हतेच. मी माझे तळहात तुझ्याकडे करून म्हणतो, "हे अल्ला, मी भीक मागतो, विनवणी करतो." तिचेही हात वर गेले. मागे वळताच तिला तिचा भाऊ दिसला, जिथे तिच्या आईची पावलं उघडी, एकाकी पडली होती तिथे. तो काहीतरी पुटपुटत होता. ते शब्द तिला कळले नाहीत. पांढऱ्या कपड्यातले लोक त्याच्यामागून एका आवाजात ते शब्द उच्चारत होते. आमीन. तिला माहीत होतं हे सगळं चुकीचं आहे– हे गोल करून उभं राहणं, या नाहीतर त्या दिशेला तोंड करून उभं राहणं, देवाची विनवणी करणं, हे असं नाही करत. त्यानं तिला सांगितलं होतं हे जग तात्पुरतं आहे. अम्मूला स्वर्गामध्ये तिचं बक्षीस मिळेल. तिला इथे ठेवणं हा स्वार्थीपणा आहे. तो हे मायासाठी करतो आहे. कारण तिनं त्याला विनवलं होतं की आईला मरू देऊ नकोस. तो आला होता, त्यानं या लोकांना इथं आणलं होतं आणि ते एक गोल करून उभे होते, मक्केकडे तोंड करून एका रेषेत उभे नव्हते. त्यांना ते शब्द माहीत होते, आणि त्यांनी ते वापरायचं ठरवलं होतं.

त्यांची नजरानजर झाली. त्याला आलिंगन देण्यासाठी ती पुढे झाली, पण दूर राहा असं त्याच्या चेहऱ्यानंच तिला सांगितलं. त्यांचं असं दूर राहाणं या मंत्रविधीचा

एक भाग आहे, म्हणून ती मागे सरकली आणि समोर जे काही उपाय चालले होते त्यावर विश्वास ठेवण्याचा प्रयत्न करू लागली.

सोहेलनं प्लॅस्टिकची एक पाण्याची बाटली उचलली आणि त्यातला थोडा द्रव एका ग्लासमध्ये ओतला. झमझमच्या विहिरीचं पाणी. आईचं डोकं थोडं वर उचलत त्यानं ग्लास तिच्या तोंडाशी नेला. किंचित विलगलेल्या तिच्या ओठांमधून त्यानं सावकाश ते पाणी तिच्या तोंडात ओतलं. तिच्या हनुवटीवर सांडलेले थेंब त्यानं पुसले नाहीत. ती माणसं काहीतरी पठण करतच होती. डॉ. सत्तारनी हातरुमालानं डोळे पुसले.

युद्धाच्या काळात पाकिस्तानी सैनिक रस्त्यावरून जाणाऱ्या कुणाही मुलाला त्याची लुंगी सोडायला सांगायचे. ''सिद्ध कर'' ते म्हणायचे. ''सिद्ध कर, तू आमच्यापैकीच एक आहेस हे सिद्ध कर.'' तो मुलगा लटपटत लुंगी सोडायचा आणि सैनिकांना आत डोकावून बघण्यासाठी ती उघडी धरायचा. कदाचित रात्र झालेली असायची. अंधारात काही दिसायचं नाही. मग तो सैनिक म्हणायचा, ''तुझं ते बाहेर काढ आणि दाखव, कापलंय की नाही ते दाखव, घाणेरड्या बंगाल्या.''

माया जाणीवपूर्वक श्रद्धेपासून दूर गेली होती. तिची आई मोठ्यानं सुरा म्हणायची, तिच्या कपाळावरून एक पिसासारखा हलका श्वास सोडायची आणि एक आशीर्वाद पुटपुटायची. ते सारं माया प्रयत्नपूर्वक विसरली होती. पवित्रपणाचं सारं ज्ञान तिनं स्वतःच्या आठवणीतून पुसून टाकलं होतं. तिला गुडघे टेकायला, साष्टांग नमस्कार घालायला शिकवण्यात आलं होतं, त्या काळाच्या आधी तिनं स्वतःचं शरीर नेऊन ठेवलं होतं.

सात वर्षं देशभर फिरत असताना तिनं श्रद्धेचा एक साफ वेगळाच नमुना पाहिला होता. मशिदींची संख्या रोडावली होती. स्वतःला नव्यानं श्रद्धाळू म्हणून जाहीर करणारं शहर तर आणखीच वेगळं झालं होतं. खेड्यापाड्यांमध्ये लोक प्रेषित आणि इतर संत यांना सारख्याच भक्तिभावानं भजत होते. ते प्रार्थना करत होते, हे खरं आहे, पण इतर सर्वांसारखा रमझानच्या महिन्यात उपवासही करत होते. शेतीभाती काही असलीच तर एक तुकडा मक्केच्या प्रवासाला जाता यावं म्हणून बाजूला ठेवत होते. पण जंगलामध्ये ते बॉन-बिबी-वनदेवीचीही पूजा करत होते, बाऊलना आपल्या खेड्यांमध्ये बोलावत होते, बारीक उच्च स्वरात गाणारे पुरुष-लालोऽची गाणी गायचे- कुराणाच्या शब्दांना गाण्याचं रूप द्यायचे, दोन प्रेमिकांची भेट– देव हा प्रियकर आणि कवी हा त्याची विनवणी करणारा, अशी गीतं गायचे.

कधी कधी ती अशा मेळाव्याच्या कडेला उभी राहिली होती, बाऊलच्या आवाजानं मंत्रमुग्धही झाली होती, पण आत पाऊल टाकावं, असं काही तिला कधी वाटलं नव्हतं. तिला रस्त्यावरचे ते मुलगे आठवायचे आणि देवाच्या नावानं

करण्यात आलेल्या, तिनं प्रत्यक्ष पाहिलेल्या सगळ्या गोष्टी तिला आठवायच्या.

मूकपणे ते सारे पुरुष खोलीबाहेर गेले. एकटा सोहेल राहिला. आईच्या कपाळावरून हात फिरवत, काहीतरी पुटपुटत तो बसला होता. माया त्याच्या शेजारी बसली तेव्हा दुसऱ्या हातानं त्यानं तिचा हात हातात घेतला. खोलीत अंधार होऊ लागला. शेवटी प्रकाश निळाकाळा व्हायला लागला. हवेमध्ये थोडा गारवा होता. हिवाळा आला. आता शहरभर क्लेमेंटाइनचा वास दरवळेल. तिच्या मनात आलं. अम्मूनं या वर्षी काही भाज्या लावल्या आहेत. काही शेंगभाज्या, कॉलिफ्लॉवर, टोमॅटो... हिवाळ्यात तिचा स्वयंपाक सर्वांत छान असायचा. थंड हवेला योग्य असा. सकाळी ती कॉलिफ्लॉवर आणि बीन्स उकडायची आणि ती सगळीजणं तसंच ते खायची. वर उकडलेल्या अंड्यांचे थोडे तुकडे. तिला आठवलं, सोहेल त्याच्या प्लेटमध्ये भरपूर टोमॅटो केचप ओतून घ्यायचा. त्याच्या हातावरची तिची बोटं घट्ट झाली. त्यानंही आपली बोटं आणखी घट्ट केली. ती दोघं त्यांचा लहानपणचा हा खेळ खेळू लागली. बोटं दाबण्याचं एक प्रकारचं मॉर्स कोड. तिला खूप थंडी वाजू लागेपर्यंत हे चाललं. मग ती अम्मूजवळ बिछान्यात शिरली आणि तिला स्पर्श न करता तिच्या खांद्याच्या रेषेत आपलं डोकं टेकवून झोपली.

मायाला झोप लागली. तिला स्वप्नं पडली. तिच्या स्वप्नातल्या तिच्या आईला खूप तहान लागली होती. ''पाणी,'' ती म्हणाली. पाणी. मग सोहेलही तेच म्हणाला, ''पाणी. ती पाणी मागत्येय.''

मायानं डोळे उघडले तेव्हा तो झमझमचं पाणी तिच्या तोंडात ओतत होता. तिचं तोंड उघडं होतं. तिनं पाणी गिळलं. आता बहुधा तो म्हणेल हा चमत्कार आहे आणि सगळा प्रसंग नासवून टाकेल. पण तो उभा राहिला, आईच्या कपाळावर हलकेच ओठ टेकले आणि टेबलावरची आपली टोपी घेऊन मागे न बघता तो तिथून निघून गेला. जणू काही हा दिवस असाच संपणार होता.

ते सगळं संपेपर्यंत झैदला शोधायचं तिला आठवलंच नाही. टेबलाखाली, बागेच्या शेडमध्ये, जिन्याखालच्या कोळिष्टकांमागे. तो नाहीसा झाला होता. तो कुठे आहे हे माहीत आहे का, हे तिनं खदिजाला विचारलं. ''मदरसामध्ये'', ती उत्तरली. ''हुझूरनी त्याला परत पाठवलं.''

भाग तिसरा

देव कोणाचंही वाईट करत नाही; अगदी एका अणूएवढंही नाही.

१९८५
फेब्रुवारी

हिवाळ्यामध्ये नद्या मागे हटल्या. पूररेषेपासून त्यांनी स्वतःला मागे खेचलं आणि तिथली जमीन पुन्हा दिसू लागली.

बंगला पुन्हा त्याच्या जुन्या सवयींमध्ये गेला. खालच्या मजल्यावर रेहानानं हिवाळ्यासाठी बाग तयार केली आणि विणकाम हाती घेतलं. सुफियानं सारं स्वयंपाकघर रिकामं केलं आणि सारं घासून पुसून काढलं. इतकं की शेवटी त्या चमकत्या घरामध्ये तिच्या कडक हातांचं आणि कठोर जिवणीचं प्रतिबिंबही दिसू लागलं. आणि माया पुन्हा तिच्या सदरांमध्ये गुंतली. हुकूमशहावर टीका करणं, धर्मोपदेशकांवर, जमात पार्टीवर, घुलाम आझम, निझामी. शफातनं तिला सांगितलं, येणाऱ्या पत्रांची संख्या खूप वाढली आहे. हा एस. एम. हक आहे तरी कोण, हा प्रश्न ते विचारताहेत. वैद्यकीय महाविद्यालयामध्ये विद्यार्थ्यांनी त्यांच्या प्राध्यापकांपैकी कोण असेल यावर पैजाच लावल्या आहेत, असं डॉ. सत्तारनी मायाला सांगितलं. पण हा माणूस कोण आहे याची त्यांना थोडीफार कल्पना आहे असंही त्यांनी सांगितलं. आईच्या शेवटच्या तपासणीनंतर ती आईला घेऊन त्यांच्या ऑफिसमधून बाहेर पडत असताना 'मला तर या रोगाची काहीच चिन्हं दिसत नाहीत, पोरी. तुझ्या भावानं त्यांना घाबरवून पळवून लावलं वाटतं.' असं म्हणताना त्यांनी हलकेच

डोळाही मिचकावला होता. "काळजी घे हं," असं म्हणत त्यांनी तिला एक नोकरीही देऊ केली होती म्हणजे तिला हवी असेल तर. "एवढं सगळं प्रशिक्षण घेतलं ते वाया जायला नको."

वरच्या मजल्यावरही आयुष्य पूर्वीसारखंच सुरू होतं. मायानं तालीमला हजर राहणं बंद केलं होतं. खदिजानं तिला हाक मारली नव्हती आणि तीही वर गेली नव्हती. ती या भेटींची आठवण काढ़त राहायची... खदिजाची उबदार मांडी, सर्वांग लपेटून टाकणारं ते पठण... तिला भारून टाकलं गेलं आहे हे तिला कळत होतं. त्या पठणानं तिला जी सांत्वना मिळवून दिली होती, तिचा स्वीकार करण्यानं आपण स्वतःलाच धोका दिला आहे, असं काहीसं तिला जाणवत होतं. स्वतःच्या खोटेपणाबद्दलची एक लहानशी अपराधाची भावना ती स्वतःमध्ये बाळगून होती. सोहेलच्या कृत्यांबद्दल बोलायचं तर– त्याचं अम्मूच्या कानामध्ये काहीतरी पुटपुटणं, तिच्या तोंडात झमझमचं पाणी घालणं- या साऱ्यांना तिनं अजून कोणत्याच यादीमध्ये घातलं नव्हतं, त्यांना एखादं नावही दिलं नव्हतं. पण तिच्या मनात जो शब्द आला होता– चमत्कार– तो मात्र तिचाही विश्वास बसणार नाही असा होता.

आणखी एका बैठकीला यायला जॉयनं मायाचं मन वळवलं. जहानारा इमाम काहीतरी महत्त्वाची बाब मांडणार होत्या. ते मायानं ऐकलं नाही तर तिला पश्चात्ताप झाला असता. बेली रोडच्या सर्व निर्मितींमध्ये हॅम्लेटचं काम करणारा उंचापुरा नट अली रहमान यानं गीतांजलीमधली काही वाक्यं उद्धृत करून बैठकीची सुरुवात केली. तिच्या शेजारी, दोन्ही हात काळजीपूर्वक आपल्या गुडघ्यांवर ठेवून बसलेल्या जॉयचा तिला मोठाच आधार वाटत होता. त्याचा भव्यपणा तिच्या लक्षात आला. त्याची मोठी बोटं, भरदार भुवया. या गाणराच्या आत सारं काही जिवंत होतं– भरपूर– जितंजागतं. त्याच्या बोटांमध्ये बोटं गुंफूनच ही भाषणं ऐकावी, अशी आस अचानकच तिच्या मनात उफाळून आली.

कविता झाल्यानंतर ते सारे जण 'आमार शोनार बांगला' हे गीत गाऊ लागले. जहानारा इमाम कशाबशा व्यासपीठावर चढल्या, तेव्हा साऱ्यांनी उभं राहून त्यांना अभिवादन केलं. त्या पुन्हा एकदा युद्धातील गुन्हेगारांबद्दल बोलत होत्या. या वेळी माया लक्षपूर्वक ऐकत होती. "खुन्यांना शिक्षा करण्यात मुजीब आणि झिया अपयशी ठरले होते आणि आता हुकूमशहा तर ते खटले चालवण्यामध्ये पुढाकार घेणारच नव्हता. आपण जर काही केलं नाही तर यात गुंतलेले ते सारे सहभागी आपल्यामध्येच राहणार होते," त्या म्हणाल्या. त्यांनी एक निर्णय घेतला होता.

शासन जर आपल्याला न्याय देणार नसेल तर तो आपण मिळवला पाहिजे. आपण एक लोक अदालत भरवू, ज्यामध्ये या सर्व गुन्हेगारांवर खटले चालवले

जातील आणि त्यांना शिक्षाही दिली जाईल. त्या काय म्हणताहेत हे उमजायला सर्वांना एक क्षणभर वेळ लागला. खोलीत एकच आनंदी गजर उठला. टाळ्या. लोकच आता न्याय करतील– गुलाम आझम आणि निझामी आणि ७१मध्ये ज्यांनी आपल्या देशावर अत्याचार केले ते रझाकारही. ते एक लोकन्यायालय भरवतील – नागरिकांचं न्यायालय– रणांगणात जी मुलं मारली गेली त्यांच्यासाठीच केवळ नव्हे, तर ज्यांच्यावर बलात्कार करण्यात आले, त्या बायकांसाठीही.

"आत्ता या क्षणाला, सबंध देशामध्ये अशा हजारो बायका आहेत ज्या या शरमेच्या आठवणीसह जगताहेत आणि ज्या पुरुषांनी ही शरम त्यांच्यावर लादली ते मात्र खेड्यांमधून मोकाट मोकळे फिरताहेत. त्यांनी केलेल्या पापाची आठवण कुणीही त्यांना करून देत नाहीये. हा खटला त्या बायकांसाठी आहे. या देशाची न्यायालयं जर त्यांच्या दुःखाचे साक्षीदार होणार नसतील, तर आम्ही होऊ साक्षीदार. आम्ही त्यांना न्याय देऊ. हे आपलं कर्तव्य आहे– युद्धामधून वाचलेले म्हणून, नागरिक म्हणून हे आपलं अतिशय पवित्र असं कर्तव्य आहे."

मायाच्या मनात एकच विचार होता.

पिया.

जहानारा इमामचं भाषणं संपलं. मग तपशिलांविषयी चर्चा सुरू झाली. कोणावर खटला भरायचा, साक्षीदार काय सांगतील, खरेखुरे बळी येतील का... खऱ्याखुऱ्या घटना...? असं पुढे यायला लोकांना पटवायचं कसं...?

पियानं तिच्यावर गुदरलेल्या प्रसंगाबद्दल काय सांगितलं होतं ते मायाला आठवलं. मी काहीतरी वाईट केलंय, मला खूप पश्चात्ताप होतोय त्याचा, काहीतरी खूपच वाईट, 'मी' केलंय ते. हे असं आपण बोलू तरी कसं दिलं तिला? त्या साऱ्याची टोकदार आठवण मायाच्या मनात अगदी स्पष्टपणे जागी झाली. तिनं स्वतःला क्लिनिकमधल्या त्या भेटीची आठवण करायला लावली. 'हे सारं संपव.' असं म्हणताना तिच्या डोळ्यांतले ते घायकुतीचे भाव. "ही घाणेरडी गोष्ट घेऊन जा दूर कुठेतरी." ती आठवण दूर करण्यासाठी मायानं डोकं हलवलं. तिला समजण्याच्या आतच तिचे खांदे गदगदू लागले आणि उष्ण आसवांनी तिचे गाल भाजून निघू लागले. तिला हॉस्पिटलमधल्या तिच्या आईची आठवण आली. ती मरणार असं तेव्हा तिला निश्चित वाटलं होतं. आणि पिया– ती तिच्याकडे मदत मागत होती आणि ती ते करू शकली नव्हती.

बैठक संपली. लोक आपापल्या जागांवरून उठू लागले. जहानारा इमामच्या भोवती गोळा होऊ लागले. माया दगडासारखी सुन्न होऊन बसली होती. तिच्या नाकातून पाण्याचा मोठा स्रोतच वाहत होता. तिनं पालथ्या हातानं तोंड पुसण्याचा प्रयत्न केला. जॉय म्हणाला, "चल जाऊ या. मी तुला घरी सोडतो."

तिला घरी जावंसं वाटत नव्हतं. त्यानं तिला कसंबसं मोटारीत बसवलं आणि ती दोघं वेगानं तिथून बाहेर पडली. मायानं गाल खरचटेपर्यंत साडीच्या पदरानं खसखसून तोंड पुसलं. जॉय एलिफंट रोडवर वळून एका दुमजली इमारतीसमोर थांबला. "थांबतेस माझ्याबरोबर थोडा वेळ? एक कप चहा?"

पहिल्या मजल्यावर एक कॅफे होता. त्याच्या उभ्या काचेच्या खिडक्यांमधून एलिफंट रोडवरची चपला-बुटांची दुकानं दिसत होती. एका हिरव्या कातडी बूथमध्ये ती दोघं एकमेकांसमोर बसली. बराच वेळ कुणीच काही बोललं नाही. जॉयनं तिला काही वेळ खिडकीबाहेर बघू दिलं, आसवं पुरती थांबली याची खात्री होईपर्यंत ती हातांनी तोंड पुसत राहिली. मग त्यानं तिच्यावर एक हलकी मिस्कील नजर रोखली.

"आता सापडलीच आहेस मला, तर माझी एक शंका दूर कर बघू."

"शक्यच नाही." त्याच्या स्वराला साजेलसा स्वर लावत ती उत्तरली. आणि मेन्यूकडे बघू लागली. तिथे आल्यानं तिला बरं वाटत होतं. भावनांचा आवेग हळूहळू ओसरू लागला होता. "काहीही सांगणार नाहीये मी तुला." खाली एलिफंट रोडवर मोटारी, रिक्षा आवाज न करता एकमेकांशी झगडत होत्या. "तू तुझ्या अमेरिकन बायकोबद्दल सांगत नाहीस तोवर मी तुला काहीही सांगणार नाही."

"ठीक आहे, पण मग आपण एक डील करू या. मी तुझ्या सर्व प्रश्नांची उत्तरं देतो– अगदी सगळ्या– पण मग तू माझ्या एका प्रश्नाचं उत्तर दिलं पाहिजेस. फक्त एका. ओके?"

मेन्यूवरच्या एका पदार्थाकडे बोट रोखत तिनं विचारलं, "हे काय आहे?"

"ओ, काही नाही गं! साधे चीजबर्गर्स आहेत ते– लिहिताना चुकलेयत. या आधी कधी खाल्लाहेस चीजबर्गर? खिमा सँडविचसारखाच लागतो. जरा बेचव असतात मात्र– तुला हवं असेल तर मी त्यांना थोडी चिली पावडर टाकायला सांगू शकतो."

"ठीक आहे. चिली पावडर चालेल, पण चीज नको अजिबात."

"तुला आवडत नाही चीज?"

"मला गॅसेस होतात."

तो मोठ्यानं हसला.

"काय झालं?"

"शाळेत असताना तुला मुलांशी कसं बोलायचं ते शिकवलं नाही वाटतं?"

"मी डॉक्टर आहे–" काहीशी चिडून ती म्हणाली. "शारीरिक क्रियांचं मला काही वाटत नाही. आणि तुला तरी कसलं शिक्षण मिळालंय रे? माझ्या शिक्षणात जीवनशिक्षण अजिबातच नव्हतं."

"तुझ्या भावाच्या शाळेतच होतो ना मी. सेंट ग्रेगरीज. त्या जेसुइटांनी आम्हाला मुलींबद्दल जे काही माहीत असायला हवं ते सारं शिकवलं."

वेटरनं येऊन त्यांच्या ऑर्डर्स घेतल्या. जॉय त्या माणसाशी अतिशय सभ्यतेनं वागत होता. त्याच्याशी बोलताना त्याला भाई म्हणत होता. त्यानं सर्व लिहून घेतल्यावर त्यानं त्याचे आभारही मानले. "तुला काही ड्रिंक हवंय?"

"हो, लेमोनेड."

"फार आंबट आहे ते. नक्की चालेल तुला?"

"शट अप."

"आता." टेबलावर आपले हात ठेवत तो म्हणाला, "काय विचारायचंय तुला?"

"तुझ्या मैत्रिणींबद्दल."

"एकच होती."

"हो का? मी तर खूप ऐकलंय."

"लोक नेहमीच माझ्यासाठी कुणीतरी शोधत असतात, गरीब बिचारा जखमी स्वातंत्र्य सैनिक. त्याला एका बायकोची गरज आहे."

"बहुतेक तू बळी पडशील त्याला."

"कदाचित. तुला शेरिलबद्दल जाणून घ्यायचंय ना. पण ती कहाणी ऐकण्याच्या आधी तू न्यूयॉर्कमध्ये मी काय काय प्रकारची कामं केली ते ऐक. एकदाचं सांगून टाकतो– अगदी सगळं सगळं- एक वर्षभर मी बशा धुतल्या. टॅक्सी चालवली, ते मी तुला आधीच सांगितलंय. काही दिवस मी हॉटेलमधल्या खोल्या साफ केल्या. मग मी घरं साफ करायला लागलो, श्रीमंत माणसं, पार्क अव्हेन्यू, तुला खरं वाटणार नाही. ऑफिसेससुद्धा. त्या ऑफिसांमध्ये मी खूप काही पाहिलं. संध्याकाळनंतर –आणि काहीबाही. पण माझी शेवटची नोकरी. ती एका म्हाताऱ्या माणसाकडे होती. तो अगदी मरायला टेकला होता. त्याच्याकडे डॉक्टर्स, नर्सेस सगळं काही होतं. पण रात्री त्याच्यावर लक्ष ठेवायला त्याला कुणीतरी हवं होतं. मी त्याच्या खोलीतच झोपायचो. तिथे माझी आणि शेरिलची भेट झाली."

"ती पण त्याच्याकडेच काम करायची का?"

"ती त्याची मुलगी होती."

मायाच्या भुवया वर गेल्या.

"हो. अगदी हेच तिच्या कुटुंबालाही वाटलं. नोकरमाणसाशी लग्न? मला एक पासपोर्ट हवा होता आणि तिला बंड करायचं होतं- बस- इतकंच."

"तुझं प्रेम होतं का तिच्यावर?" त्याच्या नजरेसमोर एक भरपूर उजेड असलेली खोली आली. फर्निचरमध्ये मुरलेला सिगारेटच्या धुराचा वास आणि एक उंचीपुरी डौलदार स्त्री. पुरुषाचा शर्ट घातलेली, गळ्याशी कॉलर उघडी टाकलेली.

त्यानं तिच्या प्रश्नावर थोडा विचार केल्यासारखं वाटलं. "असेलही कदाचित

थोडंफार. तो काही केवळ व्यवहार नव्हता. आम्हाला एकत्र राहावं लागलं, एकमेकांना समजून घ्यावं लागलं, पण शेवटी आम्ही एकत्र नाहीच राहू शकलो.''

''का नाही?''

''कारण ते नातं अर्धवट होतं. मी तिला सगळं काही सांगू शकत नव्हतो.''

त्यांचं खाणं आलं. पावाच्या ओलसर तुकड्यांमध्ये भरलेले मांसाचे दोन वडे. मायानं एक घास घेतला. त्यातलं तूप तिच्या बोटांवर ओघळलं. तो पदार्थ खारट होता आणि चिली पावडरमुळे भयंकर तिखटही झाला होता. आपल्याला हे आवडतं आहे असं तिनं दाखवायचं ठरवलं, ''मस्त!तुझी अमेरिकन डिश.'' तोंड पुसत ती उद्‌गारली. ''मग म्हणून तू संपवलंस ते सारं.''

''मी घरी आलो.''

''बिचारी... तिला मागे सोडून आलास.'' जॉयच्या मजबूत अस्तित्वाखेरीजची शेरिल. तिचं आयुष्य आता किती रिकामं रिकामं झालं असेल.

''ती माझ्याबरोबर इथे राहू शकली नसती.''

''नेव्हर द ट्वैन शॅल मीट?'' गोंधळून जाऊन त्यानं खांदे उडवले.

''किप्लिग- कळलं? आणि फॉर्स्टरसुद्धा.''

''मला नाही कळत, तू काय म्हणतेयस ते.''

''काही नाही. मी वाचलेलं कुठेतरी.''त तिला आठवलं तो काही फार वाचणाऱ्यांपैकी नव्हता.

हातातला नॅपकिन चुरगाळून तो समोरच्या बशीत फेकत तो म्हणाला, ''मी काही फार वाचत नाही. तुझ्या भावासारखा नाही.''

''जाऊ दे रे. आता तर त्यानं सगळी पुस्तकं जाळूनच टाकलीयेत.''

''जाळून?''

''हिटलरसारखी. बागेत.''

जॉयनं तोंडावरच हात नेला.

''हो खरं.'' हा क्षण ती मनातल्या मनात इतक्या वेळा जगली होती की नव्यानं ऐकणाऱ्याला तो किती भयानक वाटतो, हे ती विसरूनच गेली होती.

क्षणभर ती दोघं गप्प होती. बशीतलं उरलंसुरलं खात होती. सोहेलनं त्याची पुस्तकं का आणि कशी जाळली याचे तपशील जॉयनं विचारले नाहीत आणि आपल्याला ते सांगावे लागले नाहीत याचं तिला बरंच वाटलं.

''मला वाटतं तू माझ्या प्रश्नाचं उत्तर दिलं आहेस. तू इथून का गेलीस, इतके दिवस बाहेर का राहिलीस, ते मला जाणून घ्यायचं होतं. पुस्तकांमुळे का?''

हातानं एक घाव घातल्यासारखं करत ती म्हणाली, ''त्या क्षणी सगळं संपलंच.''

"हे कोणत्या वर्षी झालं?"

"७७. मी तुझ्यापेक्षा पाच वर्षं जास्त वाट पाहिली."

"खरंय! तुझ्या आशाअपेक्षा मोठ्या होत्या ना."

"दुष्काळ, मग मुजीबचा मृत्यू, मग सैन्य आलं आणि मग जणू काही ते युद्ध कधी घडलंच नसावं असं. पण सोहेलनं जेव्हा ते केलं– म्हणजे तो काही माझा केवळ भाऊ नव्हता; लोक त्याच्याकडे आदरानं बघत होते."

"अजूनही बघतात." तो म्हणाला.

बरोबर होतं त्याचं. "होय, मी बघितलंय ना माझ्या डोळ्यांनी."

"म्हणून मग तू पळून गेलीस?"

"मला सहनच होईनासं झालं ते. तुला ऐकायचंय मी काय काय केलं, कसल्या नोकऱ्या केल्या ते? मी इथून गेले त्याआधी मी सर्जन बनण्याचं प्रशिक्षण घेत होते, हे तुला माहीतच आहे. मग एक दिवस, मी एका लहानशा गावातून जात होते. कुठे ते मला नक्की आठवत नाही– एक बाई किंचाळताना मला ऐकू आलं. एका शिंप्याच्या दुकानाच्या मागच्या बाजूला उकिडवी बसून ती ओरडत होती– दिवस भरले होते तिचे. मी तिला मदत केली आणि मग मला वाटलं, तसं मला कितीतरी दिवसात वाटलं नव्हतं, जणू काही मी काहीतरी चांगलं करू शकतेय, अजून असं काहीतरी. मग माझं प्रशिक्षण संपल्यावर मी ते काम संपूर्ण वेळ करायला सुरुवात केली. एक क्लिनिक उघडलं, दाईंना प्रशिक्षण दिलं, गंजलेल्या सुऱ्या, कात्र्या वापरायच्या नाहीत हे सांगितलं, आपली उपकरणं उकळून घ्यायला शिकवलं. काही गुंतागुंत निर्माण झाली तर आपल्या बायकांना हॉस्पिटलात दाखल करण्यासाठी नवऱ्यांची मनं वळवली."

"त्यामुळे तुला आपल्याला मुलं व्हावीत असं वाटायला लागलं का?"

माया बसल्याजागी किंचितशी हलली. "नाही, खरं म्हणजे नाहीच. म्हणजे काय होतं ते मला माहीत आहे; पण नाही हे माझ्यासाठी नाहीच. पण मी काम मात्र चांगलं करत होते." वेटरला हात करून तिनं दोन चहाची ऑर्डर दिली.

"म्हाताऱ्या माणसाच्या घाणेरड्या चादरी बदलण्याच्या कामापेक्षा चांगलंच ना."

"त्यामध्येसुद्धा काही चांगलं आहेच ना. तू या आयुष्यामधून हळूहळू त्याला बाहेर नेत होतास. हे केवढं चांगलं काम आहे."

"सोहेललासुद्धा बहुतेक असंच वाटतंय– लोकांना आयुष्यानंतरच्या आयुष्यामध्ये जायला मदत करणं आणि हे काम करताना त्याला खूप उदात्त वगैरे वाटतंय, असंही मला वाटतं."

"तुला माहीत्येय, अम्मू आजारी होती तेव्हा मी वरच्या मजल्यावर जाऊन

त्यांच्या तालीम वगैरेला हजेरी लावली होती.''

मान वाकडी करत तो उद्गारला, ''मला नवलच वाटतंय.''

''तिथे ना, म्हणजे अम्मू मरणार नाही अशी आशा वाटावी अशी एकच जागा होती बघ ती.''

टेबलापलीकडून हात लांबवत जॉयनं तिच्या हाताला ओझरता स्पर्श केला. तिनं अजूनही हातात चहाचा कप घट्ट पकडलेला होता. त्यानं हात सरकवला आणि तिचं मनगट आपल्या बोटांमध्ये धरलं. पुन्हा अश्रू वाहायला लागणार हे तिच्या लक्षात आलं. ''एका दिवसात दोन वेळा,'' मोकळ्या हातानं डोळे पुसत ती म्हणाली. ''तुला वाटेल मी सारखी रडतच असते.''

''नाही, मला वाटतं तू कधीच रडत नाहीस.''

मग मात्र तिनं त्याच्याकडे निरखून पाहिलं. त्याचा एक डोळा दुसऱ्या डोळ्यापेक्षा थोडा जास्त मोठा आहे हे तिच्या लक्षात आलं आणि त्याचं हसूही थोडं वाकडं होतं. जणू काही त्याच्या आईनं त्याच्या चेहऱ्याच्या एका बाजूवर दुसऱ्या बाजूपेक्षा जास्त प्रेम केलं असावं. पण मी मात्र तुझ्या सबंध चेहऱ्यावर प्रेम करीन, चेहरा आणि तुझी साडेनऊ बोटं. आपण त्याच्या ओठांवर नजर रोखून आहोत हे तिच्या लक्षात आलं. गेले काही महिने- अम्मूचं आजारपण यांनी ती स्वतःलाच विसरायला लागली होती. तिनं कपातला चहा गट्कन संपवला. ''मला जायला हवं,'' एकदम स्वतःच्या खुर्चीवरून उठत ती म्हणाली. खाण्याचे पैसे हट्टानं तिनंच दिले आणि जेव्हा त्यानं तिला मोटारीनं घरी सोडतो असं म्हटलं, तेव्हा तिनं साफ नकार दिला आणि ती घाईनं एका रिक्षामध्ये चढली. रिक्षा पुढे निघाल्यावर मगच तिनं मागे वळून बघितलं, तेव्हा त्याचा निरोपाचा हलता हात आणि उंचावलेल्या भुवया तिला दिसल्या.

❄

रेहाना बरी झाली होती, असं म्हणण्याखेरीज दुसरा पर्यायच नव्हता. डॉ. सत्तारच्या मते केमोथेरपी लागू पडली होती आणि आता ती रेमिशनमध्ये गेली होती. ती झमझमचं पाणी प्यायली होती आणि बंदुकीच्या आवाजानं एखाद्या झाडावरचे सगळे पक्षी एकदम उडून जावेत, तसा तिचा रोग तिच्यामधून पळून गेला होता. तो बंदुकीचा आवाज म्हणजे सोहेल. रेहाना बरी झाली होती. ती बागेत फिरत होती, सूर्यफुलांच्या आणि डेलियाच्या ताटव्यांमधून तण उपटून काढत होती. दोन रोपांमधून हात घालून मनगटाच्या एका झटक्यासरशी ती ते तण उपटत होती. मग ती सरळ उभी व्हायची आणि पोटावरून हात फिरवायची. जणू काही ते जे काही तिच्या आत होतं त्याची तिला आठवण होत असावी.

आपण तिच्याकडे टक लावून बघत राहिलो आहोत असं मायाला पुष्कळ

वेळा जाणवायचं. ही दुसरी संधी मिळाली आहे त्यासाठी आपण काय केलं आहे, असा प्रश्न तिच्या मनात यायचा. त्यांच्या एकत्र आयुष्यातले अनेक प्रसंग तिच्या नजरेसमोर तरळायचे. अम्मूला ढाक्यामध्ये सोडून तिला आणि सोहेलला लाहोरला नेण्यात आलं होतं, युद्धावर जाताना पुन्हा एकदा तिला मागे सोडलं होतं आणि नंतर सोहेलचा राग आला असताना, ती सोडून गेली होती, जातच होती– सतत जातच होती कुठे ना कुठे. हेच तेवढं तिनं केलं होतं. आपण किती वेळा अम्मूकडे परतलो आहोत याचा विचार कर, असं तिनं स्वतःला कितीतरी वेळा बजावलं होतं. अम्मूकडे, या घराकडे, तिला हेही आठवलं– युद्धावरून परतल्यावर अम्मू तिला स्वतःच्या खोलीमध्ये पलंग अर्धा कापताना दिसली होती.

सैन्यानं शरणागती पत्करल्यानंतरचा दुसरा दिवस होता तो. अम्मूच्या हातात एक करवत होती. दुसऱ्या हातानं पलंगाला धरत ती स्वतःचा तोल सावरत होती.. तिनं पदर घट्ट कमरेशी खोचला होता, पार डोक्यावर केसांचा अंबाडा बांधला होता आणि सारी शक्ती पणाला लावून ती तो पलंग कापत होती.

"हे तू काय करतेयस?" मायानं तिला विचारलं होतं; पण तिच्याकडे दुर्लक्ष करून धापा टाकत ती कापतच राहिली होती– जणू तिचं आयुष्यच त्यावर अवलंबून असावं. रस्त्यावर लोकांचा जल्लोष चालला होता. मायालाही त्यामध्ये सामील व्हायचं होतं. शेजारच्या रेडिओमधून मोठा आवाज येत होता आणि दूरवरून आरडाओरडा, फटाके यांचे आवाज येत होते. ती तशीच उभी राहून आई जे काही वेड्यासारखं करत होती ते बघत राहिली, करू दे तिला जो काही वेडेपणा करायचाय तो, असं मानून ती बाहेरच्या गडबडीमध्ये सामील व्हायला अधीर झाली होती.

रेहानानं पायगतीची बाजू कापली होती आणि आता ती डोक्याच्या बाजूकडे आली होती. हा भाग थोडा पातळ होता त्यामुळे तिचं काम थोडं सोपं झालं होतं. पण ते तसं उभं राहणं अवघड होतं. आता ती सबंध पलंग उभा करण्याच्या खटपटीत होती. कारण आता तिला त्याची उभी बाजू कापायची होती. मायानं नकळतच तिला मदत करायला सुरुवात केली. तिनं पलंग उभा करून भिंतीला टेकवून ठेवला आणि रेहाना खुर्चीवर उभी राहून तो कापत असताना तो घट्ट पकडूनही ठेवला.

"हे मी तुझ्यासाठी करत्येय." डोक्याच्या भागाकडे जाता जाता ती म्हणाली.

"काय?"

क्षणभर थांबून चेहरा पुसत ती म्हणाली, "मला पाणी हवंय."

तिला उभा पलंग कसा पकडून ठेवायचा ते दाखवत माया म्हणाली, "हे पकड, मी तुझ्यासाठी ग्लास आणते."

ती परतली तेव्हा तिनं अम्मूला ज्या ठिकाणी सोडलं होतं, तिथेच ती तशीच

उभी असलेली तिला दिसली. एक हात त्या उभ्या पलंगाच्या कडेवर आणि दुसरा आपल्या कमरेवर. तिनं घटाघटा ग्लास रिकामा केला.

तो पलंग खूप कोरीव कामाचा होता. मायाला आठवत होतं तेव्हापासून तो त्याच खोलीत होता. तिच्या आईला तिच्या लग्नामध्ये ज्या काही थोड्या भेटी मिळाल्या होत्या, त्यांपैकीच एक होता तो. वंशपरंपरागत चालत आलेला. पण आत्ता मात्र त्याचा नाश करण्यामध्ये तिला खूपच आनंद होत असावा, असं दिसत होतं.

डोक्याचा भाग पूर्ण कापण्यात त्यांना एक सबंध तास लागला. लाकूड चांगलं मजबूत होतं, त्यांच्या प्रयत्नांना सहजासहजी दाद देत नव्हतं. दोघी आळीपाळीनं करवत चालवत होत्या. शेतातल्या किड्यांसारखे लाकडाचे लहानलहान ढलपे त्यांच्या कपड्यांना चिकटत होते.

त्यांचं काम संपलं तेव्हा पलंग एखाद्या बुडणाऱ्या जहाजासारखा दिसत होता. खोल समुद्रामध्ये बुडत असलेला. रेहाना म्हणाली, ''सोहेल लवकरच परत येईल आणि तुला पुन्हा एकदा माझ्याबरोबर या खोलीत झोपावं लागेल. मला वाटलं मग निदान तुला स्वतःचा पलंग तरी असावा. निदान.''

''आपल्याला पाय लागतील.'' माया उद्गारली.

बागेच्या शेडमध्ये लाकडाचे काही मोठे तुकडे होते ते माया घेऊन आली. पण त्यांच्याकडे खिळे किंवा कसलाही गोंद नव्हता किंवा त्या खरखरीत कडा घासण्यासाठी सँडपेपरही नव्हता. त्यांनी कापलेल्या कडा सरळ होत्या; पण सफाईदार नव्हत्या.

त्या रात्री, त्या दोघी दिवाणखान्यातच झोपल्या. खाली फक्त गालिचा असल्यानं चांगलंच थंड वाटत होतं. डिसेंबरची थंडी त्या लाल सिमेंटच्या जमिनीमध्ये अगदी आतवर घुसली होती.

दिवे बंद करून ब्लँकेटस अगदी पायापर्यंत गुंडाळून घेतल्यावर रेहानानं विचारलं, ''तो येईल परत, येईल ना गं?''

''येईल.'' माया उत्तरली. त्याला यावंच लागणार होतं. तो ठीकच असणार होता. तो घरी येणार होता. आता दुसरा काही शेवट होणं शक्यच नव्हतं, इतकं काही त्यागून झालं होतं. तिचा सगळा उत्सव चुकला होता, पण तिला त्याचं काही वाटत नव्हतं. युद्धानंतरच्या जगण्यासाठी अम्मू तिला तयार करत होती– नवे बिछाने, सोहेलसाठी एक वेगळी खोली. हे माहीत असल्यानं आपल्या हाडांपर्यंत एक शांतसं आश्वासन घेऊन ती गाढ झोपी गेली.

पुढची काही वर्षं त्या दोघी त्या अर्धवट कापलेल्या अर्ध्या पलंगावरच झोपत होत्या. पिया आली आणि सोहेल बदलला. त्यानं लग्न केलं आणि तो वरच्या

मजल्यावर राहायला गेला. त्या सर्व काळात, माया तिथे नव्हती. त्या काळात, अम्मूनं एका सुताराला बोलावून तो पलंग पुन्हा पूर्वीसारखा करून घेतला होता. आता तो पूर्ण झाला होता, फक्त त्याच्या डोक्याच्या बाजूला एक बारीकशी रेषा तेवढी दिसत होती. तीही अगदी निरखून बघितलं तरच दिसणारी, एक लांबलचक रेषा, विजेच्या चमकण्यासारखी, वेडीवाकडी.

❄

"पुढच्या अंकासाठी मी काहीतरी देत्येय. माझ्या स्वतःच्या नावाखाली."

शफात त्याच्या खुर्चीत रुतून बसला होता. "लिही ना, पोरी. कशाबद्दल लिहायला आवडेल तुला?"

"युद्धाबद्दल..."

"अरे, तू माझ्यासाठी एक कप चहा आणशील का गं? घसा सुकलाय बघ अगदी."

हरामी. तिनं वाद घालायचा नाही असं ठरवलं. ती चहा करण्याच्या जागेकडे गेली, पाणी उकळून चहा बनवून तिनं कप-बशी त्याच्यासमोर आदळली. त्यानं मान वर करून बघितलंही नाही.

"अदिती कुठेय?" तिनं विचारलं.

"छापखान्यात गेलीये. आपल्याला अधिक चांगला दर मिळतो का ते बघायला गेलीये. तसं झालं तर पुढच्या अंकापासून आपल्याला ८०० प्रती छापता येतील." त्यानं टाइपरायटरवर बोटं मारायला सुरुवात केली.

"मी काय म्हणत होते..."

तो थांबला. त्याची दोन बोटं हवेत उंचावलेली होती. "तुला तुझ्या स्वतःच्या नावाखाली लिहायचंय? मला वाटतं आपल्या वाचकांना एस. एम. हकचा आरडाओरडा ऐकायलाच जास्त आवडेल." त्यानं चहाचा एक मोठा घोट घेतला. "माझ्या चहात तू कंडेन्स्ड मिल्क घातलंयस का?"

"कंडेन्स्ड मिल्क आणि साखर. मला वाटलं, तुम्हाला गोड चहा आवडतो."

"आवडतो. पण मला कंडेन्स्ड मिल्क नाही आवडत. प्लीज पुन्हा कर चहा. दूध आणि साखर." तिचा चेहरा काजळताना पाहिल्यावर तो म्हणाला, "चल, चल, एक मिनिट लागेल फक्त. लेखकाला चहा लागतोच."

तिचा दुसरा प्रयत्न चाखून तो पसंतीची मान डोलावत असताना ती म्हणाली, "जहानारा इमामनं खटला चालवण्याची हाक दिलीये. सगळ्या युद्ध गुन्हेगारांवर."

त्यानं हातातला मग टाइपरायटरवर ठेवला. "आत्तापर्यंत यावर कितीतरी वेळा चर्चा करून झाली नाहीये का? एक खटला व्हायला हवा होता. मला कबूल आहे,

पण आता फार उशीर झाला आहे पोरी, फारच उशीर.''

''न्यायाला उशीर कधीच होत नाही.''

''डार्लिंग, हे १९८५ साल आहे. तुला दिसत नाहीये का? आपल्यासमोर फार मोठ्या समस्या उभ्या आहेत. हुकूमशहा खऱ्या निवडणुका तर घेणारच नाही. त्याला बाहेर काढायला हवं आणि मग बाकीच्या गोष्टींची काळजी करायची. देश पुढे जाणं गरजेचं आहे, मागे नव्हे.''

आपण त्याच्याशी घासाघीस करतो आहोत हे तिला जाणवलं. ''एक लहानसं संपादकीय.'' ती म्हणाली. पण त्यानं आपला टाइपरायटर बडवायला सुरुवात केली होती. त्याचं काम होईपर्यंत थांबावं का? पण तिला रागच आला होता– ती जुन्या वळणाची आहे, जुन्या युद्धाच्या जखमा कवटाळून बसणारी आहे, असं काहीसं त्यानं तिला भासवलं होतं. तिनं आपलं सामान गोळा केलं आणि ती दाराकडे वळली, तशी जवळ जवळ अदितीला धडकलीच. तिच्या हातात अलाउद्दीन स्वीट्सचा निळा आणि गुलाबी डबा होता. तिचा चेहरा विजयानं फुलला होता. ''सेलिब्रेशन!'' हातातला डबा उघडत ती म्हणाली. डब्यामध्ये काला जाम होते, चमचम होते आणि एकच मोठा थोरला लाडू होता. ''निघालीयेस की काय? हे सगळं मी एकटी नाही हं खाऊ शकणार. तुला खरं वाटणार नाही. मी त्या प्रिंटरशी गोड बोलून पाचांच्या किमतीमध्ये ८०० छापण्याची परवानगी मिळवलीये.''

शफात अजूनही टाइपरायटर बडवतच होता. ''चल गं माया, आपणच खाऊ हे सगळं, चल चहा करते.''

मायानं लिनोटाइपच्या शेजारी टेबलावर सगळे पदार्थ मांडले. तिला इथला वास आवडायचा, मशिनमुळे निर्माण झालेली कोरडी ऊब आवडायची.

''मस्त किनई?'' अदिती म्हणाली. आनंदानं तिचे गाल गुलाबी झाले होते. त्या छापखानेवाल्याकडून हे एक डील मिळवताना तिला खूप मजा आली असावी. पँट घातलेल्या बाईला बघूनच आधी तो चक्रावला असणार. डोक्याच्या मागच्या बाजूला आवळलेली वेणी जणू काही झिप केलेली. लाडवाचा एक घास घेत तिनं विचारलं, ''काय झालं? तू शफातवर रागावलीयेस का? काय केलं त्यानं? तुला चहा करायला सांगितला का?''

मायानं मान डोलावली.

''डुक्करच आहे तो.''

''मला रझाकारांवर एक लेख लिहायचाय. कसे त्यांच्यावर खटले भरले पाहिजेत असं.''

''हो का?'' लाडवाचा एक लहानसा तुकडा अदितीच्या ओठावर चिकटून राहिला होता.

“शफात नाही म्हणतोय.”

“तो कसा आहे तुला माहीत्येय. स्वतःच्या दोन बोटांच्या पलीकडे काही दिसतच नाही त्याला.” आपली दोन बोटं हवेत टोचत तिनं त्याची नक्कल केली.

“पण त्याला काहीतरी वाटायला हवं ना, आणि ते लोक विसरले नाहीयेत अजून.”

“अर्थातच ते विसरले नाहीयेत. आपले लोक ज्यांनी ज्यांनी गमावले ते सगळे लोक.”

“आणि बायका.”

“बायकासुद्धा.”

“बलात्कार झालेल्या बायका.”

“म्हणजे वीरांगना म्हणायचंय का तुला?”

‘होय, वीरांगना. पण त्यांना वीरांगना म्हटल्यानं त्यांच्यावर जे काही खरोखर गुदरलं ते पुसलं जातं का? त्या काही धावत रणांगणावर गेल्या नव्हत्या आणि त्यांनी पदकंही मागितली नाहीयेत. त्या म्हणजे केवळ नुकसान होतं, युद्धाची बक्षिसं. आपण त्यांना लक्षात ठेवावं एवढं तर वाजवीच आहे.”

“पण त्यांनाच हे लक्षात ठेवणं नको असेल तर?”

तिच्या तडीपारीच्या काळात मायाला अनेक बलात्कारित बायका भेटल्या होत्या. काहींना गर्भपात करून हवा होता, तर काहींना टाके घालून हवे होते. काहींनी तर अगदी साधेपणानं विचारलं होतं, ‘माझ्यामधून हे धुवून काढता येईल का?’ त्यांच्यापैकी कुणालाही हे कुणाला कळावं असं वाटत नव्हतं. कुणालाही पोलिसांकडे तक्रार नोंदवायची नव्हती, कुणालाही आपल्या नवऱ्याला किंवा वडिलांना हे कळावं असं वाटत नव्हतं. कदाचित त्यांनी बोलावं असं तिला वाटणं हेच चुकीचं असेल. पण काही केल्या तिच्या मनातून व्हरांड्यात उकिडवं बसून भडाभडा बोलणाऱ्या पियाची आकृती जात नव्हती. त्या रात्री तिनं आणि सोहेलनं तिच्याविरुद्ध कट रचला होता. त्यांनी तिची समजूत घातली होती, तिला धीर दिला होता आणि सांगितलं होतं की आता ते सगळं संपलं आहे. आता ती सुरक्षित आहे. पण तरीही ती दोघं तिला बोलतं करू शकली नव्हती. ती बोलली होती ते त्यांच्या या दयाळूपणाच्या कृतीमुळे. त्यामुळेच तर सगळं संपलं होतं. मायाला ते आत्ता उमजत होतं. आता ते सगळं दुरुस्त करण्याचा एकच मार्ग होता.

अदितीनं उरलेला लाडू तोंडात घातला. “हे बघ, तुला माहीत्येय कसं आहे ते. ते सगळं पुन्हा उकरून काढायची कुणाचीच इच्छा नाही.”

“हे खरं नाही.”

“हे बघ,” जीन्सवर हात पुसत ती म्हणाली. “तुला इतकं महत्त्वाचं वाटत

असेल तर मी जाते आत आणि त्याला थोडी लाडीगोडी लावते. ओके? इतकी उदास नको होऊस यार, तुला मिळेल तुझा लेख लिहायला. मी त्याला हा काला जाम नेऊन देते, तो नाही म्हणूच शकणार नाही.''

मिठाईचा डबा हातात घेऊन अदिती दुसऱ्या खोलीत जाताना माया तिच्याकडे बघत होती. तिला एकदम जाणवलं– हे सगळं याच्याचसाठी तर होतं– मिठाई, मायाशी एकमत होण्याचं नाटक–तो लेख–त्याच्या खोलीत जाणं, त्याच्याशी लाडेलाडे बोलणं आणि आपलं बोलणं मान्य करून घेणं या साऱ्याची संधीच तर होती ही. शफातला लाडीगोडी लावून कोणतंही काम करून घ्यायला मायाची तयारी नव्हती. इथे काहीतरी घाणेरडं आहे– हे ऑफिस, सिगारेटच्या धुराचा शिळा वास, जवळच्या कातडी कमावण्याच्या कारखान्यांमधून उमटणाऱ्या वासाचे लोट. ती आणि सोहेल, अदिती आणि शफातसारख्या लोकांबद्दल बोलायची त्याची तिला आठवण झाली. कशा त्यांच्या सर्व कल्पना योग्यच आहेत; पण काहीतरी कमी आहे, एक नैतिक अधिष्ठान. किती रात्र होईपर्यंत ती दोघं बोलत असायची– अगदी सोहेलला झोप लागेपर्यंत. तेव्हा त्याचे हात त्याच्या खिशात असायचे आणि डोकं मागे पडलेलं. तिला एकदम त्याच्या आठवणीनं दुखल्यासारखं झालं.

सोहेलनं पँट घातल्याच्या शेवटच्या दिवसाची माया नेहमी कल्पना करायची. ती तेव्हा तिथे कुठे नव्हती; पण तो एक अखेरचा दिवस असणारच होता. तो नेहमीसारखा सकाळी उठला असेल, दात घासले असतील, शर्टाची बटणं लावली असतील आणि पायात पँट अडकवली असेल. ती पँट म्हणजे कदाचित त्याची लाडकी जीन्सही असेल. एका मित्राच्या अमेरिकेतल्या एका नातेवाइकानं जुनी झाल्यानं पाठवून दिलेली आणि खूप विनवण्या आणि मनधरण्या करून गिळवलेली. एल्विसच्या एलपी रेकॉर्ड्सरसारखी आणि त्याच्या जीर्ण झालेल्या 'लेडी चॅटर्लीज लव्हर'च्या प्रतीसारखी.

सारा दिवस तिचा भाऊ त्या जीन्सच्या पायांमध्ये पाय घालून फिरला असेल, रिक्षात बसला असेल, झाडांना धडकला असेल, खिशातून अनेक गोष्टी काढल्या–ठेवल्या असतील. पण त्या अखेरच्या दिवशी कोणत्या तरी क्षणी त्यानं ठरवलं असणार की हा एक बदलाचा– कातडं काढून टाकण्याचा दिवस आहे. जुन्या फॅशन्स सोडून देण्याचा आणि त्याहूनही जुन्या फॅशन्स स्वीकारण्याचा.

त्यानं तसं भविष्य वर्तवलं असेल का? त्याला हे सगळं आधीच कळलं असेल का आणि मग त्यानं हे अखेरचे क्षण भोगले असतील का? विद्यापीठाच्या आवारात तो किती रुबाबदार दिसायचा– त्याच्या वर्गमित्रांच्या कौतुकाच्या, मुलींच्या चोरट्या नजरा त्याच्यावर खिळल्या असतील का?

मायाला तसं वाटत नव्हतं. तो अखेरचा दिवस इतरांसारखाच त्यालाही रहस्यमय वाटला असणार. हे आधी ठरवलेलं असणं शक्यच नव्हतं. हे अचानक साक्षात्कार झाल्यासारखं त्याच्या मनात आलं असणार, आपण भक्तांसारखे कपडे घालावेत. त्याच्या आत जे बदल घडून येत होते ते बदल त्याच्या बाह्य स्वरूपामध्येही घडायला हवेत, इतर सर्वांसारखं दिसून चालणार नाही. इतरांसारख्या पाट्यां झोडायच्या... टेबलामागे बसून काम करायचं आणि 'स्मार्ट' म्हणवून घ्यायचं, हे नाही होणार.

त्या दिवशी त्यानं ठरवलं असणार– तोच दिवस अखेरचा असणार. त्यानं जीन्सकडे बघण्यात वेळ घालवला नसणार किंवा ते शेवटचे क्षण मजेतही घालवले नसणार. ज्या क्षणाला त्याचा निश्चय झाला असणार, तोच अखेरचा क्षण.

आणि त्यानंतर–

एक खळीचा पांढरा शुभ्र जलेबा, आतमध्ये सैलसर सुती पायजमा, कॉलरवर मोत्याची बटणं आणि कुणीतरी आशीर्वादासाठी डोक्यावर हात दाबावा तशी घातलेली ती टोपी. ती कायम त्याच्या डोक्यावर असायची. त्या अखेरच्या पँटच्या दिवसानंतर हेच त्याचे कपडे होते.

यावर चर्चा होणार नाही, मायानं ठरवलं होतं. शफातनं तिला तो लेख लिहू दिला नाही तर ती तो दुसऱ्या एखाद्या वृत्तपत्राकडे पाठवेल. ऑब्झर्वरकडे पाठवेल. घरी जाऊन तिनं टाइप करायला सुरुवात केली.

'माझे नाव एस. एम. हक असे आहे आणि आपल्या युद्धासंबंधी काही सत्यं तुमच्यासमोर ठेवण्याची माझी इच्छा आहे. आपल्यापैकी कुणीही या संबंधात निरपराध ठरणार नाही. ज्या हुकूमशाहीविरुद्ध आपण युद्ध केलं त्याचंच एक उदाहरण म्हणजे हा देश. तिथेच आपण राहत आहोत. देशाचं नेतृत्व असा एक माणूस करतो आहे, ज्याला देशाशी काही देणंघेणं नाही. आपल्यामध्ये वावरणाऱ्या युद्ध गुन्हेगारांविषयी काही करायला तो नकारच देतो आहे. आपण जर भूतकाळाला शिक्षा न देता पुढे जाऊ दिलं, तर आपणही त्या गुन्ह्यांचे साथीदारच ठरतो. हुकूमशहानं जर हा खटला सुरू केला नाही, तर तोही एक युद्ध गुन्हेगारच ठरतो.'

तिनं खाली सही केली, 'शेहरझादे हक माया.'

१९८५
फेब्रुवारी

मोठ्या बंगल्यातल्या जर्मन भाडेकरूनं आगाऊ भाडं दिलं असल्यानं आता सहा महिने त्या बंगल्यातून काहीच पैसे मिळणार नव्हते. मायाची बचत संपत आली होती. वैद्यकीय रुग्णालयामध्ये नोकरी धरण्याचा डॉ. सत्तारचा प्रस्ताव स्वीकारायचा असं तिनं ठरवलं. त्यांनी तिला मुलाखतीसाठी बोलावलं. समितीनं तिच्या उत्तम गुणांची दखल घेतली. शेवटच्या परीक्षेमध्ये तिला मिळालेली प्रशस्तिपत्रं पाहिली. परंतु तिनं खेड्यापाड्यामध्ये घालवलेल्या वर्षांबद्दल ते काहीसे साशंक होते.

तिनं शस्त्रक्रिया विभागाचा अभ्यास का सोडला? तिला शक्य तेवढी चांगली उत्तरं तिनं दिली. ती वर्षं खरोखर होती त्यापेक्षा अधिक हेतुपूर्ण होती असं दाखवलं. त्यांच्यावर प्रभाव पाडण्यात ती यशस्वी झाली. ती एक ज्युनियर डॉक्टर म्हणून राहील. तिच्या वर्गातल्या इतर डॉक्टरांच्या हाताखाली तिला काम करावं लागेल, पण एक सुरुवात तर झाली. रुग्णालयातून बाहेर पडताना तिच्या छातीवरचं ओझं हलकं झाल्यासारखं तिला वाटत होतं. इथे एक प्रणाली असेल, चार्टस्-रजिस्टर्स-आणि लेखी प्रिस्क्रिप्शन्स. हुकूम चालवायला आजूबाजूला विद्यार्थी असतील. एखादा रुग्ण मेला तरी ती एकटी जबाबदार धरली जाणार नाही किंवा त्या रुग्णाच्या नवऱ्याला आणि तीन मुलांना काय काय करावं लागलं, इथे रुग्णालयात येण्यासाठी काय काय विकावं लागलं, हे जाणूनही घ्यावं लागणार नाही. तिचं जग लहान होत होतं आणि वाढतही होतं. अतिशय आनंदानं ती आपले सहकारी, रुग्णालयातलं राजकारण, कॉरिडॉरमधल्या गप्पा यांचा विचार करू लागली.

त्या दिवशी ती बंगल्यावर परतली तेव्हा हेच विचार तिच्या मनात घोळत होते.

बंगल्याच्या ड्राइव्ह-वेमध्ये तिला जॉयची मोटार दिसली, तेव्हा तिच्या पोटात एकदम काहीतरी हललं.

दिवाणखान्यामध्ये सुगंध भरला होता. एक मध्यमवयीन लहानशी स्त्री सोफ्यावर बसून ठेवणीतल्या कपातून चहा पीत होती. जॉय तिच्याशेजारी बसून स्वतःच्या बशीत बिस्किटं आणि संदेश भरून घेत होता. त्यांच्यासमोरच अम्मू बसली होती. तिचे हात मांडीवर होते आणि चेहऱ्यावर हास्य.

आपण एखाद्या प्रसंगात विघ्न आणतो आहोत की काय, अशा कल्पनेनं मायानं दरवाजावर टकटक केलं.

"ओ.." तिची आई म्हणाली, "ये ना ये बेटा. बस. या मिसेस बशीर."

जॉयची नजर टाळत मायानं त्या स्त्रीवर लक्ष केंद्रित केलं. ती आता उभी राहून मायाला घट्ट मिठीत घेत होती. "माझ्या लाडक्या मुली," ती म्हणाली. "तुला भेटून मला इतका आनंद झालाय ना. मी तुझ्या भावाला भेटल्येय; पण तुझी आणि माझी भेट ही आत्ताच होतेय. बघू दे बरं मला एकदा तुझ्याकडे. ओ-किती सुंदर आहेस तू! केवढे मोठे डोळे- तुझ्या भावाइतकी गोरी नाहीयेस; पण ठीक आहे, आमच्या घरात या अशा गोष्टींना काहीच महत्त्व नाहीये."

शक्य तेवढं मागे वाकत माया म्हणाली, "हॅलो."

"पाया पड ना." तिची आई कुजबुजली.

"नाही नाही, अशा फॉर्मॅलिटीजची काही गरज नाहीये." मायाला मिठीतून सोडत मिसेस बशीर म्हणाल्या. "ये, इथे माझ्या शेजारी बस. तू खूप बिझी डॉक्टर आहेस, असं जॉय म्हणाला. अगदी स्वतंत्र विचारांची."

जॉयनं पाय एकमेकांवर ठेवले आणि पुन्हा सरळ केले. मायानं त्याची नजर पकडण्याचा प्रयत्न केला; पण तो दुसरीकडेच बघत होता. "माया," अम्मू म्हणाली, "आज दिवसभर तू काय काय केलंस ते सांग ना मिसेस बशीरना. आणखी थोडा चहा घेणार का तुम्ही मिसेस बशीर?"

"मी जरा हात धुवून येते." माया म्हणाली. "मी हॉस्पिटलमधूनच येत्येय सरळ. तुम्हाला नक्कीच टी बी वगैरे काही नकोय, आंटी."

मिसेस बशीरच्या डोळ्यांची उघडझाप झाली. चेहऱ्यावर आश्चर्य असतानाच त्या हसल्या. "प्लीज बेटा, अगदी जरूर जा."

हात धुताना मायाचं लक्ष स्वतःच्या चेहऱ्याकडे गेलं. तिचे डोळे लहान आणि थकलेले दिसत होते. वेणीही विसकटली होती. चेहऱ्यावर पाणी मारून तिनं केस पुन्हा बांधले.

स्नानगृहाच्या बाहेरच जॉय तिची वाट बघत उभा होता.

"टी बी?"

"होय रे! साथच आलीये. मला तुझ्या आईला सावध करायचं होतं."

दिवाणखान्यात आणखी चहा आणला गेला होता. मिसेस बशीरपासून शक्य तेवढ्या दूर अंतरावर छताकडे नजर लावून माया बसली. मिसेस बशीरनं मोठ्या अपेक्षेनं दिवाणखान्यात नजर फिरवली. मायाच्या शेजारीच असलेलं बास्केट त्यांना दिसलं.

"विणकाम करतेस का तू, माया?"

"नाही, मी नाही." जॉयनं या बाईला काहीच सांगितलं नव्हतं का? "हे अम्मूचं आहे."

"मी अगदी नवशिकी आहे." रेहाना म्हणाली. "हाताला काहीतरी चाळा पाहिजे ना! एका स्कार्फपासून सुरुवात केलीये."

थरथरत्या आवाजात मिसेस बशीर उद्गारल्या, "मी पण विणकाम करत असे, माझ्या पतीसाठी."

आता त्यांना एक समान विषय सापडला होता. "माया, तू आणि जॉय थोडा वेळ बागेत का नाही बसत? तोवर आम्ही दोघी थोड्या गप्पा मारतो."

बाहेर, जॉयनं तिचा हात धरण्याचा प्रयत्न केला, तेव्हा तिनं त्याला बाजूला केलं.

"ड्राइव्हला जायचंय?"

"नको, थोडं चालू या. मेणबत्त्या आणायला हव्या आहेत. रात्री वीज जात्येय रोज."

स्वयंपाकघराच्या दारानं ती दोघं बाहेर पडली. रस्त्यावर पोहोचताच जॉयकडे वळून मायानं विचारलं," हे काय चाललंय?"

"काही नाही." खिसे चाचपत त्यानं सिगारेटचं एक पाकीट बाहेर काढलं. "मी माझ्या आईला सांगितलं की तुझ्याशी लग्न करण्याची माझी इच्छा आहे. ती म्हणाली, मग आपण रीतसर त्यांना भेटायला जाऊ. तिनं हट्टच धरला."

त्याला तिच्याशी लग्न करायचं होतं. लग्न- तिच्याशी. अनाहूतपणे मनात उठलेली आनंदाची लहर तिनं थोडी दाबली. लग्न म्हणजे जन्मठेपच. "तुझी आई म्हणेल तसं नेहमी करतोस का तू?"

"नाही."

तो तिच्याशी काहीच का बोलला नव्हता? "आणि मला आधी विचारावंसं वाटलं नाही का तुला?"

"अर्थात. पण मला वाटलं की आधी आंटींकडे अर्ज केला तर बरं होईल."

"करुणास्पद."

"हे बघ," मोठा श्वास घेत तो उद्गारला. "इथे कसलंही कटकारस्थान

नाहीये.''

"हे सगळं अगदी करुणास्पद आहे आणि तू मला अपराधी वाटावं असा प्रयत्न करतो आहेस. तुला माहीत्येय माझं लग्न व्हावं असं तिला किती मनापासून वाटतंय ते- त्याचाच वापर करतोयस तू माझ्याविरुद्ध. ती मरणाच्या दारात आहे, माहीत्येय ना तुला?''

"मला वाटलं ती रिमिशनमध्ये आहे.''

"काळाचाच प्रश्न आहे तो– तिला थोडं सुख द्यावं असं मला वाटत नसेल असं वाटतं का तुला– लग्न, मुलं?''

"मला वाटलं, तुला मुलं नकोयत.''

"मुद्दा तो नाहीये. मुद्दा असा आहे की मी आजवर तिला काहीच दिलं नाहीये.'' हे ती स्वतःसाठी करत असेल की अम्मूसाठी? तिला कदाचित हे कधीच कळणार नाही.

"मग तर तू आता उशीर करायलाच नको.''

"माझं तुझ्यावर प्रेम आहे की नाही, यानं तुला काही फरक पडत नाही. तुला फक्त माझ्या परिस्थितीचा फायदा घ्यायचा आहे?'' आता ती दोघं पार्कच्या कोपऱ्याशी पोहोचली होती. तिथे रस्ता वळत होता. कोपऱ्यावरच्या लहान लहान दुकानांच्या गुच्छाकडे ती वळली.

"माया, प्लीज, तुझ्या मनात असं काही बोलायचं नाहिये हे मला माहीत्येय. तू नेहमी अशीच का बोलतेस?''

"कारण मी एक कठोर हृदयी बाई आहे, म्हणून तुला माझ्याशी लग्न करावंसं वाटायला नको– खरं म्हणजे तू असं स्वप्नही बघायला नको.''

"पण मी बघतो ना स्वप्न. माझा काही इलाजच चालत नाही.''

"ठीक आहे; माझाही काही इलाज नाही. तू माझ्याशी लग्न करून मला अगदी छान गोल पोळ्या बनवणाऱ्या, दागदागिने घालणाऱ्या, सासू म्हणेल तसं वागणाऱ्या आणि फक्त गोडच बोलणाऱ्या बायकांपैकी एक बनवू शकत नाहीस.''

"विचार कर- किती गोड बोलणं तू तुझ्या आतमध्ये साठवून ठेवलं आहेस. सगळे वाईट शब्द तर तू वापरूनच टाकले आहेस.''

"विनोद करू नकोस.''

सिगारेट बाजूला उडवत तो तिच्यासमोर उभा राहिला. ती दोघं दुकानासमोर पोहोचली होती. दुकानात एक लहानसा कंदील मिणमिणत होता. तिला ओळखून दुकानदारानं तिला हात केला. "मी विनोद करत नाहीये. मला तुझ्याशी लग्न करायचंय.''

"नाही जमणार. जा बरं तू आता. मला मेणबत्त्या घ्यायच्याहेत'' त्याच्यापासून

दूर होत ती दुकानाच्या पायऱ्या चढून आत शिरली. त्याची मागे जाणारी पावलं तिला ऐकू आली. ती आणखीच रेंगाळली. तेल, अंडी, साबण, मेणबत्त्या असं काहीबाही विकत घेत राहिली. त्याची चाहूल घेत राहिल्याबद्दल स्वतःला दोष देतानाच तो परत फिरेल आणि तिला मनवेल अशी आशाही करत राहिली.

ती घरी पोहोचली तेव्हा तो त्याच्या मोटारीवर रेलून उभा असलेला तिला दिसला.

पॅसेंजर सीटवर स्वतःला झोकून देत ती म्हणाली, "ड्राइव्ह."

मोटार बाहेर काढत असताना तो अगदी सावकाश हालचाल करत होता, अगदी सहजगत्या करत असल्यागत. तिनं खिडकीवर चेहरा दाबला– तिच्या तोंडामधून तिचा श्वास बाहेर पडला– गरम आणि जोरात.

"कुठे जायचंय तुला?" चाकावर एक हात टेकलेला, कोपर खिडकीच्या बाहेर, तिच्या कानात तिचं रक्त खळबळू लागलं.

"जस्ट ड्राइव्ह. कुठंही चालेल." रडायचं नाही, ती स्वतःलाच बजावत होती. रडलं तर किती मूर्खपणाचं दिसेल. "तू स्वतः मला विचारू शकला असतास ना."

"मला तुझ्या आईला माझ्या बाजूनं करून घ्यायचं होतं आधी."

"ती तुझ्याच बाजूनं आहे. सगळेच जण तुझ्या बाजूनं आहेत."

"इथे कुठलीच बाजू वगैरे नाहीये हं."

"आत्ताच तर तू म्हणालास."

"बाजू नाहीत."

"माझ्यावर प्रेम तरी करतोस का?"

त्यानं चौथा गिअर टाकला. क्लच सोडला. जंगली मधासारखा मऊ.

"म्हणजे तुझं माझ्यावर प्रेमसुद्धा नाहीये."

"लग्नाविरुद्ध असं काही आहे का तुझ्या मनात?"

ती त्याच्याकडे वळली. "किती वर्षांची आहे मी?'

"माहीत नाही, सव्वीस?"

"थर्टी-ब्लडी-टू. बत्तीस वर्षांची आहे मी. तुला काय वाटतं, मला लग्नाबद्दल काही समस्या नसती तर बत्तीस वर्षांची होईपर्यंत मी बिना नवऱ्याची राहिले असते?"

"आणि इथं मी समजतोय, की तू योग्य पुरुषाची वाट पाहतेयस."

"असं काही नाहीच."

"योग्य पुरुष असं काही नाहीच?"

"सुरुवातीला सगळे चांगले असतात, पण मग त्यांचे अहंकार काचेचे होतात आणि मग तुम्हाला त्यांच्याभोवती मिठी घालत, त्यांना बरं वाटावं असं करत सारं

आयुष्य काढावं लागतं आणि तोवर तुमचं आयुष्य मात्र कचरा होऊन जातं." तिनं डॅशबोर्डवर मूठ आपटत म्हटलं.

"हे शफातच्या बाबतीत म्हणतेयस का?"

"शफात...काय? अरे आता मत्सर वाटायला लागलाय तुला- हेच अगदी हेच तर म्हणायचंय मला. अंड्याच्या कवचासारखे अहंकार.. हसणं बंद कर, डॅम इट, ही गंमत नाहीये."

"मधमाशीच्या डंखासारखं टोचलं." तो हलकेच उद्गारला.

आता ती पल्टनजवळ पोहोचली होती. पल्टन मैदान बघण्यासाठी ती मोटारीच्या खिडकीबाहेर वाकली. ते मोठं थोरलं मोकळं मैदान तिच्या चांगलंच ओळखीचं होतं. मोटार वळली तशी तिला एक चमकदार पाटी दिसली. खिडकीवर हात मारत ती म्हणाली, "थांब–थांब इथे. गाडी थांबव."

त्यानं जोराचा धक्का खात गाडी थांबवली. "काय झालं?" गाडीचं दार ओढून उघडत ती बाहेर पळाली. "हे काय आहे?" अंधार पडला होता. गेटच्या पलीकडे फारसं काही दिसत नव्हतं. पण तिला एक फेरिस व्हील दिसलं आणि त्याच्या पलीकडे माणसाच्या चेहऱ्याचे प्लॅस्टिकचे प्राणी म्हणजे नक्कीच हे मुलांसाठीचं क्रीडांगण होते. 'शिशु पार्क' त्या पाटीवर लिहिलं होतं.

माया किंचाळली, "शिशु पार्क!" तिनं दरवाजे खेचून उघडण्याचा प्रयत्न केला. "तुला माहीत होतं हे?"

मोटारीतून उतरून जॉय तिच्याकडेच येत होता. ती का रडते आहे-दरवाजे खेचून उघडण्याचा प्रयत्न का करते आहे हे आत्तापर्यंत त्याला कळायलाच हवं होतं. "कुणी केलं हे?" तिनं विचारलं. "कुणी केलं?"

"मला माहीत नाही." तो तिच्यापासून थोड्या अंतरावर सिगारेट ओढत उभा होता. प्रथम तिला तिथेच बसावं असं वाटलं– तिथेच– अगदी त्या गेटच्या समोर. कुणीतरी येईल आणि या पल्टन मैदानाचं रूपांतर अम्युझमेंट पार्कमध्ये कसं झालं हे समजावून सांगेल याची वाट बघत. तिनं आपले दोन्ही हात गेटच्या बारवरून ओढले. सिगारेट संपवून जॉय तिच्याजवळ आला. तिच्यामागे उभं राहून त्यानं दोन्ही हातांच्या कवेत तिला घेतलं. हळुवारपणे तिला मोटारीकडे नेत त्यानं तिच्यासाठी दार उघडलं. मग स्वतः आत बसत त्यानं मोटार सुरू केली. ती दोघं मागे फिरेपर्यंत तिनं पदरानं तोंड पुसलं होतं.

"एक जागाच तर आहे ही साधी'– ती म्हणाली, "एक उघडा माळ, ते त्यावर काहीही करू शकले असते, किंवा तसाच ठेवूही शकले असते." आता तिच्या डोळ्यांसमोर ती चित्रं उभी राहू लागली होती. एक क्रीडांगण- दिवसभर भाजलेल्या शेंगदाण्याच्या पुड्यांचे कागद, सगळीकडे पसरलेले, मोहरीच्या तेलाचा

अंश असलेले पोह्यांचे लहान लहान तुकडे, लहान पोरी त्या गमतीच्या साधनांकडे धावत जात असताना त्यांच्या वेण्यांमधून गळून पडलेल्या रिबिनी, आपला हात धरण्यासाठी आपल्या आई-वडिलांना किंचाळून मारलेल्या हाका, सुटून पडलेल्या बुटांच्या लेसेस, मिमी चॉकलेट आणि ग्लुकोज बिस्किटांची गुलाबी पाकिटं. एक क्रीडांगण. पल्टन मैदान. संपूर्ण देशातलं सर्वांत पवित्र स्थान– इथेच मुजीबनी त्यांची सारी भाषणं केली होती. इथेच पाकिस्तानी सैन्यानं शरणागती स्वीकारली होती. नऊ महिन्यांच्या हद्दपारीनंतर ते देशामध्ये परत आले होते आणि इथेच त्यांनी देशाच्या स्वातंत्र्याचं उद्घाटन केलं होतं. रुमालानं ते डोळे पुसत होते तेव्हा– तोच रुमाल नंतर लोकांकडे बघत फडकवला होता, हजारो लोक होते, इथे तेव्हा– जणू काही ते म्हणत होते, 'मी शांतता घेऊन आलो आहे, मी पिता आहे तुमचा.'

इथेच एक क्षण का होईना; पण ते जिंकले होते. आता त्यांच्या इतिहासावर शेंगदाण्याच्या कागदाचे बोळे आणि कँडी फ्लॉसचा वास पसरला गेला होता.

एका बाजूच्या रस्त्यावर जॉयनं पुन्हा गाडी थांबवली. सीटबेल्ट काढून तो तिच्याकडे वळला. थोड्या अंतरावर रस्त्याच्या कडेला एक बिडीचा स्टॉल होता. स्टॉलमागचा माणूस पायावर पाय टाकून हात डोळ्यांवर घेऊन गाढ झोपला होता. ती पुन्हा रडू लागली. रोज सगळे लोक या पार्कच्या बाजूनं जात-येत होते. तिकिटं काढून आत जात होते आणि मज्जा करत होते. दुसऱ्या कुणालाही असा राग आला नव्हता.

जॉयनं तिच्या चेहऱ्यावर दाबलेले तिचे हात बाजूला केले. 'हे' तो म्हणाला, "मी पहिल्यांदा हे पाहिलं ना तेव्हा मीही रडलो होतो." तो जवळ वाकला. त्याला लिंबाचा वास येत होता. मन हलकं होत असल्याचा तिला भास झाला. त्याच्या मानेभोवती हात टाकत तिनं त्याला जवळ ओढलं. तो काहीतरी म्हणत होता पण तिला ते ऐकू आलं नाही. तिचे ओठ त्याच्या गालावर घासले जात होते, तुळतुळीत, किंचितशी वाढलेली दाढी. गुळगुळीत आणि खरखरीतही. आफ्टरशेव्हचा लिंबाचा ताजा वास. तिनं एक निःश्वास टाकला. आता तिला त्याचं बोलणं ऐकू येत होतं, त्याचे ओठ तिच्या कानापाशी होते.

"प्रेमाबद्दल सांगतो मी तुला काहीतरी." तो म्हणाला. "त्यांनी एका मोठ्या सुऱ्यानं माझं बोट तोडलं, माहीत्येय तुला? त्यांना तो सुरा कुठे मिळाला होता, ते मला माहीत नाही. एखाद्या खाटकाकडून घेतला असणार बहुधा. पण ते हे करत होते तेव्हा मी कसला विचार करत होतो माहीत्येय? माझ्या सगळ्या ओळखीच्या लोकांमध्ये तू एकटी अशी आहेस की तुला यानं काही फरक पडणार नाही हे नक्की. हा विचार होता माझ्या मनात आणि मग मी घरी आलो आणि माझ्या आईला पांढऱ्या

साडीत पाहिलं तेव्हा मला माहीत होतं की हेही तू समजून घेशील. कारण तूही अनेक वर्षं आपल्या मृत वडिलांच्या आठवणीत घालवली होतीस. हा सारा काळ मी तुझ्यावर प्रेम करत होतो.'' तो अतिशय गंभीरपणे बोलत होता. थोडं दूर सरकत त्यानं दोन्ही हात तिच्या खांद्यावर ठेवले.

''मला वचन दे.'' माया पुटपुटली.

''कोणतंही.''

''हे सारं विसर' असं तू मला कधीही सांगणार नाहीस. आपण कोण आहोत ते.''

''मी वचन देतो.''

त्यानं तिच्या हाताभोवती पंजा आवळला. तो कपाळाकडे नेत म्हणाला, ''थँक यू.''

❉

आपल्याला कुणीतरी गदगदा हलवतंय असं मायाला जाणवलं. 'आपा, आपा...' एक बाई पलंगाच्या पायथ्याशी उभी होती. हातमोजे घातलेले आपले हात मूकाभिनय करणाऱ्या माणसासारखे हलवत होती.

''कोण आहेस तू?''

''मी रोकेयाची बहीण आहे. तुम्हाला असं जागं केलं याबद्दल माफ करा, पण तिनंच तुम्हाला बोलवायला सांगितलंय. पोटात खूप दुखतंय तिच्या.''

''तू पुढे हो. मी आलेच वर.''

''वर नाही. ती घरी आलीये आमच्याकडे. चला चला लवकर-रिक्षा थांबवलीये.''

मायानं एक चुरगळलेलं सलवार कमीज अंगावर चढवलं, चप्पल चढवल्या आणि मागच्या दारानं बाहेर धाव घेतली. रात्रीची थंडी वाढायला लागल्यामुळे सुफिया आजकाल चुलीशेजारी झोपायला लागली होती. तिला ओलांडून ती पुढे गेली.

रिक्षामध्ये तिनं रोकेयाच्या बहिणीकडे निरखून पाहिलं. ''मी बघितलंय का तुला या आधी? तू वरच्या मजल्यावरच्या जमातमध्ये सामील झाली नाहीयेस का?''

''एकदा आले होते; पण मला नाही वाटलं तिथे राहावंसं. रोकेयानं आमच्या सर्व कुटुंबाला आणलं नाही म्हणून खदिजा संतापली होती.''

ती मुलगी डोक्यापासून पायापर्यंत झाकलेली होती. शिफॉनच्या एका तुकड्यामागून ती जगाकडे पाहू शकत होती, बस. एखाद्या घाणेरड्या काचेच्या तावदानामागून बघावं तसं. तिनं शिफॉनचा तो तुकडा उचलला आणि आपला चेहरा उघडा केला. अंधारातही तो सुंदर, फिकट चेहरा चमकत होता. 'खदिजा- जे काय नाव असेल

तिचं ते- अगदी दुष्ट बाई आहे.''

''तुला आवडत नाहीत का तिची प्रवचनं?'' ती प्रवचनं ऐकत बसलेल्या मुलींचे भारावलेले चेहरे, खदिजाभोवती गोळा झालेले त्यांचे भक्तिभावानं भरलेले जड श्वास, हे सारं तिला आठवलं.

''ती जे काही बोलत असते त्यावर तिचा पूर्ण विश्वास असतो. ते छान आहे. पण मी एखाद्या मुक्या जनावरासारखं कुणाच्या तरी मागे नाही जाऊ शकत.''

''मग तू असे कपडे का घातलेयस?''

''अशा मध्यरात्री मी तुम्हाला आणायला येऊ शकले असते असं वाटतंय का तुम्हाला?''

मायानं तिच्या बोलण्याचा क्षणभर विचार केला. या मुलीसारखी मुलगी, तिच्या त्या सर्वांग झाकणाऱ्या कपड्यांशिवाय अशी बाहेरच पडू शकली नसती. तिच्या या व्यावहारिक उत्तरानं माया प्रभावित झाली. ''कळा सुरू झाल्या त्याला किती वेळ झाला?''

''काही तासांपूर्वी. तिनं हॉस्पिटलमध्ये जायला साफ नकार दिला. ती आमच्याकडे परत आली तेव्हा उपासानं अर्धमेली झाली होती. आम्हाला वाटलंच नाही ती जगेल असं.''

''काय झालं?''

''ती काहीच सांगत नाहीये. तिला शिक्षा झाली होती वाटतं कशावरून तरी.''

रोकेया दोन वेळा बाहेर उन्हात गुडघे टेकून बसलेली मायानं बघितली होती, पण ती हे आपल्या मनानंच करत असावी, वरच्या मजल्यावर चालणाऱ्या अनेक विचित्र रीतीरिवाजांपैकीच हेही एक असेल, असं समजून मायानं तिला तेव्हा काही विचारलं नव्हतं. तेव्हा ती काहीच का बोलली नव्हती? आता तिला अपराधी वाटू लागलं, ''आय ॲम सॉरी, मला काहीच कल्पना नव्हती.''

''थांबा इथेच.'' ती मुलगी रिक्षावाल्याला म्हणाली. ''आता उरलेली वाट आपल्याला चालतच जावं लागेल.'' तिनं एक टॉर्चही आणला होता. त्या निरुंद होत जाणाऱ्या रस्त्यावरून मार्ग काढत त्या दोघी अखेरीस एका लहानशा घरापाशी येऊन पोहोचल्या. घराच्या दारावर एक पडदा लावलेला होता. एक पुढची खोली, एक मागची खोली आणि मागे कुठेतरी स्वयंपाकघर- बहुधा एक दोघा शेजाऱ्यांबरोबर मिळून वापरत असलेलं.

रोकेयाच्या वडिलांची नजर मायावर पडताच त्यांनी सुसंस्कृतपणे नजर फिरवली. ''सुबहान अल्ला,'' ते उद्‌गारले, ''प्लीज, ती वाट बघत्येय.''

रोकेया आवंढे गिळत होती. मायाला बघताच डोळे घट्ट मिटून घेत ती पुटपुटली, ''मला माहीत होतं, तुम्ही याल.''

मायानं एका भांड्यात हात धुतले आणि रोकेयाचं पोट तपासलं. मग तिची आणखी तपासणी करण्याआधी तिनं त्या मुलीला मोठे श्वास घ्यायला सांगितलं. मायानं आपला हात रोकेयाच्या जननमार्गामध्ये आतपर्यंत घातला, तेव्हा रोकेया विव्हळली. "अगदी सैल सोड अंग," असं सांगत वेणा देणाऱ्या बायकांशी बोलण्याच्या शांत स्वरात माया तिच्याशी बोलू लागली. अगदी हलक्या बोटांनी तिनं बाळाचं डोकं लागतं आहे का ते बघितलं. पण तिच्या बोटांना बाळाच्या ढुंगणाचाच स्पर्श झाला. ब्रीच. त्यांनी तिला रुग्णालयातच न्यायला हवं होतं खरं तर, पण आता फार उशीर झाला होता. ती फारच पुढे पोहोचली होती. मायानं याआधी पायाळू बाळं जन्माला आणली होती; पण ते जोखमीचंच काम होतं. बाळंतपणही अगदी सावकाश व्हायचं. आणि रोकेयाचा नवरा कुठेय? तो कुठेही दिसत नव्हता. नकोच विचारायला. आत्ता तरी नको. "आता ऐक रोकेया- डोळे उघड बरं."

रोकेयाच्या पापण्या फडफडत उघडल्या.

"तुझं बाळ उलटं आहे. ऐकतेयस ना? कळलं की मान हलव. आता काही करण्यासारखं नाही, तुलाच त्याला मदत करावी लागेल. काळजी करू नकोस, पण याला बराच वेळ लागणार आहे आणि दुखणारही खूप आहे, कळलं?" बाळाचं ढुंगण प्रथम बाहेर येणार होतं मग त्याचे पाय. तिला काही मदत करता येणार नव्हती. तिनं आपले हात बाळाला लावले तर कदाचित त्यानं आपले हात पसरले असते आणि मग जननमार्गामध्ये ते अडकून राहिलं असतं.

डोळे पुन्हा घट्ट मिटून घेत रोकेयानं मान हलवली.

वेळ आल्यावर मायानं तिला ओढत उकिडवं बसवलं. "पुढची कळ आली की जोर लावून ढकल. जेवढं शक्य असेल तेवढा जोर लाव."

प्रत्येक आकुंचनाबरोबर रोकेया डोकं खाली घालून जोर लावत होती, हुंकार देत होती. हलके, अगदी हलके हुंकार. मायानं इतके हलके हुंकार याआधी कधीच ऐकले नव्हते. माया सतत तिच्याशी शाबासकीचे शब्द बोलत होती. पण त्या मुलीला काही ऐकू येत होतं असं वाटत नव्हतं. ती फक्त नाकानं जोरात श्वास घेत होती, तिनं तिचे दोन्ही हात पांढरे पडेपर्यंत त्यांच्या मुठी घट्ट आवळल्या होत्या.

तिची बहीण जात-येत होती. रोकेयासाठी पाणी उकळत होती, तिचं डोकं सावरत होती. आता आकुंचनं भराभर व्हायला लागली होती. पण मदतीशिवाय बाळ काही मिलिमीटर इतकंच खाली सरकत होतं. एक तास गेला. दुसरा तास. रोकेया पाठीवर पडली. 'नाही मला जमत.' ती म्हणाली, "मला नाही जमत."

मायानं रोकेयाच्या पायांमध्ये बघितलं. "आता फार वेळ नाही लागणार. अगदी काही मिनिटं फक्त. मला दिसतंय ते येताना."

मान हलवत रोकेया पुन्हा पुटपुटली, "मला नाही जमत."

"जमवायलाच पाहिजे तुला. दुसरा काही उपायच नाहीये." मायानं तिला पुन्हा बसतं करण्याचा प्रयत्न केला. पण ती मान हलवत मागच्या गादीच्या गुंडाळीवर पडली. आता बाळ खाली येण्याचा प्रयत्न करू लागलं तशी तिच्या तोंडातून एक किंकाळी बाहेर पडली– एक लांबच लांब काळी भोर किंकाळी. "चल -चल-" माया म्हणाली, "बाळाला बाहेर यायचंय. तुला जाणवतंय ना- मला माहीत्येय तुला जाणवतंय ते."

आता कसलीही हालचाल करण्याएवढी ताकद रोकेयामध्ये उरलीच नव्हती. माया तिच्या पाठीशी आली आणि तिनं रोकेयाला बसतं केलं. मग स्वतः तिच्या पाठीशी बसून तिच्या काखेत हात घालून तिनं तिला धरून ठेवलं. त्या मुलीच्या कानाशी तोंड आणत माया म्हणाली, "तुला माहीत्येय? तुला मुलगी होणारेय- मी तुला तपासत होते तेव्हा मला जाणवलं ते. ही तुझी लहानशी मुलगी आहे. या जगात एक लहानशी मुलगी असणं किती कठीण असतं, तुला माहीत आहे ना? तुझं तिच्यावर प्रेम आहे हे तिला सांगावंसं नाही वाटत का तुला? आत्ता- ती या जगात येण्याच्याही आधी? सांग बरं तिला. आत्ता सांग. लाव जोर माझ्याबरोबर, लाव जोर." रोकेया जोर लावत होती तेव्हा मायानं तिला घट्ट धरलं होतं. जोर लावता लावता रोकेयाची ताकद परत आल्यासारखं वाटू लागलं. मायाला बाळाचे पाय दिसले. पुढच्याच जोरानं शरीर आणि खांदे बाहेर आले. आता हात मोकळे झाल्यानं मायानं बाळाची मान पकडून हलकेच त्याला बाहेर खेचलं. "बस- आता एकच कळ दे." ती म्हणाली. पण आता रोकेयानं सगळा ताबा घेतला होता. तिच्या प्रत्येक श्वासावर तिच्या शरीराचं नियंत्रण होतं. बाळाची हनुवटी बाहेर येऊ लागली. मग नाक आणि मग आता प्राचीनही झालेल्या जगाच्या खुणा असलेल्या पिवळ्या हिरव्या रंगाच्या द्रवानं भरलेले डोळे. मायानं तिला वर उचललं, तिचे हातपाय फडफडत होते, मायानं तिची लहानशी छाती चोळली, तिच्या रडण्याची ती वाट बघत होती आणि मग ते उठलंच- ते जोमदार रडणं- उच्च स्वरातलं आणि ताकदवान असं रडणं. तिला तिच्या आईच्या कुशीत ठेवण्याआधी तिनं इतर सर्व बाळांच्या कानात जे म्हटलं होतं तेच म्हटलं, "हॅलो, छोट्या उभयचरा?" कुणीतरी या नव्या आत्म्याचा अनोळखीपणा जाणायला हवा होता, त्यानं केलेल्या या दीर्घ प्रवासाची– हजारो लाखो वर्षं केलेल्या प्रवासाची दखल घ्यायला हवी होती.

तिनं या अशा अनेक आत्म्यांना जन्म घेताना बघितलं होतं. त्यांचे समुद्र सोडून किनाऱ्यावर येताना त्यांचे हात धरले होते, पण तिनं हे असं आयुष्यातून बाहेर ओसंडणं आपलं स्वतःचं असेल अशी कधीही कल्पना केली नव्हती. आता यानंतर मिळालेल्या त्या शांत क्षणामध्ये मायानं एक लहानशी कल्पना करण्याची परवानगी स्वतःला दिली. काहीतरी अगदी तिचं स्वतःचं. तिला जॉयची आठवण झाली,

त्यांचंही मूल असू शकेल, या वेळी हा वेगळाच प्राणी तिचा असेल, अगदी तिचा स्वतःचा, सगळा तिचा.

काथ्यामध्ये गुंडाळून बाळाला सर्व कुटुंबाच्या स्वाधीन करण्यात आलं. माया रोकेयाकडे बघत होती. तिनं केरोसीनच्या ज्वालेमध्ये एक सुई गरम केली आणि धागा ओवत म्हटलं, "हे पुन्हा थोडं दुखणार आहे हं, माफ कर मला."

रोकेयानं खालचा ओठ दाबून धरत म्हटलं, "मला तुम्हाला काहीतरी सांगायचंय." गादीवर तिच्या मुठी घट्ट आवळल्या गेल्या होत्या.

"आत्ता?"

"हो," ती म्हणाली, "आत्ताच सांगितलं पाहिजे. त्या मुलाबद्दल आहे."

माया आणखी एक टाका घालण्याच्या तयारीत होती. मायानं हात स्थिर करत विचारलं, "झैद?"

"तो मदरशातून पळाला हे तुम्हाला माहीत्येय?"

मायानं आपल्या बोटांवर लक्ष केंद्रित केलं, आतवर पोहोचत, उतरत, वर चढत जखम बंद करत. "तो पळून आलाय?"

"तुमची आई हॉस्पिटलमध्ये होती तेव्हा."

तो खोटं बोलला होता. हे माहीत नसणं हा केवढा मूर्खपणा होता. "तू पाहिलंस त्याला?"

"अगदी थोडा वेळच. मग सिस्टर खदिजाला तो सापडला. मी त्याला विचारलं की तू का पळून आलास? तर तो म्हणाला की मदरशाच्या हुझूरनी त्याला खाली झोपायला सांगितलं. त्याला काय म्हणायचं होतं, माया आपा? कारण मीही या गोष्टीचा विचार करत होते तर याचा एकच अर्थ होऊ शकतो. एकच अर्थ."

रोकेयानं खोलीतली सारी हवा शोषून घेतली आहे असं मायाला वाटलं. "नक्की तो हेच म्हणाला? तुला खात्री आहे?"

"मला माहीत्येय तो पोरगा खोटं बोलतो; पण त्या वेळी मात्र माझा विश्वास बसला त्याच्यावर."

याचा एकच अर्थ होऊ शकतो. रोकेयाची जखम शिवून काढण्यासाठी आणि त्या जखमेची काळजी कशी घ्यायची याच्या सूचना देण्यासाठी मायाला आपलं सारं सत्त्व पणाला लावावं लागलं. ती झट्कन त्या खोलीतून बाहेर पडली. त्या कुटुंबाला काहीतरी सबबी सांगून ती बाहेर पडली आणि समोर दिसलेल्या रिक्षात चढली. क्षितिजावर पहाटेची पावलं दिसू लागली होती, पण आकाश अजूनही काळंभोर होतं आणि ताऱ्यांनी भरलेलं.

१९७७

नोव्हेंबर

सोहल आपली सगळी पुस्तकं फेकून देत होता. त्यानं ती सगळी पुस्तकं मोठ्या प्रेमानं नीट पुसली होती, वर्णक्रमाने मांडली होती, खोक्यांमध्ये स्वच्छ कागद घातले होते आणि अगदी हलक्या हातानी तो ती पुस्तकं खोक्यांमध्ये भरत होता. तो ज्या प्रेमानं हे सारं करत होता त्यानंच मायाला राग आला होता. ज्या रीतीनं एखाद्या पुस्तकावर त्याचा हात थबकत होता, एखाद्या पुस्तकाची काळजी घेत होता त्यावरूनच त्याच्या मनातला संघर्ष उघड होत होता. एखादं पुस्तक उघडून तो त्यातलं एखादं पान वाचत होता, इब्सेनवर वेळ घालवत होता– कदाचित नोरा किंवा हेडाचा विचार करत असावा– मग ठामपणे ते पुस्तक बंद करत होता. दुसऱ्याच जगातल्या, दुसऱ्याच युगातल्या या बायका आता त्याला निषिद्ध होत्या.

त्याच वेळी तिनं त्याचा सामना केला होता. त्याच्या खोलीच्या दारात उभं राहून– माशांच्या झुंडींसारखी त्याच्या पायाशी पडलेली पुस्तकं पाहून तिला उत्तर माहीत होतं, कधीपासूनच तिला ते कळून चुकलं होतं– त्याच्या कपड्यांमध्ये झालेला बदल, गिटारवर टाकलेलं कापड. "सिल्व्ही– मला माहीत्येय हे सिल्व्हीचं काम आहे."

"ती माझी बायको आहे, तू तिच्याबद्दल असं बोलू शकत नाहीस."

"मग? हे तूच ठरवलंयस?"

"हा माझाच निर्णय आहे." हातातलं रिल्केचं पुस्तक हलवत तो म्हणाला.

ती सगळी पुस्तकं जमवणं काही सोपं नव्हतं. त्यातल्या प्रत्येक पुस्तकासाठी त्यानं न्यू मार्केट पालथं घातलं होतं, पुस्तकांच्या दुकानाबाहेरच्या खुर्चीवर बसून

त्यांच्या धुळीनं भरलेल्या, कोळ्याची जाळी लागलेल्या दुकानांमध्ये त्यानं शोध घेतला होता आणि ते दुकानदार ही पुस्तकं आमच्याकडे नाहीतच असं सांगत असतानाही ती शोधून काढली होती. लॉरेन्स, फिट्जेराल्ड, द स्कार्लेट लेटर. बहिष्कृत केल्या गेलेल्या नायिका त्याला खूप आवडायच्या. लिली बार्ट आणि हेस्टर प्रिन आणि मॉली फ्लँडर्स. रिल्के त्यानं विद्यापीठाच्या ग्रंथालयातून चोरलं होतं हे तिला माहीत होतं. ते पुस्तकच त्याला चिकटलं होतं, मला घरी घेऊन चल असं म्हणत राहिलं होतं. तरुण सैनिकाच्या, पावसानं ओल्या चिंब झालेल्या पाठपिशवीमध्ये भिजत राहिलं होतं, पावसाळ्याच्या पाण्यानं भरलेल्या मोसमात टिकून राहिलं होतं, केरोसीन कंदिलाच्या फिकट शेंदरी रंगाच्या उजेडात, कधी मेणबत्तीच्या पिवळ्या सोनेरी प्रकाशात ते वाचलं गेलं होतं, जाडीभरडी भाकरी आणि कच्च्या केळ्याची भाजी जेवताना ते वाचलं गेलं होतं. तेच आता तो तिच्याकडे पाहून हलवत होता. ते पुस्तक आता एका अंधाऱ्या खोक्यामध्ये बंद होणार होतं, तो सैनिक आता पुन्हा कधीही ते वाचणार नव्हता किंवा तो मोठ्यानं त्यातल्या ओळी वाचत असताना त्याच्या गोड गळ्यात ते रुतणार नव्हतं. कारण त्याच्या नव्या प्रेमानं त्याला एकच कवी वाचण्याची परवानगी दिली होती.

"तिचा याच्याशी काहीही संबंध नाही."

"मग अचानकच तुला पुस्तकांविरुद्ध काहीतरी वाटायला लागलं का?"

"माया, एक मर्यादा असायला हवी."

"मीही तेच म्हणत्येय; एक मर्यादा असायलाच हवी. म्हणूनच ना तू लढाईमध्ये सामील झालास?"

"त्यानं काही भलं झालं का?"

"आत्ता तसं वाटतंय, मला कळतंय, पण हे नेहमीच तसं राहणार नाही."

"त्यानं काही फरक पडणार नाही. यानंतरही एक आयुष्य आहेच ना?"

त्यानं रिल्के खोक्यात टाकला. मांडणीवरून आणखी एक पुस्तक घेऊन तेही खोक्यात टाकलं.

"मला बोलायचंय त्याबद्दल." ती म्हणाली. "तू मला कधीच काही सांगितलं नाहीस युद्धाबद्दल."

"आणखी काय सांगणार मी? आम्ही लढलो आणि आम्ही जिंकलो. शेवटी त्यानं कसलाच फरक पडला नाही." त्यानं डोक्यावरची टोपी ओढून काढली आणि हातांमध्ये ती पिळली. त्याचे केस अगदी डोक्याबरोबर कापलेले होते. युद्ध सुरू असतानाही तो इतका सैनिकासारखा कधी दिसला नव्हता.

आता कोणत्याही क्षणी तो तिच्यापासून दूर जाईल, हे तिला उमगलं. कायमचा. काय म्हटलं तर तो राहील तिच्यापाशी? काही नाही. बहुतेक सिल्व्हीची त्याच्यावरची

पकड फारच घट्ट होती. शिवाय तो सर्वशक्तिमानही तिच्या पाठीशी होता. एक शक्तिमान शत्रू. पण एक गोष्ट अशी होती जी तिनं आजवर त्याला सांगितली नव्हती. कदाचित ती गोष्ट सांगायची वेळ आली असावी. असं काहीतरी जे ऐकून त्याला मोठा धक्का बसेल, पण आपण जे काही केलं त्यामुळे दुःख भोगणारे आपण एकटेच नाही आहोत हे त्याला जाणवेल. "मला पियाबद्दल बोलायचं आहे." ती म्हणाली.

एकदम मागे वळत तो तिला सामोरा झाला आणि अगदी हलक्या, गुपित सांगावं अशा स्वरात म्हणाला, "ते संपलंय, माया."

तो स्वतःलाच पटवतोय, हे तिला माहीत होतं. तो सतत पियाचा विचार करत असतो हे तिला माहीत होतं. रोज तो पियाचा विचार करत असायचा– ती कुठे गेली असावी याचा विचार करत राहायचा. मायाही तेच करत होती.

तिनं त्याच्या हातातली टोपी घेतली आणि दोघांना बसायला थोडी जागा केली. त्यानं आपले दोन्ही हात पुस्तकांच्या गठ्ठ्यांवर ठेवले आणि तो राजासारखा रुबाबात बसला. आता त्याचं सारं लक्ष मायाकडे होतं. आता तिला यातून बाहेर पडता येणार नव्हतं. तिला वाटलं– आपण आत्ता जर त्याला सगळं सांगितलं तर तो कदाचित सारी पुस्तकं खोक्यांमधून बाहेर काढून जागच्या जागी ठेवेल. आणि त्याच्या सैल पायजम्याच्या जागी पुन्हा पँट चढवेल. एक रील-टू रील प्लेअर विकत आणेल आणि मग ती दोघं बसून सायमन अँड गारफंकेल ऐकू शकतील.

एक मोठा आवंढा गिळून तिनं बोलायला सुरुवात केली. "हे स्वातंत्र्य मिळाल्यानंतर लगेच घडलं–पिया नुकतीच आली होती, मी विमेन्स रीहॅबिलिटेशन बोर्डमध्ये काम करायला सुरुवात केली होती. अम्मूनंही. आम्ही दोघी बरोबरच गेलो होतो त्यांच्या कचेरीत. स्वयंसेवक म्हणून त्यांनी तिला काम दिलं होतं– युद्धामध्ये विधवा झालेल्या बायकांशी बोलायचं, त्यांच्या पेन्शनची, संपत्तीची कामं करायची, त्यांच्या नवऱ्यांच्या कुटुंबांशी बोलायचं." मग पुन्हा एक दीर्घ श्वास घेऊन, पुढच्या हकिगतीसाठी तयार होत ती पुढे बोलू लागली. "आणि भैय्या, मला मेडिकलचा अनुभव असल्यानं तुला माहीत्येय त्या कॅम्पसमध्ये- मी गर्भपात करत होते."

हातातल्या सोहेलच्या प्रार्थनेच्या टोपीला ती घड्या घालत होती, उलगडत होती. मी तुला सांगितलं नाही– तुला वाटत होतं मी नुसती आजारी लोकांना मदत करत्येय– पण मागच्या बाजूला आमचा एक मोठाच दवाखाना होता. तिथे बायका यायच्या– नको असलेलं मूल पाडायला. तुला आठवतंय शेख मुजीब काय म्हणायचे? त्यांना ही हरामी औलाद आपल्या देशात नको होती. पण काही जणींना—हे खूप कठीण आहे मला कळतंय- त्या वेळी मी याचा फारसा विचार केला नव्हता– त्यांना हे मूल नकोच असायचं. पण जेव्हा ती वेळ यायची तेव्हा मात्र

त्या रडायच्या– मग जाग्या झाल्या की आम्हाला म्हणायच्या परत ठेवा ते मूल आत. एक दिवस, पिया आली होती दवाखान्यात, मलाच भेटायचंय म्हणून. अम्मूला माहीतच नव्हतं. ती सरळ वॉर्डमध्येच आली. आणि तिनं तपासणीची मागणी केली. ती गरोदर होती, भैय्या, तुला माहीत होतं?''

ती त्याच्याकडे पाहूच शकत नव्हती. तिनं स्वतःला बजावलं होतं हे त्याला सांगशील तेव्हा त्याच्या नजरेत नजर घालून बोल. पण त्याच्याकडे बघणं तिला जमतच नव्हतं. त्याच्याऐवजी तिनं पुस्तकांवर नजर ठेवली. तिला ब्राइड्सहेड रीव्हिजिटेड दिसलं. वॉला उद्देशूनच ती बोलू लागली, ''थोडेच दिवस झाले होते, तिचं पोट दिसायलाही लागलं नव्हतं, बहुतेक युद्ध संपायच्या वेळी झालं असावं. तिला गर्भपात करायचा होता. ''आत्ता-'' ती म्हणाली, 'आत्ताच्या आत्ता,' ती म्हणत राहिली. मी खूप कामात होते. त्या सकाळी दहा पेशंट्स रांगेत होते. पण तरी मी तिला थांबायला सांगितलं. तिला सांगितलं, 'करते मी.' ती परत म्हणाली, 'आजच्या आजच व्हायला हवं हे, नाहीतर फार उशीर होईल. मी हे करू शकणार नाही. मी त्याला सांगून टाकीन,' असं म्हणाली होती ती. ती काय म्हणत्येय ते मला कळलं नाही, पण मी तिथल्या इन-चार्ज डॉक्टरशी बोलले आणि वेळ ठरवली. मी परत तिच्याजवळ पोहोचेपर्यंत ती फारच अस्वस्थ झालेली होती. तिनं तुला बोलवायला सांगितलं, प्लीज कॉल सोहेलभाई, पण त्या दिवशी तू कँटोन्मेंटमध्ये गेला होतास– आठवतंय ना? सैन्यातून निवृत्ती घेण्यासाठी तुला पुष्कळ कागदपत्रं करावी लागली होती, तू सारा दिवस तिथेच होतास. मला वाटलं ती घाबरलीये— इतरांसारखीच घाबरलीये. तिला घरी घेऊन यावं असंही मला वाटलं, पण ती काय म्हणाली हे मला आठवलं. ती म्हणाली होती, की 'हे आजच व्हायला हवं, नाहीतर तिची हिंमत खचून जाईल.' काय करायचं ते मला माहीत होतं, मी तेच तर करत आले होते ना इतके दिवस–त्या मुलींना पटवायचं की त्या जे करताहेत ते योग्यच करताहेत, त्यांच्या कुटुंबासाठी, त्यांच्या देशासाठी हे योग्यच आहे. हे ऑपरेशन केलंस तर तू तुझ्या घरी जाऊ शकशील, तुझं कुटुंब तुला पुन्हा घरात घेईल असं मी तिला सांगितलं. 'तू एक वीरांगना आहेस,' मी हेही सांगितलं तिला आणि मग– पढवले गेलेले सारे शब्द मायाच्या तोंडून बाहेर पडू लागले. 'तुला शत्रूनं नासवलं आहे. तुझ्या पोटातलं मूल हे एक अनौरस औलाद आहे, विषाची कुपी आहे. तू त्या मुलाला या जगामध्ये येऊ देता कामा नये. तुझ्या छातीतलं दूध तू त्याला पाजता कामा नये. जे काही घडलं आहे ते पुसून टाकता येईल. बाकीचं सारं आयुष्य त्याच्याबरोबर काढण्याची काही गरज नाहीये. तू या मुलाला जन्म देता कामा नये. हे आपलं मूल आहे असा विचार करू नकोस. हे तुझ्या शत्रूचं बीज आहे,' हे सारं मी तिला सांगितलं. शेवटी ती तयार झाली.'

सोहेल घामानं डबडबला होता. घामाच्या बारीक धारा त्याच्या चेहऱ्याचे तुकडे करत वेड्यावाकड्या वाहत होत्या. त्या पुसण्याचा त्यानं प्रयत्नही केला नाही. त्या तुरुंगामध्ये ती त्याला सापडली होती, तो दिवस त्याला आठवला. त्यानं तिला कसं उचलून बाहेर आणलं होतं, तिचे कापलेले केस त्याच्या गळ्याशी खरखरीत वाटत होते. 'मला घरी घेऊन जा.' ती म्हणाली, 'मला घरी जायचंय. मला घरी घेऊन जा.'

ती दोघं बांबूच्या एका लहानशा बेटामध्ये होती. तिला उचलून घेऊन त्या बराकींपासून जेवढं दूर जाता येईल तेवढं दूर तो आला होता. पण तो भाग सपाट होता आणि बराक नजरेला पडली की ती मोठ्यानं रडायला सुरुवात करत होती. म्हणून त्यानं तिला बराकींकडे पाठ करून एका झाडाला टेकून बसवलं होतं. तो तिच्या नजरेच्या टप्प्यात बसला. तिच्या चेहऱ्यावर सूर्यकिरणं थेट पडत होती आणि एक लांबलचक डौलदार सावली पडत होती. "माझं गाव पूर्वेला आहे," ती म्हणाली.

त्यांनी तिला एका जीपमध्ये घालून इथे आणलं होतं. 'आणखीही एक मुलगी होती, पण ती मेली.'

तिनं तिच्या गावाचं नाव सांगितलं– धनीखोला. मला नेशील तिथे? लढाई संपलीये आता. त्यानं तिला सांगितलं. ती दोघं चालत जाऊ शकली असती. वाटेतल्या प्रत्येक गावामध्ये थकलेल्या आनंदस्वरांनी आणि लढाईनंतर मागे उरलेल्या पिकाच्या तुकड्यांनी त्यांचं स्वागत केलं गेलं. खेड्यामागून खेडं, पहारा, मोरमोरा, लालखेत. प्रत्येक आईला तो आपला लढाईवरून परतलेला मुलगा वाटत होता– दमलेला पण धडधाकट शरीरानिशी– आणि बरोबर एक स्त्री.

ती अठरा वर्षांची होती. "माझी बहीण याच वयाची आहे," तो म्हणाला.

"तुम्हाला बहीण आहे?"

"हो, माया. ती सीमेपलीकडे निर्वासितांच्या छावणीमध्ये काम करायला गेली आहे."

"एकटी?"

"ती फार शूर मुलगी आहे."

पियाचे डोळे दूरदूर होते आणि तिच्या आवाजात एक दुखरी छटा होती. तिसऱ्या दिवशी ती एका खेड्यातल्या तलावामध्ये उतरली. तो लक्ष ठेवून होता- ती आत लांबवर जाईल अशी त्याला भीती वाटत होती. तिच्या पाठीवर सूर्यप्रकाश चमकत होता. तिला पुढे पुढे नेणाऱ्या तिच्या हातांवर चमकत होता. गळ्याएवढ्या पाण्यात गेल्यावर तिनं मान खाली करत डोकंही पाण्याखाली घातलं. तिची साडी एखाद्या उमलत्या फुलासारखी तरंगत वर आली. आणि ती जेव्हा पाण्याबाहेर आली तेव्हा वेगळीच झाली होती. जणू काही पाण्याखाली गेल्यावर तिनं आपल्या

शरीरातल्या सर्व हाडांना सांगितलं असावं की आता आपापल्या जागी जा. अशी ती पाण्यातून बाहेर आली- नीटनेटकी, व्यवस्थित दूर दूर बसलेले डोळे आणि आवाजातली जखम. त्यानं विचारलं तू येशील का कधी ढाक्याला– सहज– थोड्या दिवसांसाठी? ती दोघं आता ढाक्यापासून थोड्याच अंतरावर होती– काही मैल फक्त.

ते खेडं अगदी तिनं वर्णन केल्यासारखंच होतं– मातीच्या आणि गवताच्या नीटस घरांवर पडलेली झाडांची हिरवट सावली. घरांच्या भिंतींवर थापलेल्या गोवऱ्या, आणि ज्या कुणी त्या थापल्या होत्या त्यांच्या हातांचे त्यावर उमटलेले ठसे. एक तळं. सगळीकडे शांतता. खालवर ओथंबलेलं धुकं आणि त्यामध्ये झाकोळलं जाणारं कोकिळेचं गाणं, पाण्याची सरसर.

आपला पत्ता एका चिटोऱ्यावर लिहून त्यानं तिच्या हातात दिला आणि तिचा निरोप घेतला. त्याला माहिती होतं तिला वाचता येत नाही तरी. त्याला हेही माहिती होतं की तिच्या शरीराचा प्रत्येक भाग कसून तपासला जाईल. शोधला जाईल. ती ते चिटोरं आगीत फेकून देईल, ती कधीच येणार नाही.

हात कपाळाशी नेत त्यानं सलाम केला आणि म्हटलं, "गुड बाय." अगदी औपचारिक. पियाच त्याच्याजवळ आली, पाण्याचा सुगंध येत असलेला आपला तळवा तिनं त्याच्या गालावर ठेवला. पियानंच पुढं होत मान वर उचलून त्याच्या ओठांवर हलकेच आपले ओठ टेकले. तिचे ओठ दाणे काढलेल्या कणसासारखे खरबरीत आणि लहानसे होते.

ती इंग्लिशचे काही शब्द शिकली होती. "सी यू अगेन," आपल्या अवघडलेल्या शब्दांनी त्यांच्यामधलं अंतर अधिकच वाढवत ती म्हणाली.

आणि ती आलीच. ती आली आणि त्या दोघांनी बागेत बसून बोलण्यात तासन्तास घालवले. ती दोघं सगळ्यांबद्दल बोलत होती आणि कशाबद्दलच बोलत नव्हती. लढाईच्या आठवणी पुसट व्हायला लागल्या. त्या रात्रीपर्यंत– आता त्याला कळलं आहे की पिया मायाला भेटायला रुग्णालयात गेली होती, पण तोपर्यंत तो नेहमीसारखाच दिवस होता. आपली गन परत करण्यासाठी तो कँटोन्मेंटमध्ये गेला होता. लढाईच्या शेवटच्या काळात त्यांनी त्याला एक गणवेश दिला होता. त्याच्या बाहीवर एक हिरवा आणि लाल बॅजही होता. कँटोन्मेंटमध्ये त्याला त्याच्या तुकडीमधले इतर काही मुलगे भेटले होते- फारूक, शमीक आणि कोना. त्या सर्वांनी पुढेही सैन्यातच राहण्यासाठीच्या अर्जावर सह्या केल्या होत्या. तो सैन्य सोडतो आहे यात काही आश्चर्य नाही, असंच ते सारे म्हणाले होते. त्यांना तो कधीच एखाद्या गटाला सामील होणारा माणूस वाटला नव्हता. लढण्यासारखं काही ध्येय समोर नसेल तर तो इथला होऊच शकत नव्हता. त्यानं अधिकृत भाषण

ऐकलं, त्याला बांगलादेशच्या सैन्यामधून सुटी मिळाली होती ती सन्मानानं नसली तरी अपमानानंही नव्हती. तो परतला तेव्हाही गणवेशातच होता. गणवेश नंतर परत केला तरी चालेल, असं त्याला सांगण्यात आलं होतं.

उशीर झाला होता. घर शांत होतं. सगळे जण झोपी गेलेले होते; म्हणजे त्याला असं वाटलं. कारण तेवढ्यात त्याला बागेमध्ये कुणाची तरी चाहूल लागली. पिया बागेत बसली होती. बागेतल्या अंधारात ती त्याला पुसटशीच दिसली. पण ती तीच होती, यात शंका नव्हती. तिची ताठ पाठ तर ती त्या तलावातून बाहेर आली तेव्हा जशी होती, तशीच दिसत होती.

अंधारातच तो कुजबुजला, ''लग्न कर माझ्याशी.''

ती मागे वळली. तिची नजर भिंतीच्या पलीकडे पोहोचली, ''कोण राहतं तिथे?'' पलीकडच्या दुमजली बंगल्याकडे बोट दाखवत तिनं विचारलं.

''कुणी नाही. आता नवे भाडेकरू शोधायचे आहेत.''

''तुमच्या मालकीचं आहे ते?''

''अम्मूनं बांधलं ते. माझे वडील गेल्यानंतर आम्ही त्या घराच्या भाड्यावरच जगत होतो.''

''खूप मोठं आहे ते.''

''दोन मजली.''

''तुम्ही आत गेलाय कधी?''

''हो, तुला बघायचंय?'' त्यानं भिंतीमध्ये बसवलेलं लहान गेट उघडलं.

अर्ध्या चंद्राच्या प्रकाशातही त्या गेटमधून पलीकडे लॉनवर जाताना तिची पावलं ठाम पडत होती. लहानशा तीन पायऱ्या चढून त्या मोठ्या दुहेरी दरवाजासमोर ती त्याची वाट बघत उभी राहिली.

''कुलूप आहे.'' ती म्हणाली.

''अरे हो. अर्थात. मी विसरलो. सॉरी- किल्ली नाहीये माझ्याकडे.'' तिनं हातांची ओंजळ करून एका तावदानातून आत बघितलं.

''पिया,'' तो म्हणाला. ''मला तुला काहीतरी सांगायचंय.''

''मलाही.''

''मला लग्न करायचंय.'' तो तिच्या चेहऱ्याकडे निरखून बघण्याचा प्रयत्न करत होता, पण प्रकाश फारच कमी होता. ''आपण लग्न करावं असं मला वाटतं– तुला काय वाटतं?''

सर्वांत वरच्या पायरीवर बसत ती म्हणाली, ''तुम्हाला हवं असेल तर..''

''तुला हेच हवंय का?''

''लोक काय म्हणतील?''

"काय संबंध?"

"लोक म्हणतील तुमचं सगळं– हे घर मिळवण्यासाठी लग्न केलं मी तुमच्याशी."

"त्यानं काही फरक पडत नाही. तुझं प्रेम आहे ना माझ्यावर?"

ती काहीच बोलली नाही. नुसती निश्चल बसून राहिली. तिच्यावर चंद्रप्रकाशाची पिवळट छटा आली होती. "तुम्हाला हवं तर मी होईन तुमची बायको; पण मी चांगली मुलगी नाहीये."

"जे काही झालं, त्यात तुझा काहीच दोष नाहीये."

"मी फार थकलेय," ती म्हणाली.

तो खाली तिच्याशेजारी बसला. तिच्या बोटांमध्ये आपली बोटं गुंफत म्हणाला, "ते ठीक आहे. मीपण फार थकलोय. मला कशानंच फरक पडत नाही. कोण काय म्हणेल- कशानंच नाही, समजतंय का तुला मी काय म्हणतोय ते? मीसुद्धा दमलोय. इतका दमलोय, मला तुझ्या मांडीवर डोकं ठेवून झोपायचंय. माफ कर मला– मला पुन्हा तुझं चुंबन घ्यायचंय. आधी जे काही घडलं ते सारं विसरायचंय मला. आपली मुलं या स्वतंत्र देशात स्वतंत्र मुलं म्हणून वाढावीत, असं वाटतं मला. स्वतंत्र देशातली स्वतंत्र मुलं. पण तू ठरव. तू इथे आहेस, तुला घरी जाता येत नाहीये म्हणून माझी निवड करू नकोस, माझ्यावर प्रेम असेल तरच मला निवड– कळतंय का तुला मी काय म्हणतोय ते, त्यावर माझा विश्वास आहे. तुझं माझ्यावर प्रेम असायला हवं."

तिची पकड घट्ट झाली आणि मग अचानक तिनं हात सोडवून घेतला आणि आयुष्यभर अनवाणी राहिलेल्या मुलीसारखी गवतावरून हलक्या उड्या मारत ती नाहीशी झाली.

उत्साहानं, त्याला वाटलं ती उडी आनंदाचीच होती. ते गवतावरून हलकेच पळत जाणं—पण तो विजेचा वेग होता निरोपाचा. कसल्याही समारंभाशिवाय घेतलेल्या निरोपाचा.

सकाळ झाली तेंव्हा ती नाहीशी झाली होती. तिच्या कपड्यांचं लहानसं गाठोडं, तिचा प्लॅस्टिकचा कंगवा, तिची दात घासायची निंबाची काडी. दोरीवर वाळत घातलेली तिची दुसरी साडी.

तो तिला शोधायला बाहेर पडला. काही न ठरवता आपण पार तिच्या खेड्यापर्यंत जाऊन पोहोचलो आहोत, हे त्याला उमगलं. मेमनसिंगपर्यंत बसनं आणि उरलेली वाट रिक्षानं. तोंडातलं पान थुंकत एक म्हातारी म्हणाली, "आम्ही तिला पुन्हा कधी पाहिलंच नाही." आता ते खेडं पूर्वीसारखं सुंदर राहिलं नव्हतं. वाढत्या गरमीत ती घरं धुळीनं भरलेली आणि मोडकीतोडकी दिसत होती. तो

शहरात परतला आणि रस्त्यामागून रस्ते निरुद्देश फिरत राहिला. तपकिरी रंगाचे डोळे असलेल्या तरुण मुलीला पाहिलंय का– एकटीच फिरत असलेल्या– असं अनोळखी लोकांना विचारत राहिला. सगळ्याच एकटीनं चालत असलेल्या मुलींचे डोळे तपकिरी असतात. तिच्या वडिलांचं नाव काय होतं? धनमाँडीमध्ये एका मुलीनं तळ्यात आत्महत्या केलीये. ती असू शकेल. पण तो मॉर्गमध्ये पोहोचला त्याआधीच कुणीतरी प्रेताची ओळख पटवून ते नेलंही होतं. सीमेकडे जाणाऱ्या एका बसमध्ये होती ती– किंवा ती पाकिस्तानी सैनिकांना परत इस्लामाबादला नेणाऱ्या विमानात चढली असेल, त्या विमानात बायका होत्या? आपल्या बायका? होय तर, बायका होत्या ना– त्यांनी लग्नाची वचनं दिली होती. ती त्यांच्याबरोबरही गेली असेल.

"भैय्या," मायानं हलकेच विचारलं, "ते मूल तुझं होतं का?"

एका उघड्या खोक्याला मागे ढकलत तो एकदम उठून उभा राहिला. "हे तू मला विचारतेयस? एवढं सगळं घडल्यानंतर?"

"ठीक आहे."

"मी तिला स्पर्शही केला नव्हता, कळतंय ना तुला मी काय म्हणतोय ते? मी तिला स्पर्श करणं शक्यच नव्हतं. तिच्याबाबतीत जे काही घडलं होतं त्यानंतर तर नाहीच नाही." तो पुन्हा थरथर कापत होता, त्याचे हात दोन्ही बाजूंना निर्जीवपणे लोंबकळत होते. "तू तिचं ऑपरेशन केलंस- मला किंवा अम्मूला न सांगता- न विचारता?"

"पण मी नाही केलं ते, भैय्या. मी नाही केलं– तिनं विचार बदलला."

तो रडायला लागला. त्याचे डोळे भरून आलेले तिला दिसले. त्यानं मान दुसरीकडे वळवली.

"तुला वाटलं मी स्वातंत्र्य मिळाल्यानंतर मजा करत्येय– पण ते दिवस रक्तानं भरलेले होते, भैय्या, सगळ्यांसाठीच."

हात ओले असल्यासारखे त्यानं झटकले. "पण मी मारलंय, माया. मी मारलंय."

अर्थातच तिचा गैरसमज झालाच. "ठीक आहे, भैय्या, तसं करणंच योग्य होतं. हे युद्ध न्याय्य होतं, योग्य होतं. आपल्यासाठी, आपल्या स्वातंत्र्यासाठी."

मान हलवत तो उद्गारला, "मला तसं करायचं नव्हतं. मी इतका संतापलो होतो."

"मला जर त्यांनी लढू दिलं असतं ना, तर मी त्यांच्या गुडघ्यात गोळ्या घातल्या असत्या आणि त्यांना सावकाश मरू दिलं असतं."

"तो निरपराध होता."

त्यांच्यापैकी कुणीच निरपराध नव्हतं आणि तिनं त्याला तसं सांगितलंही.

"तू वाचवण्याबद्दल बोलतेयस– मला सिल्व्हीनं वाचवलंय. त्या मुलांना ठार मारण्यात तू फार बिझी होतीस."

म्हणून मग त्यानं निवड केली होती. त्याची बायको, पुस्तकांखेरीजचं भविष्य. त्या विचारानंच मायाच्या मनात एक संतापाची लहर उठली. संतापाचा एक घट्ट, चिरत जाणारा गोळा. 'तू ठेव ती सगळी पुस्तकं खोक्यांमध्ये– मी घेऊन जाईन ती आणि बाहेर सगळी उघडी करून मांडून ठेवीन. सगळी पुस्तकं खोक्यातून काढीन आणि तुझ्या दारात मांडून ठेवीन. मी मोठ्यानं वाचीन ती. अम्मू तुला कुराण वाचून दाखवायची ते आठवतंय? मी पण तसंच करीन. तू त्या पुस्तकांकडे दुर्लक्ष करूच शकणार नाहीस, इतक्या वेळा मी ती परत परत आणीन."

त्याचा हात एका खोक्यात गेला होता. तो हळूहळू सरळ उभा राहिला आणि मग हलकेच म्हणाला, "मग मला दुसरा काहीतरी मार्ग शोधावा लागेल."

तो देऊन टाकेल ती कुणालातरी, तिच्या मनात आलं. सगळी, अगदी सगळी पुस्तकं देऊन टाकेल तो. डॅम इट. ती एक अक्षरही न बोलता हळूच खोलीबाहेर पडली. वेणी सोडवत गुंतलेल्या केसांमधून हात फिरवत ती बागेत फिरत राहिली. कर काहीतरी- ती स्वतःलाच सांगत होती. तुझा भाऊ बदलतोय, बदलतोय. लवकरच तुला तो परिचितही वाटणार नाही. तो तिचा सर्वांत जुना मित्र होता, भाऊ जसा असायला हवा तसाच होता. तिला जपणारा, तिला छळणारा, तिनं अधिक चांगलं करावं म्हणून तिच्या मागे लागणारा. तिच्या साऱ्या नाजूक बाजू त्याला माहीत होत्या. ठामपणाकडे तिचा कल आहे, हे त्याला माहीत होतं. स्वतःच्या विरुद्ध जाण्यासाठी तो तिला ढकलत होता. तिला त्याची गरज होती. हे स्वार्थी होतं, पण तिला त्याची गरज होती. नाही हा स्वार्थीपणा नव्हता– त्या सर्वांनाच त्याची गरज होती. तो एक दीपगृह होता. देशाला त्याची गरज होती. स्वतः शेख मुजीबनी हे म्हटलं होतं. अरे देवा, मुजीब मरण पावले होते. आता सोहेलही गेला तर कसं होईल? ते फारच होईल. सारं जगच कोसळून पडेल. काय करेल ती? आता सिल्व्हीची सत्ता होती. पातळ ओठांची आणि परदेशी डोळ्यांची सिल्व्ही– तिनं एका जखमी माणसाचा प्रेषित बनवला होता.

त्याला किती गोष्टी करायला आवडायचं, ते तिला आठवलं. युद्धाच्या आधी- पिया आणि सिल्व्हीच्या आधी– रेडिओवरचं क्रिकेट, आंबे आणि आईसक्रीम. डांटे आणि इब्सेन. जिमी हेंड्रिक्स आणि जॉन लेनन. हार्मोनिअम वाजवून ती गात असतानाचा तिचा आवाज. तिचा आवाज. तिला गाताना त्यानं अखेरचं कधी ऐकलं होतं? ती त्याच्यासाठी गाईल. ती हार्मोनिअम वाजवेल आणि आवाज मोकळा सोडेल. तिनं पहिला सूर लावताच विस्फारले गेलेले लोकांचे डोळे तिनं पाहिले होते

आणि नंतर ते ओळखीचे असले तरी त्यांच्या वागण्यात एक नवाच आदर निर्माण झालेला तिनं पाहिला होता. तिच्या आवाजामुळे त्यांच्या नजरेत फरक पडायचा. इतक्या कठोर मुलीमध्ये इतकी कोवळीक. लहानशी मुलगी आणि मोठा आवाज.

सिल्व्ही गेली मसणात. ती गाणारच. तिनं हार्मोनिअम पेटीतून बाहेर काढला. या वाद्याच्या मागचा भाता हलवून कितीतरी दिवस उलटले होते. बहुतेक युद्धानंतर.

आता तिनं युद्ध पुकारलं होतं. सिल्व्हीविरुद्ध युद्ध. तिच्या बाजूला ती पुस्तकं होती आणि हार्मोनिअम आणि टागोर आणि ती लढेलच.. तिला आत्ताच विजयी झाल्यासारखं वाटायला लागलं. वळलेली मूठ हवेत उंचावत बागेमध्ये चालत असताना. आपल्या मित्रांवर आता तिला अवलंबून राहता येणार नव्हतं. तिथल्या तिथे सोहेलनं कोनाला आपल्याकडे वळवून घेतल्यानंतर तर नाहीच नाही. दुर्बल बिचारे. हे काम तिला स्वतःलाच करावं लागणार होतं. सोहेल अजून त्याच्या खोलीतच होता. आता या पुस्तकांचं काय करावं या विचारात असेल बिचारा. प्रहार करण्यासाठी हीच वेळ उत्तम आहे. तिनं हार्मोनिअमवरची धूळ झटकली. बागेमध्ये ज्यूटची एक चटई अंथरली. ती तिथे बसूनच हे करणार आहे. अम्मू आता घरी येईल आणि तिला बागेमध्ये बसून गाताना ऐकलं की म्हणेल सिल्व्हीशी लढण्यासाठी आपण आपल्या जवळची सगळी शस्त्रं वापरायला हवीत. आग्रहाला उत्तर आग्रहानंच देतील त्या. सूर्य मावळायला आला होता. संध्याकाळचे आवाज दिवसाच्या आवाजांवर मात करू लागले होते. रातकिडे, डास. तिच्या हातांवर एव्हाना दोन-तीन चावे उठलेही होते. पण तिला कशाचीच फिकीर नव्हती. तिनं डासांना पळवण्यासाठीची एक उदबत्ती लावली.. ठीक आहे, हे आलो आम्ही. तिनं सोहेलचं एक आवडतं गाणं म्हणायला सुरुवात केली... "ॲकला चालो रे- जोदी तोर दाक शुने केउ ना-तोबे चालो रे."

सुरुवातीला हार्मोनिअम वाजवताना ती थोडीशी अडखळली, तिची बोटं त्या पट्ट्यांवर अडखळत होती, पण लवकरच तिनं स्वतःला सावरलं, डाव्या हातानं भाता जोरात ओढत दुसऱ्या हातानं पट्ट्या दाबत ती गात राहिली. टागोर–अगदी योग्य माणूस!

ते गाणं संपलं. तिला ताकू सरड्याचा आवाज ऐकू आला. एक खालच्या स्वरातलं बोलावणं. तिनं एखादा दिवा आणायला हवा होता का? गात राहा. एक क्रांतिकारकाचं गाणं. 'आमार प्रोतिबादेर भाषा- आमार प्रोतिरोधेर अगन.' या गाण्यानं तिचं रक्त सळसळू लागलं. तिची बोटं पट्ट्यांवर आदळत होती, फिरत होती. हे गाणं त्याच्या साऱ्या आठवणी जाग्या करेल. त्याच्या दरवाजावर ती नजर ठेवून होती. पण तो हलतच नव्हता. सबंध गाणं संपेपर्यंत तो दरवाजा हललाच नाही. मग एक कविता. तीन बोटांनी हार्मोनिअम वाजवत ती तिला आठवली तेवढी कविता

म्हणत राहिली. नझरुलची 'बिद्रोही.' दुसऱ्या कडव्यावर ती थोडीशी अडखळली तेव्हा तिला वाटलं, आता तो धावतच त्याच्या खोलीतून बाहेर येईल आणि ते कडवं पूर्ण करेल. काहीच घडलं नाही. तिनं तिला माहीत असलेलं टागोरांचं सर्वांत मधुर कोमल गाणं म्हणायला सुरुवात केली. 'आनंदो धारा.' आनंदाचा प्रवाह. तिला काहीतरी ऐकू आलं. त्याच्या दाराचं करकरणं. प्रकाशाची एक तिरीप. त्या प्रकाशात बांधलेली त्याची सावली.

तो बाहेर येत होता. त्याच्या अपेक्षेनं तिचा आवाज आणखी वर चढला. त्याच्या हातात काहीतरी आहे. काय आहे ते कळत नाहीये; कारण अंधार. डोळे मीट आणि गात राहा. 'आनंदो धारा बोहीछे भुबोनी.' तो बाहेर आला, बाहेरच्या खोलीतून थेट मोटारीच्या मार्गावर. कसला तरी आवाज येतोय. त्याची पुस्तकं. अरे, तो ती बाहेर काढतोय. अडखळू नकोस. गात राहा. जे करीन असं म्हणाला होता तेच करतोय. नक्कीच कुणीतरी येणार असेल पुस्तकं न्यायला. जे कुणी असेल त्याला ती थांबवेलच. ती पुस्तकं तशीच घरासमोर राहू देत असं त्यांना पटवेल. मग काय करेल तो? कदाचित त्याला ती फक्त सिल्व्हीपासून लपवायची असतील, होय तसंच असेल. तो त्यांची काळजी घेतोय. असू दे. जाऊ देत ती पुस्तकं, गात राहा- बोहीछे भुबोनी. खोलीतून येतोय, परत आत जातोय. ते जड खोकं बाहेर आणताना मधूनच त्याच्या श्वासाचा आवाज तिला ऐकू येतोय.

आता कसलाही विचार न करता ती गात होती. जे आठवेल ते गाणं गात होती. पहिलं गाणं संपायच्या आतच ती दुसरं सुरू करत होती. तिचं शरीर त्या गाण्याबरोबर झुलत होतं, तिची बोटं आणि श्वास तिला साथ देत होते. तिनं डोळे घट्ट मिटून घेतले होते, तिला वाटत होतं ती जेव्हा डोळे उघडेल, तेव्हा ती गाणी तिनं याआधी ज्या काळात गायली होती, त्याच काळात ती पोहोचली असेल. एक असा काळ जेव्हा तिचा भाऊ त्याची पुस्तकं खोक्यांमध्ये भरत नव्हता. तिच्या गाण्यानं बाग तापू लागली होती. टागोरांच्या मनात हेच असलं पाहिजे- अशाच रीतीनं त्यांची गाणी गायली जायला हवीत. शरीर आणि आत्म्याला ऊब देणारी. अग्नीच्या ज्वाळेसारखे लपलपत बाहेर पडणारे शब्द.

तिनं डोळे उघडले.

सबंध बाग शेंदरी काळी झाली होती आणि सोहेल मध्ये उभा होता. एकामागून एक पुस्तकं त्या शेकोटीत टाकत होता. उचलला हात- फेकलं पुस्तक...आग वाढलेली, बघ- पुन्हा उचल हात... फेकलं पुस्तक. ती अजून गातच होती का? ती थांबली. फक्त जळण्याचा आवाज, एक हलकासा गुरगुराट. तिला हलायचं होतं, पण तसं करता येत नव्हतं. बागेतल्या नळाखाली बादली होती. ती बादली भरून आणून ती आग विझवू शकली असती. पण त्या आगीचा रंग बोलत होता,

तो रंग म्हणत होता, मी तुझ्यापेक्षा ताकदवान आहे. माझ्या आगीनं तुझी आग शांत केली आहे.

हे एक स्वप्नच असलं पाहिजे. एक गाढ शांतता तिच्या मनात पसरली. तिनं पुन्हा गायला सुरुवात केली. अम्मूनं तिला खेचत आत नेलं तरी, बादली भरून घेऊन अम्मूनं ती आग विझवली तरी, तिचा आवाज त्या ओळींशी बांधलेलाच राहिला. अम्मू ओरडली तेव्हा कुठे ती जागी झाली. हे सगळं तुझ्यामुळे झालं, असं अम्मू ओरडून म्हणत होती म्हणून ती जागी झाली. जळके कागदाचे कपटे केसांमधून बाहेर काढताना, गालावर चिकटलेल्या कागदावरची शाई जळून पुन्हा शाई झाली होती ती पुसताना, तिच्या कानावर अम्मूचे हे शब्द पडले आणि तेव्हा कुठे काय झालं आहे, ते तिला कळलं.

सोहेलनं सारी पुस्तकं जाळून टाकली होती.

"तू भाग पाडलंस त्याला हे करायला." अम्मू ओरडत होती. "तू त्याला चिडवत आणि चिडवतच राहिलीस." आपलं यावरचं उत्तर मायाच्या कानावर पडलं. "मी काय केलं? मी तर फक्त गाणं म्हणत होते." पण अंड्याएवढे मोठे डोळे करत तिची आई म्हणाली, "तो जे काही सांगायचा- छतावर– ते कधी ऐकलं होतंस का तू? ऐकलं होतंस? नाही. तू तर फक्त त्याची टिंगलच करत होतीस. बहिरी झाली होतीस, आणि तू टिंगल करत होतीस."

"कारण हे सारं कुठे जाऊन पोहोचणार आहे हे मला दिसत होतं म्हणून."

"तसं व्हायची काही गरज नव्हती. नाहीच झालं तसं. तू नेऊन पोहोचवलंस त्याला तिथे. का? तो वेगळा झालाय हे तुला झेपत नव्हतं म्हणून."

"अम्मू... तूसुद्धा?"

त्याच रात्री मायानं सगळी व्यवस्था केली, सुलतानाला दूरध्वनी केला आणि आपलं सामानही बांधलं. तिची छाती अजूनही त्या धुरानं भरली होती. सकाळ झाली तेव्हा ती नाहीशी झालेली होती. दोन महिन्यांनी, छतावरची प्रवचनं थांबली. एक लहानशी पत्र्याची झोपडी उभारली गेली आणि सोहेल आणि सिल्व्हीनं आपलं जग बंगल्याच्या छतावर उभं केलं. मिसेस चौधरी वारल्या, मूकपणे आणि लेकीच्या डोळ्यांतून एकही अश्रू न गळता. झैदचा जन्म झाला. संपूर्ण चेहरा काळ्या कापडानं झाकून घेतलेल्या एका दाईनं ते बाळंतपण केलं. त्यानं डोळे उघडले तेच त्या रिकाम्या अवकाशात– जिथे स्वागताचं एक हास्य असायला हवं होतं.

❄

बसमध्ये बसून माया तंगैलला गेली. आपलं सामानसुमान न लावता किंवा मैत्रिणीलाही न भेटता तिनं दवाखान्यात काम सुरू केलं. ड्यूटीवरचा डॉक्टर

वैतागलेला होता, त्याच्या शर्टाच्या कॉलरवर रक्ताचे थेंब उडले होते. जणू काही त्यालाच तिथे कसली तरी जखम झाली असावी. "तू एकटी इथे काय करतेयस?" शर्टाच्या बाह्या वर गुंडाळत तडे पडलेल्या मळकट सिंकवर वाकत त्यानं विचारलं.

"मी सुलतानाची मैत्रीण आहे." ती उत्तरली. "मेडिकल कॉलेजमधली."

आणखी काही विचारण्याएवढी शक्ती नसावी त्याला असं वाटावं इतका तो दमला होता. 'कॉलराची साथ आलीये.' दवाखान्यातले व्हरांडे गर्दीनं भरलेले होते. आपापले गमछे खाली अंथरत लोक वाट बघत बसले होते. तिच्या हातात एक पांढरा कोट देत तो म्हणाला, "काय करायचं तुला माहीत आहेच- ओ आर टी." तिला कामाला लावलं गेलं होतं.

एका पाळीचं काम पूर्ण झालं, दुसऱ्या पाळीचंही झालं- कसली तरी विलक्षण ऊर्जा तिच्यामध्ये भरल्यासारखं तिला वाटत होतं. शिवाय आपण खाली बसलो तर, आपण काय केलं आहे याचा विचार करायला लागलो तर, आपल्याला बंगल्याकडे परत जाणं भागच पडेल असं तिला वाटत होतं. दुसऱ्या रात्रीपर्यंत तिला एक स्टेथोस्कोप सापडला होता. तो तिनं गळ्याभोवती गुंडाळला. तिनं जेव्हा आरशात बघितलं तेव्हा एक थकला-भागलेला चेहरा आपल्याकडे बघतो आहे, आपल्या हृदयभंगाची सारी चिन्हं शारीरिक थकावटीमुळे नाहीशी झाली आहेत, हे बघून तिला बरं वाटलं.

दुसऱ्या दिवशी सकाळी जेव्हा सुलतानाला ती दिसली तेव्हा ती वॉर्डमधल्या गर्दीतून, जमिनीवर ठेवलेल्या रुग्णांमधून वाट काढत चालली होती.

"थांब आता.' ती म्हणाली.

क्षणभर तिला न ओळखल्यानं तिनं डोळे मिटले आणि उघडले. "काल रात्री आलेले काही जण अजून तपासायचे आहेत मला."

"अडतीस तास झालेयत आता. चल, घरी जाऊ या."

तिनं पुन्हा डोळ्यांची उघडझाप केली. तिच्या डोळ्यांतला खारटपणा झोंबत होता. "थँक यू." आपले अश्रू तिला दिसू नयेत म्हणून मान फिरवत ती म्हणाली. "माझं सामान दुसऱ्या वॉर्डमध्ये आहे."

कॉलऱ्याची साथ वाढून संपेपर्यंत ती तिथे राहिली. जाण्याची वेळ आली तेव्हा सुलतानाचा नवरा म्हणाला, "रंगमतीमध्ये माझ्या मित्राचा, रानेनचा दवाखाना आहे. त्यांना नेहमीच माणसं हवी असतात."

पंधरा दिवस खुल्नामध्ये आणि एक आठवडा खाग्राचारीमध्ये काढल्यावर ती रंगमतीकडे निघाली. फेरीवर इतरही अनेक भाषा तिच्या कानावर पडल्या. कठोर उच्चारांचे शब्द, आणखी थोडा प्रवास झाल्यावर लांब पायघोळ झगे आणि ट्युनिक्स घातलेल्या स्त्रिया दिसल्या. त्यांचे चेहरे लहानसे आणि चौकोनी होते. हातमागावर

विणलेल्या निळ्या, लाल आणि पिवळ्या रंगाच्या लांबलचक कापडानं त्यानी आपली तान्ही मुलं पाठीशी बांधून घेतली होती. त्यांना आदिवासी जमाती म्हटलं जात होतं– चकमा, मार्मा आणि संथाल. इतर काहीही अस्तित्वात येण्याआधी– पाकिस्तान, नकाशे आणि युद्ध या सर्वांच्या आधी या जमाती होत्याच. एकाच पानात गुंडाळलेलं काहीतरी हातानं खाताना एक आई आणि मुलगी तिला दिसली. तोंडं उघडी टाकत त्या हसत होत्या, एकमेकींच्या पाठीवर थाप देत होत्या. त्यात प्रेम आणि किंचित धाकही होता.

रंगमतीमधलं आपलं वास्तव्य संपवून तिनं पुन्हा दक्षिणेकडे जाणारी आगगाडी पकडली. तिचा प्रवास संपला तेव्हा ती देशाच्या सीमेजवळ पोहोचली होती. चितागाँग बंदराच्या पलीकडे, एका ओसाड अशा समुद्रकिनाऱ्यावर. कॉक्स बझार. पाणी गढूळ पण सुखदायकरीत्या ऊबदार होतं. तिच्या घोट्यापर्यंत पाणी आलं, तेव्हा तिला तोंडात राख असल्याची भावना संपल्याचं जाणवलं. तिच्या जिभेखाली आणि बोटांमध्ये असलेला डांबरी काळोख. आता तिची जीभ स्वच्छ झाली होती. कमीज ओला होऊ देत. ती पाण्यात उकिडवी बसली आणि तिनं पायाच्या बोटांमध्ये आणि गुडघ्याच्या मागच्या बाजूनं घासायला सुरुवात केली. गेस्ट हाऊसमध्ये पोहोचल्यावरही तिनं साबण घेऊन सारं अंग घासून काढलं. बादल्या मागून बादल्या डोक्यावर ओतून घेतल्या. नखांखालची घाणही तिनं काढून टाकली. बाहेर आली तेव्हा तिचा चेहरा लालबुंद झाला होता. खोलीत असलेला पातळसा चौकटीचा टॉवेल तिनं डोक्याभोवती गुंडाळून घेतला होता.

घर सोडून आल्यापासून प्रथमच तिच्या मनात आईचा विचार आला आणि तिनं एक तार पाठवायचं ठरवलं. काय लिहावं याचा बराच विचार करून तिनं शेवटी लिहिलं, ''मी ठीक आहे. काळजी करू नकोस. चाललंय ते ठीकच आहे.''

हे सारं असं घडलं. काही आठवडे इथे तर काही आठवडे तिथे. रंगमती, बंदोर्बन, कुश्तिया. अखेरीस, ती शहरं टाळत परतली. जमुनेमधून वर सरकत, मग ब्रह्मपुत्रा आणि राजशाही. तिथे ती स्थिरावली. तिथे तिला आपण अनाथ झाल्याची स्वप्नं दिसली आणि तिथेच तिला आपण फणसाच्या झाडाखाली जांभळं खात पोस्टमनची वाट बघत बसलो आहोत, याची जाणीव झाली.

१९८५
फेब्रुवारी

जुन्या शहरातल्या मशिदींचं सौंदर्य काकरैल मशिदीला लाभलेलं नव्हतं. ती फक्त एक सिमेंट काँक्रीटची चौकोनी इमारत होती. तिच्या मध्यभागातून एक लहानसा मिनार वर चढत गेला होता. इमारतीच्या चौकोनी जाळीमधून पुरुष आपापली कामं करताना दिसत होते. गुडघे टेकून प्रार्थना करताना, वझु करण्यासाठी नळाखाली डोकं धरताना, समोर हात धरून उभे असलेले. मुनाजात ऐकत असलेले. इथे सोहेल आपला सर्व वेळ घालवत तर असतो, पहाटेपूर्वी उठून राखाडी झोपाळू शहरामधून वाट काढत इथे आपल्या इतर पुरुष मित्रांकडे.

तिनं अम्मूला उठवून सांगितलं होतं की तिनं सोहेलला भेटणं गरजेचं आहे. 'सोहेल' झोपेतच असलेली अम्मू जड शब्दात म्हणाली होती, "तुला सापडणार नाही तो." ती धावतच घराबाहेर पळाली होती. काल रात्रीचे राखाडी सुती कपडेच अजून तिच्या अंगावर होते. तो क्षण अजून तिच्या चांगलाच स्मरणात होता.

ती दरवाजातून आत गेली. काही माणसं इमारतीभोवती घुटमळताना तिला दिसली. तिच्याकडे एक नजर टाकून त्यांनी मान फिरवली आणि मग पुन्हा वळून तिच्याकडे पाहिलं. टक लावून पाहिलं, कानामागे खाजवलं. तिनं हसू दाबलं. 'ठीक आहे.' तिला म्हणावंसं वाटलं, 'मी काही खाणार नाही तुम्हाला.' अखेरीस एक माणूस तिच्याजवळ आला. "बायकांना परवानगी नाहीये," घसा साफ करत तो उद्गारला.

"मी फार वेळ थांबणार नाहीये," नजर रोखून त्याला अस्वस्थ करण्याचा मोह टाळत ती म्हणाली. जेमतेम पंधरा-सोळाचा असेल तो. नाइलाजानंच फुटत

असल्यासारखी विरळ दाढी. अजूनही अरुंद असलेले खांदे. अजून दुमडलेलीच असलेली शरीरयष्टी. तो काहीतरी बोलणार तेवढ्यात एक वयस्कर माणूस त्याच्यामागून आला. त्याच्या खांद्यावर एक भला थोरला हात ठेवत तो म्हणाला, "बेगम, मला माफ करा. पण आमच्याकडे बायकांसाठी काही सोय नाहीये. तुम्ही जा इथून ताबडतोब." त्याच्या हातासारखाच त्याचा आवाजही मोठा होता. जाड आणि खरखरीत. जणू काही रस्त्यावर घासला गेला असावा.

"माझं काम आहे इथे." ती म्हणाली. "मी माझ्या भावाला शोधत्येय."

"जुम्माची प्रार्थना आता सुरू होईल, तुम्ही निघा."

ती फार दमली होती. आपल्या स्वत:च्या भावाला शोधणं इतकं कठीण का असावं? "सोहेल हक- मी सोहेल हकला शोधत्येय."

तो माणूस थोडा घुटमळला. त्याचं तोंड उघडलं आणि परत मिटलं. दाढीच्या केसांनी घेरलेलं एक मोठं भोक. "तो नाहीये इथे."

तो खोटं बोलत होता.

"पण तो तर रोज इथे येतो- रोज. रोजच येतो तो इथे."

"तो आता आमच्याबरोबर नसतो." त्या माणसानं हात हलवला. आपल्याला ढकलावं असं त्याला वाटतंय हे तिच्या लक्षात आलं, पण तो तसं करू शकत नव्हता. इतके लोक आजूबाजूला उभे असताना, एकमेकांना कोपरानं ढोसत असताना. शुक्रवारच्या प्रार्थनेसाठी आणखी लोक येऊ लागले होते. जमाव वाढू लागला होता.

"आता नाही? मग कुठेय तो?"

"मला माहीत नाही." तो म्हणाला. त्याच्या चेहऱ्यावरची चीड स्पष्ट दिसत होती. मुअझ्झिननं प्रार्थनेची हाक द्यायला सुरुवात केली. एक ध्वनिक्षेपक जागा झाला. अल्ला-हु-अक्बर-अल्ला–हु–अक्बर.

त्यांच्या आजूबाजूची गर्दी आता प्रार्थनेसाठी रांगा करू लागली. त्या माणसानं तिचं कोपर धरलं आणि तिला दारापाशी नेलं. "प्लीज- मला माझ्या भावाला शोधायलाच हवं," तिनं आवाज वाढवला. "सोहेल, सोहेल."

पण एव्हाना ती दोघं दरवाजापाशी पोहोचली होती. जोर लावत त्या माणसानं तिचं कोपर दरवाजाबाहेर ढकललं आणि धाडकन दरवाजा लावून घेतला. "आणि तुम्ही काय बघत उभे राहिला आहात? चला प्रार्थना सुरू करा." त्याचं ओरडणं तिला ऐकू आलं.

तो आतच कुठेतरी असला पाहिजे. तिनं कोपर चोळलं. ती सारी रात्र पुन्हा तिच्या अंगावर चालून आली. पायाळू मूल जन्माला घालण्यासाठी कष्ट करणारी रोकेया– तिचा कबुलीजबाब– ती आपल्या जन्म देण्याच्या वेदनांमुळे काहीतरीच बोलली असेल का, ही शक्यताही तिनं पडताळून पाहिली–पण तिचा अनुभव असा

होता की बाळ जन्माला घालण्याच्या क्षणी बायका अतिशय मुद्देसूद बोलतात. नाही, हे खरं असलं पाहिजे. हे मनात येताक्षणी मायाला कळून चुकलं की हे खरंच होतं. हे सत्य जाणवताच तिचा श्वासच थांबला. सुटी आहे म्हणून घरी आलोय हे झैदनं खोटं सांगितलं होतं. तिला खदिजाचे शब्द आठवले, ''आम्ही त्याला परत पाठवलंय.''

मागे कुणीतरी आहे असं वाटलं म्हणून ती मागे वळली. ती पहिल्यांदा ज्याच्याशी बोलली होती तो तरुण मुलगा दरवाजाच्या फटीतून बाहेर डोकावत म्हणाला, ''तुमचा भाऊ कोलाबागानमधल्या मशिदीत आहे. एलिफंट रोडनं घोस्ट रोडला जा. एका रिकाम्या प्लॉटशेजारी आहे ती मशीद. नवी इमारत आहे.''

''नवी मशीद? पण का?'' त्या फटीतून त्याला विचारावं असं तिला वाटेपर्यंत तो नाहीसा झाला होता.

❄

त्यानं सांगितल्याप्रमाणे ती गेली. एलिफंट रोडवरून घोस्ट रोड. रस्त्यावर येणाऱ्या-जाणाऱ्यांना हात करून थांबवत तिनं नवी मशीद कुठे आहे याची चौकशी केली. त्यांनी तिला आणखी आणखी लहान गल्ल्या दाखवल्या. या भागातले लोक आपापल्या कामांमध्ये गुंतलेले होते. बायका बादल्या घेऊन धुणं धूत होत्या, पुरुष जड जड वस्तू, पाण्याची मोठमोठी पिंपं, पार्सलं आणि सिमेंटची पोती अगदी सहजपणे इकडेतिकडे नेत होते. टेलिफोनच्या ताराही अगदी सहज डौलानं रस्त्यावर खालपर्यंत तरंगत असल्यासारख्या वाटत होत्या.

दरवाजा दिसताच तिनं ओळखलं– हीच ती मशीद. हिरवा रंग आणि त्यावर एक लहानसा पांढरा शुभ्र चांद तारा. नव्यानं घातलेल्या सिमेंटचा वास आणि त्यामुळे हवेत उधळल्या गेलेल्या पांढऱ्या धुळीची चवही तिला जाणवत होती. वाजवण्यासाठी घंटा नव्हती. तिनं दरवाजा ठोठावला. उत्तर नाही. तिनं पुन्हा दारावर धडका दिल्या. मग कोपऱ्यात वळून तिनं आणखी एखादं दार आहे का त्याचा शोध घेतला. डोक्यावर विटांचं ओझं घेतलेला एक माणूस तिच्या शेजारून चालत गेला. ''हीच नवी मशीद आहे का?'' तिनं त्याला विचारलं.

त्याला मान हलवणं शक्य नव्हतं पण त्यानं ओरडून सांगितलं, ''तुम्हाला थांबावं लागेल- ते दार उघडत नाहीत.''

आणखी थांबणं. इमारतीच्या भोवती असलेल्या उंच भिंतीमध्ये एक कोपरा शोधून स्वतःला त्या कोनाड्यात घुसवत, सूर्याची किरणं चुकवण्यासाठी डोळ्यांवर हात धरून माया बसून राहिली. घोस्ट रोडचे रहिवासी इकडून तिकडे जात येत होते. टेलिफोन शोधून जॉयला फोन करावा असं तिच्या मनात आलं. काय सांगावं त्याला? तो आपली होंडा घेऊन येईल आणि तिची सुटका करेल; पण तिला ही

सुटका नकोच होती. सावलीतून बाहेर असलेला तिचा हात आणि पायाचा थोडा भाग आता भाजले जात होते. तिला डुलकी लागली. डोळे उघडले तेव्हा येणाऱ्या जाणाऱ्यांच्या चौकस नजरा तिच्याकडे लागलेल्या तिला दिसल्या.

दुपार वाढत हळूहळू उतरत गेली. रस्ते शांत झाले. रहदारी मंदावली. दुकानं बंद तरी होत होती किंवा संध्याकाळच्या तयारीला तरी लागली होती. चमकते दिवे, रॉकेलचे कंदील आणि लहानशा शेकोट्या पेटल्या.

सोहेलच्या इमारतीमध्ये कसलीही हालचाल नव्हती. कुणीही आत जाताना किंवा बाहेर येताना तिला दिसलं नव्हतं. मुअझ्झिनची हाक नव्हती, प्रार्थनेच्या तयारीची सळसळ नव्हती. अम्मूनं काळजी करायला सुरुवात केली असती. आपण दिवसभरात काहीही खाल्लं नाहीये याची तिला आठवण झाली. तिच्या पोटात दुखायला लागलं होतं. पुन्हा एकदा तिला वाटलं आपण तो घरी येण्याची वाट बघायला हवी होती. तेवढ्यात दरवाजा उघडला आणि तो तिच्यासमोर येऊन उभा राहिला. त्याचे हात छातीवर बांधलेले होते.

"किती वेळ बसलीयस तू इथे?"

"खूप वेळ झाला. मी आत येऊ का? मला फार तहान लागलीये."

"थांब." तो पुन्हा दरवाजातून आत गेला आणि एका पत्र्याच्या भांड्यात पाणी घेऊन बाहेर आला.

पाणी कोमट होतं आणि त्याला धातूची चव होती. ती ते सगळं पाणी प्यायली. "मग, ही तुझी नवी जागा आहे का? काय आहे हे?"

"भेटण्याची जागा."

"कोणीही सभासद होऊ शकतं का?"

"त्यांना हवं असेल तर." त्यानं एक मोठा सुस्कारा टाकला आणि मग तिच्या खांद्यावर हात ठेवत तिला आश्चर्याचा एक धक्काच दिला. "तुला काहीतरी डाचतं आहे का, माया?"

तिनं सावधपणे पावलं टाकायचं ठरवलं. "त्या दिवशी- हॉस्पिटलमध्ये," ती म्हणाली, "तू अम्मूच्या कानात काय सांगितलंस?"

"सुराह यासिन." त्याचा आवाज मऊ होता, जाड आणि खर्जातला, प्रेमानं भरलेला. 'वाल्कुरानि अल्हाकीमि, इन्नाका लामिना अल्मुर्सलीना.....' हे ऐकूनच अम्मू जागी झाली असली पाहिजे. तिच्या पहिल्या अपत्याची हाक...त्याच्या आवाजाचा चमत्कार.

"ती आता पुष्कळ बरी आहे, माहित्येय? हिंडते-फिरते आहे."

एक रिक्षा त्यांच्यासमोर येऊन थांबली. "जायचंय?" घंटा वाजवत त्यानं विचारलं.

हातानं माया त्याला जायला सांगणार तेवढ्यात सोहेल म्हणाला, ''तिथे जाऊन थांब. आपाला घरी जायला लागेल थोड्या वेळात.''

''सोहेल, प्लीज मला आत येऊ दे.''

तो काहीच बोलला नाही. नुसता त्या दरवाजाच्या समोर उभा राहिला. जणू काही आत जे काही आहे त्याचं रक्षणच करत असावा. आपल्याला त्याला जे काही सांगायचं आहे ते इथेच रस्त्यावरच सांगावं लागेल हे तिला कळून चुकलं. ''झैदबद्दल सांगायचंय.'' त्याला हे माहीत असेल का, याबद्दलची काही कल्पना असेल का ते बघण्यासाठी तिनं त्याचा चेहरा निरखला. ''तो पळून आला असं माझ्या कानावर आलं. अम्मू हॉस्पिटलमध्ये असताना.'

सोहेलनं एक सुस्कारा सोडला. तिच्या खांद्यावरचा त्याचा हात जड झाला.

''तो का पळून गेला ते सांगितलं का त्यानं तुला?''

मान हलवत त्यानं एक दमलेला निःश्वास टाकला, ''हुझूर म्हणाले...''

''मला त्या हुझूरबद्दलच बोलायचंय तुझ्याशी. काहीतरी चाललंय तिथे. काहीतरी चुकीचं– मी भेटले झैदला—तो बरा दिसत नव्हता. अम्मूला त्याच दिवशी हॉस्पिटलमध्ये न्यायचं होतं. नाहीतर मी तेव्हाच तुझ्याकडे आले असते.'' ती आपल्या वागण्याच्या समर्थनासाठी सबबी शोधत होती. त्या क्षणी झैद तिथे आला नसता तर... तिनं त्यालाही स्वतःबरोबर हॉस्पिटलमध्ये नेलं असतं तर.. ''मुख्य गोष्ट अशी आहे की तू त्याला तिथून काढून घ्यायला हवंस.'' ती म्हणाली. ''ती जागा लहान मुलासांठी चांगली नाहीये. तो हुझूर काही काही करतोय. नक्की काय करतो मला माहीत नाही, पण मुलं त्याला विरोध करूच शकत नाहीत. तुला कळतंय ना मी काय म्हणत्येय ते?''

तो मागे वळला. रस्त्याच्या पलीकडे रिक्षावाला रिक्षाच्या सीटवर अंग मुडपून बसला होता. शहराचे आवाज येत होते आणि फिकट होत होते– दूर अंतरावरून जाणाऱ्या लॉऱ्या, रेल्वे लाइनवरून जाणाऱ्या आगगाड्या. पुढच्या माहितीनं त्याला केवढा धक्का बसला असेल याची कल्पना करत तिनं त्याच्या हाताकडे आपला हात नेला. तो मागे वळला तेव्हा त्याचा आवाज चिरकला होता. ''तो खोटं बोलतो हे माहीत्येय तुला, नेहमीच खोटं बोलत असतो तो.'' त्याच्या डोळ्यांच्या मध्ये एक खोल आठी उमटली होती.

''मला माहीत आहे ते, पण तू आता हा धोका पत्करू शकत नाहीस. तो खरं बोलत असेल असं अगदी क्षणभर मानलं तरी तुला तिथे जाऊन त्याला परत घेऊन यायलाच हवं. आणि मी सांगत्येय तुला, तो अजिबात बरा दिसत नव्हता, रोकेया म्हणाली–''

''तू भेटलीस रोकेयाला?''

"आज सकाळीच मी तिचं बाळंतपण केलं."

"तिनं ज्या प्रकारे जमात सोडली, त्यानं सिस्टर खदिजाचा अपमान झाला." सगळा पुरावा आता बिनबुडाचा व्हायला लागला होता. फारसा विश्वासाचा राहिला नव्हता.

"तो मदरसा फारशी चांगली जागा नाहीये, भैय्या."

"तू वस्तुनिष्ठतेनं विचार करतच नाहीयेस." तो दोन्ही हातांनी त्याची दाढी नीट करत होता. धूसर उजेडात त्याच्या कपाळावरच्या जांभळ्या खुणा चमकत होत्या. श्रद्धावानांचा असा विश्वास होता की शेवटच्या निर्णयाच्या वेळी या खुणा चमकतील. तिला आता तसंच वाटलं. त्याच्या कपाळामधून प्रकाश झरत आल्यासारखं, खाणकामगाराच्या कपाळावरच्या दिव्यासारखा.

"मग- जाशील ना तू उद्या?"

तो क्षणभर थांबला. आता दाढीवरून फिरणारे त्याचे हात जास्तच जोरात फिरू लागले. दाढीचे कुरळे केस सरळ करू लागले. "तो माझा मुलगा आहे. मी त्याच्या सुरक्षिततेची काळजी घेईन."

"वचन दे, तू उद्या जाशील तिथे असं."

"मी नाही देऊ शकत असं वचन तुला."

तो जे काही बोलत होता ते मनापासून असणं शक्यच नव्हतं. तो जाणार नाही- ज्या नरकात त्यानं आपल्या मुलाला पाठवलं आहे तिथून त्याची सुटका करणार नाही. "तुला तो अगदी तुझ्यासारखा व्हायला हवा आहे, हो ना?"

सोहेल एक पाऊल तिच्याजवळ आला. आता तो तिच्या जवळ अगदी जवळ आला होता. तो म्हणाला, "मी जसा आहे, तसा अजिबातच व्हायला नकोय तो मला. म्हणूनच मी त्याला दूर पाठवलंय." तो तिच्या फारच जवळ आला होता.

या म्हणण्याला काहीच अर्थ नव्हता आणि तिनं त्याला तसं सांगितलंही. "तुला नाही कळणार ते." त्यानं अतिशय मायेनं तिचा मुका घेतला. तिच्या कपाळाऐवजी तो मुका तिच्या भुवईवर उतरला. ती निश्चल उभी राहिली. आता पुढे काय करावं ते तिला कळतच नव्हतं. त्याच्याकडून काहीतरी भव्यदिव्य घडेल अशा आशेत ती इतका वेळ होती. रुग्णालयामध्ये तिला त्याची चुणूक मिळाली होती. तो अम्मूच्या बिछान्यापाशी गेला होता, त्यानं काही शब्द उच्चारले होते. त्या वेळी तिला वाटलं होतं, हे एवढं पुरेसं आहे. पण त्यानं तिच्यावर विश्वास ठेवला नव्हता. तो त्याच्या मुलाची सुटका करणार नव्हता.

ती घरी पोहोचली तेव्हा अम्मू झोपूनही गेली होती. मायानं एक लहानशी बॅग भरली, दात घासायचा ब्रश आणि एक दिवसाचे कपडे. मग रोकेयाच्या बहिणीची

आठवण काढत ती छतावर गेली आणि तिथे वाळत घातलेल्या कपड्यांमधून एक पायघोळ काळी चादर आणि एक नकाब ओढून घेतला. एक चिठ्ठी लिहून तिनं ती अम्मूच्या बिछान्याशेजारच्या टेबलावर ठेवली. 'काही दिवसांसाठी मला राजशाहीला जाणं भाग पडलं आहे. माझ्या काही वस्तू आणायच्या आहेत.'

गुलाबी पिवळ्या आकाशाच्या पहाटेमध्ये बाहेर पडण्याआधी तिनं जॉयला फोन केला. झोपेनं जडावलेल्या आवाजात त्यानं विचारलं, "काय झालं? मन बदललंस का?"

"नाही."

"गुड. आपण पळून जाऊ शकतो, माहीत्येय ना? काझीच्या कचेऱ्या सगळीकडे असतात. थोडे पैसे सरकवले की ते ताबडतोब आपलं काम करून देतील."

"काही दिवसांसाठी मी राजशाहीला जात्येय," तिनं त्याला सांगितलं.

"मी पण येतो."

"नको, पण एक काम कर माझं."

"तू सांगशील ते."

"एका व्यक्तीला शोधायचंय, ती हरवलीये युद्धामध्ये."

त्यानंतरचा दिवस

हे तर नेहमीच होतं. ही जमुना नदी, आता पाणी अगदी कमी झालं असलं तरी तीच- किनाऱ्यांवर जोरात आपटत असलेल्या तिच्या लाटा. धावतच इथे आली असली तरी फेरी बोटीत चढण्याआधी माया क्षणभर थांबली, नदीच्या गढूळ पाण्याचा आणि तिच्यामध्ये भरलेल्या गाळाचा वास अनुभवत. या देशात भव्य वाटावं असं फार थोडं होतं, पण ही नदी, रुंद आणि धोकादायक, एक आश्चर्यच होती.

शनिवारची सकाळ असल्यानं फेरीबोट पूर्ण भरलेली होती. माया खालच्या डेकवर बसली. मोठा भोंगा वाजला आणि फेरीनं वेग पकडला. जमुना नदीच्या प्रवाहात शिरताच झुलत्या खुर्चीसारखी बोट झुलू लागली.

मिळालेल्या थोड्याशा माहितीवरून ती तो मदरसा कुठे आहे याचा अंदाजच बांधू शकत होती. सोहेलनं सांगितलं होतं की तो मुलाला घेऊन चांदपूरला जातो आहे. आणि झैदनं सांगितलं होतं की तो मदरसा नदीतल्या स्वतःच्या बेटावर आहे. तिनं नकाशात बघितलं होतं तेव्हा तिला तीन चांदपूर सापडले होते. त्यांपैकी फक्त एकच नदीच्या जवळ होतं. पहाटे, ती घरातून निघाली त्याआधी ती वरच्या मजल्यावर गेली होती आणि तिनं खदिजाला प्रश्न विचारले होते. तिनं तिला काहीही सांगितलं नव्हतं. तू आता इथे येत नाहीस, असं ती म्हणाली होती.

मायानं स्वतःचीच फसवणूक केली होती. इतक्या साऱ्या दुपारी तिनं इथे घालवल्या होत्या– अशा आशेनं की तिच्या आईच्या आजारपणामध्ये काही दैवी शक्तीचा हात आहे आणि खदिजा आणि जमातच्या मदतीनं ती त्या दैवी हाताला मनवू शकेल. या विचारानं ती भारून गेली होती. इतका मूर्खपणा ती कसा करू शकली होती? झैदला मदरसामध्ये ठेवण्याची, तिनं सोहेलला परवानगीच द्यायला नको होती. अम्मूच्या आजारपणानं तिची विचारशक्ती झाकोळली गेली होती आणि झैद तिच्याकडे आला तेव्हा तिनं त्याला झटकून टाकलं होतं. कशा प्रकारची आई

बनणार होती ती? तिला तर डोळ्यांसमोर उघड दिसणाऱ्या गोष्टीही दिसत नव्हत्या.

आता ती केबिन गच्च भरली होती. भयंकर गरम होत होतं. आत असल्यानं तिला तहान लागली होती. ती डेकजवळ गेली आणि कठड्यावर हात टेकवून उभी राहिली. पाण्याचे लहानसे थेंब तिच्या चेहऱ्यावर उडत होते.

तिला थंड पेयं विकणारं एक दुकान दिसलं. मांडीपर्यंत लुंगी वर गुंडाळून घेतलेला एक मुलगा बर्फाची एक लादी आणि पेयाच्या बाटल्या घेऊन बसला होता. 'कोक, प्लीज.' ती म्हणाली. जेमतेम बारा वर्षांचा असेल नसेल- कधी काळी पांढऱ्या असलेल्या बनियनमधून त्याचे मजबूत हात बाहेर आलेले होते. त्यानं बर्फाची लादी ठेवलेल्या मोठ्या भांड्यामधून एक बाटली उपसून काढली. ती फडक्यानं पुसली आणि समोरच्या चरे पडलेल्या लाकडी टेबलाच्या कडेवर धरून उघडली.

तिनं त्याला पाच टका दिले. तिच्या नजरेला नजर देत तो इतका आनंदानं आणि आशेनं हसला की तिनं त्याला विचारलंच, ''तू शाळेत का जात नाहीयेस?''

हसतच त्यानं नुसते खांदे उडवले.

''कुठे राहतोस तू?''

''या फेरीवरच. फेरीचा ड्रायव्हर माझा काका आहे.''

एक मोठं कुटुंब त्याच्याजवळ आलं आणि त्यांनी थंड पेयांची मागणी केली. 'तीन मिरांडा आणि सात सेव्हन अप्स.' त्या कुटुंबातला बाप ओरडला. स्वतःच्याच विनोदावर खूश होत तो म्हणाला, ''चल चल लवकर.'' तो मुलगा गडबडीनं ही मोठी मागणी पुरी करण्यासाठी धडपड करू लागला. त्या बर्फाच्या पाण्यातून त्यानं बाटल्या बाहेर ओढल्या, शेजारीच रचून ठेवलेल्या खोक्यांमधून नवीन बाटल्या काढून त्या बर्फाच्या पाण्यात टाकल्या. त्या माणसानं त्याच्या बाटल्या घेतल्या आणि बाटल्यांमध्ये घातलेल्या स्ट्रॉजसकट जाताना त्या मुलाच्या अंगावर पैसे फेकले.

''तुम्ही ढाक्यामध्ये राहता का?'' त्या मुलानं तिला विचारलं.

''होय,'' ती उत्तरली. ''मी डॉक्टर आहे.''

तिच्या उत्तरानं प्रभावित होत, खालचा ओठ बाहेर काढत तो उद्गारला, ''डाखतर?''

आता ते नदीपात्राच्या मध्यावर पोहोचले होते. दोन्ही बाजूंचे किनारे दिसेनासे झाले होते. मुअझ्झिनने अस्रच्या प्रार्थनेची हाक दिली. फेरी हळूहळू थांबली. इंजिनने खोकल्यासारखा आवाज काढला आणि अचानक तो आवाजही थांबला. सगळीकडे शांतता पसरली. बोटीवर आपटत असलेल्या लाटांचा आवाज तेवढा ऐकू येत होता.

"कधी कधी इंजिन बंद पडतं." तो मुलगा म्हणाला. खालून हाका ऐकू येत होत्या, धावत्या पावलांचे आवाजही ऐकू येऊ लागले. वाऱ्याची एखादी झुळूकही नव्हती. सगळे प्रवासी कठड्यापाशी गर्दी करून उभे राहिले.

"चला माझ्याबरोबर." तो मुलगा म्हणाला. "मला एक चांगली जागा माहीत्येय."

"असू दे रे. इथे ठीक आहे." माया म्हणाली. "शिवाय तुझा स्टॉल सोडून तुला कसं जाता येईल? लोकांना ड्रिंक्स हवी असतील ना?"

एव्हाना तो बर्फाचा टब टेबलाखाली सरकवून ती लहानशी टपरी बंदही करायला लागला होता. त्याच्यामागोमाग ती एका अरुंद लोखंडी जिन्यानं वर गेली. सबंध फेरी ओलांडून ती दोघं आणखी एका अरुंद शिडीनं आणखी वर गेली. तो झटाझट चढत होता. त्याचे अनवाणी पाय शिडीच्या लोखंडी पायऱ्यांवर गोल वळत पकड घेत होते. वर पोहोचताच मागे वळत त्यानं मायासाठी हात पुढे केला.

वर खूप उजेड होता, बोटीच्या पांढरा रंग दिलेल्या छतातून सूर्यप्रकाश परावर्तित होत होता खरा, पण वर जास्त थंडही होतं. इथे वारा मोकळा आणि जोरदार होता. पूर्वेच्या कोपऱ्यात, एक लहानशी फळी होती. दोघंही त्या फळीवर उभी राहिली. मुअझ्झिननं पुन्हा हाक दिली. आजूबाजूला आणखी काही माणसं होती. एकानं एक लहानसा कापडाचा तुकडा जमिनीवर पसरला आणि पश्चिमेकडे मान झुकवत प्रार्थना करायला सुरुवात केली. न बोलावताच प्रार्थनेचे शब्द मायाच्याही तोंडून बाहेर पडू लागले. तिला आठवलं तिच्या आईनं किती सहनशीलपणे तिला हे शब्द शिकवले होते आणि रुग्णालयात किती नाइलाजानं ती त्यामध्ये सामील झाली होती. एक तास उलटला. 'मला ड्रिंक्स विकायला जायला पाहिजे.' त्यानं तिची रजा घेत म्हटलं.

"तुझं नाव काय?"

"खोका."

"गुड बाय खोका." हात हलवत ती म्हणाली आणि मग पुढे म्हणाली, "देव तुझ्याबरोबर सदैव असो."

बोटीनं पुन्हा श्वास घेतला. बोट हलली तसा भोंगा पुन्हा एकदा वाजला. लवकरच ते दुसऱ्या किनाऱ्याशी पोहोचले. जमिनीच्या मिठीमध्ये, क्षितिजावर सूर्य उत्साहानं तळपत होता.

फेरीवरून उतरत असतानाच मायाला खोका तिची वाट बघत उभा असलेला दिसला. त्याच्या हातात एक लहानसं गाठोडं होतं. "डाखतर, तुम्ही कुठे चालला आहात? मला तुमच्याबरोबर येऊ द्या. माझी मदत होईल तुम्हाला." दुपारच्या टळटळीत उन्हात आत्ता कुठे तिला तो नीट दिसला. त्याचे डोळे काळेभोर आणि

चमकदार होते. नीट खायला-प्यायला मिळालं तर मोठा झाल्यावर चांगला रुबाबदार दिसेल. गोदीत वाकून खूप वेळ काम करत राहिल्यानं वाकडे झालेले खांदे सरळ झाले तर. पण तिला आता कुणाचंच ओझं नको होतं. तो प्रश्न विचारेल आणि तिला त्यांची उत्तरं देता यायची नाहीत. ''नको, ठीक आहे.'' थोडे पैसे काढण्यासाठी तिनं आपल्या बॅगमध्ये हात घातला.

त्यानं मान हलवली. पैसे नाकारताना तो खूप लाजला.

फेरी घाटावर पोहोचताच तिच्याभोवती हमाल, चहावाले, चटपटी विकणारे नावाडी अशा अनेक लोकांचा गराडाच पडला. त्या सगळ्यांना काहीतरी विकायचं होतं, काहीतरी भाड्यानं द्यायचं होतं किंवा मग विकत तरी घ्यायचं होतं. संध्याकाळ व्हायला लागलीच होती, पण तिला इथे थांबता येणार नव्हतं. तिला उत्तरेकडे, चांदपूरकडे जायला निघायलाच हवं होतं. हातातली बॅग घट्ट पकडून ठेवत तिनं एखादी रिकामी नाव दिसते का ते बघण्यासाठी सबंध किनाऱ्यावर नजर टाकली. नावाड्यांनी तिला हाक मारायला सुरुवात केली.

''आपा, कुठे जायचंय, तर माझ्याबरोबर या!''

''वर जायचंय- खाली जायचंय- तुम्ही म्हणाल तिथे नेतो तुम्हाला, आपा. या या.''

एका नावेशेजारी ती थबकली. अचानक तिला काय करावं ते सुचेनासं झालं. आजवर तिनं कितीतरी वेळा एकटीनं प्रवास केला होता. पण आत्ता तिनं आजूबाजूला नजर टाकली तेव्हा तिच्या लक्षात आलं, सबंध किनाऱ्यावर ती एकटीच बाई होती. जॉयला आणायला हवं होतं बरोबर तिच्या मनात यायला लागलं. तू भेकड होतेयस कॉम्रेड हक. एकदम गेलेल्या आत्मविश्वासानं चिडून जाऊन तिनं एका नावाड्याला हात केला.

''मला वर जायचंय.'' ती म्हणाली.

''ठीक आहे, ठीक आहे'' मान डोलावत नावाडी उद्गारला. ''सामान द्या माझ्याकडे.''

''आधी पैसे किती ते सांग.''

''पैशाची काळजी करू नका, ताई.''पुन्हा त्यानं तिची बॅग घेण्यासाठी हात पुढे केला. तिच्या बॅगेच्या पट्ट्याला त्याचा हात अडकला.

बॅग मागे खेचत ती म्हणाली, ''जाऊ दे. मी नाहीच जात आहे आता.''

तो माणूस सहजपणे उडी मारून किनाऱ्यावर आला आणि तिच्या शेजारी उभा राहिला. ''पैशाची काळजी करू नका, ताई. अगदी योग्य तेवढंच भाडं घेईन मी. आणि शिवाय..'' त्यानं तोंडाच्या कोपऱ्यातून काहीतरी चघळलं आणि मग ते बाहेर थुंकून टाकलं, ''एकट्या बाईनं प्रवास करूच नये.''

मदत केल्याबद्दल त्याचे आभार मानून ती मागे वळली. इतर नावाडी बघतच होते. "बाईसाहेबांना माहीतच नाहीये आपल्याला कुठे जायचंय ते." तिच्या पाठीमागून तो माणूस ओरडला. "एखादा गरीब माणूस उपाशी राहिला तर राहू दे, छी छी. एवढा त्रास घेतल्याचं काहीतरी द्या ना."

त्याच्या मागणीचा मूर्खपणा ऐकून ती मागे वळली. "काय त्रास? तूच उलट पैसे द्यायला हवेस मला त्रास दिल्याबद्दल."

त्याचा चेहरा रागानं काळवंडला. "तुला काय वाटतं, तुला हवं तसं बोलू शकतेस तू माझ्याशी?" तिचा हात पकडत तो म्हणाला. "पैसे आहेत तुझ्याजवळ आणि मी एक साधा नावाडी आहे म्हणून?"

तिचा राग वाढला. "तुला काय वाटतं, तुला हवं तसं तू माझ्याशी बोलू शकतोस, मी एक बाई आहे म्हणून?" तिनं झटक्यात वळून हात सोडवून घेतला आणि ती पुन्हा फेरीच्या दिशेनं चालू लागली. तो माणूस मागून काहीतरी ओरडतच होता. नावा धुणं थांबवून लोक तिच्याकडे बघू लागले. एकटीच किनाऱ्यावर इकडेतिकडे धावत जाणारी ती एक तमाशाच बनली होती.

खोका खांद्यावर कोलाचा एक खोका घेऊन जात होता. "मी बेत बदललाय." तिनं मोठ्यानं ओरडून त्याला सांगितलं. थरथरणाऱ्या आवाजावर कसंबसं नियंत्रण मिळवत ती म्हणाली. "एक नावाडी शोध बरं- चांगला- प्रामाणिक असा- मला नदीतून वर घेऊन जाईल असा."

"आता उशीर झालाय, डाखतर. आता कुणीच नेणार नाही तुम्हाला. ते सगळे घाट सोडून निघालेयत. बघा ना अंधार व्हायला लागलाय."

तिनं स्वतःला सावरलं. पिवळा दिवस आता राखाडी व्हायला लागला होता, तरी भयंकर गरम होत होतं. आपण बरोबर करतोय ना– तिच्या मनात आलं. इतकं घायकुतीला येणं, झैद कुठे आहे हे माहीत नसल्यानं काळीशार भीती मनात दाटून येणं. हा मुलगा- हा कोल्डड्रिंक्सवाला इतका गरीब आहे की दिवसभर एका किनाऱ्यावरून दुसऱ्या किनाऱ्यावर जात एकामागून एक बाटल्या उघडून देत असतो. शाळेत जाण्याचा विचारच नाही. पण त्याच्या डोक्यावर हे उघडं आभाळ आहे, तो स्वतःच्या पायांनी कुठेही निघून जाऊ शकतो आहे, स्वतःच्या इच्छेनं.

"प्लीज, शोध रे कुणीतरी, मी पैसे देते. आहेत माझ्याकडे. पण आजच जायला हवं."

"ठीक आहे. बघतो प्रयत्न करून." त्यानं तिच्या हातातली बॅग घेतली आणि तिला किनाऱ्यावर आणखी खालच्या बाजूला नेलं. नावाडी आपलं सामानसुमान आवरत होते. नावांची इंजिन्स साफ करत होते. नावांमध्ये जमा झालेलं पाणी बाहेर काढून टाकत होते. एका लहानशा दुकानापाशी तिला बसवून तो कुठेतरी निघून

गेला. तिनं नाबिस्को बिस्किटांचा एक पुडा आणि एक कप चहा विकत घेतला. काही मिनिटांतच तो परत आला आणि तिला घेऊन एका साध्यासुध्या गावठी नावेकडे गेला. एका खूप म्हाताऱ्या नावाड्यानं तिचं स्वागत केलं. ''चाचा तुमची काळजी घेतील. हो ना चाचा?'' खोका म्हणाला.

नावेत चढत असताना खोकानं तिचा हात धरून तिला आधार दिला. ''तुमची परवानगी असेल डाखतर, तर मी पण येऊ का तुमच्या बरोबर?'' त्यानं विचारलं.

''का रे? मी एकटी जाऊ शकणार नाही असं वाटतंय का तुला? मी केलंय हे पूर्वी- माहीत्येय का, मी युद्धात भाग घेतलाय.''

''तुम्ही युद्धात होतात? माझा काकासुद्धा होता. त्याच्या इथे मोठी खूण आहे.'' गालावर बोटानं दाखवत खोका म्हणाला. ''गोळीची.''

जणू काही जगातलं एकही दुःख असं नाही, जे त्यानं ऐकलेलं नाही आणि जिंकलेलंही नाही, अशा थाटात तो हसला. ''ठीक आहे.'' माया म्हणाली. ''चल तर मग.''

सूर्य सावकाश क्षितिजाकडे जात असताना ते निघाले. प्रवाहाच्या विरुद्ध दिशेनं. काठावरची माणसं लहान लहान होत गेली. शेवटी अंधाऱ्या खोलीतल्या पेटत्या सिगरेटींच्या जळत्या पिवळ्या ठिपक्यांसारखी दिसू लागली. बांबूच्या पट्ट्यांमधून तिला नावेशेजारी वाढणारं पाणी दिसत होतं. पहिला तासभर सगळे गप्प होते. वल्ही मारताना नावाडी काहीतरी गुणगुणत होता. मग खोका म्हणाला, ''डाखतर, मी विचारायला नको खरं तर; पण तुम्ही काही संकटात आहात का?''

माया थोडीशी घुटमळली. याला आपण सांगितलेलं समजेल का, असं तिला वाटत होतं. ''मी एका मुलाला शोधत्येय, माझा भाचा.'' बोलायला सुरुवात करताच सारी कहाणी तिच्यामधून बाहेर झेपावली. खूप दिवस घरापासून दूर राहिल्यावर ती कशी परत आली, ढाक्यातला बंगला, तिच्या आईचं आजारपण, झैदचं येणं.

कहाणीच्या प्रत्येक नव्या वळणाशी खोकाचा चेहरा बदलत होता. तो स्वतःच्या आयुष्याशी, त्यातल्या दुःखांची, या कथेतल्या मुलाशी तुलना करतो आहे हे तिला दिसत होतं. तो या साऱ्याची बेरीज करत होता. त्याच्या आई-वडिलांचा मृत्यू, घाटावर पेयांचे खोके वर-खाली नेण्यामध्ये त्यानं घालवलेले दिवस, बाकीच्या साऱ्या लपलेल्या यातना. शेवटी शेवटी तर आपण कुठे आहोत हेच ती विसरून गेली. रोकेयानं सांगितलेलं गुपित, तिची आणि सोहेलची झालेली भेट. तिनं जेव्हा वर पाहिलं तेव्हा खोकाचे डोळे चमकत होते. नावेच्या कडेवरून वाकून त्यानं ओंजळीत पाणी घेतलं आणि ते चेहऱ्यावर हबकलं.

त्यानं तिला मिठी मारणं योग्य ठरलं नसतं, पण त्यानं आपला चेहरा हाताच्या

तळव्यांनी खसाखस पुसला तेव्हा जणू काही त्यानं तिला जवळ घेतलं असावं, असंच वाटत होतं. जणू काही तो म्हणत होता. तुमचं बरोबर आहे, या नावेतून त्या मुलाच्या शोधात निघणं, प्रवाहाविरुद्ध प्रवास करणं, जेव्हा तुम्हाला तो सापडेल तेव्हा तुम्हाला मीही सापडेन.

आणि प्रवाहाविरुद्धचा त्यांचा प्रवास हा असा झाला. जमुना आपल्या किनाऱ्यांना धडका देत होती. जाण्याच्या मार्गाची मागणी करत होती, जाता जाता किनाऱ्यांचे तुकडे करत गिळून टाकत होती- त्यांना त्यांच्या ध्येयाकडे घेऊन जात होती. स्वतःच्या गतीनं, स्वतःच्या हुकूमानं.

तिला त्या मदरशाबद्दल जे काही माहीत होतं, ते तिनं खोकाला सांगितलं.

''तुम्हाला नाव माहीत नाहीये?''

''नाही. मला या भागाची फारशी माहिती नाहीये.''

''तुम्हाला त्या गावाचं नावही माहीत नाहीये?''

''नाही, सॉरी.''

''मग आपण चांदपूरजवळच्या प्रत्येक गावातल्या प्रत्येक मदरशामध्ये जाऊ आणि त्याला शोधून काढू.''

सगळ्या बाजूंनी पाणी आहे असं झैद म्हणाला होता. तिला त्या वेळी ते कळलं नव्हतं, पण त्याला काय म्हणायचं होतं ते तिला आत्ता कळलं. नदी इतकी मोठी होती की तिच्यामध्ये तिनं स्वतःच बेटं निर्माण केली होती. तिनं या बेटांबद्दल ऐकलं होतं; पण पाहिली कधीच नव्हती. बोट दाखवत या लहानशा तरंगत्या जमिनीच्या तुकड्यांना 'चार' म्हणतात, असं खोकानं तिला सांगितलं. पाण्याच्या पातळीपेक्षा थोडीशीच वर आलेली आणि हिरवट गवतानं भरलेली ही बेटं.

''दर वर्षी पावसाळ्यानंतर ही बेटं वर येतात. थोड्या महिन्यांतच नदी त्यांना गिळून टाकते किंवा ती टिकूनही राहतात. ते बघा- त्या तिकडे.'' किनाऱ्यासारख्या दिसणाऱ्या कशाकडे तरी बोट दाखवत तो म्हणाला. ''ते बेट जुनं आहे- खूप वर्षांचं आहे- तुमचा मदरसा असाच एखाद्या जुन्या बेटावर असणार.'' नावाड्याकडे वळून तो म्हणाला, ''इथे थांबून विचारू या.''

''उशीर झालाय.'' नावाडी म्हणाला. ''आता आपण थांबू आणि उद्या प्रयत्न करू.''

मायानं घड्याळात बघितलं. सात! पण पूर्ण अंधार झाला होता. नदी राखाडी काळी झाली आणि एकदम शांत.

नावेच्या इंजिनशेजारी नावाड्यानं एका तात्पुरत्या बनवलेल्या चुलीवर भात

उकडला आणि नावेच्या कडेवरून पकडलेले दोन तीन मासे खोकानं तळले. काही न बोलता त्यांचं जेवण झालं. मासे काहीसे खारट आणि फडफडीत होते. मायाला त्याचं नवलच वाटलं. जेवण झाल्यावर खोका म्हणाला, ''नावाड्याला काहीतरी विचारायचं आहे तुम्हाला, डाखतर.'' तो त्या म्हाताऱ्या माणसाला तिच्याजवळ घेऊन आला. त्याच्या चेहऱ्यावर खोल सुरकुत्या होत्या आणि त्यांनी तो चेहरा दयाळू बनवला होता. ''माझी बायको,'' स्वतःच्या सुरकुतलेल्या गळ्यावरून हात वर-खाली फिरवत नावाडी म्हणाला, ''एवढा मोठा गोळा आहे.''

''सुजलंय म्हणताय का तुम्ही?''

''भोपळा गिळला असावा असं दिसतं ते.'' त्याचे स्वतःचे ओठ पानाच्या रसानं शेंदरी रंगले होते आणि उघडं तोंड काळं दिसत होतं.

''त्याला गॉयटर असं म्हणतात.'' माया म्हणाली. ''तिला आयोडीनची गरज आहे. मीठ आणायला दुकानात जाल ना तेव्हा आयोडीन असलेलं मीठ मागा.''

''खूप महाग असतं का ते?''

''इतर साध्या मिठासारखंच असतं.'' आता खरं म्हणजे कायदाच झाला होता की सर्व मीठ आयोडीनयुक्तच असलं पाहिजे; पण सर्वच निर्माते हा कायदा पाळत होते असं नाही. राजशाहीमध्ये तिनं सगळ्या मीठ विक्रेत्यांना आयोडीन असलेलं मीठच विकण्यासाठी उद्युक्त केलं होतं. तिच्या गावात कुणाचेच गळे सुजलेले नव्हते.

आपला उजवा हात कपाळाशी नेऊन तिला सलाम करत नावाड्यानं तिचे आभार मानले. मग नावेत तिनं आडवं व्हावं अशी खूण करत तो आणि खोका किनाऱ्यावर एक कोरडी जागा शोधून झोपतील, असं त्यानं सुचवलं. अंगाभोवती हात घट्ट गुंडाळून घेऊन बुरखा पांघरून ती थोड्याच वेळात झोपी गेली.

सकाळ होताच खोकानं शेताकडे निघालेल्या काही माणसांना हाका मारून थांबवलं. ''होय, आहे एक मदरसा इथे,'' त्यांना सांगण्यात आलं. भाताच्या शेतांमधून वाट तुडवत ती दोघं निळ्या पत्र्याच्या भिंती असलेल्या एका शाळेच्या इमारतीजवळ आली. इमारतीबाहेरच्या खुरट्या गवतावर काही मुलं घुटमळत होती. ''ही असणं शक्य नाही.'' मागे वळत माया म्हणाली.

''तुम्हाला भेटायचं नाहीये हेडमास्तरांना?''

''ते बघ,'' मुलांकडे बोट दाखवत ती म्हणाली, ''मुली.''

ती तिघं तशीच नदीच्या प्रवाहाविरुद्ध जात राहिली. नावाडी कष्टांनी वल्ही मारत होता. आणखी काही ठिकाणी थांबून त्यांनी चौकशी केली. तात्पुरत्या उभारलेल्या शाळांच्या इमारती आणि मशिदींच्या बाहेरच्या खोल्या. त्या बेटांवर एक प्रकारच्या तात्पुरतेपणाचं वातावरण होतं. साड्या आणि लुंग्या नदीवरचा जोरदार

वारा भरल्याने फुगत होत्या, त्यामुळे ते लोक हलके वाटत होते. सूर्य पुन्हा एकदा पाणथळीच्या क्षितिजामागे जात असताना मायाच्या मनात आलं, 'मी पुन्हा येईनसुद्धा इथे कदाचित– आनंदी हृदयानं.'

दुसऱ्या दिवशी सकाळी ती एका मोठ्या बेटापाशी थांबली. ते नदीच्या पात्रामध्ये काही फूट वर उचललेलं होतं. नदीच्या किनाऱ्यापासून सुरू होणाऱ्या पायवाटेनं माया आणि खोका चालत निघाले. त्यांचे पाय गाळात रुतत होते. काही पावलं गेल्यावर जमीन थोडी वर चढली आणि कोरडीही झाली. मग चालणं अगदी सुखाचं झालं. खोका तिची बॅग हेलकावत चालत होता. कोकिळा आणि बुलबुल त्यांच्या चालण्याला साथ देत गात होते.

दोन वेळा चुकीची वळणं घेतल्यावर ती दोघं एकदाची एका लहानशा निळ्या दरवाजासमोर येऊन पोहोचली. तो दरवाजा एका भक्कम अशा भिंतीमध्ये बसवलेला होता. भिंतीमध्ये एकही खिडकी नव्हती. मायाच्या पोटात गोळा आल्यासारखं झालं. हाच असणार असं म्हणत तिनं बॅगमधून बुरखा काढला आणि डोक्यावरून खाली ओढत तो अंगावर लपेटला. नकाबाच्या दोऱ्या बांधल्यावर तिला आपलाच श्वास गालांवर जाणवला. त्याचं तिला आश्चर्य वाटलं. "नावेपाशी थांब. आपल्याला कदाचित घाईनं निघावं लागेल." असं तिनं खोकाला सांगितलं.

एखाद्या चोरासारखी तिनं इमारतीभोवती एक चक्कर मारली. सबंध अंगणाभोवती ती उंच भिंत होती. मधल्या अंगणाभोवती आणखी काही लहान लहान इमारती होत्या. सर्व इमारतींवर धुकं असावं तसं अस्वच्छ शरीरांच्या आणि कुजलेल्या केळ्यांच्या वासाचं किटण चढलेलं होतं. शेवटी हिंमत करून तिनं दार वाजवलं. झैदपेक्षा मोठ्या मुलानं ताबडतोब दार उघडलं. "हुझूर कुठे आहेत?" तिनं विचारलं, "मला त्यांच्याकडे घेऊन चल."

थोडं घुटमळत त्यानं विचारलं,"मोठे हुझूर की छोटे हुझूर?"

तिला माहीत नव्हतं. "काही फरक पडत नाही मोठे... मला वाटतं, जो कुणी इथे मुख्य असेल तो."

काहीतरी आठवल्यासारखा तो मुलगा ताठ होत म्हणाला, "बायकांना परवानगी नाहीये."

"काही हरकत नाही, त्यांनीच बोलावलंय मला." त्या मुलाच्या टोपीवर थोपटण्यासाठी तिनं हात पुढे केला, पण एकदम ताठरत तो अंधारात मागे सरकला.

"नाही." दरवाजा बंद करण्याचा प्रयत्न करत तो म्हणाला.

तिनं त्याचे खांदे पकडले. "हुझूर मला भेटतील. मला त्यांच्याकडे घेऊन जा."

तिला ढकलून देत त्यानं दरवाजा लावून घेतला. तिनं मुठींनी दरवाजा ठोठवायला सुरुवात केली. तो दुसऱ्या बाजूला उभा असणार, हे तिला माहीत होतं.

आत जायला एखादी जागा आहे का हे बघत तिनं दुसऱ्यांदा इमारतीला फेरी मारली. इथे कुणीच नसावं असं दिसत होतं. पावलांचे आवाज नाहीत की इतरही कसला आवाज नाही. ती पुन्हा त्या दरवाजाजवळ आली. तिनं पुन्हा मुठींनी दरवाजा ठोठावला. तिचा श्वास जोरात चालला होता. काहीच घडलं नाही. मागे वळून ती नदीकडे धावली. नावेची दोरी सोडलेली होती. मांडीवर वल्ही घेऊन खोका आणि नावाडी तिची वाट बघत बसले होते. "ते मला आत येऊ देत नाहीयेत." ती म्हणाली.

"किती जण?" खोकानं विचारलं.

"एक लहान मुलगा आहे बस. वर्गाच्या खोल्या मागच्या बाजूला असणार, पण सांगता नाही येणार."

"मी येतो तुमच्याबरोबर." खोका म्हणाला. "आत जायचा रस्ता शोधायचा मी प्रयत्न करतो." नदीतून चालत तो किनाऱ्यावर आला.

त्यांनी पुन्हा तो दरवाजा वाजवला. त्या मुलानं दार उघडलं. खोका म्हणाला, "आम्हाला आत यावं लागेल. महत्त्वाचं काम आहे."

मायाकडे बोट करत मुलगा म्हणाला, "बायकांना परवानगी नाहीये."

खोकानं मुलाला बाजूला ढकललं आणि दरवाजाच्या फटीतून आत पाऊल टाकलं. माया त्याच्या मागोमाग जाणार तेवढ्यात त्यानं दरवाजा लोटला. तिला आत कसलीशी धसफस ऐकू आली. पावलांचा आवाज, ताणलेले आवाज. 'आत्ता' तिला ऐकू आलं—"आत्ताच्या आत्ता."

दरवाजा उघडला. खोकानं त्या मुलाचं कोपर पकडलं होतं. "या आत." तो म्हणाला, "मी थांबतो इथे."

"तू काय सांगितलंस त्याला?" तिनं कुजबुजत विचारलं.

"हेच की, तुम्ही हुझूर हक यांची बहीण आहात आणि महत्त्वाच्या कामाला इथे आला आहात आणि जर तुम्ही त्यांना आत जाऊ दिलंत तर इन्शाल्ला, तुमच्या मदरसावर आशीर्वादांचा वर्षाव होईल."

"खरंच?"

"खरं सांगायचं तर- माफ करा मला डाखतर- पण मी त्याला सांगितलं की मी सांगतो तसं केलं नाहीस तर मी तुला इतका मारीन की तुझ्या नाकातोंडातून रक्त वाहायला लागेल."

त्या मुलानं रागानं हुंकार टाकला आणि मागे वळून तो धावतच मधल्या उघड्या अंगणामध्ये गेला. तो हुझूरशी बोलेपर्यंत त्यानं तिला तिथेच थांबायला सांगितलं. "त्यांना सांग, मी मिसेस हक आहे." तळपत्या उन्हात शक्य तेवढं शांतपणे उभं राहण्याचा प्रयत्न करत, ती तिथेच उभी राहिली. त्या मुलानं बाहेर

येऊन तिला एका लहानशा खोलीत नेलं. नीटनेटकी दाढी ठेवलेला एक अगदी बारीक माणूस एका बुटक्या टेबलाशी बसला होता. त्याच्या हातात एक पेन होतं. नाकावर चश्मा चढवलेला होता.

"मला हुझूरशी बोलायचं आहे," ती म्हणाली. "तुम्ही कोणते हुझूर आहात?"

"मी छोटे हुझूर आहे."

"मोठे हुझूर कुठे आहेत?"

"प्रवासात."

मायानं त्या माणसाचं नीट निरीक्षण केलं. रोकेयाची बहीण बुरख्याबद्दल जे बोलली होती ते अगदी खरं होतं. बुरख्याच्या आडून ती त्या माणसाकडे टक लावून बघू शकत होती, त्याच्या नकळत. त्या माणसाची निमुळती बोटं, कधीही काम न केलेले हात, तलावासारखे काळेभोर डोळे, त्यात घातलेला सुरमा, त्याचा पायघोळ अंगरखा- जलेबा त्याच्या घोट्यांपर्यंत येणारा होता. तिनं घशातली भीतीची गाठ गिळली, तिच्या गळ्यावर सुरी ठेवणाऱ्या माणसाची तिला आठवण झाली.

त्यानं हातातली लेखणी खाली ठेवली. "मी तुम्हाला काय मदत करू शकतो, ताई?"

हसल्यावर त्याचे बारीक दात दिसले.

पुढे होत मायानं टेबलावर हात टेकत म्हटलं, "मी कुणाला तरी शोधत्येय, एक लहान मुलगा आहे."

हुझूरनं खाली आपल्या जोड्यांकडे बघितलं. अचानक तिला त्याची भीती वाटेनाशी झाली. ती तिथे का आली आहे हे त्याला माहीत होतं, ज्या रीतीनं ती त्याच्यासमोर उभी होती, मान वर करून त्याच्याशी बोलत होती त्यावरून- त्याची बोटं थरथरू लागली, हृदयाचे ठोके अनियमितपणे पडावेत, तशी त्याच्या हातातली लेखणी कागदावर उमटू लागली. ती म्हणाली, "मी फार वेळ थांबणार नाहीये. मी झैद हकला न्यायला आले आहे. त्याला माझ्याकडे सोपवा, मग मी तुमचा जास्त वेळ घेणार नाही."

वाद घालायची तयारी तिनं केलीच होती, पण तो सुन्न झाल्यासारखा टेबलाशी बसून होता, लेखणी धरलेला त्याचा हात हवेतच थांबला होता. त्याची नखंही मेंदीनं रंगवलेली आहेत हे तिला दिसलं. तिनं थोडा आवाज चढवत पुन्हा आपलं म्हणणं सांगितलं. आपण त्याला धमकी देतोय, मोठ्या हुझूरना हे सगळं सांगू आणि मग ते त्यांच्या वरिष्ठांच्या कानावर हे सगळं घालतील, त्याची बेअब्रू होईल असं सांगतो आहोत, हेही तिला जाणवलं. मग मी पोलिसांना बोलावीन आणि मदरसा बंद करायला लावीन, त्याला अटक करण्यात येईल, तुम्ही कधी तुरुंग बघितलाय आतून, हुझूर? आता तो उभा राहिला आणि त्यानं दरवाजा अडवला. ती अगदी

त्याच्याजवळ गेली आणि त्याच्या छातीवर पंजे रोवत म्हणाली, "तू काय केलं आहेस हे मला माहीत आहे. मला माहीत आहे आणि देवालाही. या कृत्यामुळे तू दोसक- नरकामध्ये जळशील." अंगणाच्या मागच्या बाजूला बोट दाखवत तो काहीतरी पुटपुटला— "एक झोपडी, बंद दार", असं काहीतरी... त्याचा आवाज थरथरत होता. "मला माहीत आहे तू काय केलं आहेस ते." तो गळ्यातल्या एका दोऱ्यातली किल्ली काढून देत असताना ती पुन्हा म्हणाली, "तू काय केलं आहेस ते मला माहीत आहे आणि देवालाही."

इमारतीच्या बाहेरच्या बाजूनं ती जाते. एक वळण घेते. झुडपांमधून जाणाऱ्या एका पायवाटेशी आपण पोहोचलो आहोत, असं तिला दिसतं. तिला शाळेची इमारत दिसते, पत्र्याचं छप्पर असलेली एक चौकोनी खोली आणि आतून भुंग्यांच्या गुणगुणीसारखा एक आवाज.

त्यानं सांगितलं होतं अगदी तसंच- एक लहानशी चौकोनी झोपडी. कोंबड्यांचं खुराडं असतं तेवढी. वर छप्पर नाही पण भिंती बऱ्याच उंच. कुलूप उघडण्याचा प्रयत्न करण्याआधी ती दारावर धडका मारते. तिला ओरडण्याची भीती वाटत्येय. कुणीतरी ऐकेल याची भीती वाटत्येय आणि काय ऐकायला मिळेल याचीही. दार उत्तर देतं. ते ठोठावणं नाहीये, एक बारीकशी टकटक आहे. तळहातानं केलेलीही नाही, नुसती बोटं टेकवल्यासारखी. दारावरच्या कडीमध्ये कुलूप घातलेलं आहे.

ती कुलूप उघडते.

दार आतमध्ये उघडलं जातं. तो आत आहे. जमिनीत खणलेल्या एका भोकावर बसलाय. ती हात पसरते आणि तो तिच्याकडे झेप घेतो. तो तिचं नाव घेतो आहे असं तिला वाटतं- माया माया माया. त्या तालावर तिचं हृदयही गाऊ लागतं. पण मग तिला ते शब्द नीट ऐकू येतात आणि तिला आठवतं आपण अजून बुरख्यातच आहोत. त्याला वाटलं आहे आपली आईच आलीये- तो म्हणत असतो....माँ...माँ...माँ.

ती त्याला नावेत बसवते. तो तिला चिकटून बसलाय. 'अरेबिक अक्षरं', तो म्हणतो, 'अलिफ-बे-ते-से. मला येतंय सगळं.' ते गायबंधला पोहोचतात. नावेवर पुन्हा अंधार पडलाय. माया झैदला काहीतरी खाण्याचा आग्रह करतेय. तो नाही म्हणतो. नावेवरच्या बांबूच्या पातळ काड्यांच्या छतामधून तो बघत राहतो. रात्रीच्या आकाशात काहीतरी शोधत राहतो. "मला येतात अरेबिक अक्षरं." तो पुन्हा म्हणतो, "माझी आई कुठेय?" "ती नाहीये इथे," माया त्याला सांगते, "तुला माहीत आहे ना?" 'बिस्मिल्लाह इर-रहमान इर-रहीम.' त्याला शिकवलेले शब्द म्हणायला तो सुरुवात करतो. एक लहानशी पाल नावेवर आलीये. ती इकडून तिकडे पळत्येय. तिला बोटानं चाळवायच्या खेळात तो रंगून जातो.

"तुझी आजी तुझी वाट बघत्येय घरी," माया त्याला सांगत. "तुला बघून ती इतकी खूश होईल ना! तुझ्या वडिलांनाही खूप आनंद होईल." वडिलांचं नाव ऐकताच तो म्हणतो, "मला नाही जायचं घरी. मला अरेबिक अक्षरं येतात आता. अलिफ बे ते से- बिस्मिल्लाहिररहमनिरहीम...." त्याच्या गालावर कापलं आहे. कोपरावर एक जखमही आहे.

तिला एकदम खूप अपराधी वाटायला लागतं. त्या चपलांसाठी- ज्या तिनं कधीच घेतल्या नाहीत त्याच्यासाठी– चोरी करताना पकडलं जाऊ दिल्याबद्दल- पोटच्या पोरासारखं त्याला न वागवल्याबद्दल– त्याच्या वडिलांचाही तिला संताप येणार आहे, भयंकर संताप येणार आहे; पण आत्ता तरी तिला केवळ स्वतःला दोषच देता येतो आहे.

त्या मुलावरून खोकाची नजर हटतच नाहीये. त्याची नजर त्याच्या हातावरही खिळली आहे. झैद ती पाल पकडतो, तिची शेपटी ओढून तोडतो आणि तिला पाण्यात फेकून देतो.

किनाऱ्याजवळ जसजसे ते जायला लागतात, तसतसं झैदचं पाठांतर मोठ्यानं व्हायला लागतं. "मला संत्री आवडतात" तो म्हणत असतो. 'मला एक संत्र दे.' मला एक बायसिकल दे.' मग तो प्रार्थनेची हाक द्यायला सुरुवात करतो, अशाहदुल्लाह मुहम्मदुर रसुलाल्लाह.' उभं राहून तो एकदा इकडे आणि एकदा तिकडे असा झुलू लागतो. नाव हलू लागते. किनाऱ्यावर नावाडी आणि त्यांच्यासारख्या लोकांची गर्दी आहे. दोन ठिकाणांच्या मध्ये असलेले लोक. आणखी जवळ येताच तो मोठ्यानं रडायला सुरुवात करतो. माया त्याच्याभोवती आपले हात टाकते तसा तो तिला गुद्दे मारायला लागतो. "तुला नावेतच थांबायचंय का, झैद? तसं करायचंय का तुला? रात्रभर इथे राहायचंय का तुला? ठीक आहे, ठीक आहे."

ते मागे वळतात, फेरीबोटी डॉकपासून दूर जाऊ लागतात. नावाडी नदीच्या तीराशी नाव बांधतो.

तिला झैदजवळ एकटीला सोडून खोका आणि नावाडी दोघेही किनाऱ्यावर जातात. हवा थंड व्हायला लागली आहे. ती बुरख्याची झिप उघडून झैदला आत गुंडाळून घेते. तो तिच्याकडे पाठ करतो आणि ती त्याच्याभोवती आपलं अंग वळवून घेते. तिचा हात अगदी कोमलपणे त्याच्या केसांमधून फिरत असतो. त्याचा श्वास हळू होतो.

"आपण घरी जाऊ या." ती म्हणते. "उद्या आपण घरी पोहोचलेलो असू."

"मला नाही जायचं."

"घाबरू नकोस– आता पूर्वीसारखं काही व्हायचं नाही."

"मी पळून जायचा प्रयत्न केला."

"मला माहीत्येय. रोकेयानं सांगितलं मला."

"पण अब्बूनी मला परत पाठवलं."

"आता नाही पाठवणार. तू एकदा त्यांना सगळं सांगितलंस ना की मग नाही पाठवणार. ते तुला कधीच तिथे परत पाठवणार नाहीत. झोप आता. उद्या आपण घरी पोहोचू."

ती आता दमलीये- फार दमलीये. तो काहीतरी सांगतोय असं तिला वाटतं, पण काय ते तिला कळत नाही. "मला बायसिकल हवीये. मी सांगितलं त्यांना." "काळजी करू नकोस" ती पुटपुटते. "मी बोलेन त्यांच्याशी. आता काही वाईट होणार नाही बघ."

अलिफ बे ते से.

अगदी थोड्याच क्षणांची झोप आहे ही; पण आजवर लागलेल्या झोपेमधली ही सर्वांत मधुर अशी झोप आहे, हे तिच्या कायम लक्षात राहील. कारण तो मुलगा तिच्याशेजारी शांत श्वास घेत झोपला आहे. त्याच्या भविष्यावर कसलंही सावट नाही.

तिला ते ऐकू येतं तेव्हा ती स्वप्न बघते आहे. एक अगदी लहानशी उसळी- पाण्यामधली. पण तिला कळून येतं ही उडी त्याची आहे. तीही उडी घेते. तिचा बुरखा फुग्यासारखा फुलला आहे. क्षणार्धातच नदीचा प्रवाह तिला नावेपासून दूर ओढत नेतो आहे. ती त्याला हाका मारते. पाण्याखाली असताना डोळे उघडते, जमुनेच्या गाळानं भरलेल्या प्रवाहामध्ये त्याला शोधण्याचा प्रयत्न करते. रात्रीच्या अंधारात जास्त जास्त खाली खाली जाऊ लागते, तेवढ्यात दोन मजबूत हात तिचे खांदे पकडतात. ती डोळे उघडते. खोका. ती धडपड करते, त्याला दूर लोटण्याचा प्रयत्न करते, पण एव्हांना ती दोघं नावेवर पोहोचली आहेत. किती ताकदवान आहे तो. प्रवाह किती मजबूत आहे, किती भुकेला.

डोक्यावर बसलेल्या एका फटक्यामुळे ती जागी होते. तिचे हात धरून तिला ओढलं जातंय. त्या क्षणी तिला पोलिसांबद्दल एक नवी माहिती मिळते– ते कोणतंही शरीर असं वाटून घेतात की एका भागाचा दुसऱ्या भागाशी संबंधच राहत नाही. ते तिला वर उचलतात, तिचे पाय जमिनीला टेकत नाहीत. तिचं डोकं ट्रकच्या जमिनीवर आपटून सारं काही अंधारं होण्याआधी ती किंचाळते– "झैद कुठे आहे?"

शेवट

थंडगार आणि प्रकाशाचा एखादा ठिपकाही नाही. अंधारातच ती आपला चेहरा चाचपते. नाक मोडलेलं, एखाद्या फुटलेल्या फळासारखे ओठ फुटलेले. ती दाबून तपासून बघते- वेदना तिच्या गालापर्यंत, कपाळापर्यंत पसरत जाते.

ती बुरखा ओढते. ज्या रीतीनं ती त्या बुरख्याला चिकटून बसलीये तो म्हणजे एक क्रूर विनोदच आहे. बाकीचे कैदी जवळच आहेत; पण तिला काहीच ऐकू येत नाही. सुरुवातीला ती त्यांच्याबरोबरच होती, एका खोलीत कोंबलेल्या बायका- आळीपाळीनं झोप घेत होत्या. पण तिनं किंचाळायला सुरुवात केली आणि ती थांबेचना. त्या साऱ्या तिच्याभोवती गोळा झाल्या, समजुतीचे शब्द बोलू लागल्या, पण ती किंचाळतच राहिली.

"झैद कुठे आहे?"

शेवटी कोठडीत एक पोलीस आला. त्यानं तिला जमिनीवर फेकलं आणि ती बेशुद्ध होईपर्यंत मारलं. तिनं जेव्हा डोळे उघडले तेव्हा ती या शवपेटीसारख्या खोलीत होती. ओरडायला समोर कुणीच नव्हतं.

धातूचा खणकन आवाज. एक बशी आणि एक ग्लासभर पाणी.

ती पाणी पिते; पण ते जेव्हा बशी न्यायला येतात, तेव्हा ती बशी त्यांच्यावर फेकते. तिच्या शरीराला भुकेची चव कळू दे. डोकं हलकं असलं तर चांगलंच– शरीर जड झालं असलं तरी. तो खोल पाण्याखालचा आवाज ऐकू यायलाच नको.

ते एका बाईला आत पाठवतात. मऊ आवाज. तू तीन दिवसांत काही खाल्लं नाहीयेस.

झैद कुठे आहे?

तू भूक हरताळ केलाहेस का? इथे का आलीयेस ते सांग बरं आम्हाला.

त्यांना नक्कीच माहीत आहे ती इथे का आलीये ते. नाहीतर त्यांनी तिला इथे कशाला आणलं असतं? त्या वाकड्या दातांच्या हुझूरनं केलेली उलट चाल.

झैद कुठे आहे?

किती मूर्खासारखी वागलीये ती. आपला भाऊ आपल्याकडे परत यावा असं आवेगानं वाटलं म्हणून स्वतःचीच शपथ विसरलीस. पहिली गोष्ट म्हणजे कोणालाही त्रास देऊ नकोस.

एक लहानसा हात फाड्कन तिच्या गालावर बसतो. फुटलेला ओठ पुन्हा वाहू लागतो.

''खा, कुत्रे! तू मेलीस तर ते पाप माझ्या डोक्यावर नकोय मला.''

अनेक दिवसांनंतर...कदाचित एक आठवडा झाला असेल... तिला नाही सांगता येणार– तिला एका व्हॅनमध्ये कोंबण्यात येतं. दोरीनं दोन्ही हात बांधलेले आणि खेड्याचा वास तिच्या नाकात भरलेला. गवत, भात आणि सुकलेलं शेण... रस्ताभर, अगदी शहराच्या टोकाला पोहोचेपर्यंत. एक माणूस तिचं नाव एका चोपडीमध्ये लिहितो.

राजशाहीमध्ये तिच्याभोवती मुलं असायची. तिनं किती जणांना या जगात यायला मदत केली होती तो आकडाही तिला सांगता आला नसता. पण किती जणांना तिनं पुरलं होतं त्याची बेरीज मात्र तिनं ठेवली होती. कॉलऱ्यानं मेलेले, साप चावल्यानं मेलेले किंवा शेजारच्या नदीला अचानक पूर आल्यानं मेलेले. कधी आईचं दूध आटल्यावर दुधाचा डबा फार महाग वाटल्यानं मेलेले किंवा काहीही कारण नसतानाही मेलेले. काहीही कारण नसताना तिनं अशा एकशे सदोतीस मुलांना त्यांच्या कबरीत जाताना बघितलं होतं.

त्यांच्यापैकी प्रत्येकावर तिचं प्रेम होतं. अगदी त्यांचा मृत्यू झाला आहे हे जाहीर करण्यापुरतीच तिची आणि त्यांची ओळख असली तरी. त्यांच्या लहानशा छातीला कान लावून 'सगळं संपलं आहे, आता काही करता येणार नाही,' असं त्यांच्या आईला सांगण्यापुरतीच ओळख असताना. पण जिवंत किंवा मेलेला– पत्त्यांमध्ये लबाडी करणाऱ्या, हवी तशी जीभ वळवणाऱ्या, अचानक नाहीशा होणाऱ्या मुलाइतका तिच्या हृदयाचा ताबा दुसऱ्या कुणीच घेतला नव्हता.

❄

ढाका सेंट्रल जेल. एक मोठी चौकोनी खोली. बायकांनी गच्च भरलेली. लघवीच्या आणि इतक्या जणींच्या श्वासांचे वास कोंडलेली. जसा देश तसा तुरुंग. सगळेच जण दरिद्री. काही पावलांवर मरण उभं आणि जन्मसुद्धा. दिवस भरलेल्या एका बाईला ओढत नेण्यात येतं. तिचं डोकं लोंबकळतंय. माया मदत करू शकली असती, पण ती तसं करत नाही. एक म्हातारी बाई केस विंचरतेय. तिला दुखतंय

कारण तिच्या डोक्यावर जखमांच्या खुणा आहेत. "थांब," ती म्हणते. तिच्या डोळ्यांवर पाणी शिंपडलं जातं. खारट सुरकुतलेल्या बोटांमधून खाणं सरकवलं जातं. ती डोळे उघडते. ती बाई म्हणजे एक काळीभोर सावली आहे. तिची पांढरी बुबुळं तिच्या चेहऱ्यावर रंगवल्यासारखी दिसताहेत.

तिच्या आयुष्यातल्या आठवणी तुकड्या तुकड्यांनी तिच्यासमोर येत आहेत. नाझियाबरोबर त्या तळ्यात पोहणं, शिसवीच्या वृक्षांचा वास, बागेत जळणारी पुस्तकं. सोहेलचा आवाज... मी खून केलाय- माया, मी खून केलाय- म्हणजे तो माझ्यासारखा बनणार नाही. ती पिया नाहीये; ती सिल्व्ही आहे. युद्ध होतं ते. ते फार उशिरा आलं. मी खून केलाय. आता तिला कळतं ते काय होतं ते. मृत्यूचं ओझं.

कुणीतरी तिला नावानं हाक मारतं. कोठडीच्या समोरच्या भागातल्या गजांजवळ तिला नेण्यात येतं. पलीकडच्या बाजूला जॉय पाय मुडपून बसला आहे. ती नजर उचलते– तिला दिसतं,तो रडतोय. काहीतरी मजेशीर बोलून वातावरण हलकं करावं असं तिला वाटतं- म्हणजे- आता आपली बरोबरी झाली हं, आता आपण दोघंही कैदी; पण तिच्या तोंडून एकच वाक्य फुटतं, "तो कुठे आहे?"

मान खाली घालत जॉय म्हणतो, "नाही सापडला अजून."

प्रकाशाची दिशा बदलते. आता तिला तो सबंध दिसतोय. त्याचे मजबूत खांदे, जाड तळाचे त्याचे जोडे, इतका सारा वेळ तिला मनातल्या भीतीची जाणीवच झाली नव्हती. पण आता तिची बोटं पुढे होऊन ते गज पकडून एखाद्या जनावरासारखे गदगदा हलवताहेत.

"मी तुला बाहेर काढणार आहे." जॉय म्हणाला. "काही आठवडे लागतील त्याला."

ती थांबते. बाहेर पडल्यावर तिला त्याला तोंड द्यावंच लागेल. हे ऐकल्यावर अम्मू काय म्हणाली हे विचारण्याची तिला भीती वाटते आहे. आणि सोहेल. सोहेल काय म्हणाला असेल? "मला बाहेर यायचंच नाहीये. मला इथेच राहायचंय."

"वेड्यासारखं बोलू नकोस, माया. मी एक चांगला वकील नेमलाय तुझ्यासाठी."

"आता तुला माझ्याशी लग्न करावंसं वाटत नाहीये, मला माहीत्येय. तुझी आई काय म्हणेल?"

"तिला सगळं माहीत आहे. तुला फक्त त्या मुलाला तिथून बाहेर काढायचं होतं, हे मी तिला सांगितलंय. यात तुझा काही दोष नाहीये."

तिच्या बोटांभोवती तो आपली बोटं गुंडाळतो. तिच्या ओठांवर एक प्रश्न येतो. "तुला राग आला होता का रे.... तुझे वडील गेले तेव्हा?"

"का?"

"मला फक्त जाणून घ्यायचंय."

"मी इतका संतापलो होतो की माझी बंदूक घेऊनच रस्त्यावर गेलो होतो. बिहारी किंवा पाकिस्तानी दिसणारा एखादा माणूस दिसला तर त्याला गोळीच घालायचं ठरवलं होतं मी. म्हणून तर माझ्या आईनं मला अमेरिकेला पाठवून दिलं. मी कुणाचा तरी खून पाडला असता म्हणून."

तो असा अचानक का निघून गेला होता ते तिला आत्ता उलगडलं आणि ती किती दुष्टपणानं वागली होती, माशीचा डंख बसावा तशी.

"वकील प्रयत्न करतोच आहे खटला लवकर सुरू व्हावा म्हणून. तुला काही हवंय का?"

"नाही."

"मी त्यांना तुझं जेवण नीट द्यायला सांगितलं आहे. तुला खाल्लं पाहिजे." पुन्हा रडू कोसळू नये यासाठी तो प्रयत्न करत होता म्हणून त्याचा चेहरा आक्रसला होता.

दिव्याचा प्रकाश काही पावलं त्याच्यामागून जातो आणि मग तो दिसेनासा होतो. तुरुंगाच्या भिंती त्याला गिळून टाकतात.

पुढच्या वेळी तो तिच्या आईला घेऊन येतो. एक टेबल आणि दोन खुर्च्या असलेल्या एका खोलीत बसण्याची तिला परवानगी मिळते. अम्मू एक गडद निळ्या रंगाची साडी नेसली आहे. त्या अंधारातून तिचा चेहरा फिकट आणि गोल असा सामोरा येतो. हलकेच ती एका खुर्चीत बसते. जॉयचा हात मायाच्या डोक्यावर घुटमळतो. "मी आहे बाहेर."

"मी तुला काहीतरी सांगायला आल्येय," अम्मू म्हणते.

माया तिच्या नजरेला नजर देऊ शकत नाही. हात वर करून ती डोक्यावरचा नकाब चेहऱ्यावर ओढून घेते. तू माझ्याकडे पाहावंस हे मला सहन होणार नाही.

"तुझ्या भावाच्या बाबतीत जे काही झालं त्याबद्दल तू कायम सिल्व्हीलाच दोषी मानलं आहेस, हे मला माहीत आहे."

सिल्व्ही. रस्त्याच्या पलीकडून सिल्व्हीनं सोहेलच्या गळ्याभोवती आपले हात आवळले होते.

"तुला हाजी मुदस्सरबद्दल माहिती आहे?"

माया आपला आवाज शोधते. मग मान डोलावते.

"काकरैलमध्ये तो इमाम आहे, पण पूर्वी ७२मध्ये तो रोड नं१३च्या मशिदीत काम करत होता."

ही मशीद तळ्याच्या शेजारी होती. दर शुक्रवारी आजूबाजूची माणसं तिथे

जमायची– ईदगाह.

"लढाई संपल्यावर थोड्याच दिवसांनी सोहेल तिथे जायला लागला."

नकाबाच्या आडून मायाचा बारीकसा आवाज फुटला, "काय सांगतेयस काय तू?"

"हाजी मुदस्सर हे वडिलांसारखे होते सोहेलला."

"माझ्याशी तर तो कधीच त्यांच्याबद्दल बोलला नाही."

अम्मू टेबलावर कोपरं टेकवते. "तुला माहीत्येय, तुम्हा दोघांपैकी कुणाला जास्त वडिलांची आठवण होते याचा मी विचार करत असायची."

"मी मी, मला मला."

"सुरुवातीला मला वाटायचं, तुला जास्त आठवण होते. मुलीला वडिलांची गरज असते, हे मला जेवढं माहीत आहे तेवढं दुसऱ्या कुणालाच माहिती नसेल आणि मला नेहमी वाटायचं, तुझे वडील असते तर त्यांनी तुला युद्धावर जाऊच दिलं नसतं किंवा राजशाहीलाही. आपण सगळे एकत्र असतो, सगळे जण. ते गेले तेव्हा सोहेल फक्त आठ वर्षांचा होता. तुला माहीतच आहे, फक्त आठ वर्षांचा आणि तोच घरातला पुरुष माणूस बनला. मी त्याला रेशनकार्ड आणायला पाठवायची, विजेचं बिल भरायला पाठवायची. तुला नाही आठवणार. मला तसं करावंच लागायचं. दुसरं कुणी नव्हतंच मला आणि मग युद्धामध्ये जे काही घडलं त्यानंतर सोहेलला हाजी मुदस्सर भेटले."

"युद्धात काय घडलं?"

"तो परत येत होता," ती सांगू लागली, "रस्त्यावर एक माणूस होता...खरं बोलायचं तर अपघातच होता तो एक."

रागळ्या गोष्टी तिला नेहगी सर्वांच्या नंतरच का कळतात?

"तो मला म्हणाला, तुला माहीत आहे म्हणून," अम्मू म्हणते. "त्यानं पुस्तकं जाळली ना त्या रात्रा- त्या रात्री तुला सांगितलं म्हणाला तो."

नाही, तो कधीच असं म्हणाला नाही. त्यानं तिला काहीही सांगितलं नव्हतं... "मी खून केलाय- माया मी खून केलाय."

"शेवटी हे सारं मी तुला सांगण्याचं कारण म्हणजे, माया, हे सारं मी तुला सांगतेय कारण- अशी एखादी गोष्ट माणसाला नष्ट करू शकते, तुमच्या आयुष्यातली खूप वर्षं नष्ट करू शकते, तुमचं सारं आयुष्यच."

हे ते नव्हतं. झैद तर एक लहान मुलगा होता.

"आणि आणखी एक गोष्ट- सिल्व्हीबद्दल. तिला इतका सारा दोष देऊ नकोस. शेवटी शेवटी ती... मला वाटतं तिला समजायला लागलं होतं."

सिल्व्हीला माफ करू? तिनंच तर या साऱ्याची सुरुवात केली. एकच असू

शकतो, हे तीच म्हणाली होती आणि मग जग संकुचित झालं होतं. तिला अपराधी वाटत होतं म्हणून माया अधिक समजूतदार होऊ शकत नव्हती.

"तो सापडला का त्यांना?" तिनं हलक्या आवाजात विचारलं.

अम्मू मायाच्या बोटांमध्ये आपली बोटं गुंतवते. तिची पकड चांगली मजबूत आहे. "नाही, नाही सापडला त्यांना तो अजून." तिची पकड आणखी घट्ट होते. "तू झैदवर विश्वास ठेवला नाहीस. त्यानं तुला सांगितलं, त्याची आई त्याच्याबरोबर लुडो खेळायची तेव्हा– त्याला शाळेत घालणार आहे असं तिनं त्याला वचन दिलं आहे तेव्हा...पण ते खरं होतं."

आपल्या आईनं जाऊ नये असं तिला वाटतं. ती तिला चिकटून बसते. मग त्यांना तिला ओढून दूर करावं लागतं.

अम्मूनं तिला सारं काही सांगितलं. आता तिला सगळं कळलं होतं. सोहेलनं पियाला त्या बराकीमधून सोडवलं होतं. तिच्या बेड्या काढल्या होत्या आणि तिला तिच्या खेड्यामध्ये नेऊन पोहोचवलं होतं. त्यानंतर मगच त्यानं स्वतः घरी जाण्याचा विचार केला होता. तो दक्षिणेकडे चालत होता, जेसोर रोडवर- दोन्ही बाजूंनी निर्वासित लोकांची गर्दी त्याला भिडली होती. शांतता प्रस्थापित होऊन थोडेच दिवस झाले होते आणि ते जथ्थानं परत यायला सुरुवातही झाली होती. सारा दिवस तो चालत होता. बाकीच्या साऱ्या लोकांसारखाच रस्त्याच्या कडेला बसून विश्रांती घेत होता. त्याच्या लाल आणि निळ्या चौकटीच्या शर्टखाली हात घेऊन- तो शर्ट म्हणजे तर खजिनाच होता- त्याच्या मित्राचा आरेफचा होता तो शर्ट. एके दिवशी अंधार पडल्यावर त्याला रस्त्यावर चालणारा एक माणूस दिसला. तो इतर साऱ्यापेक्षा अगदी वेगळा होता, जेवणखाण मिळत असल्यासारखं शरीर, अंगात एक जाडजूड लोकरी जाकीट, गळा आणि हनुवटीभोवती घट्ट गुंडाळलेला एक स्कार्फ. इतक्या आत्मविश्वासानं तो कसा काय चालत होता...? लांबलांब टांगा टाकत...? जवळ जाऊन त्याला पाहावं असं सोहेलनं ठरवलं. तो शत्रूचा अधिकारी होता का? जमावामध्ये मिसळून जाण्याचा प्रयत्न करत होता का? पियाला पकडणारा हाच अधिकारी असेल का? त्यानं काही फरक पडत नव्हता. त्या साऱ्यांनीच आपापल्या परीनं पियाला त्यांच्या बराकीमागच्या कोठीघरामध्ये डांबून ठेवलं होतं.

सोहेल त्या माणसाजवळ गेला. त्या माणसानं सोहेलकडे बघितलं आणि तो काहीतरी म्हणाला, असं सोहेलला वाटलं. ते ऐकू येणं कठीण होतं; कारण त्याच्या गळ्याभोवती असलेल्या लोकरी स्कार्फनं त्याचं तोंड झाकलं गेलेलं होतं. तो जवळ आला, हातातल्या रायफलवर त्याचा हात आवळला गेला. "बेटा" तो माणूस म्हणाला, 'बेटा..' बेटा. सोहेलशी बोलताना अम्मू नेहमीच हा शब्द वापरायची. एक

गोड मऊ शब्द, तिच्या भूतकाळातला. एक उर्दू शब्द आणि त्याला आपण काय करतो आहोत हे कळण्याआधीच त्यानं हातातली रायफल सोडून दिली होती आणि त्या माणसाला कवेत घेतलं होतं. असं कवेत घेतलं होतं जणू काही खूप वर्षांपूर्वी हरवलेले आपले वडीलच आपल्याला परत भेटले असावेत. त्या क्षणानंतरच्या क्षणी त्यानं लुंगीमध्ये खोचलेली सुरी बाहेर काढली. त्या माणसानं सुरी पाहिली आणि तो गुडघे टेकत जमिनीवर बसला आणि सोहेलच्या गुडघ्यांना घट्ट पकडून म्हणू लागला, 'बिस्मिल्लाह-इर-रहमान-इर-रहीम.' तो माणूस आपल्या प्राणांची भीक मागत होता. परंतु सोहेलला केवळ ते कलमाचे शब्द ऐकू येत होते, त्यानं त्या माणसाची मान पकडली आणि उत्तर दिलं, ''एकच देव आहे; दुसरा कुणीही नाही.'' आणि मग काय करतो आहोत हे कळेपर्यंत ते सारे एका आवाजात बोलत होते-मारत होते आणि मरत होते, मरत होते आणि मारत होते. सुरी चालवताना त्याचा हात अगदी स्थिर होता. सुरीच्या चमकणाऱ्या पात्यामध्ये त्याला त्या बराकीमधल्या मुलीचे डोळे दिसत होते. तिचं गोल डोकं आणि विरळ केस आणि मग त्यानं पाहिलेल्या आणि आता कल्पना करू शकत असलेल्या सर्व गोष्टींनी त्याचा ताबा घेतला, त्या माणसाच्या गळ्यावरून सुरी फिरवण्यासाठी आवश्यक असलेल्या साऱ्या गोष्टी. तोंडानं तो म्हणतच होता, ''देव महान आहे, देव महान आहे, देव महान आहे.''

त्या माणसाच्या गळ्यातून रक्ताचा प्रवाह वाहत होता. सोहेलनं त्याचा स्कार्फ सोडत त्याचा चेहरा उघडा केला. त्या चेहऱ्याकडे पाहताच वास्तव बंदुकीच्या गोळीसारखं त्याच्या अंगावर येऊन आदळलं. 'बेटा.' हा माणूस सैनिक नव्हताच. किंवा बिहारी किंवा कोणताही शत्रू नव्हताच. तो केवळ एक खूप म्हातारा माणूस होता. त्याच्या हनुवटीवर काळीपांढरी दाढी होती आणि त्याचा चेहरा एका बापाचा चेहरा होता. एक कनवाळू, सामान्य, चिंताग्रस्त चेहरा. एक अगदी सामान्य माणूस. ज्यानं काहीही केलं नाहीये असा माणूस. युद्धामधून घरी परतणाऱ्या इतर सर्वांसारखाच एक माणूस.

त्या मरणाच्या बदल्यात सोहेलचं आयुष्य. आपल्या रक्तामांसानं ते ऋण फेडणारा. ते त्याच्या आतमध्ये कुठेतरी थरथरत असलं पाहिजे. त्यामुळेच तो अम्मूला टाळत होता. तिनं त्याला नीट शिकवलं नव्हतं. तिनं जर त्याला तो पवित्र ग्रंथ आधी दिला असता तर त्याला आणखी ज्ञान झालं असतं. त्यानं ते केलं नसतं.

❄

दुसऱ्या दिवशी, घट्ट सूट घातलेला एक जाडजूड माणूस मायाला भेटायला आला.

तिचा वकील असल्याचं सांगत त्यानं स्वतःची ओळख करून दिली. 'आता', त्यानं सुरुवात केली. "आम्हाला वाटलं होतं त्यापेक्षा परिस्थिती थोडी जास्त कठीण आहे. सारे मुख्य तुमच्या विरुद्ध उठले आहेत."

तिचं बरोबर होतं. हे काम त्या हुझूरचंच होतं– अगदी गरीबपणे वागत त्यानं तिच्या पाठीत सुरा खुपसला होता.

"प्रॉब्लेम असा आहे की हुकूमशहा त्यांची मैत्री मिळवण्याचा प्रयत्न करतो आहे. म्हणून त्यानं तुमच्याविरुद्ध ही कारवाई केली आहे आणि त्याला मूर्ख बनवून तुम्हीही या केसला काही मदत केलेली नाही."

हुकूमशहा? ती गोंधळून गेली. "मला वाटलं, मी माझ्या भाच्याला झैदला पळवून नेलं म्हणून मला अटक झालीये."

"मीही ऐकलं त्याबद्दल मॅम, अँड आय ॲम व्हेरी सॉरी, पण हे त्याहूनही जास्त गंभीर आहे."

याहून जास्त गंभीर काय असणार?

"तुमच्यावर देशद्रोहाचा आरोप ठेवायचा की बदनामी केल्याचा आरोप ठेवायचा याचा विचार करताहेत ते. देशद्रोहाचा आरोप ठेवला तर ते फारच गंभीर होईल हे तुम्हाला माहीतच आहे. पण सुदैवानं लोक तुमच्या बाजूनं आहेत. उद्या शहीद मिनारपासून एक निषेध मिरवणूक निघणार आहे. तुम्ही आणि शफातसाठी."

शफात? आता तिला हे सारं उलगडतं. ती तुरुंगात आहे याचं कारण तिनं लिहिलेला तो लेख आहे. हुकूमशहाला तिनं युद्ध गुन्हेगार म्हटलं, त्यामुळे वकील तिला सगळी हकिगत सांगतो. शफात आणि अदितीलाही अटक झालीये. ते रागावले का? तिला जाणून घ्यायचंय. तो मोठ्यानं हसतो. कारण आपल्याला अटक व्हावी हेच तर शफातला कायमच हवं होतं. तो तर हिरो बनलाय, तिनं त्याच्यावर उपकारच केलेयत.

ती हातांनी चेहरा झाकून घेते. ते झैदमुळे तिच्याकडे आले नव्हते. त्या लहानग्या मुलाची कुणालाही काळजी नव्हती. त्या दाट जांभळ्या पाण्याची चव तिच्या तोंडात पुन्हा एकदा आली.

❄

न्यायालयामध्ये तिचे हात मोकळे केले जातात. तिच्या वकिलाशेजारी बसायला तिला सांगण्यात येतं. चुरगाळलेला कुडता घातलेला जॉय पहिल्या रांगेत बसला आहे. गेले काही आठवडे आपण बिनमहत्त्वाच्या बाबींमध्ये जास्त अडकतो आहोत, असं मायाला जाणवलं आहे. तिची मनगटं ठिसूळ होताहेत, तिचे गाल बसताहेत, तिचा रंग मलूल होतो आहे. किती वाईट दिसते आहे ती. तो पापणीही न लववता

तिच्याकडे पाहत असताना तिनं त्याची नजर पकडली होती.

वकिलानं एक कुरळी टोपी डोक्यावर चढवली. न्यायाधीश आत आले आणि सगळे उठून उभे राहिले.

"युअर ऑनर," वकील उत्कृष्ट उच्चारात, परदेशी शिक्षण घेतलेल्या आवाजात बोलू लागला, "मिस शेहरझादे हक यांना जामीन मिळावा अशी विनंती करण्यासाठी मी उभा आहे."

"आरोप अजामीनपात्र आहे." घसा खाकरून आता थुंकणार असं वाटत असतानाच न्यायाधीश म्हणाले. अर्थातच हा आरोप अजामीनपात्र होता. तसाच तो असायला हवा.

"युअर ऑनर, आम्ही देशद्रोहाच्या आरोपावर आक्षेप घेत आहोत. मिस हक- म्हणजे त्याच असतील तर मिस हक या केवळ बांगलादेशच्या संविधानानं त्यांना दिलेला स्वातंत्र्याचा आपला हक्क बजावत होत्या."

"आपण लष्करी राजवटीखाली आहोत, याची आठवण करून देऊ का मी तुम्हाला?'

"होय, युअर ऑनर, पण आपण त्याहूनही श्रेष्ठ अशा कायद्याला उत्तरदायी आहात असं मी समजतो. आपली लोकशाही घटना...."

न्यायाधीश क्षणभर थांबले. मग तिच्याकड़े वळत त्यांनी तिला विचारलं, "या आरोपाला तुमचं काय उत्तर आहे, मिस हक? देशद्रोह हा फार गंभीर आरोप आहे, हे तुम्हाला माहीत आहे."

मायाचा आवाज उमटला, "मी कोणताही देशद्रोह केलेला नाही, युअर ऑनर," ती म्हणाली. "खरं बोलले, एवढाच माझा अपराध आहे."

"एका नागरिकाचा विरोध दर्शवण्याचा अधिकार काढून घेणं, हा गोठाच अपराध आहे, युअर ऑनर. तो लेख प्रामुख्यानं युद्धातील गुन्हेगारांवर खटला चालवावा, या हेतूनं लिहिला गेलेला होता. हुकूमशहांच्या विरोधात काही बोलण्यासाठी नव्हे."

न्यायाधीशांचा चेहरा आक्रसला. "या न्यायालयाकडून तुम्हाला नक्की काय हवं आहे?"

वकिलानं हात उंचावत म्हटलं, "मिस हक यांचा भाऊ स्वातंत्र्यसैनिक होता. त्यांची आई एक शांत, मौन अशी क्रांतिकारक होती. त्या त्यांच्या कुटुंबाच्या पावलावर पाऊल टाकून चालताहेत आणि मी फक्त आपल्या न्यायालयाच्या स्वीकृत अशा न्यायाच्या आदर्शाला साद घालतो आहे."

न्यायाधीश या वाक्याचा उच्चार करताना दिसले. "तुम्ही स्वातंत्र्यसैनिक होतात, मिस हक?"

“होते आणि आहे. युअर ऑनर.”

तिच्या वाक्यातल्या सत्याची पडताळणी करत असल्यागत त्यांनी खाली तिच्याकडे निरखून पाहिलं. “मग आम्ही न्यायालयाला तुमचा निर्णय करण्याची परवानगी देतो. जामीन मंजूर. मिस हक, तुम्ही जायला स्वतंत्र आहात.”

न्यायाधीशांचा निर्णय जाहीर झाल्यानंतर मायानं जॉय कुठे दिसतो आहे का हे बघण्यासाठी मागे बघितलं. अगदी मागच्या बाजूला, तिला दोन-तीन वेळा निरखून बघावं लागलं. सोहेल बसला होता. त्याची नजर खाली वळलेली होती. त्यामुळे तिला फक्त त्याच्या डोक्याचा वरचा भाग तेवढा दिसत होता. त्याच्या प्रार्थनेच्या टोपीची जागा एका जाडशा फेट्यानं घेतली होती. तो स्वतःशीच काहीतरी बोलला आणि त्यानं नजर वर उचलताच त्यांची नजरानजर झाली. पायांमधली शक्ती जावी तसं काहीसं तिला वाटलं. तिचं स्वतःचं भयानक ओझं- “मला जावं लागेल. जरा घाई करा,” असं वकिलाला सांगत ती सोहेलकडे गेली. त्याचा हात पकडत तिनं विचारलं, “झैद, सापडला का?”

“पाण्यात, गेल्या शनिवारी.” त्याचे डोळे अंधारे आणि बंद होते. ही गोष्ट त्यांनी तिच्यापासून लपवून ठेवली होती. त्यांनी त्यांच्या प्रार्थना म्हणत त्याला दफनही केलं होतं.

म्हणजे तिच्या साऱ्या आयुष्याचं फलित हे होतं तर. जमुनेच्या तीरावर वाहून आलेलं एका लहान मुलाचं प्रेत. सोहेलच्या पायांवर लोटांगण घालून त्याची माफी मागावी असं तिला वाटू लागलं. पण तिची तेवढीही लायकी नव्हती. त्यानं तिला मारावं, पुन्हा तो ओठ फाटावा असं तिला वाटत होतं. अनवधानानं ती मोठ्यानं म्हणाली, “मी त्याला वाचवण्याचा प्रयत्न करत होते.”

“वाचवायला तो तुझा नव्हता,” तो एवढंच म्हणाला.

तो तिचा नव्हता. तो कधीच तिचा नव्हता. मग तो होता तरी कुणाचा? लांब झग्यातल्या, आपल्या उंच भिंतीमागे राहणाऱ्या, आपल्या पाठांतरामागे लपणाऱ्या त्याच्या बापाचा? तिच्या घशात कडवटपणा भरून आला. “तू त्याला संकटात टाकलंस, सोहेल. मी तुला सांगण्याचा प्रयत्न केला.”

“तुला काय वाटलं माया, मी त्याला तिथून बाहेर काढणार नव्हतो?”

ती अडखळली. “पण मला वाटलं- मला वाटलं...तू म्हणालास...”

‘मी म्हणालो होतो, तो सुरक्षित राहील याची मी काळजी घेईन.”

तो स्वतः गेला असता. तो गेला असता, त्यानं स्वतःच्या मुलाला वाचवलं असतं. त्यानं त्याला परत आणलं असतं. आत्ताच्या क्षणी ती दोघं बागेत एक्झोराच्या फुलांचा मध चोखत असती. ‘म्हणजे मीच...मीच जबाबदार आहे त्याच्या मृत्यूला.”

“कुणाच्याही मृत्यूचा क्षण केवळ देवच निश्चित करू शकतो.” तो म्हणाला.

तिचा त्याच्यावर विश्वास बसला नाही. आपली जबाबदारी झटकून टाकायला ती तयार नव्हती आणि ती तसं त्याला सांगणारही होती- त्याचीही जबाबदारी होती- दोघांचीही; पण तिच्या आत काहीतरी हललं. तो जे काही देऊ करतो आहे त्याचा स्वीकार कर, या साऱ्याचा अर्थ लावण्याचा प्रयत्न कर, तिला क्षमा करण्याचा हा एक मार्ग आहे, त्याचा स्वीकार कर, असं कुणीतरी तिला सांगत होतं. तिला क्षमा नकोच होती- नाही तिला क्षमा नको होती- तरीही क्षमा मिळण्याच्या शक्यतेनं तिला बरं वाटलं. त्या दोघांच्या पलीकडेही काही आहे- तिच्या आणि त्याच्या हृदयांच्या पलीकडेही काहीतरी आहे, या शक्यतेनं तिला बरं वाटलं. 'देव क्षमा करतो,' पवित्र पुस्तकातले शब्द तिला आठवले, 'जे पुरुष त्याला शरण जातात त्यांना आणि ज्या स्त्रिया त्याला शरण जातात त्यांना. ज्यांचा त्याच्यावर विश्वास असतो असे पुरुष आणि ज्यांचा त्याच्यावर विश्वास असतो अशा स्त्रिया.'

तिनं धैर्यानं त्याच्या नजरेला नजर दिली. आता तो पुन्हा तिच्यावर प्रेम करू शकेल का हे तिला त्याला विचारायचं होतं, पण ती काहीच बोलली नाही. "माझा तुझ्यावर विश्वास आहे," एवढंच ती बोलली.

त्यानं मान डोलावली. तो का आला आहे हा प्रश्न तिला पडला. ती तुरुंगात गेलेली पाहायला बहुधा. इतर आरोपांबरोबर स्वतःचाही आरोप करायला. मी, माझी बहीण माया हिच्यावर पुढील आरोप करत आहे, मी पवित्र पुस्तकाकडे वळलो तेव्हा माझ्यावर विश्वास न ठेवणं, माझ्या धर्माशी प्रामाणिक राहण्याच्या माझ्या शपथेची चेष्टा करणं, माझ्या जुन्या आयुष्याकडे मला पुन्हा खेचण्याचा प्रयत्न करणं, आपल्या युद्धानंतर, आम्ही आकाशातून आमची बोटं काढून घेतल्यानंतर माझ्या मनात अनेक राक्षस उभे राहिले होते, तेव्हा मला सोडून जाणं, माझ्यावर प्रेम न करणं, माझ्या मुलावर प्रेम करणं, त्याला ठार मारणं.

खूप वेळानंतर तो म्हणाला, "मी जातो आहे. चाळीस दिवस झाल्यानंतर, मी सौदियाला जातो आहे."

"किती दिवस?"

"काही महिने. कदाचित एखादं वर्ष."

म्हणजे तो निरोप घ्यायला आला होता तर. "आणि अम्मू?"

"तुलाच काळजी घ्यायला पाहिजे तिची."

"आणि वरच्या मजल्यावरच्या बायकांचं काय?"

"खदिजा माझ्याबरोबर येते आहे."

सारं समजून तिनं मान डोलावली. देवाचे अनंत उपकार आहेत.

त्याला खूप काही सांगायचं होतं तिला- त्यानं एका माणसाला मारलं होतं ते तिला कळलं होतं, या जागी त्याला आणून सोडायला काय कारणीभूत झालं ते

तिला माहीत होतं, स्वतःच्या गळ्यामध्ये तो कायम एका अपराधाची बेडी वागवत आला होता त्याबद्दल आणि अखेरीस त्यामध्ये तिला काहीतरी तथ्य दिसत होतं हेही. पण आता त्याला फार उशीर झाला होता. फारच उशीर झाला होता. आता त्या दोघांमध्ये काहीच उरलं नव्हतं. आता एक भास म्हणूनच तो उरणार होता. तिचं ज्याच्यावर प्रेम होतं त्या माणसाचं भूत. ती आता कायम त्याला अनोळखीच राहणार होती. हे सारं तिला कुठलीही शिक्षा न करता त्यानं स्वीकारलं होतं, हेच पुष्कळ होतं. "आय ॲम सॉरी, भैय्या. आय ॲम व्हेरी सॉरी." मान खाली घालत ती म्हणाली, त्याच्या हाताचं जडपण डोक्यावर जाणवेल याची वाट बघत, त्याच्या आशीर्वादाची वाट बघत.

"तुला क्षमा करणं माझ्या हातात नाही." तो म्हणाला. "ते माझ्या हातात नाही."

ती तो दिवस परत बोलावून घेईल, तिच्या आयुष्याच्या प्रत्येक वळणावळणावर बोलावून घेईल. काय झालं? जर सोहेलनं एका माणसाला मारलं होतं. त्यानं त्याचा जीव घेतला होता. एखाद्या प्राण्याला मारावं तसं त्याला मारलं होतं. प्रत्येक दिवशी त्याला त्या क्षणाचा आवाज ऐकू येतो. त्या सूर्याचं वजन हाताला जाणवतं. तो मांस कापलं जाण्याचा आवाज, त्याच्या बोटांवरचा रक्ताचा ओलेपणा आणि तीही तेच करेल– त्या फेरीमधून ती गेली ते, मदरसाचं दार ठोठावत उभी होती ते, त्या मुलाला त्याच्या कोठडीतून बाहेर काढलं ते, त्याला मिठीत घेतलं ते, मग ती डोळे मिटेल आणि स्वतःला सांगेल 'झोपू नकोस' पण झोप लागेलच आणि प्रत्येक वेळी तिनं डोळे उघडले की फार उशीर झालेला असेल. जर—तर—जर -तर फक्त.

❉

मला स्वप्न पडतंय. स्वप्न पडतंय. आम्ही बंगल्यामध्ये आहोत. सोहेल आणि मी. हे पवित्र पुस्तक सापडण्याच्या पूर्वीचं आहे, युद्धाच्या पूर्वीचं आहे. अम्मू आंबे सोलत्येय आणि आम्ही आइस्क्रीमवाल्याची वाट बघतोय. तो सायकलची घंटी वाजवतो आणि 'इग्लू इग्लू 'असं ओरडतो. आम्ही नुकतेच विद्यापीठातून परतलोय. आणि तेच सारं अजून त्याच्या नसांमधून वाहतंय. आपल्या स्वतःच्या आयुष्यापेक्षाही महान असं काहीतरी असू शकतं, ही कल्पना. मी स्वप्न बघत्येय, तेवढ्यात झैद जागा होतो. आपण कुठे आहोत ते त्याला आठवत नाहीये. त्याला एवढंच माहीत आहे की आता त्याला त्याच्या वडिलांकडे परत पाठवण्यात येणार आहे आणि ते त्याला पुन्हा मदरसामध्ये पाठवून देणार आहेत. त्याचं आयुष्य उलटं फिरलं आहे– बूमरँगसारखं. नदीच्या किनाऱ्यावरची वाळू मऊ आहे. त्याची बोटं गाळात रुततात. अलिफ, बे, ते, से, तो स्वतःशीच म्हणतो. 'मला अक्षरं येतात.' मी आम्हा तिघांची

स्वप्नं बघत्येय, अगदी साधंसुधं कारण अम्मूला सांगितलं गेलं होतं की ती एकटी मला आणि सोहेल या दोघा मुलांना वाढवू शकणार नाही. आणि हे बघा आम्ही इथे आहोत- आमच्या भुका आणि आमचं राजकारण, सर्व शक्यता आमच्या गालांवर लालबुंद होऊन चमकताहेत आणि माझा झैद कुठे आहे? तो जमुनेच्या तीरावर पाण्यात पाय सोडून बसला आहे. ऊबदार. तोही स्वप्नं बघतो आहे. त्याच्या आशा त्याला नदीच्या पलीकडच्या किनाऱ्यावर घेऊन जाताहेत- हसणं आणि बायसिकल आणि दिवसभर टेलिव्हिजन, शाळा, प्रेम, चॉकोबार, इग्लू माणूस. त्याच्या रेफ्रिजरेटरच्या सायकलवरून येतो. आमच्या जिभा या युतीभोवती गुंडाळल्या जातात. झाडावरून काढलेला गरम आंबा. त्याच्या आत बंदिस्त झालेली दुपार. हिवाळा, गोडसर आणि थंड याचीही चव त्यात आहे. माझा भाऊ देखणा आहे, इतका देखणा की अजून शाईही वाळली नसलेल्या चिठ्ठ्या मुली त्याला देत असतात. त्या चिठ्ठ्या त्यांच्या घामेजलेल्या तळहातांनी ओलसर झालेल्या असतात. तो गंभीर असतो, अभिमानी असतो, अम्मू आणि मी जितके आंबे खातो त्याच्या दुप्पट आंबे तो खातो, पण आम्हाला त्याचं काहीच वाटत नाही. या घरात तो नेहमीच राजासारखा असतो. या घराचा कर्ता, झैद त्याचा हलणारा दात हलवतोय, ओढतोय पण इतक्यात तो पडणार नाही. तो दात मुळापासून उपटतो, त्याच्या तोंडात रक्त भरतं. तो थुंकतो.

ती त्याच्या आईसारखी दिसते, पण ती त्याची आई नाहीये. ती त्याला घरी नेत्येय. ती त्याला वचन देते की त्याला परत पाठवण्यात येणार नाही. ती त्याच्या वडिलांशी बोलेल, पण ती त्याला सांगेल काय? 'मी त्याला आधीच सांगितलंय.' प्रथम तो पाण्यात वाकतो, हाताच्या ओंजळीत थोडं पाणी घेतो आणि चूळ भरतो. पाणी रक्तासारखं कडू आहे. दुसरी बाजू- दुसरी बाजू. जिथे दात किडत नाहीत आणि त्याचे हात धरून ठेवणारंही कुणी नाही, आइस्क्रीम आणि आंबे, खजुराच्या झाडाला लावलेली खिटी, गळणारा रस, दुसरा किनारा लांब नाहीये- त्याला वाटतं, अर्धा मैल असेल फार तर...त्याचे वडीलच जिंकतील. त्याला परत पाठवण्यात येईल. तो जाणार नाही परत. तो जाणार नाही. लांब नाहीये—तो किनारा—मी तेवढा वेळ श्वास रोखून धरू शकतो. तो त्याचं एक दात कमी असलेलं शरीर झोकून देतो आणि पाणी त्याच्यावर पुन्हा एकत्र होतं. मी तेवढा वेळ श्वास रोखून धरू शकतो.

समारोप

१९९२

दिवस अगदी छान आहे. झाडांमध्ये अजून हिवाळ्याचा थोडा अंश आहे. ती अजून फिकट आणि चमकदार दिसताहेत. उभारलेला सांगाडा लाल आणि हिरव्या रंगाच्या कापडानं मढवलेला आहे. स्टेजच्या मध्यावर थोड्या उंचावर एक चौकट उभारलेली आहे. साक्षीदाराचा पिंजरा.

लवकरच सुऱ्हावर्दी मैदानात खूप चेहरे दिसू लागतील. एकामागोमाग एक असे ते स्टेजवर येतील, एकामागोमाग एक असे ते आपल्या कहाण्या सांगू लागतील. अली अहमद, शहाजहान सुलतान, जहानारा इमाम. ते युद्धाबद्दल बोलतील. मुलांबद्दल बोलतील, गमावलेल्या साथीदारांबद्दल बोलतील. त्यांनी पाहिलेल्या आणि केलेल्या गोष्टींबद्दल बोलतील. इतक्या साऱ्या वर्षांमध्ये ते जे शब्द फक्त स्वतःशी उच्चारत होते, ते आता इथे उच्चारतील.

मायाची पाच वर्षांची मुलगी झुबैदा- दुपारभर चाललेली भाषणं ऐकताना तिचा हात धरून ठेवेल. त्यांचे तळहात घामेजतील तरीही त्या हात सोडणार नाहीत. त्यांची बोटं एकमेकांत गुंतलेली राहतील. ''अम्मू, ते आता गुलाम आझमला फाशी देतील का?''

''आत्ता नाही, बेटा. पहिल्यांदा त्याच्यावर खटला चालला पाहिजे.'' जहानारा इमाम बोलायला उठेल, तेव्हा माया गर्दीमध्ये अम्मू दिसते आहे का ते बघेल. तिला ती दिसणार नाही- खूपच गर्दी आहे. पण तिला माहीत आहे तिची आई इथेच कुठेतरी असणार. तिनं तसं वचनच दिलं होतं. गर्दी ऐकते आहे. पटल्यासारख्या

माना डोलावते आहे. टाळ्या वाजताहेत. जहानारानं आपल्या तरुण मुलाला कसं युद्धावर पाठवलं, ते पुन्हा पुन्हा ऐकावंसं वाटतं आहे त्या गर्दीला. आई म्हणून तिच्या कर्तव्याबद्दल ऐकायचं आहे त्यांना.

मग ती वेळ येते.

एक स्त्री उभी राहते. ती स्टेजकडे चालत जाते. तिची नजर सरळ आहे. थेट क्षितिजावर रोखलेली आहे. सारं कसं शांत आहे. झाडांची सळसळ तेवढी ऐकू येते आहे. गर्दीनं तिला दिलेली एक भेट- जणू काही सर्वांनी आपले श्वास रोखून धरले असावेत.

वयामुळे ती आता रुबाबदार दिसते आहे. थोडी स्थूल आहे; पण तरीही सुंदर दिसते आहे. एक तरुण माणूस तिच्याबरोबर स्टेजवर चढतो. त्यानं तिचं कोपर धरलं आहे.

तिच्याकडे बघत एकदा मान लववून माया बोलायला सुरुवात करते, ''प्लीज तुमचं नाव सांगा.''

''पिया इस्लाम.''

''तुम्ही इथे का आला आहात ते आम्हाला सांगा, मिसेस इस्लाम.''

ती हसते. ''मिस म्हणा.''

गर्दी हसते. त्यांना आवडलंय हे.

''मिस इस्लाम, आज तुम्ही इथे का आला आहात ते आम्हाला सांगा.''

''२६ जुलै, १९७१ या दिवशी मला पाकिस्तानी सैन्यानं पकडलं. ते आमचं खेडं लुटायला आले होते. कुणीतरी त्यांना सांगितलं होतं की आम्ही गुरिलाना लपवून ठेवलं आहे. माझे वडील मारले गेले...'' ती थांबते, घसा साफ करते. तो तरुण तिला थोडं पाणी देतो. ती पाणी पिते.

''मला एका ट्रकमध्ये घालण्यात आलं. आमच्या शेजाऱ्याची मुलगीही माझ्याबरोबर होती. ती फक्त चौदा वर्षांची होती. ती रडत होती, ट्रकमध्ये ओकलीसुद्धा.

''आम्हाला भिंतीशी साखळ्यांनी बांधून ठेवलं होतं. आमच्या आधी तिथं कुणीतरी असावी, तिचं नाव भिंतीवर कोरलेलं आम्हाला दिसलं. तिनं गळफास लावून घेतला होता. म्हणून त्यांनी आमचे केस काढले आणि आमच्या साड्या काढून घेतल्या.''

''किती जण होते ते सांगू शकाल?''

''वीस-तीस. ते पाळीपाळीनं यायचे. दुसरी मुलगी मेल्यानंतर मी एकटीच राहिले.''

''आणि तुम्ही किती दिवस कैदेत होतात, मिस इस्लाम?''

''युद्ध संपेपर्यंत.''

"थँक यू, मिस इस्लाम. तुम्हाला आणखी काही सांगायचंय?"

"होय." ती त्या तरुण माणसाकडे वळली. "हा माझा मुलगा आहे. त्याचं नाव सोहेल आहे. त्या जागेमधून मला ज्या माणसानं सोडवलं, त्याचं नाव मी माझ्या मुलाला दिलं आहे. ज्यानं माझे प्राण वाचवले त्याचं."

पिया साक्षीदाराच्या चौकटीतून खाली उतरते. माया तिच्याकडे बघत हात पसरते आणि त्या सगळ्या लोकांच्या देखत, साक्षीदार म्हणून आलेल्या, आपल्या कहाण्या सांगायला आलेल्या त्या सर्वांच्या देखत त्या दोघी एकमेकींना मिठीत घेतात. तिच्या भावामध्ये जे काही चांगलं होतं, तिच्यामध्ये जे काही चांगलं होतं ते सारं या इथे या मैदानात आहे. या स्त्रीमध्ये आहे, जिनं आपल्या मुलाचं नाव त्याच्या नावावरून ठेवलं आहे. एका मुलीमध्ये जिचं नाव एका मुलावरून ठेवलं गेलं आहे– झैद. झुबैदा. एका नावामध्ये बंदिस्त झालेलं एक नाव. ज्या ज्या वेळी तिची मुलगी आनंदानं आणि आनंदाच्या चमत्कारानं हसते, तेव्हा तेव्हा तिथेच कुठेतरी दुःखाचाही एक ठसा उमटलेला असतो. एका लहानशा बहुभाषकाची, पटाईत पत्ते खेळणाऱ्याची आणि चोराचीही स्मृती. तिला त्याची खूप आठवण येते. रोज रोज ती त्याची आठवण काढते. झैद आणि सोहेल. तिला ते इथे जाणवतं- बरगड्यांच्या आत आणि तिच्या धडधडणाऱ्या हृदयाच्या अगदी जवळ आणि इथेही- तिच्या कानशिलांमध्ये आणि प्रत्येक वेळी तिनं डोळे मिटले की सोहेल जो कुणी बनला आहे ते चित्र तिच्या डोळ्यांसमोर उभं राहतं. तिला माहीत असतं की, आता ती दोघं कधीच चित्रपट बघायला जाणार नाहीत किंवा अम्मूबरोबर एका टेबलाशी बसणार नाहीत, एखादा विनोद करून हसणार नाहीत किंवा एखाद्या पुस्तकावर बोलणार नाहीत, (एकच पुस्तक असू शकतं- एकच पुस्तक). तिचं हृदय कळवळतं. पण तिला त्याच्या भूतकाळातल्या जखमेची कल्पना आहे, ती कधीही बरी न होऊ शकणारी जखम. कारण तिलाही अशीच एक जखम मिळाली आहे. त्याची जखम ही तिचीही जखम आहे. हे जाणवल्यामुळेच ती आता त्याच्यासाठी दुसरी कसलीही इच्छा करू शकत नाही.

❖